KB136336

베트남어 알파벳

알파벳	명칭	발음
A a	a	아
B b	bờ	버
C c	cờ	꺼
D d	dờ	저
Đ đ	đờ	더
E e	e	애
G g	gờ	거
H h	hờ	허
I i	i	이
K k	ca	까
L l	lờ	러
M m	mờ	머

알파벳	명칭	발음
N n	nờ	너
O o	o	오와 어의 중간
P p	pờ	뻐
Q q	cu	꾸
R r	rờ	저
S s	sờ	써
T t	tờ	떠
U u	u	우
V v	vờ	버
X x	xờ	써
Y y	y	이

초보자를 위한 컴팩트

베트남어
단어

초보자를 위한 컴팩트

베트남어 단어

박연관 지음

한국과 베트남간의 교류 협력 관계는 1992년 12월 수교를 맺은 이후 경제 분야를 중심으로 급속도로 발전해 왔으며, 양국의 외교 관계는 '전면적 협력 관계'를 넘어 '전략적 협력 관계'로까지 성장해 왔다.

베트남의 호치민시에는 한국 사람이 베트남 현지인들보다 더 많이 살고 있다는 신흥 거주지 '푸 미 흥'이 생겨, 이곳이 한국인지 베트남인지 구분하기 어려울 정도이다. 한국에서도 버스터미널이나 기차역 등의 다중 이용시설뿐만 아니라 한가로운 농촌 풍경 속에서도 베트남인을 만나는 것이 더 이상 낯선 일이 아니다.

그만큼 한국과 베트남 두 나라는 다양한 분야에서 교류와 협력 관계를 확대시켜 나가고 있으며, 이에 따라 양국의 국민들 또한 서로의 언어에 대해 학습하고자 하는 수요도 급격히 증가하고 있다.

이 사전은 사용 빈도가 높은 단어를 위주로 베트남어－한국어/한국어－베트남어사전을 편집하였다. 이 작은 결과물이 양 국민이 서로를 이해하는 데 도움이 되기를 희망한다.

박연관

목차

베트남어 + 한국어 단어

한국어 + 베트남어 단어

부록 | 기본 용어

베트남어 알파벳

알파벳	명칭	알파벳	명칭
A a	a	N n	nờ
B b	bờ	O o	o
C c	cờ	P p	pờ
D d	dờ	Q q	cu
Đ đ	đờ	R r	rờ
E e	e	S s	sờ
G g	gờ	T t	tờ
H h	hờ	U u	u
I i	i	V v	vờ
K k	ca	X x	xờ
L l	lờ	Y y	y
M m	mờ		

1. 알파벳의 발음

1) 모음

A   우리말 모음의 '아'와 같이 발음한다.
🔊 ba[바]   na[나]

E   우리말 모음의 '애'와 같이 발음한다.
🔊 xe[쌔]   vé[배]

I   우리말 모음의 '이'와 같이 발음한다. 이 모음은 음의 길이가 짧게 발음되므로 '짧은 I'라고 부른다.
🔊 khi[키]   dì[지]

O   우리말 모음의 '오'와 '어' 중간에 가까운 소리로 발음한다.
🔊 ong[옹]   kho[코]

U   우리말 모음의 '우'와 같이 발음한다.
🔊 thu[투]   nụ[누]

Y   모음 'I'와 같이 발음하지만 'I'보다 길게 발음한다. 이 모음은 음의 길이가 길게 발음되므로 '긴 I'라고 부른다.
🔊 ly[리]   sỹ[씨]

2) 변모음

Ă   우리말 모음의 '아'와 같이 발음하지만 A보다 짧게 발음한다.
🔊 thẳng[탕]   vặn[반]

Â 아래 모음 'ơ'와 같이 발음하지만 ơ보다 짧게 발음한다.

   예 nhận[년]   cân[껀]

Ê 우리말 모음의 '에'와 같이 발음한다.

   예 lê[레]   bê[베]

Ô 우리말 모음의 '오'와 같이 발음한다.

   예 nhổ[뇨]   thô[토]

Ơ 우리말 모음의 '어'와 같이 발음한다.

   예 cờ[꺼]   nơ[너]

Ư 우리말 모음의 '으'와 같이 발음한다.

   예 thư[트]   tư[뜨]

3) 자음

B 우리말의 'ㅂ'의 음가를 갖는다.

   예 bò[보]   bắp[밥]

C 우리말의 'ㄲ'의 음가를 갖는다.

   예 cỏ[꼬]   cô[꼬]

D 우리말의 'ㅈ'의 음가를 갖는다.

   예 da[자]   dế[제]

Đ 우리말의 'ㄷ'의 음가를 갖는다.

   예 đó[도]   đa[다]

G	우리말의 'ㄱ'의 음가를 갖는다.
	예 gạo[가오]　gân[건]

H	우리말의 'ㅎ'의 음가를 갖는다.
	예 hề[헤]　họ[호]

K	우리말의 'ㄲ'의 음가를 갖는다. C와 음가가 같으나 K 뒤에는 I, E, Ê만 사용 가능하다.
	예 ki[끼]　kể[께]

L	우리말의 'ㄹ'의 음가를 갖는다. **예** lá[라]　lờ[로]

M	우리말의 'ㅁ'의 음가를 갖는다. **예** mơ[머]　mặt[맏]

N	우리말의 'ㄴ'의 음가를 갖는다. **예** nào[나오]　nên[넨]

P	우리말의 'ㅃ'의 음가를 갖는다. **예** pin[삔]　com-pa[꼼빠]

Q	우리말의 'ㄲ'의 음가를 갖는다. Q 뒤에는 반드시 U만 사용 가능하다.
	예 qua[꾸아]　quê[꾸에]

R	우리말의 'ㅈ'의 음가를 갖는다. **예** rễ[제]　rổ[조]

S	우리말의 'ㅆ'의 음가를 갖는다. **예** sao[싸오]　sẻ[쌔]

T	우리말의 'ㄸ'의 음가를 갖는다. **예** to[또]　tắc[딱]

V	영어의 'V'의 음가를 갖는다. **예** vẽ[배]　vào[바오]

X	우리말의 'ㅆ'의 음가를 갖는다. **예** xào[싸오]　xong[쏭]

4) 복자음

CH   우리말의 'ㅉ'의 음가를 갖는다.   예 chó[쪼]   chữ[쯔]

GH   우리말의 'ㄱ'의 음가를 갖는다. G와 음가가 같으나 GH 뒤에는 I, E,
            Ê만 사용 가능하다.
            예 ghế[게]   ghi[기]

(GI)   우리말의 'ㅈ'의 음가를 갖는다.   예 già[자]   giỏ[조]

KH   우리말의 'ㅋ'의 음가를 갖는다.   예 khế[케]   khá[카]

NG   우리말의 'ㅇ'의 음가를 갖는다.   예 ngõ[응오]   ngã[응아]

NH   우리말에는 nh의 음가가 없다. 'ㄴ'의 음가와 비슷하지만 뒤에 오는
            모음의 영향을 받아 반모음화 된다.
            예 nhỏ[뇨]   nhà[냐]

NGH   우리말의 'ㅇ'의 음가를 갖는다. NG와 음가가 같으나 NGH 뒤에는 I,
            E, Ê만 사용 가능하다.
            예 nghệ[응에]   nghì[응이]

PH   영어의 'f'의 음가를 갖는다.   예 phở[퍼]   phố[포]

TH   우리말의 'ㅌ'의 음가를 갖는다.   예 thơ[터]   tha[타]

TR   우리말의 'ㅉ'의 음가를 갖는다.   예 tre[째]   trí[찌]

5) 끝자음

C 우리말 자음의 'ㄱ' 음이다.

예 các[깍]   tóc[똑]

CH 우리말 자음의 'ㄱ'에 해당되는 음이다. 북부 발음에 따르면 끝자음 ch
는 그 앞에 오는 모음 a와 결합될 때는 그 모음에 영향을 주게 되어 끝
자음 c와 구별되지만 남부 발음은 끝자음 c와 ch는 똑같이 발음된다.

예 tách[따익]   ếch[에익]

M 우리말 자음의 'ㅁ' 음이다.

예 tôm[똠]   cam[깜]

N 우리말 자음의 'ㄴ' 음이다.

예 tan[딴]   bạn[반]

NG 우리말 자음에 가장 가까운 자음은 'ㅇ' 음이다.

예 không[콩]   thẳng[탕]

NH 우리말 자음에 가장 가까운 자음은 'ㅇ' 음이다. 북부 발음에 의하면 앞
에 결합되는 모음이 a음일 경우 그 음에 영향을 준다.

예 ảnh[아잉]   sinh viên[씽 비엔]

P 우리말 자음의 'ㅂ'에 해당되는 음이다.

예 Pháp[팝]   bắp[밥]

T 우리말 자음의 'ㄷ'에 해당되는 음이다.

예 tốt[똗]   mắt[맏]

6) 성조

không dấu[콩 저우]	[표기: 없음] 꺾임 없는 평상음	예 ma
dấu sắc[저우 싹]	[표기: ´] 도약하는 상승음	예 má
dấu huyền[저우 후옌]	[표기: `] 부드럽게 내림	예 mà
dấu hỏi[저우 호이]	[표기: ˀ] 힘있게 내림	예 mả
dấu ngã[저우 응아]	[표기: ~] 꺾이는 상승음	예 mã
dấu nặng[저우 낭]	[표기: .] 짧고 강한 저음	예 mạ

2. 조어법

- 모음   예 à, ô, ở

- 모음 + 자음   예 ăn, em, anh

- 자음 + 모음   예 nhà, bố, mẹ

- 자음 + 모음 + 자음 예 chanh, cam, hành

베트남어
+
한국어 단어

A

a-mi-đan	아 미 단	편도선
ác ma	악 마	**악마**
ác mộng	악 몽	**악몽**
ác ý	악 이	**악의(惡意)**
ai	아이	**누구, 누가**
am hiểu	암 히에우	**통달하다, 잘 이해하다**
ám sát	암 쌋	**암살하다**
ám thị	암 티	**암시하다**
ảm đạm	암 담	**암담한, 우울한**
an-bum	안 붐	**앨범**
an lạc	안 락	**안락하다**
an ninh	안 닝	**안녕, 편안함**
	Giữ gìn an ninh trật tự.	
	즈 진 안 닝 쩔 뜨	
	안전한 질서를 유지하다.	
an tâm	안 떰	**안심하다**
anh	아잉	**오빠, 형**
anh em họ	아잉 앰 호	**사촌 형제**
anh em trai	아잉 앰 짜이	**형제**
anh hề	아잉 헤	**피에로**
anh hùng	아잉 훙	**영웅**

anh trai	아잉 짜이	오빠, 형
ánh mắt	아잉 맏	시선
ánh nắng	아잉 낭	햇빛
ánh sáng	아잉 쌍	빛, 광선
ảnh	아잉	사진
ảnh chân dung	아잉 쩐 중	인물 사진
ảnh hưởng	아잉 흐엉	영향, 영향을 주다
	bị ảnh hưởng. 비 아잉 흐엉 영향을 받다.	
áo bờ-lu	아오 버 루	블라우스
áo choàng	아오 쪼앙	코트
áo giáp	아오 잡	갑옷
áo gi-lê	아오 지 레	조끼
áo khoác	아오 코악	점퍼
áo len	아오 랜	스웨터
áo lót	아오 롣	브래지어
áo phông	아오 퐁	티셔츠
áo sơ mi	아오 써 미	와이셔츠
ảo giác	아오 작	환상
ảo thuật	아오 투얻	마술
ảo tưởng	아오 뜨엉	환상
áp bức	압 븍	압박하다, 억압하다
áp dụng	압 중	적용하다, 운용하다, 사용하다

áp đảo	압 다오	**압도하다**
áp phích	압 픽	**벽보**
áp suất không khí	압 쑤얻 콩 키	**기압**
ắc quy	악 꾸이	(자동차 등에 사용하는) 대형 배터리
ăn	안	**먹다**
ăn cắp	안 깝	**몰래 훔치다**
ăn không ngồi rồi	안 콩 응오이 조이	**빈둥거리다**
ăn kiêng	안 끼엥	**다이어트하다**
	Chị đang ăn kiêng à? 찌 당 안 끼엥 아 다이어트 중이에요?	
ăn trộm	안 쫌	**몰래 훔치다**
âm lượng	엄 르엉	**볼륨**
âm mưu	엄 므우	**음모, 책략**
âm nhạc	엄 냑	**음악**
âm thanh	엄 타잉	**소리**
âm thầm	엄 텀	**살그머니**
âm tính	엄 띵	**음성**
ầm ĩ	엄 이	시끄러운, 소리가 크게 나는
ấm	엄	**따뜻하다**
ấm áp	엄 압	**따뜻한, 미지근한**
ân cần	언 껀	**사려 깊은**
ân hận	언 헌	**후회하다**

ân huệ	언 훼	**은혜**
ân nhân	언 년	**은인**
ấn	언	**누르다**
ấn tượng	언 뜨엉	**인상**

Sau chuyến du lịch lần này, anh
có ấn tượng gì về Việt Nam?
싸우 쭈옌 주 릭 런 나이, 아잉 꼬 언 뜨엉 지 베 비엣 남?
이번 여행 후에 베트남에 대해 어떤 인상을
받으셨어요?

ấn tượng tốt	언 뜨엉 똗	**호감**
ẩn số	언 쏘	**미지수**
âu yếm	어우 이엠	**포옹하다**
ấy	어이	**그**

B

ba-lê	바 레	발레
bà	바	할머니
bác sĩ	박 씨	의사
bạc	박	은(銀)
bạc đãi	박 다이	학대하다
bạc màu	박 마우	(색) 바래다
bạch tuộc	바익 뚜옥	문어
bài báo	바이 바오	기사(記事)
bài giảng	바이 장	강좌
bài học	바이 혹	과(課)
bài tập	바이 떱	숙제
bài tiết	바이 띠엗	배설하다
bài tiểu luận	바이 띠에우 루언	수필, 소논문
bài trừ	바이 쯔	보이콧하다, 제거하다
bãi đỗ xe	바이 도 쌔	주차장
bãi biển	바이 비엔	해변
ban công	반 꽁	발코니
ban đêm	반 뎀	밤(夜)
ban ngày	반 응아이	낮
ban nhạc	반 낙	밴드

베트남어 단어

ban ơn	반 언	은혜를 베풀다
ban phước	반 프억	은혜를 베풀다
bàn bạc	반 박	**토론하다, 서로 논의하다**

Chúng tôi đã bàn bạc và thống
nhất ý kiến về vấn đề này.
풍 또이 다 반 박 바 통 녇 이 끼엔 베 번 데 나이
우리는 이 문제에 관하여 토론하였고 의견이
일치했다.

bàn chải đánh răng	반 짜이 다잉 장	**칫솔**
bàn chân	반 쩐	**발**
bàn đạp	반 답	**페달**
bàn giao	반 자오	**양도하다, 인계하다**
bàn học	반 혹	**책상**
bàn là	반 라	**다리미**
bàn làm việc	반 람 비엑	**사무용 책상**
bàn phím	반 핌	**키보드**
bàn tiếp tân	반 띠엡 떤	**프런트**
bán	반	**팔다**
bán đảo	반 다오	**반도(半島)**
bán kính	반 낑	**반경**
bán lẻ	반 래	**소매로 팔다**

Giá bán lẻ một gói mì Hào Hào
là 3.500 đồng.
자 반 래 몯 고이 미 하오 하오 라 바 응안(응인) 남 짬 동
하오하오 라면의 소매 가격은 3.500동이다.

| **bản** | 반 | **표(表)** |
| **bản báo cáo** | 반 바오 까오 | **리포트** |

베트남어 단어 | 21

bản chất	반 쩓	본질
bản đồ	반 도	지도
bản giao hưởng	반 자오 흐엉	교향곡
bản kê khai	반 께 카이	명세서
bản năng	반 낭	본능
bản quyền	반 꾸옌	저작권
bản sao	반 싸오	사본
bản thân	반 턴	본인

Bạn hãy tự giới thiệu bản thân.
반 하이 뜨 저이 티에우 반 턴.
본인 소개를 해주세요.

bản thảo	반 타오	원고(原稿), 초고(礎稿)
bản thiết kế	반 티엗 께	설계도, 설계도면
bản vẽ	반 배	패턴
bản viết tay	반 비엗 따이	수기 문서, 자필 문서
bạn	반	친구
bạn cùng phòng	반 꿍 퐁	룸메이트
bạn bè	반 배	친구
bàng quan	방 꾸안	방관하다
bản / bảng	반 / 방	표, 그래프
bảng cân đối tài sản	방 껀 도이 따이 싼	대차대조표
bảng chữ cái	방 쯔 까이	알파벳
bảng giá	방 자	가격표
bảng hiệu	방 히에우	문패

bảng tên	방 뗀	명찰
bảng thông báo	방 통 바오	게시판
bành trướng	바잉 쯔엉	확장하다
bánh ga-tô	바잉 가 또	케이크
bánh gạo	바잉 가오	떡
bánh kẹo	바잉 께오	과자
bánh mì	바잉 미	빵
bánh quy	바잉 꾸이	쿠키
bánh xăng-uých	바잉 쌍 우익	샌드위치
bánh xe	바잉 쌔	바퀴
bao dung	바오 중	포용력 있는, 관대한
bao gồm	바오 곰	포함하다
bao hàm	바오 함	함유하다
bao nhiêu	바오 니에우	몇, 얼마
	Cái này bao nhiêu tiền ạ? 까이 나이 바오 니에우 띠엔 아 이것은 얼마입니까?	
bào	바오	대패질하다
báo cáo	바오 까오	보고하다, 보고
báo đáp	바오 답	보답하다
báo thù	바오 투	복수하다
báo tường	바오 뜨엉	벽보
bảo an	바오 안	보안하다
bảo dưỡng	바오 즈엉	정비하다

bảo đảm	바오 담	확보하다, 보증하다, 담보하다
bảo hiểm	바오 히엠	보험
bảo hiểm nhân thọ	바오 히엠 년 토	생명보험
bảo hiểm sức khỏe	바오 히엠 쓱 쾌	건강보험
bảo hiểm y tế	바오 히엠 이 떼	의료보험
bảo lưu	바오 리우	보류하다
bảo quản	바오 꾸안	보관하다
bảo tàng	바오 땅	박물관
bảo tồn	바오 똔	유지하다, 보존하다
bảo vệ	바오 베 bảo vệ môi trường 바오 베 모이 쯔엉 환경보호	경비하다, 보호하다, 보호
bạo hành	바오 하잉	폭행하다
bạo lực	바오 륵	폭력
bát	받	그릇, 여덟
báu vật	바우 벋	보물
bay	바이	날다, 흙손
Bắc Bộ	박 보	북부
Bắc Kinh	박 낑	북경
bắn	반	쏘다, 발사하다
bắn súng	반 쑹	사격하다
băng qua	방 꽈	건너다, 건너가다

băng vệ sinh	방 베 씽	생리대
bằng	방	~만큼, ~로, ~와/과 같다
bằng cấp	방 껍	학위
bằng khen	방 캔	상장(賞狀)
bằng phẳng	방 팡	평평하다
bắp chân	밥 쩐	장딴지
bắp rang bơ	밥 장 버	팝콘
bắt	받	잡다, 체포하다
bắt bẻ	받 배	말대꾸하다
bắt chước	받 쯔억	모방하다
bắt cóc	받 꼭	납치하다
bắt đầu	받 더우	시작하다

Ở Việt Nam, năm học mới bắt đầu từ tháng 9.
어 비엗 남, 남 혹 머이 받 더우 뜨 탕 찐.
베트남에서 새로운 학년은 9월부터 시작한다.

bắt giữ	받 즈	체포하다
bắt nguồn	받 응우온	유래하다
bắt sống	받 쏭	생포하다
bắt tay	받 따이	악수하다
bậc	벅	등급
bậc nhất	벅 녓	일등
bậc thầy	벅 터이	대가, 명인
bẩm sinh	범 씽	타고나다

bẩn	번	더럽다, 불결한
bẩn thỉu	번 티우	더럽다, 불결한
bận	번	바쁘다
bận tâm	번 떰	마음에 걸리다
bất biến	벋 비엔	변하지 않는, 불변하는
bất cập	벋 껍	부조리한
bất chấp	벋 쩝	~에도 불구하고
bất chính	벋 찡	부정(不正)한
bất đồng	벋 동	반론하다, 불일치한
bất động sản	벋 동 싼	부동산
bất hợp pháp	벋 헙 팝	불법적인
bất mãn	벋 만	불만스러운
bất ngờ	벋 응어	뜻밖에, 갑자기

Tôi bất ngờ khi nghe tin cô ấy
đã kết hôn.
또이 벋 응어 키 응애 띤 꼬 어이 다 껟 혼
나는 그녀가 결혼했다는 소식을 듣고 놀랐다.

bất quy tắc	벋 꾸이 딱	불규칙하다
bất thường	벋 트엉	이상한
bất tiện	벋 띠엔	불편한
bật	벋	켜다
bật đèn	벋 댄	불 켜다
bật lửa	벋 르어	라이터
bầu cử	버우 끄	선거하다

bầu không khí	버우 콩 키	분위기
bầu trời	버우 쩌이	하늘
bây giờ	버이 저	지금
bẫy	버이	덫
bé	배	작은
bén	밴	날카로운
béo	배오	느끼한, 뚱뚱한
béo phì	배오 피	비만의
bẻ ngược lại	배 응으억 라이	비틀다
bẽ mặt	배 맏	수치스럽다
bê tông	베 똥	콘크리트
bề mặt	베 맏	표면
bề ngang	베 응앙	폭
bề ngoài	베 응와이	겉
bế mạc	베 막	폐회하다
	lễ bế mạc 레 베 막 폐회식	
bể bơi	베 버이	풀장
bể cá	베 까	수족관
bên cạnh	밴 까잉	곁
bên dưới	밴 즈어이	아래
bên hông	밴 홍	옆구리
bên này	밴 나이	이쪽

bên ngoài	벤 응와이	외부
bên ngoại	벤 응와이	친정, 외가
bên phải	벤 파이	오른쪽
bên trái	벤 짜이	왼쪽
bên trên	벤 쩬	위
bên trong	벤 쫑	내면
bến cảng	벤 깡	항구
bến xe	벤 쌔	승강장, 터미널
bệnh	벵	병(病)
bệnh nan y	벵 난 이	난치병

mắc bệnh nan y
막 벵 난 이
난치병에 걸리다

bệnh nhân	벵 년	환자
bệnh viện	벵 비엔	병원
bênh vực	벵 븍	편들다
bếp	벱	부엌
bếp ga	벱 가	가스레인지
bếp ga du lịch	벱 가 주 릭	버너
bi thảm	비 탐	비참한
bi thương	비 트엉	애처로운
bi tráng	비 짱	비장한
bí truyền	비 쭈옌	비전
bị teo lại	비 때오 라이	위축되다, 쪼그라들다

bệnh viện 벵 비엔 **병원**

bác sĩ 박 씨 의사

bệnh nhân 벵 년 환자

khám bệnh 캄 벵 진찰하다

khoa chấn thương chỉnh hình 콰 쩐 트엉 찡 힝
정형외과

khoa da liễu 콰 자 리에우 피부과

khoa mắt 콰 맏 안과

khoa ngoại 콰 응와이 외과

khoa nhi 콰 니 소아과

khoa nội 콰 노이 내과

khoa phẫu thuật tạo hình 콰 퍼우 투얻 따오 힝
성형외과

khoa sản 콰 싼 산부인과

khoa tai-mũi-họng 콰 따이 무이 홍 이비인후과

khoa thần kinh 콰 턴 낑 정신과

nha khoa 냐 콰 치과

xe cứu thương 쌔 끄우 트엉 **구급차**

y tá 이 따 간호사

bi-a	비 아	**당구**
bia	비어	**맥주**
bia mộ	비어 모	**묘지, 묘지 비석**
bia tươi	비어 뜨어이	**생맥주**
bìa sách	비어 싸익	**표지(表紙)**
biên dịch	비엔 직	**번역하다**
biên độ	비엔 도	**진폭(振幅)**
biên giới	비엔 저이	**국경, 경계(境界)**

Việt Nam có biên giới chung với Trung Quốc, Lào, Cam-pu-chia, Thái Lan.
비엔 남 꼬 비엔 저이 쭝 버이 쭝 꾸옥, 라오, 깜뿌찌아, 타이 란
베트남은 중국, 라오스, 캄보디아, 태국과 국경을 접하고 있다.

biên tập	비엔 떱	**편집하다**
biên tập viên	비엔 떱 비엔	**편집자**
biến đổi	비엔 도이	**바꾸다, 변화하다**
biến mất	비엔 먿	**사라지다**
biến thiên	비엔 티엔	**변천하다**
biển	비엔	**바다**
biển quảng cáo	비엔 꽝 까오	**간판**
biện hộ	비엔 호	**변호하다**
biện minh	비엔 밍	**변명하다**
biết	비엗	**알다**
biệt danh	비엗 자잉	**별명**

biệt hiệu	비엗 히에우	**별명**
biếu	비에우	**드리다**
biểu cảm	비에우 깜	**표정**
biểu diễn	비에우 지엔	**출연하다**
biểu đồ	비에우 도	**도표**
biểu hiện	비에우 히엔	**표현하다**
biểu ngữ	비에우 응으	**표어**
biểu thị	비에우 티	**가리키다, 표시하다, 표시**
biểu tượng	비에우 뜨엉	**상징**

Tháp Eiffel là biểu tượng của Paris.
탑 애펠 라 비에우 뜨엉 꾸어 파리
에펠탑은 파리의 상징이다.

bi-ki-ni	비 끼 니	**비키니**
bỉm	빔	**기저귀**
binh lực	빙 륵	**병력, 군사력**
binh sĩ	빙 씨	**병사(兵士)**
bình cứu hỏa	빙 끄우 화	**소화기**
bình đẳng	빙 당	**대등한, 동등한, 평등한**
bình hoa	빙 호아	**꽃병**
bình luận	빙 루언	**평론하다**
bình luận viên	빙 루언 비엔	**평론가**
bình minh	빙 밍	**해돋이**
bình nóng lạnh	빙 농 라잉	**온수기**
bình phục	빙 푹	**낫다, 호전되다**

bình thản	빙 탄	**평온한**
bình thường	빙 트엉	**보통**
bình tĩnh	빙 띵	**진정한**

Cô ấy hít thở sâu để lấy lại bình
tĩnh vì quá hồi hộp.
꼬 어이 힏터 써우 데 러이 라이 빙 띵 비 꾸아 호이 홉
그녀는 심호흡을 하면서 울렁거리는 가슴을
진정시켰다.

bình xịt	빙 씯	**분무기**
bò	보	**소, (사람, 동물이) 기다**
bò sữa	보 쓰어	**젖소**
bó	보	**다발, 다발 짓다, 묶다**
bó hoa	보 호아	**꽃다발**
bỏ chạy	보 짜이	**탈출하다**
bỏ đi	보 디	**내버리다**
bỏ lại	보 라이	**내버려두다**
bỏ mặc	보 막	**방치하다**
bỏ phiếu	보 피에우	**투표하다**
bỏ qua	보 꽈	**간과하다**
bỏ ra	보 자	**내놓다**
bỏ trốn	보 쫀	**도망가다**
bóc	복	**떼다**
bóc lột	복 롣	**착취하다**

giai cấp bóc lột
자이 껍 복 롣
착취 계급

bọc	복	포장하다
bọn họ	본 호	그들
bong bóng	봉 봉	거품
bong gân	봉 건	삐다
bóng bay	봉 바이	풍선
bóng bầu dục	봉 버우 죽	럭비공, 럭비
bóng cây	봉 꺼이	나무 그늘
bóng chày	봉 짜이	야구
bóng chuyền	보이 쭈옌	배구
bóng đá	봉 다	축구
bóng loáng	봉 로앙	광택이 나는
bóng rổ	봉 조	농구
bóng tối	봉 또이	어둠
boong tàu	벙 따우	갑판
bóp cò	봅 꼬	방아쇠를 당기다
bóp méo	봅 메오	왜곡하다
bọt	봇	거품
bô lão	보 라오	연장자
bô-ling	보 링	볼링
bố	보	아버지
bố chồng	보 쫑	시아버지
bố cục	보 꾹	배치, 배열하다
bố mẹ	보 매	부모

bố trí	보 찌	배열하다
bố vợ	보 버	장인(丈人)
bổ nhiệm	보 니엠	임명하다

Họ đều nhất trí bổ nhiệm ông ấy làm chủ tịch.
호 대우 녇 찌 보 니엠 옹 어이 람 쭈 띡
그들은 만장일치로 그를 회장으로 임명했다.

bổ sung	보 쑹	보충하다
bộ dạng	보 장	모양
bộ ngoại giao	보 응와이 자오	외교부
bộ phận	보 펀	부분
bộ xương	보 쓰엉	골격
bốc hơi	복 허이	증발하다
bốc thăm	복 탐	추첨하다
bộc lộ	복 로	폭로하다, 드러내다
bôi	보이	바르다 (칠함)
bồi thường	보이 트엉	배상하다

tiền bồi thường
띠엔 보이 트엉
보상금

bối cảnh	보이 까잉	배경
bối rối	보이 조이	얼떨떨하다, 설레다
bồn rửa	본 즈어	싱크대
bồn rửa mặt	본 즈어 맏	세면대
bồn tắm	본 땀	욕조
bốn phương	본 프엉	사방

bông	봉	솜
bông băng	봉 방	붕대
bồng bột	봉 볻	어리석은
bột	볻	가루, 파우더
bột ca-cao	볻 까 까오	코코아
bột giặt	볻 잗	세제
bột mì	볻 미	밀가루
bơ	버	버터
bơ phờ	버 퍼	초췌한, 까칠한
bờ	버	둑, 제방
bờ biển	버 비엔	해변
bở hơi tai	버 허이 따이	기진맥진한
bơi	버이	수영하다
bới	버이	헤치다, 땅을 파다
bởi vậy	버이 버이	그 때문에
bù nhìn	부 닌	꼭두각시
bú	부	빨다
bụ bẫm	부 범	포동포동한
búa	부어	망치
bục giảng	북 장	교단
bụi	부이	먼지
bùn	분	진흙
bủn xỉn	분 씬	인색한

bùng binh	붕 빙	로터리
bùng nổ	붕 노	폭파하다
bụng	붕	배(腹)
buộc	부옥	묶다, 매다
	buộc tóc 부옥 똑 머리카락을 묶다	
buổi chất vấn	부오이 쩓 번	청문회
buổi chiều	부오이 찌에우	오후
buổi hòa nhạc	부오이 화 냑	콘서트
buổi lễ	부오이 레	행사
buổi sáng	부오이 쌍	오전
buổi tiệc	부오이 띠엑	잔치
buổi tối	부오이 또이	저녁
buổi tổng duyệt	부오이 똥 주옏	(마지막) 리허설
buôn bán	부온 반	판매하다
buồn	부온	슬프다, 원하다, 내키다
	buồn nôn 부온 논 토하고 싶은	
buồng trứng	부옹 쯩	난소
búp bê	붑 베	인형
bút chì	붇 찌	연필
bút danh	붇 자잉	호(號)
bút tích	붇 띡	필적

bừa bãi	브어 바이	난잡한
bữa ăn	브어 안	식사
bữa sáng	브어 쌍	아침 식사
bữa tối	브어 또이	저녁 식사
bữa trưa	브어 쯔어	점심 식사
bức thư	븍 트	편지
bức tranh	븍 짜잉	그림
bức vẽ	븍 배	데생
bực tức	븍 뜩	분하다
bước chân	브억 쩐	걸음
bước đi	브억 디	걸음, 걷다
bước đường cùng	브억 드엉 꿍	막다른 곳
	lâm vào bước đường cùng 럼 바오 브억 드엉 꿍 막다른 길로 들어서다	
bưởi	브어이	자몽
bướng bỉnh	브엉 빙	고집 센
bưu điện	브우 디엔	우체국
bưu kiện	브우 끼엔	소포
bưu phẩm	브우 펌	우편

C

Ca-na-đa	까 나 다	캐나다
ca-si-no	까 씨 노	카지노
ca sĩ	까 씨	가수
cà chua	까 쭈어	토마토
cà phê	까 페	커피
cà ri	까 지	카레
cà rốt	까 졷	당근
cà vạt	까 받	넥타이
cá	까	물고기, 내기하다
cá chép	까 쨉	잉어
cá heo	까 해오	돌고래
cá hồi	까 호이	연어
cá mập	까 먑	상어
cá mòi	까 모이	정어리
cá nhân	까 년	개인
cá nóc	까 녹	복어
cá nướng	까 느엉	생선(구이)
cá sấu	까 써우	악어
cá thu	까 투	고등어
cá tính	까 띵	개성

cá vàng	까 방	금붕어
cá voi	까 보이	고래
cả gan	까 간	감히
cả ngày	까 응아이	하루 종일
các	깍	~들 (복수)
các-tông	깍 똥	골판지
cách âm	까익 엄	방음하다, 방음
cách mạng	까익 망	혁명
	phong trào cách mạng 퐁 짜오 까익 망 혁명운동	
cách mạng công nghiệp	까익 망 꽁 응이엡	산업혁명
cách tân	까익 떤	혁신하다, 혁신
cách xử lí	까익 쓰 리	조치
cách xử sự	까익 쓰 쓰	매너
cách xử trí	까익 쓰 찌	처치
cái kéo	까이 깨오	가위
cái loa	까이 로아	스피커
cai quản	까이 꽌	감독하다
cai trị	까이 찌	통치하다
cải cách	까이 까익	개혁(하다), 혁신(하다)
	cải cách kinh tế 까이 까익 낑 떼 경제 개혁	

cải tạo	까이 따오	개조하다
cải thảo	까이 타오	배추
cải thiện	까이 티엔	개선(하다)
cải tiến	까이 띠엔	개량하다
cải tổ	까이 또	혁신하다
cải trang	까이 짱	위장하다
cám dỗ	깜 조	유혹하다
ca-lo	까 로	칼로리
cam	깜	오렌지
cảm cúm	깜 꿈	감기
cảm động	깜 동	감동적인
cảm giác	깜 작	느낌, 감각
cảm ơn	깜 언	고맙다
cảm thấy	깜 터이	느끼다
cảm thụ	깜 투	센스
cảm tính	깜 띵	감정적
cảm tưởng	깜 뜨엉	감상(感想)
cảm xúc	깜 쑥	감각
cạm bẫy	깜 버이	그물, 덫
can thiệp	깐 티엡	개입하다, 간섭하다
	can thiệp vũ trang 깐 티엡 부 짱 무장 개입하다	
can-xi	깐 씨	칼슘

cán bộ	깐 보	간부, 책임자
cản trở	깐 쩌	방해하다
càng	깡	더욱 더
cảng	깡	항구
canh gác	까잉 각	망보다
canh giữ	까잉 즈	호위하다, 감시하다, 지키다
cành cây	까잉 꺼이	가지 (나무)
cánh	까잉	날개
cánh buồm	까잉 부옴	돛
cánh đồng	까잉 동	밭
cánh hoa	까잉 호아	꽃잎
cánh tay	까잉 따이	팔 (신체)
cảnh sát	까잉 쌌	경찰
cảnh tượng	까잉 뜨엉	장면
cạnh tranh	까잉 짜잉	경쟁하다

giá cả có sức cạnh tranh
자 까 꼬 쓱 까잉 짜잉
경쟁력이 있는 가격

cao	까오	높은
cao cả	까오 까	위대한
cao cấp	까오 껍	고급
cao điểm	까오 디엠	클라이맥스
cao học	까오 혹	대학원
cao huyết áp	까오 후옛 압	고혈압

cao nguyên	까오 응우옌	고원
cao niên	까오 니엔	고령의
cao quý	까오 꾸이	고귀한
cao su	까오 쑤	고무
cao thượng	까오 트엉	고상하다
cao tốc	까오 똑	고속
cào	까오	긁다
cạo	까오	밀다, 깎다
cát	깥	모래
cau	까우	빈랑나무의 열매
cay	까이	맵다
cày cấy	까이 꺼이	땅을 갈다
cay đắng	까이 당	고통을 느끼다, 쓰라리다
cằm	깜	턱
cắm cổ	깜 꼬	몰두하다
cắm trại	깜 짜이	소풍을 가다

Cuối tuần này chúng mình đi cắm trại đi.
꾸오이 뚜언 나이 쯩 밍 디 깜 짜이 디
우리 이번 주말에 야영하러 가자.

căn bản	깐 반	근본
căn cứ	깐 끄	근거, ~에 기인한다
căn nguyên	깐 응우옌	근원
căn-tin	깐 띤	매점

cằn cỗi	깐 꼬이	불모의
cắn	깐	물다, 깨물다
căng thẳng	깡 탕	긴장된
cặp	깝	가방, 한 쌍
cặp tóc	깝 똑	(머리에) 핀을 꼽다, 머리핀
cắt	깐	자르다
cắt tóc	깐 똑	이발하다
cầm	껌	손에 들다, 손으로 집다
cầm đồ	껌 도	저당 잡히다
cầm tay	껌 따이	손을 잡다, 휴대용
cấm	껌	금지하다
cân	껀	저울, 저울질하다
cân nhắc	껀 낙	고려하다
cần câu	껀 꺼우	낚싯대
cần cẩu	껀 꺼우	기중기
cần cù	껀 꾸	근면한, 열심인
cân đối	껀 도이	균형 잡다, 균형 잡힌
cần sa	껀 싸	마리화나
cần thiết	껀 티엗	필수적인
cẩn thận	껀 턴	꼼꼼한, 조심한
	Em đi cẩn thận nhé!	
	앰 디 껀 턴 내	
	살펴가세요!	
cẩn trọng	껀 쫑	신중한

cận thị	껀 티	근시
cấp	껍	지급하다, 공급하다
cấp bách	껍 바익	급박한
cấp cứu	껍 끄우	응급, 긴급한
cấp độ	껍 도	레벨
cấp tính	껍 띵	급성(急性)
cấp tốc	껍 똑	급속한
cấp trên	껍 쩬	상급
cất công	껃 꽁	공들이다
	Cảm ơn anh đã cất công về tận đây thăm tôi. 깜 언 아잉 다 껃 꽁 베 떤 더이 탐 또이 공을 들여 나를 방문하러 여기까지 오셔서 감사합니다.	
câu	꺼우	문장
câu chuyện	꺼우 쭈옌	이야기
câu đố	꺼우 도	수수께끼
câu lạc bộ	꺼우 락 보	클럽
cầu chì	꺼우 찌	퓨즈
cầu hôn	꺼우 혼	구혼하다
cầu lông	꺼우 롱	배드민턴
cầu thang	꺼우 탕	계단
cầu vồng	꺼우 봉	무지개
cầu vượt	꺼우 브얻	육교
cấu	꺼우	꼬집다, 비틀다

cấu thành	꺼우 타잉	구성하다
cấu trúc	꺼우 쭉	구조(構造)
cậu	꺼우	외삼촌, 너(2인칭)
cây	꺼이	나무
cây cảnh	꺼이 까잉	장식용 나무
cấy	꺼이	모를 심다, 이식하다, 옮겨 심다
cen-ti-mét	쌘 띠 맨	센티미터
chà xát	짜 쌑	마찰하다
chạch	짜익	미꾸라지
chai	짜이	병(瓶), 티눈
chải	짜이	빗다
	chải lông cho chó 짜이 롱 쪼 쪼 개의 털을 빗기다	
chạm	짬	만지다, 닿다
chạm cốc	짬 꼭	건배하다
chạm trán	짬 짠	대결하다
chán nản	짠 난	낙담하다
chạn	짠	찬장
chào hỏi	짜오 호이	인사하다
cháo	짜오	죽
cháu	짜우	조카, 손자
cháu gái	짜우 가이	손녀
cháu trai	짜우 짜이	손자

cháy	짜이	불이 나다, 태우다
chảy	짜이	흘리다
chạy	짜이	달리다
chạy theo	짜이 태오	뒤쫓다
chạy trốn	짜이 쫀	도망가다
chắc	짝	강한, 확실한
chắc chắn	짝 짠	반드시, 확실히

Tôi chắc chắn sẽ đến.
또이 짝 짠 쌔 뗀
꼭 갈게요.

chăm chỉ	짬 찌	열심히 하는
chăm sóc	짬 쏙	보살피다
chăn	짠	담요, 기르다 (가축)
chăn nuôi	짠 누오이	사육하다
chặn	짠	차단하다
chặt	짣	자르다, 탄탄한, 빈틈없는
chặt chẽ	짣 째	빈틈없는
châm biếm	쩜 비엠	풍자하다
châm cứu	쩜 끄우	침술, 침을 놓다
chấm dứt	쩜 즫	종료하다, 끝내다
chấm điểm	쩜 디엠	채점하다
chậm	쩜	느리다
chậm chạp	쩜 짭	느린, 완만한
chân	쩐	다리

chân đất	쩐 덛	맨발
chân dung	쩐 중	초상 (얼굴)
chân không	쩐 콩	진공
chân lí	쩐 리	진리
chân răng	쩐 장	이의 뿌리
chân thật	쩐 턷	착실하다
chân tướng	쩐 뜨엉	진상(眞相)
chần chừ	쩐 쯔	망설이다

Đừng chần chừ gì nữa, mau đi đi.
등 쩐 쯔 지 느어, 마우 디 디
망설이지 말고 빨리 가세요.

chấn động	쩐 동	진동하다
chấn thương	쩐 트엉	외상(外傷)
chấp nhận	쩝 년	받아들이다, 수락하다
chấp thuận	쩝 투언	승인하다
chất	쩓	질(質), 쌓다, 축적하다
chất dẻo	쩓 재오	플라스틱
chất khí	쩓 키	기체
chất khoáng	쩓 쾅	미네랄
chất lỏng	쩓 롱	액체
chất lượng	쩓 르엉	품질
chất phác	쩓 팍	순진한
chất rắn	쩓 잔	고체
chất thải	쩓 타이	폐기물

chật	쩓	좁다
châu Á	쩌우 아	**아시아**
châu Âu	쩌우 어우	**유럽**
châu Phi	쩌우 피	**아프리카**
che	째	덮다
che chở	째 쩌	**보호하다, 지키다**
che đậy	째 더이	덮다
che giấu	째 저우	숨기다
chè	째	차, 설탕과 찹쌀이나 콩, 혹은 팥으로 만든 후식용 음식
chè xanh	째 싸잉	녹차
chén	짼	그릇
chênh lệch	쩽 렉	**격차, 차등** chênh lệch giàu nghèo 쩽 렉 자우 응애오 빈부의 차이
chế biến	쩨 비엔	**가공하다**
chế độ	쩨 도	제도(制度)
chế độ phong kiến	쩨 도 퐁 끼엔	**봉건제**
chế tác	쩨 딱	제작하다
chế tài	쩨 따이	제재하다
chế tạo	쩨 따오	제조하다
chết	쩯	죽다
chết đuối	쩯 두오이	익사하다

chi nhánh	찌 냐잉	**지점(支店)**, 대리점
chi phí	찌 피	**비용**
chi tiết	찌 띠엗	**상세한**
chì	찌	**납 (금속)**
chỉ	찌	**가리키다, 실**
chỉ dẫn	찌 전	**안내하다**
chỉ đạo	찌 다오	**지도하다**
chỉ điểm	찌 디엠	**밀고하다**
chỉ định	찌 딩	**지정하다**
chỉ huy	찌 후이	**지휘(하다)**
chỉ số	찌 쏘	**치수**
chỉ thị	찌 티	**지시(하다)**
chỉ trích	찌 찍	**비난(하다)**

Chính sách mới của chính phủ
bị chỉ trích gay gắt.
찡 씨익 머이 꾸어 찡 푸 비 찌 찍 가이 갇
정부의 새로운 정책은 비난을 심하게 받았다.

chị ấy	찌 어이	**그녀**
chị dâu	찌 저우	**형수**
chị em gái	찌 앰 가이	**자매**
chị gái	찌 가이	**누나, 언니**
chia	찌어	**분리하다**
chia cắt	찌어 깓	**분할하다, 분단되다**
chia rẽ	찌어 재	**분리하다**

chia sẻ	찌어 쌔	공유하다
chia tay	찌어 따이	헤어지다
chìa khóa	찌어 콰	열쇠
chiêm ngưỡng	찌엠 응엉	우러러 보다
chiếm	찌엠	차지하다
chiếm đoạt	찌엠 도앗	가로채다
	chiếm đoạt ngai vàng 찌엠 도앗 응아이 방 왕위를 가로채다	
chiếm lĩnh	찌엠 링	점령하다
chiên	찌엔	튀기다
chiến dịch	찌엔 직	캠페인
chiến đấu	찌엔 더우	전투하다
chiến lược	찌엔 르억	전략
chiến thắng	찌엔 탕	승리(하다)
chiến thuật	찌엔 투얻	전술
chiến tranh	찌엔 짜잉	전쟁
chiến tuyến	찌엔 뚜옌	전선
chiêu đãi	찌에우 다이	대접하다, 베풀다
	tổ chức tiệc chiêu đãi 또 쯕 띠엔 찌에우 다이 향연을 베풀다	
chiều	찌에우	오후, 다른 사람의 의견에 따르다
chiều cao	찌에우 까오	높이, 키
chiều dài	찌에우 자이	길이

chiều dọc	찌에우 족	세로
chiều hướng	찌에우 흐엉	방향
chiều ngang	찌에우 응앙	가로
chiều rộng	찌에우 종	넓이
chiếu	찌에우	매트, 빛나다, 상영하다
chim cánh cụt	찜 까잉 꾿	펭귄
chim cú	찜 꾸	부엉이
chìm	찜	침몰하다
chín	찐	아홉, 익다
chín chắn	찐 짠	성숙한
chín tái	찐 따이	설익은
chinh phục	찡 푹	정복하다
chính diện	찡 지엔	정면
chính đáng	찡 당	정당한

lý do chính đáng
리조찡당
당당한 이유

chính giữa	찡 즈어	가운데
chính nghĩa	찡 응이아	정의(正義)
chính ngọ	찡 응오	정오
chính phủ	찡 푸	정부
chính quyền	찡 꾸옌	정권
chính sách	찡 싸익	정책
chính tả	찡 따	받아쓰다

chính thống	찡 통	정통
chính thức	찡 특	공식적인
chính trị	찡 찌	정치
chính trị gia	찡 찌 자	정치가
chính trực	찡 쯕	바른, 정직한

Nhìn bề ngoài thì anh ấy có vẻ chính trực.
닌 베 응오아이 티 아잉 어이 꼬 베 찡 쯕
그는 겉보기에 정직한 것 같다.

chính xác	찡 싹	정확한, 확실한
chính yếu	찡 이에우	주요한
chỉnh đốn	찡 돈	정돈하다
chỉnh lí	찡 리	정리하다
chỉnh sửa	찡 쓰어	수정하다
chịu	찌우	참다, 부담하다
chịu đựng	찌우 등	참다
chịu khó	찌우 코	노력하다, 힘들여 감당하다
cho	쪼	주다, ~에게, ~를 위하여
cho biết	쪼 비엔	알려주다
cho đến	쪼 덴	~까지
cho là	쪼 라	생각하다, 여기다
cho nên	쪼 넨	그래서
cho phép	쪼 팹	허락하다
cho thuê	쪼 투에	세를 주다

	cho thuê phòng 10 triệu đồng một tháng 쪼 투에 퐁 므어이 찌에우 동 몯 탕 방을 월 10천만 동에 세를 준다	
cho vào	쪼 바오	넣다
cho vay	쪼 바이	빌려주다
chó con	쪼 꼰	강아지
choáng váng	쪼앙 방	어지럽다
chọc ghẹo	쪽 개오	놀리다 (장난)
chọc thủng	쪽 퉁	찌르다
chọc trời	쪽 쩌이	마천루
chòm sao	쫌 싸오	별자리
chỏm	쫌	고개(언덕), 꼭대기
chọn lựa	쫀 르어	채택하다, 선택하다
chong chóng	쫑 쫑	바람개비
chóng lớn	쫑 런	잘 자라다
chóng mặt	쫑 맏	현기증나다
	Lúc tối tôi uống một chút nên giờ hơi chóng mặt. 룩 또이 또이 우옹 몯 쭏 넨 저 허이 쫑 맏 저녁에 술을 조금 마셔서 지금 약간 어지러워요.	
chóp	쫍	봉우리
chỗ làm	쪼 람	직장(일터)
chỗ ngồi	쪼 응오이	자리
chỗ ngủ	쪼 응우	잠자리 (장소)
chỗ ở	쪼 어	거주지

chỗ trống	쪼 쫑	공백, 빈자리
chốc lát	쪽 랃	잠깐
chồi	쪼이	싹
chối	쪼이	부인하다
chổi	쪼이	빗자루
chôn cất	쫀 껃	매장하다
chồng	쫑	남편
chồng chất	쫑 쩓	쌓이다
	nợ nần chồng chất 너 넌 쫑 쩓 빚이 쌓이다	
chống	쫑	방지하다, 저항하다
chống đối	쫑 도이	거역하다, 대항하다
chống đỡ	쫑 더	버티다
chộp	쫍	낚아채다
chờ	쩌	기다리다
chờ đợi	쩌 더이	기다리다
chở	쩌	싣다, 수송하다
chợ	쩌	시장(市場)
chơi	쩌이	놀다
chớp	쩝	번개
chu đáo	쭈 다오	정성스러운
chu cấp	쭈 껍	부양하다, 공급하다
chu kì	쭈 끼	주기

Trái đất quay xung quanh mặt
trời theo chu kỳ một năm.
짜이 덛 꾸아이 쑹 꾸아잉 맏 쩌이 태오 쭈 끼 몯 남
지구는 1년을 주기로 태양 주위를 공전한다.

chu vi	쭈 비	주위
chú	쭈	삼촌
chú rể	쭈 제	신랑
chú ý	쭈 이	주목하다, 주의하다
chủ	쭈	주인, 가장 중요한, 핵심의
chủ biên	쭈 비엔	편집자
chủ đạo	쭈 다오	주도적인
chủ đề	쭈 데	주제
chủ đích	쭈 딕	목적
chủ động	쭈 동	주동적인
chủ nghĩa xã hội	쭈 응이아 싸 호이	사회주의
chủ ngữ	쭈 응으	주어
chủ nhân	쭈 년	주인
chủ nhật	쭈 녇	일요일
chủ nhiệm	쭈 니엠	주임
chủ quan	쭈 꽌	주관적인

Nhận định của anh ta về đối thủ
cạnh tranh mang tính quá chủ quan.
년 딩 꾸어 아잉 따 베 도이 투 까잉 짜잉 망 띵 꾸아 쭈 꾸안
그의 경쟁자에 대한 판단은 너무 주관적이다.

chủ quyền	쭈 꾸옌	주권
chủ tâm	쭈 떰	의도, 본래의 마음

chủ tịch	쭈 띡	회장, 주석, 의장
chủ trương	쭈 쯔엉	주장(하다)
chủ yếu	쭈 이에우	주요한
chua	쭈어	시다 (맛)
chùa	쭈어	절
chúa	쭈어	신 (종교)
chuẩn bị	쭈언 비	준비하다
chuẩn đoán	쭈언 도안	진단하다
chuẩn mực	쭈언 믁	**표준, 기준** chuẩn mực đạo đức 쭈언 믁 다오 득 도덕 규법
chuẩn xác	쭈언 싹	틀림없이
chúc mừng	쭉 믕	축하하다
chúc mừng năm mới	쭉 믕 남 머이	근하신년
chung	쭝	공통의
chung cư	쭝 끄	아파트
chung kết	쭝 껟	결승전
chung thủy	쭝 투이	정절 있는
chùng	쭝	느슨한
chúng nó	쭝 노	그들
chúng ta	쭝 따	우리 (듣는 사람 포함)
chủng loại	쭝 로아이	종류
chủng tộc	쭝 똑	인종

chuôi tay cầm	쭈오이 따이 껌	손잡이
chuối	쭈오이	**바나나**
chuỗi	쭈오이	**일련의, 사슬**
	chuỗi thức ăn 쭈오이 특 안 먹이 사슬	
chuông	쭈옹	**종(鐘)**
chuột	쭈올	**쥐**
chuột chũi	쭈올 쭈이	**두더지**
chụp	쭙	**잡다, 찍다**
chụp ảnh	쭙 아잉	**사진을 찍다**
chút ít	쭏 잍	**조금**
chuyên chế	쭈옌 쩨	**전제**
chuyên chở	쭈옌 쩌	**수송하다**
chuyên đề	쭈옌 데	**특별한 주제**
chuyên gia	쭈옌 자	**전문가**
chuyên khoa	쭈옌 콰	**전문의**
chuyên môn	쭈옌 몬	**전문(專門), 전공**
chuyên nghiệp	쭈옌 응이엡	**프로패셔널**
	5 năm trước tôi là vận động viên bóng chuyền chuyên nghiệp. 남 남 쯔억 또이 라 번 동 비엔 봉 쭈옌 쭈옌 응이엡 나는 5년 전에 프로 배구 선수였다.	
chuyên tâm	쭈옌 떰	**전념하다**
chuyến	쭈옌	**이동 편**
chuyến bay	쭈옌 바이	**비행기 편**

chuyến du lịch	쭈옌 주 릭	여행
chuyến đi	쭈옌 디	가는 편
chuyến xe	쭈옌 쌔	**차편**
chuyển	쭈옌	전하다, 보내다
chuyển đổi	쭈옌 도이	**환전하다, 바꾸다**
chuyển giao	쭈옌 자오	넘겨주다, 인도하다
chuyển nhượng	쭈옌 니으엉	**양도하다**
chuyển phát	쭈옌 팥	발송하다

gửi chuyển phát nhanh
그이 쭈옌 팥 나잉
속달로 보내다

chuyện	쭈옌	이야기
chuyện cười	쭈옌 끄어이	**웃기는 농담**
chữ	쯔	문자
chữ cái	쯔 까이	**글자**
chữ Hán	쯔 한	한자
chữ in	쯔 인	**활자**
chữ số	쯔 쏘	숫자
chữ tượng hình	쯔 뜨엉 힝	**성형문자**
chữ viết	쯔 비엗	글자, 글씨체
chứa	쯔어	**담다**
chữa bệnh	쯔어 벵	(병을) 고치다
chữa cháy	쯔어 짜이	**불을 끄다**

| | bình chữa cháy 빙 쯔어 짜이 | |
| | 소화기 | |

chức danh	쯕 자잉	직함
chức năng	쯕 낭	기능
chức quyền	쯕 꾸옌	직권
chức vụ	쯕 부	직무
chửi rủa	쯔이 주어	욕하다
chưng cất	쯩 껃	증류하다
chừng	쯩	한도, 대략
chứng co giật	쯩 꼬 젇	경련
chứng cớ ngoại phạm	쯩 꺼 응와이 팜	알리바이
chứng cứ	쯩 끄	증거
chứng khoán	쯩 코안	증권
chứng kiến	쯩 끼엔	목격하다
chứng mất ngủ	쯩 먿 응우	불면증
chứng minh	쯩 밍	증명하다

| | chứng minh tài chính 쯩 밍 따이 찐 | |
| | 재정을 증명하다 | |

chứng thực	쯩 특	확정하다, 실증하다
chương	쯔엉	장(章)
chương trình	쯔엉 찡	프로그램
chướng ngại vật	쯔엉 응아이 벋	방해물
cò súng	꼬 쑹	방아쇠

có	꼬	있다
có duyên	꼬 주옌	우아한
có ích	꼬 익	이익이 있다
có khi	꼬 키	때때로
có lẽ	꼬 래	아마
có lí	꼬 리	일리 있는
có mang	꼬 망	임신하다
có mặt	꼬 맏	출석하다
có mùi	꼬 무이	냄새가 나다

Căn phòng này có mùi khét.
깐 퐁 나이 꼬 무이 캔
이 방에서는 탄 냄새가 난다.

có thể	꼬 테	~할 수 있다
có thêm	꼬 템	추가되다
có tiếng	꼬 띠엥	유명한
có tội	꼬 또이	유죄의
có vấn đề	꼬 번 데	문제가 있다
cỏ	꼬	풀(草)
cỏ ba lá	꼬 바 라	클로버
cỏ dại	꼬 자이	잡초
cọ rửa	꼬 즈어	문지르다
cọc	꼭	말뚝, 막대기
coi nhẹ	꼬이 녜	경시하다
coi như	꼬이 니으	간주하다

coi thường	꼬이 트엉	**무시하다**
	Đừng có coi thường người khác. 등 꼬 꼬이 트엉 응어이 칵 다른 사람을 비하하지 마라.	
coi trọng	꼬이 쫑	**소중히**
còi	꼬이	**호루라기, 클랙슨**
com-pa	꼼 빠	**캠퍼스 (학생용)**
con bê	꼰 베	**송아지**
con bò	꼰 보	**소**
con bò tót	꼰 보 똗	**코뿔소**
con bọ ngựa	꼰 보 응으어	**사마귀**
con bướm	꼰 브엄	**나비**
con cái	꼰 까이	**자식, 암컷**
con cáo	꼰 까오	**여우**
con cháu	꼰 짜우	**자손**
con châu chấu	꼰 쩌우 쩌우	**메뚜기**
con chim	꼰 찜	**새**
con chim sẻ	꼰 찜 쌔	**참새**
con chó	꼰 쪼	**개**
con chó sói	꼰 쪼 쏘이	**늑대**
con chuột	꼰 쭈옫	**쥐**
con chuột túi	꼰 쭈옫 뚜이	**캥거루**
con cóc	꼰 꼭	**두꺼비**
con cú mèo	꼰 꾸 매오	**올빼미**

con cua	꼰 꾸어	게
con cừu	꼰 끄우	양(羊)
con dao	꼰 자오	칼
con dâu	꼰 저우	며느리
con dấu	꼰 저우	도장(圖章)
con dê	꼰 제	염소
con dế	꼰 제	귀뚜라미
con dơi	꼰 저이	박쥐
con đê	꼰 데	제방
con đỉa	꼰 디어	거머리
con đực	꼰 득	수컷
con đường	꼰 드엉	도로
	con đường tơ lụa 꼰 드엉 떠 루어 실크로드	
con ếch	꼰 에익	개구리
con gà	꼰 가	닭
con gái	꼰 가이	딸, 여자
con gấu	꼰 거우	곰
con gián	꼰 잔	바퀴벌레
con giòi	꼰 조이	구더기
con giun đất	꼰 준 덛	지렁이
con hạc	꼰 학	학
con hàu	꼰 하우	굴

con hổ	꼰 호	호랑이
con khỉ	꼰 키	원숭이
con kiến	꼰 끼엔	개미
con lạc đà	꼰 락 다	낙타
con lật đật	꼰 럳 덛	오뚝이
con linh cẩu	꼰 링 꺼우	하이에나
con lừa	꼰 르어	당나귀
con mèo	꼰 메오	고양이
con muỗi	꼰 무오이	모기
con mực	꼰 믁	오징어
con ngựa	꼰 응으어	말(馬)
con ngươi	꼰 응어이	눈동자
con người	꼰 응어이	인간
con nhện	꼰 녠	거미
con nhộng	꼰 농	번데기
con nòng nọc	꼰 농 녹	올챙이
con ong	꼰 옹	벌(蜂)
con ong mật	꼰 옹 먿	꿀벌
con ốc sên	꼰 옥 쎈	달팽이
con quạ	꼰 꾸아	까마귀
con quay	꼰 꾸아이	팽이
con rắn	꼰 잔	뱀
con rể	꼰 제	사위

con rối	꼰 조이	**꼭두각시**
con rồng	꼰 종	**용**
con rùa	꼰 주어	**거북**
con ruồi	꼰 주오이	**파리**
con sò	꼰 쏘	**조개**
con số	꼰 쏘	**숫자**
con sóc	꼰 쏙	**다람쥐**
con sông	꼰 쏭	**강**

Vào mùa đông con sông này
hoàn toàn bị đóng băng.
바오 무어 동 꼰 쏭 나이 호안 또안 비 동 방
겨울에 이 강은 완전히 동결된다.

con tằm	꼰 땀	**누에**
con thạch sùng	꼰 타익 쑹	**도마뱀**
con thỏ	꼰 토	**토끼**
con thứ	꼰 트	**중자(衆子)**
con tin	꼰 띤	**인질**
con tinh tinh	꼰 띵 띵	**침팬지**
con tôm	꼰 똠	**새우**
con trai	꼰 짜이	**아들, 남자**
côn trùng	꼰 쭝	**곤충**
con ve sầu	꼰 배 써우	**매미**
con vịt	꼰 빋	**오리**
con voi	꼰 보이	**코끼리**

côn trùng 꼰 쫑 곤충

con bướm 꼰 브엄 나비

con chuồn chuồn 꼰 쭈온 쭈온 잠자리

con ruồi 꼰 주오이 파리

con muỗi 꼰 무오이 모기

con kiến 꼰 끼엔 개미

con ong 꼰 옹 벌

con nhện 꼰 넨 거미

con châu chấu 꼰 쩌우 쩌우 메뚜기

con dế 꼰 제 귀뚜라미

con gián 꼰 잔 바퀴벌레

con giun đất 꼰 준 덛 지렁이

con ve sầu 꼰 배 써우 매미

con bọ cạp 꼰 보 깝 전갈

con bọ rùa 꼰 보 주어 무당벌레

con xúc xắc	꼰 쑥 싹	주사위
còn	꼰	남다, 아직

Cậu còn đi học tiếng Anh ở trung tâm Anh ngữ Apollo không?
꺼우 꼰 디 혹 띠엥 아잉 어 쭝 떰 아잉 응으 아폴로 콩?
너는 아폴로 영어 학원에 아직 다니고 있니?

còn thừa	꼰 트어	남다
cong	꽁	휘다, 굽은, 구부러지다
còng số tám	꽁 쏘 땀	수갑
cóng	꽁	얼다
cõng	꽁	짊어지다
cót két	꼳 깯	삐걱거리다
cô	꼬	아주머니, 고모
cô-ca cô-la	꼬 까 꼬 라	콜라
cô dâu	꼬 저우	신부, 새색시
cô độc	꼬 독	고독하다
cô đơn	꼬 던	외롭다
cô gái	꼬 가이	아가씨
cô giáo	꼬 자오	여자 선생님
cô lập	꼬 럽	고립되다

Ngôi làng bị cô lập bởi nước lũ.
응오이 랑 비 꼬 럽 버이 느억 루
마을이 홍수 때문에 고립됐다.

cô ấy	꼬 어이	그녀
cố chấp	꼬 쩝	집착하다, 고집하다
cổ điển	꼬 디엔	고전(苦戰)

cố định	꼬 딩	일정한, 고정된
cố gắng	꼬 강	노력하다
cố ý	꼬 이	일부러
cổ	꼬	목
cổ áo	꼬 아오	옷깃
cổ động	꼬 동	선전하다
cổ họng	꼬 홍	목구멍
cổ hủ	꼬 후	진부한

Những tục lệ cổ hủ cần phải
được xóa bỏ.
니응 뚝 레 꼬 후 껀 파이 드억 쏘아 보
진부한 관례가 폐지돼야 되다.

cổ kính	꼬 낑	고대의
cổ phần	꼬 펀	주식(株式)
cổ phiếu	꼬 피에우	주식(株式)
cổ tay	꼬 따이	손목
cổ vật	꼬 벋	골동품
cổ vũ	꼬 부	응원하다
cổ xưa	꼬 쓰어	옛날의, 오래된
cốc	꼭	컵
cốc đá	꼭 다	얼음 잔
cốc-tai	꼭 따이	칵테일
cộc cằn	꼭 깐	(성격) 거칠다
cộc lốc	꼭 록	무뚝뚝한

cối xay gió	꼬이 싸이 조	**풍차**
cội nguồn	꼬이 응우온	**원점, 근원, 기원**
công an	꽁 안	**경찰관**
công bằng	꽁 방	**공정한, 공평한**
công bố	꽁 보	**공표하다**
công chúa	꽁 쭈어	**공주**
công chức	꽁 쯕	**공무원**
công chứng viên	꽁 쯩 비엔	**공증인**
công cộng	꽁 꽁	**공공**
	nhà vệ sinh công cộng 나 베 씽 꽁 꽁 공중 화장실	
công cụ	꽁 꾸	**공구, 도구**
công đoàn	꽁 도안	**노동조합**
công giáo	꽁 자오	**가톨릭교**
công khai	꽁 카이	**공개하다**
công lập	꽁 럽	**공립의**
công nghệ	꽁 응에	**기술**
công nghiệp	꽁 응이엡	**산업**
công nghiệp nhẹ	꽁 응이엡 녜	**경공업**
công nguyên	꽁 응우옌	**서력(西曆), 기원(紀元)**
công nhân	꽁 년	**공장 노동자**
công nhận	꽁 년	**인정하다**
công phu	꽁 푸	**수고한, 노고의, 애쓴**

	Ngôi nhà được thiết kế hết sức công phu.	
	응오이 나 드억 티엔 께 헬 쓱 꽁 푸	
	집은 매우 애써서 설계했다.	
công sức	꽁 쓱	**힘, 인력**
công tác	꽁 딱	**공무, 임무, 출장**
công tắc	꽁 딱	**스위치**
công thức	꽁 특	**공식**
công trái	꽁 짜이	**공채(公債)**
công trình	꽁 찡	**작업**
công trường	꽁 쯔엉	**공사장**
công ty	꽁 띠	**회사**
công ước	꽁 으억	**공약**
công việc	꽁 비엑	**일, 업무**
công viên	꽁 비엔	**공원**
công vụ	꽁 부	**공무(公務)**
cống hiến	꽁 히엔	**공헌하다**
cổng	꽁	**출입문, 입구**
cộng đồng	꽁 동	**공동**
	cộng đồng người Việt Nam tại Hàn Quốc	
	꽁 동 응어이 비엗 남 따이 한 꾸옥	
	한국의 베트남 교민회	
cộng hòa	꽁 화	**공화(共和)**
cộng sự	꽁 쓰	**파트너**
cộng tác	꽁 딱	**공동으로 일하다**

cốt cách	꼳 까익	**성격, 개성**
cột	꼳	**묶다**
cột cờ	꼳 꺼	**깃대**
cột trụ	꼳 쭈	**기둥**
cơ bản	꺼 반	**기초적인**
cơ bắp	꺼 밥	**근육**
cơ cấu	꺼 꺼우	**구조**(構造)
cơ chế	꺼 쩨	**체제**
cơ hội	꺼 호이	**기회**

Liệu tôi có còn cơ hội nữa không?
리에우 또이 꼬 꼰 꺼 호이 느어 콩
혹시 나에게 기회가 더 있을까요?

cơ khí	꺼 키	**기계**
cơ quan	꺼 꽌	**기관**
cơ sở	꺼 써	**기반**
cơ sở hạ tầng	꺼 써 하 떵	**인프라**
cơ thể	꺼 테	**몸**
cờ bạc	꺼 박	**도박**
cờ đô-mi-nô	꺼 도 미 노	**도미노**
cờ tướng	꺼 뜨엉	**장기 (체스)**
cờ vây	꺼 버이	**바둑**
cớ	꺼	**핑계, 근거, 원인**

Cậu ta lấy cớ bị ốm để khỏi phải
đi học.
꺼우 따 러이 꺼 비 옴 데 코이 파이 디 혹
병을 핑계로 학교에 가지 않았다.

cơ thể 꺼 테 **몸, 신체**

đầu 더우 머리

khuôn mặt 쿠온 맏 얼굴

cổ 꼬 목

vai 바이 어깨

cánh tay 까잉 따이 팔

ngực 응윽 가슴

bụng 붕 배

rốn 존 배꼽

tay 따이 손

ngón tay 응온 따이 손가락

khung xương chậu 쿵 쓰엉 쩌우 골반

chân 쩐 다리

đầu gối 더우 고이 무릎

cổ chân 꼬 쩐 발목

ngón (tay) cái 응온 (따이) 까이 엄지손가락

ngón (tay) trỏ 응온 (따이) 쪼 인지, 집게손가락

ngón (tay) giữa 응온 (따이) 즈어 중지, 가운뎃손가락

ngón đeo nhẫn 응온 대오 넌 약지, 넷째손가락

ngón (tay) út 응온 (따이) 욷 소지, 새끼손가락

cỡ	꺼	크기
cởi	꺼이	벗다
cơm	껌	밥
cơm cháy	껌 짜이	누룽지
cơm hộp	껌 홉	도시락
cơm rang	껌 장	볶음밥
cơm trộn thập cẩm	껌 쫀 텁 껌	비빔밥
cơn bão	껀 바오	폭풍
cơn gió	껀 조	바람
cơn ho	껀 호	기침
cơn lốc	껀 록	회오리바람
cù	꾸	팽이, 간지럽히다
cú đánh	꾸 다잉	타격
cú sốc	꾸 쑉	충격
củ cải	꾸 까이	무 (채소)
củ hành tây	꾸 하잉 떠이	양파
củ sen	꾸 쌘	연근
cũ	꾸	낡은
cũ kĩ	꾸 끼	진부한
cụ thể	꾸 테	구체적인

Cô có thể nói cho tôi nghe cụ
thể hơn được không?
꼬 꼬테 노이 쪼 또이 응애 꾸 테 헌 드억 콩
구체적으로 말해 줄 수 있어요?

cua biển	꾸어 비엔	바닷게
của cải	꾸어 까이	부, 재산
cúc áo	꾹 아오	단추
cục	꾹	덩어리
cục bướu	꾹 브어우	혹
cục cằn	꾹 깐	무뚝뚝한
cục tẩy	꾹 떠이	지우개
cục thịt	꾹 틷	혹, 고깃덩어리
cục thuế	꾹 투에	세무서
củi	꾸이	장작
cúi	꾸이	머리를 숙이다
cúm (vi-rút)	꿈 (비-줃)	유행성 감기
cúm gà	꿈 가	조류독감
cún	꾼	강아지
cung	꿍	궁 (건물)
cung cấp	꿍 껍	제공하다, 공급하다

Dùng mặt nạ dưỡng ẩm là một cách hữu hiệu để cung cấp độ ẩm cho da.
중 맏 나 즈엉 엄 라 몯 까익 히우 히에우 데 꿍 껍 도 엄 쪼 자
수분 마스크를 쓰는 것은 피부에 수분을 공급하기 위한 효과적인 방법이다.

cung điện	꿍 디엔	궁전
cung kính	꿍 낑	공손한
cùng	꿍	함께

cùng tuổi	꿍 뚜오이	동갑
cúng	꿍	제사를 지내다, 차례를 지내다
củng cố	꿍 꼬	공고히 하다
cũng	꿍	역시
cụng ly	꿍 리	건배하다
cuốc	꾸옥	팽이
cuộc chiến	꾸옥 찌엔	전쟁
cuộc đời	꾸옥 더이	생활, 인생
cuộc đua	꾸옥 두어	경기
cuộc hẹn	꾸옥 핸	데이트, 약속
cuộc họp	꾸옥 홉	회의
cuộc sống	꾸옥 쏭	삶
cuộc thi	꾸옥 티	경연대회
cuộc triển lãm	꾸옥 찌엔 람	전시회
cuộc trò chuyện	꾸옥 쪼 쭈옌	대화
cuộc vui	꾸옥 부이	오락
cuối cùng	꾸오이 꿍	마지막
	nơi an nghỉ cuối cùng 너이 안 응이 꾸오이 꿍 마지막 안식처(무덤)	
cuối năm	꾸오이 남	연말
cuối tháng	꾸오이 탕	월말
cuối tuần	꾸오이 뚜언	주말

cuốn	꾸온	~권(책), 감다
cuốn hút	꾸온 훗	흡수하다, 사로잡다
cuốn sách	꾸온 싸익	책
cuộn	꾸온	휘감다
cuộn phim	꾸온 핌	롤 필름
cuồng nhiệt	꾸옹 니엣	열광하다
cuống hoa	꾸옹 화	꽃자루
cuống lên	꾸옹 렌	스트레스 받다, 안달복달하다
cúp máy	꿉 마이	전화를 끊다

Tôi còn chưa nói hết mà anh ta
đã cúp máy.
또이 꼰 쯔어 노이 헷 마 아잉 따 다 꿉 마이
아직 말을 다 하지 않았는데 그는 전화를 끊었다.

cư dân	끄 전	거주자, 주민
cư trú	끄 쭈	거주하다
cư xử	끄 쓰	~를 대하다
cử chỉ	끄 찌	몸짓
cử hành	끄 하잉	거행하다
cử nhân	끄 년	학사(學士)
cử tạ	끄 따	역기
cự ly	끄 리	거리
cự tuyệt	끄 뚜옏	반발하다
cưa	끄어	톱, 톱질하다
cửa	끄어	문

cửa hàng	끄어 항	가게

cửa hàng tiện lợi
끄어 항 띠엔 러이
편의점

cửa soát vé	끄어 쏘앋 배	개찰구
cửa sổ	끄어 쏘	창문
cửa tiệm	끄어 띠엠	상점
cực đại	끅 다이	최대
cực điểm	끅 디엠	극점
cực hạn	끅 한	극한
cực kỳ	끅 끼	극히
cực lạc	끅 락	극락
cực nhọc	끅 녹	힘들다
cứng	끙	딱딱하다
cứng rắn	끙 잔	강경하다, 단호하다, 굳다
cước	끄억	요금, 동상

Vào những ngày rét đậm, nhiều
người thường bị cước tay chân.
바오 니응 응아이 잳 덤, 니에우 응어이 트엉 비 끄억 따이 쩐
매우 추운 날에 많은 사람은 손가락과 발가
락에 동상이 걸렸다.

cười	끄어이	웃다
cười mỉm	끄어이 밈	미소(짓다)
cưới	끄어이	결혼하다
cưới vợ	끄어이 버	장가가다
cưỡi	끄어이	(말을) 타다

cương quyết	끄엉 꾸옏	감행하다, 의지가 굳은
cương vị	끄엉 비	지위
cường điệu	끄엉 디에우	허풍을 떨다
cường độ	끄엉 도	강도
cường tráng	끄엉 짱	건장한
cưỡng chế	끄엉 쩨	강제하다
cưỡng đoạt	끄엉 도앋	빼앗다
cướp	끄업	가로채다
cướp biển	끄업 비엔	해적
cướp đoạt	끄업 도앋	약탈하다
cướp giật	끄업 젇	빼앗다

Cảnh sát đã bắt được băng nhóm
chuyên cướp giật điện thoại.
까잉 쌑 다 받 드억 방 놈 쭈옌 끄업 젇 디엔 토아이
경찰은 핸드폰을 전문적으로 훔치는 일당을
붙잡았다.

cứu	끼우	구(救)하다
cứu giúp	끼우 줍	구조하다
cứu tế	끼우 떼	구제하다
cứu trợ	끼우 쩌	구제하다

hàng cứu trợ
항 끼우 쩌
구호 물자

cứu vớt	끼우 벋	구조하다
cựu sinh viên	끼우 씽 비엔	동창생

D

da	자	가죽
dã man	자 만	야만적인
dã ngoại	자 응와이	소풍
dã tâm	자 떰	야심적인
dạ	자	예 (대답)
dạ dày	자 자이	위(胃)
dai	자이	질긴
dài	자이	길다
dải ruy-băng	자이 주이 방	리본
dại dột	자이 졷	어리석은
dám	잠	감히 ~ 하다
dàn nhạc	잔 냑	오케스트라
dàn xếp	잔 쎕	화해하다, 조정하다
dán	잔	붙다
danh dự	자잉 즈	명예
danh giá	자잉 자	명예로운

Cô ấy sinh ra trong một gia đình
danh giá ở Hà Nội
꼬 어이 씽 자 쫑 몯 자 딩 자잉 자 어 하 노이
그녀는 하노이의 명예로운 집안 출신이다.

| danh lam thắng cảnh | 자잉 람 탕 까잉 | 명소 |

danh mục	자잉 묵	항목
danh ngôn	자잉 응온	명언
danh nghĩa	자잉 응이어	명의(名義)
danh nhân	자잉 년	명인, 유명인
danh sách	자잉 싸익	명부, 명단
danh thiếp	자잉 티엡	명함
danh tiếng	자잉 띠엥	명성
danh từ	자잉 뜨	명사(名詞), 단어
dao	자오	칼
dao động	자오 동	동요하다
dày	자이	두꺼운
dãy	자이	시리즈
dãy núi	자이 누이	산맥
dạy	자이	가르치다
dạy dỗ	자이 조	가르치다
dặm	잠	마일 (거리의 단위)
dặn	잔	충고하다
dắt	잗	(손을 잡고) 데리고 가다
dân ca	전 까	민요
dân chúng	전 쭝	민중
dân chủ	전 쭈	민주(적)인
dân dụng	전 중	시민의

	hàng dân dụng 항전 중 소비재	
dân gian	전 잔	**민간의**
dân lập	전 럽	**사립**
dân số	전 쏘	**인구**
dân thường	전 트엉	**민간인**
dân tộc	전 똑	**민족**
dần dần	전 전	**점점**
dẫn	전	**데려가다**
dẫn chứng	전 쯩	**증거를 세우다**
dẫn đầu	전 더우	**리드하다, 선도하다**
	Công ty đó đang dẫn đầu thị trường về công nghệ tiên tiến. 꽁 띠 도 당 전 더우 티 쯔엉 베 꽁 응에 띠엔 띠엔 그 회사는 앞선 기술로 시장을 선도했다.	
dập ghim	접 김	**스테이플러**
dập lửa	접 르어	**소화하다, 불을 끄다**
dâu tây	저우 떠이	**딸기**
dầu	저우	**기름, ~에도 불구하고**
dầu ăn	저우 안	**식용유**
dầu gội đầu	저우 고이 더우	**샴푸**
dầu hỏa	저우 화	**석유**
dầu mỏ	저우 모	**석유**
	tổ chức các nước xuất khẩu dầu mỏ (OPEC) 또 쪽 깍 느억 쑤얻 커우 저우 모 석유수출국기구	

dầu mỡ	저우 머	**지방(脂肪), 식용유**
dầu vừng	저우 븡	**참기름**
dấu	저우	**도장(圖章)**
dấu chấm	저우 쩜	**마침표**
dấu cộng	저우 꽁	**플러스**
dấu hiệu	저우 히에우	**부호, 신호**
dấu hỏi	저우 호이	**물음표**
dấu ngoặc kép	저우 응오악 깹	**따옴표**
dấu phẩy	저우 퍼이	**콤마, 쉼표**
dấu thập phân	저우 텁 펀	**포인트**
dấu tích	저우 띡	**행방**
dấu vết	저우 벹	**흔적**
dây	저이	**줄, 때가 묻다**
dây an toàn	저이 안 또안	**안전벨트**
dây cáp	저이 깝	**케이블**
dây chun	저이 쭌	**고무줄**
dây cương	저이 끄엉	**고삐**

Cô ấy kéo dây cương và dừng ngựa lại.
꼬 어이 깨오 저이 끄엉 바 증 응으어 라이
그녀는 고삐를 당겨 말을 세웠다.

dây phơi	저이 퍼이	**빨랫줄**
dây sạc	저이 싹	**충전기**
dây thắt lưng	저이 탙 릉	**벨트**

dây thép	저이 탑	철사
dây thừng	저이 틍	로프(rope)
dây xích	저이 씩	쇠사슬
dậy	저이	(잠에서) 일어나다
dậy muộn	저이 무온	늦게 일어나다
dậy sớm	저이 썸	일찍 일어나다
dép lê	잽 레	슬리퍼
dép xăng-đan	잽 쌍 단	샌들
dẹp	잽	진압하다
dê	제	염소
dễ chịu	제 찌우	쾌적하다
dễ dàng	제 장	쉽다
dễ hiểu	제 히에우	이해하기 쉬운

Quyển sách này được viết rất dễ hiểu.
꾸옌 싸익 나이 드억 비엘 젙 제 히에우
이 책은 매우 이해하기 쉽게 쓰여 있다.

dễ thương	제 트엉	귀여운
dệt	젤	짜다(織)
di chúc	지 쭉	유서
di chuyển	지 쭈옌	이전하다, 움직임
di chứng	지 쯩	후유증
di cư	지 끄	이주하다
di dân	지 전	이민
di dời	지 저이	이전하다

di ngôn	지 응온	유언
di sản	지 싼	유산(遺産)
di tích	지 띡	유적
di truyền	지 쭈옌	유전의
dì	지	이모
dì ghẻ	지 개	계모
dị ứng	지 응	두드러기

Tôi bị dị ứng với hải sản.
또이 비 지 응 버이 하이 산
해산물에 알레르기가 있다.

dĩa	지어	포크(fork)
dịch ca-bin	직 까빈	동시통역
dịch chuyển	직 쭈옌	이동하다
dịch vụ	직 부	서비스
dịch vụ bảo hành	직 부 바오 하잉	애프터서비스
diêm	지엠	성냥
diễn đạt	지엔 닫	표현하다
diễn tả	지엔 따	서술하다
diễn thuyết	지엔 투옏	연설하다
diễn văn	지엔 반	연설문
diễn viên	지엔 비엔	배우
diễn xuất	지엔 쑤얻	연출하다
diện tích	지엔 띡	면적
diệt vong	지엗 봉	멸망하다

	sự diệt vong của đế quốc La Mã	
	쓰 지엩 봉 꾸어 데 꾸옥 라 마	
	로마제국 멸망	
diễu hành	지에우 하잉	**행진하다**
dinh dưỡng	징 즈엉	**영양**(營養)
dính	징	**붙다**
dính vào	징 바오	**달라붙다**
dịp may	집 마이	**호기, 기회**
dịu dàng	지우 장	**얌전한, 온화한**
do dự	조 즈	**망설이다**
dò hỏi	조 호이	**캐묻다**
dọa	조아	**위협하다**
doanh nghiệp	조아잉 응이엡	**기업**
doanh nhân	조아잉 년	**상인**
doanh thu	조아잉 투	**매출**
doanh trại	조아잉 짜이	**군인 막사**
dọn dẹp	존 잽	**청소하다**
dọn nhà	존 냐	**집청소하다**
dòng chảy	종 짜이	**흐름**
dốc	족	**기울다**
dồi dào	조이 자오	**풍부한**
	Chúc bạn sức khỏe dồi dào.	
	쭉 반 슥 쾌 조이 자오	
	건강하길 바랍니다.	
dỗi	조이	**삐치다**

dội	조이	끼었다
dồn dập	존 접	쇄도하다
dồn nén	존 낸	억압하다
dơ	저	더럽다
dời	저이	옮기다
dởm	점	가짜
du canh	주 까잉	유목 농업
du học	주 혹	유학하다
du học sinh	주 혹 씽	유학생
du khách	주 카익	여행객
du kích	주 찍	유격병, 게릴라
du lịch	주 릭	여행하다
du nhập	주 녑	유입되다
du thuyền	주 투옌	유람선
dù sao	주 싸오	어쨌든

Dù sao thì cũng cảm ơn bạn!
주 싸오 티 꿍 깜언 반
어쨌든 고마워!

dục vọng	죽 봉	욕망
dùi cui	주이 꾸이	몽둥이
dung dịch	중 직	용액
dung mạo	중 마오	용모(容貌)
dung nham	중 남	용암
dũng cảm	중 깜	용감하다

dũng khí	중 키	용기
dụng cụ	중 꾸	기구(器具)
duỗi	주오이	뻗다
duy nhất	주이 녇	유일한
duy trì	주이 찌	유지하다
duyên hải	주옌 하이	연해, 해안 근처
duyệt	주옡	검토하다, 검열하다
dư dả	쯔 자	여유로운
dư luận	즈 루언	여론
dư vị	즈 비	뒷맛, 여운

Dư vị của bộ phim vẫn còn
đọng lại trong tim.
즈 비 꾸어 보 핌 번 꼰 동 라이 쫑 띰
영화의 여운이 아직도 가슴속에 남아 있다.

dữ	즈	사나운
dữ dội	즈 조이	맹렬한
dữ liệu	즈 리에우	데이터
dự án	즈 안	프로젝트
dự báo thời tiết	즈 바오 터이 띠엔	일기예보
dự bị	즈 비	예비
dự cảm	즈 깜	예감하다
dự định	즈 딩	예정하다
dự đoán	즈 도안	예상하다
dự kiến	즈 끼엔	예견하다

dự luật	즈 루얻	법안
dự phòng	즈 퐁	대비하다, 예방하다

Bạn phải cầm theo pin dự phòng.
반 파이 껌 태오 삔 즈 퐁
보조 배터리는 휴대하셔야 합니다.

dự thi	즈 티	응시(凝視)하다
dự tính	즈 띵	예측하다
dự trữ	즈 쯔	비축하다
dưa chuột	즈어 쭈옫	오이
dưa hấu	즈어 허우	수박
dưa lê	즈어 레	메론
dừa	즈어	코코넛
dứa	즈어	파인애플
dựa	즈어	기대다
dựa vào	즈어 바오	근거하다
dừng	증	멈추다
dựng nước	증 느억	건국하다
dựng đứng	증 등	똑바로 세우다
dược phẩm	즈억 펌	약품
dược sĩ	즈억 씨	약사
dược thảo	즈억 타오	약초
dưới	즈어이	이하, 아래

dưới 20 người
즈어이 하이 므어이 응어이
20명 미만의

dương lịch	즈엉 릭	양력
dương tính	즈엉 띵	양성
dưỡng dục	즈엉 죽	양육하다
dưỡng sinh	즈엉 씽	양생하다
dứt khoát	즛 코앗	감행하다
đa cảm	다 깜	감수성이 풍부한
đa khoa	다 콰	종합 진료(소)
đa phương tiện	다 프엉 띠엔	멀티미디어의
đa quốc gia	다 꾸옥 자	다국적
đa số	다 쏘	다수
đà	다	원동력
đà điểu	다 디에우	타조
đá	다	돌, 차다, 얼음
đá cuội	다 꾸오이	자갈
đá hoa	다 화	대리석
đá quý	다 꾸이	보석(寶石)
đá ru-bi	다 루 비	루비
đã	다	(과거형) 이미 ~을 했다
	Đã xong hết chưa? 다 쏭 헫 쯔어 다 했어요?	
đai	다이	(태권도, 유도 등의) 띠
đài	다이	라디오, 방송국
đài kỉ niệm	다이 끼 니엠	탑

đài kiểm soát	다이 끼엠 쏘앋	**관제탑**
đài phát thanh	다이 팓 타잉	**방송국**
đài quan sát	다이 꽌 쌑	**전망대**
đài tưởng niệm	다이 뜨엉 니엠	**기념비**
đãi	다이	**한턱내다**
đại bác	다이 박	**대포**
đại bàng	다이 방	**독수리**
đại biểu	다이 비에우	**대표자**
đại ca	다이 까	**두목**
đại chúng	다이 쭝	**대중**
đại cương	다이 끄엉	**대강(大綱)**
đại diện	다이 지엔	**대표하다**
đại dương	다이 즈엉	**해양**
đại đa số	다이 다 소	**대다수**

Đại đa số mọi người đều tán
thành dự án đó.
다이 다 쏘 모이 응어이 데우 딴 타잉 즈 안 도
대다수의 사람들이 그 프로젝트에 찬성했다.

đại gia	다이 자	**부자(富者)**
đại học	다이 혹	**대학**
đại hội	다이 호이	**대회**
đại khái	다이 카이	**대개**
đại lục	다이 룩	**대륙**
đại lý	다이 리	**대리(代理)**

đại sứ	다이 쓰	대사(大使)
đại sứ quán	다이 쓰 꽌	대사관
đại tá	다이 따	대령(大佐)
đại tây dương	다이 떠이 즈엉	대서양
đại thể	다이 테	대체로
đại tràng	다이 짱	대장(大腸)
đại từ	다이 뜨	대명사
đàm thoại	담 토아이	담화
đám tang	담 땅	장례식
đảm bảo	담 바오	보장하다
đảm đang	담 당	담당하다
đảm nhận	담 년	담당하다
đảm nhiệm	담 니엠	담임하다

Sắp tới giám đốc Phong về hưu nên ông Nam sẽ đảm nhiệm chức vụ giám đốc.
쌉 떠이 잠 독 퐁 베 히우 넨 옹 남 쌔 담 니엠 쯕 부 잠 독
퐁 사장님은 곧 은퇴해서 남 씨가 사장을 맡을 것이다.

đàn	단	떼, 연주하다
đàn áp	단 압	탄압하다
đàn ghi-ta	단 기 따	기타
đàn pi-a-nô	단 삐 아 노	피아노
đàn vi-ô-lông	단 비 오 롱	바이올린
đạn	단	총탄

đáng giá	당 자	값진
đáng kể	당 께	꽤
đáng thương	당 트엉	불쌍한
đáng tiếc	당 띠엑	유감스러운

Đáng tiếc là cô ấy chỉ giành
được giải Nhì.
당 띠엑 라 꼬 어이 찌 자잉 드억 자이 니
그녀가 2등상을 수상한 것은 유감스럽다.

đáng tin	당 띤	믿음직한
đáng yêu	당 이에우	귀여운
Đảng	당	당(黨)
đảng viên	당 비엔	당원
đãng trí	당 찌	건망증이 심한
đánh	다잉	때리다
đánh đổ	다잉 도	넘어뜨리다, 타도하다
đánh giá	다잉 자	코멘트, 평가하다
đánh máy	다잉 마이	타이핑하다
đánh mất	다잉 먿	분실하다
đánh nhau	다잉 나우	싸우다
đánh rắm	다잉 잠	방귀 뀌다
đánh răng	다잉 장	이를 닦다
đào	다오	파다, 발굴하다
đào tạo	다오 따오	교육하다
đảo hoang	다오 황	무인도
đảo ngược	다오 응으억	역전

đạo Cơ Đốc	다오 꺼 독	**기독교**
đạo diễn	다오 지엔	**감독 (영화)**
đạo đức	다오 득	**도덕**
đạo Hồi	다오 호이	**이슬람교**
đạo lí	다오 리	**이치**
đạo Thiên chúa	다오 티엔 쭈어	**가톨릭교**
đáp án	답 안	**정답**

Đáp án đúng của câu này là
phương án C.
답 안 둥 꾸어 꺼우 나이 라 프엉 안 쎄
이 문제의 정확한 답은 보기 C이다.

đáp lời	답 러이	**응답하다**
đáp ứng	답 응	**부응하다**
đạt đến	닫 덴	**미치다, 도달하다**
đạt được	닫 드억	**취득(하다)**
đạt tới	닫 떠이	**달성하다**
đau	다우	**아프다, 고통**
đau dạ dày	다우 자 자이	**복통**
đau đầu	다우 더우	**두통**
đau đớn	다우 던	**침통하다**
đau khổ	다우 코	**고통스럽다**
đau nhức	다우 니윽	**통증**
đau xương	다우 쓰엉	**관절염**
đặc ân	닥 언	**특혜**

đặc biệt	닥 비엔	특별한
đặc phái viên	닥 파이 비엔	특파원
đặc quyền	닥 꾸옌	특권
đặc sản	닥 싼	특산품
đặc tính	닥 띵	특수성
đặc trưng	닥 쯩	특징

Hoa đào là loại hoa đặc trưng
cho mùa xuân ở miền Bắc Việt
Nam.
화 다오 라 로아이 화 닥 쯩 쪼 무어 쑤언 어 미엔 박 비엔 남
복숭아꽃은 베트남 북부에 봄의 특징을 지닌
꽃이다.

đắm	담	가라앉다
đăng cai	당 까이	주최하다
đăng kí	당 끼	등록하다
đằng kia	당 끼어	저기
đằng trước	당 쯔억	앞쪽에
đắng	당	쓰다 (맛)
đắp	답	덮다
đắt	닫	비싼
đặt	닫	놓다
đặt cọc	닫 꼭	보증하다

Ông ấy đã đặt cọc 50% số tiền.
옹 어이 다 닫 꼭 남 므어이 펀 짬 쏘 띠엔
그는 총액의 50%를 보증했다.

đặt điều	닫 디에우	날조하다
đặt hàng	닫 항	주문하다

đặt trước	닫 쯔억	예약하다
đâm	덤	찌르다
đâm chồi	덤 쪼이	싹트다
đầm lầy	덤 러이	늪
đậm	덤	진하다
đần độn	던 돈	둔하다
đập	덥	(심장이) 뛰다
đập tan	덥 딴	분쇄하다
đập vỡ	덥 버	부수다
đất	덛	땅, 토지
đất liền	덛 리엔	육지
đất nước	덛 느억	국가(國家)
đầu	더우	머리, 초(初)
đầu bếp	더우 벱	주방장
đầu làng	더우 랑	마을 입구
đầu mối	더우 모이	원인, 단서

Con dao trên người nạn nhân là
đầu mối của vụ án lần này.
꼰 자오 쩬 응어이 난 년 라 더우 모이 꾸어 부 안 런 나이
피해자 위에 있는 칼은 이번 사건의 단서이다.

đầu năm	더우 남	연초(年初)
đầu óc	더우 옥	두뇌
đầu tay	더우 따이	시초에
đầu tiên	더우 띠엔	처음

đầu tư	더우 뜨	**투자하다**
đấu khẩu	더우 커우	**언쟁하다**
đấu thầu	더우 터우	**입찰하다**
đấu tranh	더우 짜잉	**투쟁하다**
đấu vật	더우 벋	**씨름하다**
đậu phộng	더우 퐁	**땅콩**
đậu phụ	더우 푸	**두부**
đậu xanh	더우 싸잉	**녹두콩**
đầy	더이	**가득 찬**
đầy đủ	더이 두	**충분한**

Tôi có đầy đủ chứng cứ để có
thể khởi kiện anh.
또이 꼬 더이 두 쯩 끄 데 꼬 테 커이 끼엔 아잉
나는 소송할 수 있는 충분한 증거가 있다.

đầy tớ	더이 떠	**하인**
đẩy	더이	**밀다**
đậy	더이	**덮다**
đe dọa	대 조아	**협박하다**
đè nén	대 낸	**억압하다**
đẻ	더	**낳다**
đen	댄	**검은**
đèn	댄	**등불**
đèn điện	댄 디엔	**전등**
đèn đường	댄 드엉	**가로등**

đèn giao thông	댄 자오 통	**신호등**
đèn huỳnh quang	댄 후잉 꽝	**형광등**
đèn phờ-lát	댄 퍼 랃	**플래시**
đèn pin	댄 삔	**손전등**
đèn xi-nhan	댄 씨 냔	**깜빡이**
đeo	대오	**차다, 걸다**
đèo	대오	**재, 태우다**
đẹp	댑	**예쁘다**
đê tiện	데 띠엔	**비열하다**
đề án	데 안	**대안**
đề cử	데 끄	**지명하다**
đề nghị	데 응이	**제안하다**
đề phòng	데 퐁	**예방하다**

Chúng mình nên đi sớm một chút để phòng tắc đường.
풍 밍 녠 디 썸 몯 데 퐁 딱 드엉
우리는 길이 막히는 것을 대비해서 조금 일찍 가는 것이 좋겠다.

đề tài	데 따이	**테마, 주제**
đề thi	데 티	**시험문제**
đề xuất	데 쑤얻	**제출하다**
đế quốc	데 꾸옥	**제국**
để	데	**위하여**
đệ tử	데 뜨	**제자**
đêm khuya	뎀 쿠야	**심야**

đêm ngày	뎀 응아이	밤낮
đếm	뎀	세다
đền bù	덴 부	보상하다
đến	덴	오다, 도착하다, ~까지, ~에 대하여
đều	데우	무승부, 모두
đều nhau	데우 냐우	서로 같은
đểu cáng	데우 깡	사기성의
đi	디	가다, 신다(착용)
đi bộ	디 보	걷다
đi dạo	디 자오	산책하다
đi vắng	디 방	부재중이다
đĩa	디어	접시, 디스크
địa cầu	디어 꺼우	지구
địa chỉ	디어 찌	주소

Địa chỉ nhà anh là gì?
디어 찌 냐 아잉 라 지
당신의 집 주소는 무엇입니까?

địa đạo	디어 다오	지하 땅굴
địa điểm	디어 디엠	장소
địa hình	디어 힝	지형
địa lí	디어 리	지리(地理)
địa ngục	디어 응욱	지옥
địa phương	디어 프엉	지방(地方)
địa vị	디어 비	지위

địa điểm 디아 디엠 **장소**

nhà 냐 집

chung cư 쭝 끄 아파트

trường học 쯔엉 혹 학교

thư viện 트 비엔 도서관

rạp chiếu phim 잡 찌에우 핌 영화관

trung tâm mua sắm 쭝 떰 무어 쌈 백화점

bệnh viện 벵 비엔 병원

hiệu thuốc 히에우 투옥 약국

cửa hàng tạp hóa 끄어 항 땁 화 잡화점

cửa hàng tiện lợi 끄어 항 띠엔 러이 편의점

cửa hàng 끄어 항 상점, 가게

khách sạn 카익 싼 호텔

bưu điện 브우 디엔 우체국

ga tàu điện ngầm 가 따우 디엔 응엄 지하철역

sở cảnh sát 써 까잉 쌀 경찰서

đích đến	딕 덴	행선지
địch	딕	적(敵)
địch thủ	딕 투	적(敵)
điềm đạm	디엠 담	태연한
điềm tĩnh	디엠 띵	침착한
điểm	디엠	포인트
điểm đến	디엠 덴	행선지
điểm số	디엠 쏘	점수
điểm tối đa	디엠 또이 다	만점
điểm xuất phát	디엠 쑤얻 팓	출발점
điểm yếu	디엠 이에우	단점

Cô ấy có nhiều điểm mạnh nhưng
cũng có không ít điểm yếu.
꼬 어이 꼬 니에우 디엠 마잉 니응 꿍 꼬 콩 읻 디엠 이에우
그녀는 장점이 많지만 단점도 적지 않다.

điên	디엔	미치다 (정신)
điền	디엔	기입하다
điền vào	디엔 바오	채우다
điện	디엔	전기(電氣)
điện ảnh	디엔 아잉	영화
điện áp	디엔 압	전압
điện khí	디엔 키	전기(電氣)
điện thoại	디엔 토아이	전화
điện tín	디엔 띤	전보

điện tử	디엔 뜨	**전자**
điệp viên	디엡 비엔	**스파이**
điêu khắc	디에우 칵	**조각하다**
điều chế	디에우 쩨	**조제하다**
điều chỉnh	디에우 찡	**조정하다**
điều độ	디에우 도	**규칙적인**
điều hành	디에우 하잉	**운영하다**
điều hòa	디에우 화	**조절하다, 에어컨**
điều khiển	디에우 키엔	**조종하다**
điều khoản	디에우 코안	**조항**
	thực hiện đúng các điều khoản ghi trong hợp đồng 특 히엔 둥 깍 디에우 코안 기 쫑 헙 동 계약에 기록된 조항을 정확하게 실행하다	
điều kiện	디에우 끼엔	**조건**
điều tra	디에우 짜	**조사하다**
điều trị	디에우 찌	**치료하다**
điệu bộ	디에우 보	**몸짓**
đinh ốc	딩 옥	**나사**
đình trệ	딩 쩨	**저조한, 지체하다**
đính	딩	**첨부하다, 붙다**
đính chính	딩 찡	**정정하다**
đính hôn	딩 혼	**약혼하다**
đính kèm	딩 깸	**동봉하다, 첨부하다**

	Tôi đã đính kèm danh sách sinh viên vào mail. 또이 다 딩 깸 자잉 싸익 씽 비엔 바오 메일 저는 이메일로 학생 명단을 첨부하였습니다.	
đỉnh	딩	고개 (언덕)
đỉnh điểm	딩 디엠	절정, 정상, 정점
đỉnh núi	딩 누이	산마루
định cư	딩 끄	정착하다
định dạng	딩 장	포맷하다
định kì	딩 끼	주기적인
định kiến	딩 끼엔	편견
định nghĩa	딩 응이어	정의(定義)
định ra	딩 자	정하다
định rõ	딩 조	특정한
đo đạc	도 닥	측정하다
đo lường	도 르엉	측량하다
đò	도	나룻배
đó	도	그
đọ sức	도 쓱	필적하다
	Không ai có thể đọ sức với anh ấy. 콩 아이 꼬 테 도 쓱 버이 아잉 어이 그 오빠/형에게 필적할 수 있는 사람은 아무도 없다.	
đoàn kết	도안 껱	단결하다
đoàn thể	도안 테	단체
đoàn xiếc	도안 씨엑	서커스단

A
B
C
D
E
G
H
I
K
L
M
N

đoạt	도앝	빼앗다
đọc	독	읽다
đọc sách	독 싸익	독서하다
đòi hỏi	도이 호이	청구하다
đói	도이	배고프다
đòn chí tử	돈 찌 뜨	강타
đón	돈	마중 나가다
đón chào	돈 짜오	환영하다
đóng	동	닫다
đóng băng	동 방	얼다
đóng cửa	동 끄어	휴업하다, 문을 닫다
đóng dấu	동 저우	도장을 찍다
đóng góp	동 곱	기여하다
đóng phim	동 핌	연기하다
đô-la	도 라	달러
đô thị	도 티	도시
đồ ăn	도 안	음식
đồ bơi	도 버이	수영복
đồ chơi	도 쩌이	장난감
đồ cổ	도 꼬	골동품
đồ đạc	도 닥	짐, 가구
đồ gốm	도 곰	도자기
đồ lót	도 롣	속옷

đồ ngốc	도 응옥	바보
đồ ngủ	도 응우	잠옷
đồ nữ trang	도 느 짱	보석(寶石)
đồ sộ	도 쏘	거대한, 막대한

Anh ta được thừa hưởng cả một gia tài đồ sộ.
아잉 따 드억 트어 흐엉 까 몯 자 따이 도 쏘
그는 막대한 유산을 모두 상속받았다.

đồ sứ	도 쓰	도자기
đồ thị	도 티	그래프
đồ trang sức	도 짱 쓱	액세서리
đồ vật	도 벋	물건
đổ	도	쏟다
đổ vào	도 바오	붓다
đỗ xe	도 쌔	주차하다
độ	도	도(℃)
độ ẩm	도 엄	습도
độ bền	도 벤	내구성
độ cao	도 까오	고도(高度)
độ dài	도 자이	길이
độ dày	도 자이	두께
độ phân giải	도 펀 자이	해상도
độ sâu	도 써우	깊이
độ tin cậy	도 띤 꺼이	신빙성
đốc thúc	독 툭	독촉하다

độc	독	독(毒)
độc ác	독 악	독악(毒惡)한, 잔인한
độc đáo	독 다오	독특한, 독자적인

Ngôi nhà này có kiến trúc vô cùng độc đáo.
응오이 나 나이 꼬 끼엔 쭉 보 꿍 독 다오
이 집은 매우 독특한 건축 양식을 갖고 있다.

độc giả	독 자	독자(讀者)
độc lập	독 럽	독립하다
độc quyền	독 꾸옌	독점하다
độc thân	독 턴	독신
đôi khi	도이 키	가끔
đôi tất	도이 떧	양말
đồi	도이	언덕
đồi trụy	도이 쭈이	퇴폐한
đối chiếu	도이 찌에우	대조하다
đối diện	도이 지엔	직면하다, 맞은편의
đối đầu	도이 더우	충돌하다, 직면하다
đối lập	도이 럽	대립하다
đối mặt	도이 맏	상대하다
đối phó	도이 포	대처하다
đối phương	도이 프엉	상대방
đối tác	도이 딱	파트너
đối thủ	도이 투	라이벌
đối ứng	도이 응	대응하다

đối xử	도이 쓰	**다루다**
đổi	도이	**바꾸다**
đổi mới	도이 머이	**혁신하다, 개혁하다**

Chúng ta cần đổi mới cách thức làm việc để cai thiện tình hình hiện tại.
풍 따 껀 도이 머이 까익 특 람 비억 데 까이 티엔 띵 힝 히엔 따이
우리는 현재 상황을 개선하기 위해서 일하는 방식을 개혁할 필요가 있다.

đội	도이	**쓰다 (착용)**
đội lốt	도이 롣	**변장하다**
đội trưởng	도이 쯔엉	**주장(主將)**
đội tuyển	도이 뚜옌	**대표 팀**
đội vô địch	도이 보 딕	**우승 팀**
đồn cảnh sát	돈 까잉 싿	**경찰서**
đông đúc	동 둑	**붐비다, 빽빽한, 밀집한**
Đông Nam Á	동 남 아	**동남아시아**
đồng	동	**동(銅)**
đồng bào	동 바오	**동포**
đồng bằng	동 방	**평야**
đồng cảm	동 깜	**동감하다**

Tôi rất đồng cảm với hoàn cảnh của chị.
또이 젇 동 깜 버이 호안 까잉 꾸어 찌
저는 당신의 환경에 매우 동감합니다.

đồng chất	동 쩓	**동질의**
đồng chí	동 찌	**동지**
đồng hành	동 하잉	**동행하다**

đồng hồ	동 호	시계
đồng hồ cát	동 호 깓	모래시계
đồng hồ đeo tay	동 호 대오 따이	손목시계
đồng hồ treo tường	동 호 째오 뜨엉	벽시계
đồng lúa	동 루어	논밭
đồng minh	동 밍	동맹
đồng nghiệp	동 응이엡	동료
đồng nhất	동 녇	동일한
đồng phục	동 푹	유니폼
đồng thời	동 터이	동시(同時)
đồng tình	동 띵	동조하다, 동성(同性)의
đồng trinh	동 찡	처녀의
đồng ý	동 이	동의하다
đống	동	(돌, 진흙, 나무, 쓰레기) 더미
động cơ	동 꺼	동기(動機)
động đất	동 덛	지진
động đậy	동 더이	움직이다
động lực học	동 륵 혹	동력학
động mạch	동 마익	동맥
động tác	동 딱	동작
động vật	동 벋	동물
động viên	동 비엔	동원하다, 용기를 주다

Trong lúc tôi gặp khó khăn, anh ấy đã động viên tôi rất nhiều.
쫑 룩 또이 갑 코 칸, 아이 어이 다 동 비엔 또이 젇 니에우
내가 어려움을 겪었을 때, 그는 나에게 매우 많은 용기를 주었다.

đốt	돋	물다 (곤충)
đốt cháy	돋 짜이	태우다 (연소)
đột biến	돋 비엔	돌연변이
đột ngột	돋 응옫	갑자기
đột nhiên	돋 니엔	갑자기
đỡ	더	낫다 (호전)
đời tư	더이 쯔	사생활
đợi	더이	기다리다
đờm	덤	가래
đơn	던	단독의
đơn ca	던 까	독창하다
đơn đặt hàng	던 닫 항	주문서
đơn điệu	던 디에우	단조로운
đơn giản	던 잔	간단한
đơn phương	던 프엉	일방적인
đơn thuốc	던 투옥	처방전
đơn vị	던 비	단위
đơn xin	던 씬	신청서
đu đủ	두 두	파파야
đủ	두	충분한

động vật 동 번 **동물**

hổ 호 호랑이

sư tử 쓰뜨 사자

chó sói 쪼쏘이 늑대

cáo 까오 여우

gấu 거우 곰

voi 보이 코끼리

ngựa vằn 응으어 반 얼룩말

hươu cao cổ 흐어우 까오 꼬 기린

lạc đà 락 다 낙타

hươu sao 흐어우 싸오 사슴

khỉ 키 원숭이

cá sấu 까 써우 악어

rắn 잔 뱀

ngựa 응으어 말

bò 보 소

lợn 런 돼지

chó 쪼 개

mèo 매오 고양이

đua ngựa	두어 응어	경마
đùa nghịch	두어 응익	장난치다

Bọn trẻ đang đùa nghịch ngoài sân.
본 째 당 두어 응익 응와이 썬
어린애들이 마당에서 장난치고 있다.

đũa	두어	젓가락
đục	둑	끌로 깎다, 혼탁한
đùi	두이	허벅다리
đùm bọc	둠 복	부축하다
đun sôi	둔 쏘이	끓다
đung đưa	둥 드어	흔들리다
đúng	둥	올바른, 정확한
đúng lúc	둥 룩	때마침
đúng mực	둥 믁	올바른
đụng	둥	만지다
đụng chạm	둥 짬	대다, 만지다
đuôi	두오이	꼬리
đuổi đi	두오이 디	내쫓다
đưa	드어	주다, 건네주다
đưa đón	드어 돈	보내고 맞이하다
đưa ra	드어 자	제시하다
Đức	득	독일
đức tính	득 띵	미덕(美德)

đứng dậy	등 저이	일어서다
đứng đầu	등 더우	선두에 서다
đứng lại	등 라이	서다
đường	드엉	길, 도로
đường cao tốc	드엉 까오 똑	고속도로
đường cong	드엉 꽁	곡선
đương đầu	드엉 더우	대처하다

đương đầu với khó khăn, nguy hiểm
드엉 더우 버이 코 칸 응우이 히엠
어려움과 위험의 대처

đường đường chính chính	드엉 드엉 찡 찡	당당하다
đường hầm	드엉 험	터널
đường kính	드엉 낑	직경
đường một chiều	드엉 못 찌에우	일방통행
đương nhiên	드엉 니엔	당연한
đường phố	드엉 포	거리, 길
đường sắt	드엉 쌑	철도
đường song song	드엉 쏭 쏭	평행선
đường tắt	드엉 땃	지름길
đường thẳng	드엉 탕	직선
đường tròn	드엉 쫀	동그라미
đường viền	드엉 비엔	테두리

E

em	앰	동생
em bé	앰 베	아기
em trai	앰 짜이	남동생
eo	애오	허리
ép buộc	앱 부옥	강제하다, 강요하다

Anh ta bị ép buộc nhận tội.
아잉 따 비 앱 부옥 년 또이
그는 죄를 시인하는 강요를 받았다.

ga	가	역(驛)
ga tàu	가 따우	기차역
gà	가	닭
gà con	가 꼰	병아리
gà mái	가 마이	암탉
gà trống	가 쫑	수탉
gã	가	녀석, 놈
gác xép	각 쌥	다락
gạch	가익	벽돌
gai	가이	가시
gái mại dâm	가이 마이 점	매춘부
gãi	가이	긁다
gam	감	그램
gan	간	간(肝)
gang thép	강 탭	철강
ganh đua	가잉 두어	겨루다
gánh	가잉	지다 (빚, 의무)
gánh vác	가잉 박	부담하다
gạo	가오	쌀
gạo nếp	가오 넵	찹쌀

ga-ra ô tô	가라 오 또	차고
gạt tàn	갇 딴	재떨이
gàu	가우	비듬
gay gắt	가이 갇	격렬한
gãy	가이	꺾다
gắn bó	간 보	친하다, 유착하다
găng tay	강 따이	장갑
gặp gỡ	갑 거	마주치다
gặp mặt	갑 맏	만나다
gắt gỏng	갇 공	심술궂은
gặt hái	갇 하이	수확하다
gân	건	근육
gần	건	가깝다
gần đây	건 더이	(시간) 최근, (장소) 주변
gần như	건 니으	거의
gấp	겁	접다
gấp gáp	겁 갑	서두르다
gập	겁	접다
gật đầu	걷 더우	끄덕이다
gấu	거우	곰
gây rối	거이 조이	소동을 일으키다
gây tê	거이 떼	마취하다
gầy	거이	마른, 야윈

gen di truyền	갠 지 쭈옌	**유전자**
ghé qua	개 꾸아	**들르다**

Khi nào chị về thì ghé qua chợ mua rau nhé.
키 나오 찌 베 티 개 꾸아 쩌 무어 자우 내
언니 집 갈 때 시장에 들러서 야채 사와.

ghen tị	갠 띠	**부러워하다, 시샘하다**
ghép	갭	**연결하다**
ghét	갠	**싫어하다**
ghê tởm	게 떰	**소름 끼치는**
ghế	게	**의자**
ghế băng	게 방	**벤치**
ghế bành	게 바잉	**팔걸이의자**
ghế ngồi	게 응오이	**좌석**
ghế sô pha	게 쏘 파	**소파**
ghi	기	**적다 (기록)**
ghi âm	기 엄	**녹음하다**
ghi bàn	기 반	**골인하다**
ghi chép	기 쨉	**기록하다**
ghi chú	기 쭈	**노트(하다)**
ghi điểm	기 디엠	**득점하다**
ghi nhớ	기 녀	**기억하다**
gì	지	**무엇**
gỉ mắt	지 맏	**눈곱**

gỉ sét	지 쌛	녹(綠)
gia công	자 꽁	가공하다
gia đình	자 딩	가족
gia hạn	자 한	연기(延期)하다, 연장하다
	gia hạn visa 자 한 비자 비자 연장	
gia nhập	자 녑	가입하다
gia nhiệt	자 니엣	가열하다
gia súc	자 쑥	가축
gia tăng	자 땅	증가하다
gia tốc	자 똑	가속(加速)
gia trưởng	자 쯔엉	가장(家長)
gia vị	자 비	양념
già	자	늙다
già đi	자 디	나이 먹다
giá	자	가격, 숙주
giá cả	자 까	값
giá đỗ	자 도	콩나물
giá đỡ	자 더	받침대
giá sách	자 싸익	책꽂이
giá thành	자 타잉	단가
giá trị	자 찌	가치
giả	자	가짜

gia đình 자딩 **가정(家庭), 가족**

ông 옹 할아버지, 조부

bà 바 할머니, 조모

bố 보 아버지, 아빠

mẹ 매 어머니, 엄마

chú 쭈 삼촌, 아저씨

cô 꼬 아주머니, 고모

anh 아잉 형, 오빠

chị 찌 누나, 언니

con trai 꼰 짜이 아들

con gái 꼰 가이 딸

em trai, em gái 앰 짜이, 앰 가이 **동생(남동생, 여동생)**

bố chồng 보 쫑 시아버지

mẹ chồng 매 쫑 시어머니

bố vợ 보 버 장인

mẹ vợ 매 버 장모

giả bộ	자 보	뽐내다, ~한 체하다 (~하는 척하다)
giả định	자 딩	추정하다
giả mạo	자 마오	위조하다, 위장하다

Anh ta đã giả mạo người mua
để lấy trộm hàng.
아잉 따 다 자 마오 응어이 무어 데 러이 쫌 항
그는 물건을 훔치기 위해 소비자로 위장했다.

giả sử	자 쓰	만약
giả vờ	자 버	시치미 떼다
giã	자	찧다
giai cấp	자이 껍	계층
giai cấp tư sản	자이 껍 뜨 싼	자산가 계급
giai điệu	자이 디에우	멜로디
giải phẫu	자이 퍼우	해부하다
giải phóng	자이 퐁	해방하다
giải quyết	자이 꾸옏	해결하다
giải tán	자이 딴	해산하다
giải thể	자이 테	해체하다
giải thích	자이 틱	설명하다

Chị giải thích cho em phần ngữ
pháp này nhé.
찌 자이 틱 쪼 앰 펀 응으 팝 나이 내
언니, 이 문법 부분 나에게 설명해 주세요.

giải thoát	자이 토앋	자유롭게 하다, 해탈하다
giải thưởng	자이 트엉	상(賞)
giải trí	자이 찌	오락

giám định	잠 딩	감정(鑑定)하다
giám đốc	잠 독	사장, 지도자
giám sát	잠 쌋	감찰하다
giảm	잠	하락하다
giảm bớt	잠 벗	감소하다
giảm giá	잠 자	할인하다
giảm thiểu	잠 티에우	감소되다
gian khổ	잔 코	고난
gián điệp	잔 디엡	간첩
gián đoạn	잔 도안	끊다
gián tiếp	잔 띠엡	간접적으로
giản dị	잔 지	간단한, 검소한
giáng sinh	장 씽	성탄절
giảng	장	강연하다
giảng đường	장 드엉	강당
giảng hòa	장 화	화해하다
	Cả hai bên đều không chịu giảng hòa. 까 하이 벤 데우 콩 찌우 장 화 양측 모두 화해할 수 없었다.	
giảng viên	장 비엔	강사
giành được	자잉 드억	획득하다
giao	자오	건네다
giao ban	자오 반	(업무) 인계하다

giao dịch	자오 직	거래하다
giao hàng	자오 항	배달하다
giao hợp	자오 헙	성교하다
giao lưu	자오 리우	교류하다
giao nhau	자오 나우	교차하다
giao phó	자오 포	위탁하다
giao phối	자오 포이	교미하다
giao thiệp	자오 티엡	교섭하다
giao thông	자오 통	교통
giao tiếp	자오 띠엡	교제하다
giáo dục	자오 죽	교육(하다)
giáo sư	자오 쓰	교수, 학자
giáo trình	자오 찡	교과서
giáo viên	자오 비엔	선생
giàu	자우	부유한
giày	자이	구두
giày da	자이 자	구두 (가죽)
giày thể thao	저이 테 타오	운동화
giặc	작	도적, 침략자

giặc ngoại xâm
작 응와이 썸
외적의 침입 / 참략자

giặt giũ	잗 주	세탁하다
giấc ngủ	적 응우	수면

giấm	점	식초
giẫm	점	밟다
giận	전	화내다
giận dữ	전 즈	화내다
giật	젇	빼앗다
giật mình	젇 밍	섬뜩하다
giấu giếm	저우 젬	감추다
giây	저이	초(秒), 순간
giây lát	저이 랃	순간
giấy	저이	종이
giấy ăn	저이 안	티슈
giấy bảo hành	저이 바오 하잉	보증서
giấy dán	저이 잔	스티커
giấy dán tường	저이 잔 뜨엉	벽지
giấy in	저이 인	인화지
giấy khai sinh	저이 카이 씽	출생증명서
giấy màu	저이 마우	색종이
giấy mời	저이 머이	초대장
giấy phép	저이 팹	면허
	giấy phép lái xe ô tô 저이 팹 라이 쌔 오 또 운전면허증	
giấy tờ	저이 떠	서류
giấy vệ sinh	저이 베 씽	화장지

giẻ	재	**걸레**
gieo	재오	**흩어지다**
giếng nước	지엥 느억	**우물**
giết	젣	**죽이다**
gió	조	**바람**
gió mùa	조 무어	**겨울바람, 계절풍**
giỏ	조	**바구니**
giỏi hơn	조이 헌	**능가하다**
giọng	종	**목소리**
giọt mưa	졷 므어	**빗방울**
giọt nước	졷 느억	**물방울**
giọt sương	졷 쓰엉	**이슬방울**
giỗ	조	**제사를 지내다**
giông	종	**폭풍우**
giống	종	**비슷하다, 같다**
giống cái	종 까이	**암컷**
giống đực	종 득	**수컷**
giống nhau	종 나우	**똑같이, 서로 같다**
	Hai câu này có nghĩa giống nhau. 하이 꺼우 나이 꼬 응이어 종 나우 이 두 문장은 의미가 서로 같다.	
giơ tay	저 따이	**손을 들다**
giờ	저	**시 (시간)**
giờ cao điểm	저 까오 디엠	**러시 아워**

giờ đi làm	저 디 람	출근 시간
giờ lên máy bay	저 렌 마이 바이	탑승 시간
giờ tan tầm	저 딴 떰	퇴근 시간
giở	저	열다
giới hạn	저이 한	범위, 제한
giới hạn tốc độ	저이 한 똑 도	속도제한
giới tính	저이 띵	성(性)
giới thiệu	저이 티에우	소개하다
giới trẻ	저이 째	젊은이
giới từ	저이 뜨	전치사
giục	죽	재촉하다
giúp đỡ	줍 더	돕다
giúp ích	줍 익	도움이 되다
giữ	즈 으	지키다
giữ gìn	즈 진	유지하다
giữ nhiệt	즈 니엔	보온하다
	bình giữ nhiệt 빙 즈 니엔 보온병	
giữa	즈어	가운데, 사이에
giường	즈엉	침대
gò má	고 마	뺨
gõ	고	두드리다
gõ cửa	고 끄어	노크하다

góa bụ	고아 부	과부
góc	곡	모퉁이
góc độ	곡 도	각(角), 각도
góc vuông	곡 부옹	직각
gói	고이	포장하다
gọi	고이	부르다
gọi điện	고이 디엔	통화하다
gom lại	곰 라이	모으다
gọn gàng	곤 강	깔끔한
góp phần	곱 펀	공헌하다
gót chân	곧 쩐	발 뒤꿈치
gọt	곧	(껍질을) 벗기다
gồ ghề	고 게	울퉁불퉁한

con đường gồ ghề sỏi đá
꼰 드엉 고 게 쏘이 다
울퉁불퉁한 자갈길

gỗ	고	목재
gốc	곡	뿌리
gội đầu	고이 더우	머리 감다
gồm	곰	포함하다
gốm	곰	도자기
gỡ	거	풀다, 해방하다
gợi ý	거이 이	암시하다
gửi	그이	보내다

gừng	긍	생강
gươm	그엄	검 (무기)
gương	그엉	거울
gượng gạo	그엉 가오	어색하다

H

Hà Lan	하 란	**네덜란드**
há miệng	하 미엥	**입을 벌리다**
hạ	하	**하락하다**
hạ cánh	하 까잉	**착륙하다**

Chuyến bay từ Tân Sơn Nhất lúc
2 giờ chiều đã hạ cánh chưa ạ?
쭈옌 바이 뜨 떤 썬 녇 룩 하이 저 찌에우 다 하 까잉 쯔어 아
오후 2시에 Tân Sơn Nhất에서 온 항공편은 착
륙했습니까?

hạ giá	하 자	**할인하다**
hạ lưu	하 리우	**하류**
hạ nhân	하 년	**하인**
hạ thấp	하 텁	**낮추다**
hạ xuống	하 쑤옹	**내리다 (낮추다)**
hạc	학	**학 (새)**
hai	하이	**둘**
hai chấm	하이 쩜	**콜론 (:)**
hài hòa	하이 화	**순조롭다**
hài hước	하이 흐억	**익살스러운**
hài kịch	하이 끽	**코미디**
hài lòng	하이 롱	**만족스러운**
hái	하이	**따다**

hải đăng	하이 당	등대
hải dương	하이 즈엉	해양
hải quan	하이 꽌	세관
hải quân	하이 꾸언	해군
hải sản	하이 싼	해산물
hải tặc	하이 딱	해적
hại	하이	손해를 끼치다
ham muốn	함 무온	갈망하다
hàm chứa	함 쯔어	함유하다

Mỗi lời cô ấy nói đều hàm chứa ẩn ý.
모이 러이 꼬 어이 노이 데우 함 쯔어 언 이
그녀가 하는 모든 말에는 많은 의미를 함유한다.

hạn chế	한 쩨	제한하다
hạn định	한 딩	한정하다
hạn độ	한 도	한도
hạn hán	한 한	가뭄
hang động	항 동	동굴
hàng	항	줄, 물품
hàng dệt kim	항 젣 낌	니트웨어
hàng giả	항 자	모조품
hàng hải	항 하이	항해
hàng hóa	항 화	상품
hàng không	항 콩	항공

hàng mẫu	항 머우	샘플
hàng năm	항 남	매년
hàng ngày	항 응아이	매일
hàng ngoại	항 응와이	수입품
hàng nội địa	항 노이 디어	국산품
hàng rào	항 자오	울타리
hàng xóm	항 쏨	이웃
hãng hàng không	항 항 콩	항공사
hạng	항	등급
hạng mục	항 묵	항목
hạng nhất	항 녇	일등
hanh (khô)	하잉 (코)	건조한
hành	하잉	파
hành chính	하잉 찡	행정
hành động	하잉 동	행동(하다)
hành khách	하잉 카익	승객
hành lang	하잉 랑	현관
hành lí	하잉 리	짐
hành quân	하잉 꾸언	행진하다
hành tây	하잉 떠이	양파
hành tinh	하잉 띵	위성
hành vi	하잉 비	행위

hạnh nhân	하잉 년	아몬드
hạnh phúc	하잉 푹	행복(하다)
hao mòn	하오 몬	소모하다

hao mòn máy móc
하오 몬 마이 목
기계의 마모

hào phóng	하오 퐁	너그럽다
hảo ý	하오 이	호의
hão huyền	하오 후옌	공상(空想)하다
hát	핟	노래하다
hạt	핟	열매, 씨
hạt đậu	핟 더우	콩알
hạt dẻ	핟 재	밤(栗)알
hạt giống	핟 종	씨앗
hát nhép	핟 넵	립싱크
hạt tiêu	핟 띠에우	후추
hạt vừng	핟 븡	깨알
hay	하이	재미있다, 혹은, 자주
hắc ín	학 인	아스팔트
hăm-bơ-gơ	함 버 거	햄버거
hắn	한	녀석
hắt hơi	핟 허이	재채기하다
hấp dẫn	헙 전	매력 있는
hấp tấp	헙 떱	경솔하다

hấp thu	헙 투	**섭취하다**
hầu như	허우 니으	**거의**

Hầu như ngày nào anh ấy cũng làm việc đến khuya.
허우 니으 응아이 나오 아잉 어이 꿍 람 비엑 덴 쿠이야
그는 거의 매일 밤늦게까지 일을 한다.

hậu bối	허우 보이	**후배**
hậu môn	허우 몬	**항문**
hậu phương	허우 프엉	**배후**
hậu quả	허우 꾸아	**안 좋은 결과**
hậu thế	허우 테	**후세**
hè	해	**여름**
hẹ	해	**부추**
héc-ta	핵 따	**헥타르**
hẻm	햄	**골목**
hèn hạ	핸 하	**비굴한**
hẹn hò	핸 호	**데이트하다**
hèn kém	핸 깸	**저급한**
hèn nhát	핸 냗	**비겁한**
hẹn ước	핸 으억	**서약하다**
héo tàn	해오 딴	**시들다**
hẻo lánh	해오 라잉	**외진 (벽촌)**

Quán ăn đó nằm ở một nơi hẻo lánh.
꽌 안 도 남 어 몯 너이 해오 라잉
그 식당은 외진 곳에 위치해 있다.

hẹp	햅	좁다
hét	햍	외치다
hệ sinh thái	헤 씽 타이	생태계
hệ thống	헤 통	시스템, 체계
hết	헫	끝나다
hết hạn	헫 한	만기가 되다
hết vé	헫 배	매진되다
hi sinh	히 씽	희생하다
hi vọng	히 봉	희망하다
hiếm	히엠	드물다
hiểm ác	히엠 악	험악하다
hiểm trở	히엠 쩌	험하다
hiên	히엔	베란다
hiền lành	히엔 라잉	선량한
hiến máu	히엔 마우	헌혈하다
hiến pháp	히엔 팝	헌법
hiến thân	히엔 턴	헌신하다
hiện diện	히엔 지엔	출석하다
hiện đại	히엔 다이	현대, 현대적인
hiện đại hóa	히엔 다이 화	현대화
hiện nay	히엔 나이	현재
hiện tại	히엔 따이	현재
hiến tặng	히엔 땅	기증하다

	Ông ấy đã đăng ký hiến tặng nội tạng sau khi chết. 옹 어이 다 당 끼 히엔 땅 노이 땅 싸우 키 쩯 그는 사후 장기 기증을 등록했다.	
hiện thực	히엔 특	**현실**
hiện thực hóa	히엔 특 화	**현실화**(하다)
hiện trường	히엔 쯔엉	**현장**
hiện tượng	히엔 뜨엉	**현상**
hiện vật	히엔 벋	**실물**
hiệp định	히엡 딩	**협정, 계약**
hiệp hội	히엡 호이	**협회**
hiếu thảo	히에우 타오	**효도하다**
hiểu biết	히에우 비엔	**인식하다**
hiểu lầm	히에우 럼	**오해하다**
hiểu ra	히에우 자	**깨닫다**
hiệu cầm đồ	히에우 껌 도	**전당포**
hiệu quả	히에우 꽈	**효과, 효과적인**
hiệu sách	히에우 싸익	**서점**
hiệu suất	히에우 쑤얻	**효율**
hiệu thuốc	히에우 투옥	**약국**
hiệu trưởng	히에우 쯔엉	**교장**(校長)
hình ảnh	힝 아잉	**이미지**
hình bầu dục	힝 버우 죽	**타원**
hình bóng	힝 봉	**그림자**

A
B
C
D
E
G
H
I
K
L
M
N

H

hình chữ nhật	힝 쯔 녇	**직사각형**
hình dán	힝 잔	**스티커**
hình dạng	힝 장	**생김새, 모양**
hình dung	힝 중	**구상하다**

Tôi không hình dung nổi gương mặt của cô ấy hồi chúng tôi còn học chung như thế nào.
또이 콩 힝 중 노이 그엉 맏 꾸어 꼬 어이 호이 쭝 또이 끈 혹 쯍 니으테 나오
우리가 공부할 때 그녀의 얼굴이 어땠는지 상상되지 않는다.

hình mắt lưới	힝 맏 르어이	**망상**
hình ngũ giác	힝 응우 작	**오각형**
hình phạt	힝 팓	**형벌**
hình răng cưa	힝 장 끄어	**톱니 모양**
hình tam giác	힝 땀 작	**삼각형**
hình thái	힝 타이	**형태**
hình thành	힝 타잉	**형성하다**
hình thoi	힝 토이	**마름모**
hình thức	힝 특	**형식**
hình trái xoan	힝 짜이 쏘안	**달걀 모양**
hình tròn	힝 쫀	**동그라미**
hình tứ giác	힝 뜨 작	**사각형**
hình tượng	힝 뜨엉	**우상**
hình vẽ	힝 배	**그림의 모양**
hình vuông	힝 부옹	**정사각형**

hít thở	힏 터	**호흡하다**
hít vào	힏 바오	**들이마시다**
hiu quạnh	히우 꾸아잉	**쓸쓸하다**
	căn nhà hiu quạnh	
	깐 냐 히우 꾸아잉	
	황량한 집	
ho	호	**기침**
họ	호	**성(姓), 그들**
họ hàng	호 항	**친척**
hoa	호아	**꽃**
hoa anh đào	화 아잉 다오	**벚꽃**
hoa cẩm chướng	화 껌 쯔엉	**카네이션**
hoa cúc	화 꾹	**국화**
hoa hậu	화 허우	**미인대회 수상자**
hoa hồng	화 홍	**장미**
hoa hướng dương	화 흐엉 즈엉	**해바라기**
hoa lan	화 란	**난초**
hoa màu	화 마우	**농산물**
hoa mắt	화 맏	**눈이 부시다**
hoa quả	화 꽈	**과일**
hoa tai	화 따이	**귀걸이**
hoa tay	화 따이	**지문, (뛰어난) 손재주**
hoa tuy-líp	화 뚜이 립	**튤립**
hoa văn	화 반	**무늬**

hoa 호아 **꽃**

hoa hồng 호아 홍 장미

hoa loa kèn 호아 로아 깬 백합

hoa tuy-líp 호아 뚜이 립 **튤립**

hoa cúc 호아 꾹 국화

hoa baby 호아 베이비 안개꽃

hoa cúc vạn thọ tây 호아 꾹 반 토 떠이 <u>코스모스</u>

hoa bồ công anh 호아 보 꽁 아잉 민들레

hoa đỗ quyên 호아 도 꾸옌 진달래

hoa kenari 호아 깨 나 리 개나리

hoa lan 호아 란 난초

hoa sen 호아 쌘 연꽃

cây xương rồng 꺼이 쓰엉 종 선인장

hoa hướng dương 호아 흐엉 즈엉 해바라기

hoa quả 화 꽈 **과일**

táo 따오 사과

lê 레 배

dưa lê vàng 즈어 레 방 **참외**

dưa hấu 즈어 허우 **수박**

đào 다오 복숭아

nho 뇨 포도

chanh 짜잉 라임

cam 깜 오렌지

lựu 리우 석류

dứa 즈어 파인애플

đu đủ 두 두 파파야

vải 바이 리치

ổi 오이 구아바

măng cụt 망 꿋 망고스틴

chôm chôm 쫌 쫌 람부탄

sầu riêng 써우 지엥 두리안

chuối 쭈오이 바나나

xoài 쏘아이 망고

dừa 즈어 코코넛

bưởi 브어이 자몽

hòa	화	비기다
hòa giải	화 자이	화해하다
hòa hợp	화 헙	화목하다
hòa thuận	화 투언	화목하다

Họ sống rất hòa thuận với hàng xóm.
호 쏭 젿 화 투언 버이 항 쏨
그들은 이웃과 매우 화목하게 산다.

hóa chất	화 쩓	화학물질
hóa đơn	화 던	영수증
hóa học	화 혹	화학
hỏa hoạn	화 환	화재
hỏa lực	호아 륵	화력
họa báo	화 바오	화보
họa sĩ	화 씨	화가
hỏa táng	화 땅	화장하다
họa tiết	화 띠엗	무늬
hoài bão	화이 바오	포부
hoài nghi	화이 응이	의심을 품다
hoan hô	환 호	환호하다
hoan nghênh	환 응엥	환영하다
hoàn cảnh	환 까잉	환경
hoàn chỉnh	환 찡	완성하다
hoàn hảo	환 하오	완벽한
hoàn lại	환 라이	반환하다

hoàn lương	환 르엉	개과천선하다
hoàn thành	환 타잉	완료하다
hoàn toàn	환 또안	완전히

Mọi việc không hoàn toàn như ý muốn.
모이 비엑 콩 호안 또안 니으 이 무온
모든 일은 원하는 것처럼 완전하지 않다.

hoãn	환	연기되다
hoang dại	황 자이	야생의
hoang đường	황 드엉	황당무계한
hoàng đế	황 데	황제
hoàng gia	황 자	로열티
hoàng hậu	황 허우	황후
hoàng hôn	황 혼	황혼
hoàng tử	황 뜨	왕자
hoảng hốt	황 혼	섬뜩한
hoạt bát	홛 받	활발한
hoạt động	홛 동	활동하다
hoạt hình	홛 힝	만화영화
hoặc	확	또는
học	혹	공부하다
học bổng	혹 봉	장학금
học giả	혹 자	학자
học kì	혹 끼	학기

học lực	혹 륵	학력
học phí	혹 피	학비
học sinh	혹 씽	학생
học tập	혹 떱	학습하다
học thuyết	혹 투옛	학설
học trò	혹 쪼	제자
học vấn	혹 번	학문
học vị	혹 비	학위
hỏi	호이	묻다 (질문)
hỏi thăm	호이 탐	안부를 묻다
	hỏi thăm sức khỏe	
	호이 탐 쓱 쾌	
	안부를 묻다	
hòm	홈	박스, 상자
hòm thư	홈 트	우체통
hòn đá	혼 다	돌
hòn đảo	혼 다오	섬
hỏng	홍	고장 나다
họng	홍	목, 목구멍
hoóc-môn	혹 몬	호르몬
họp	홉	회의하다
họp báo	홉 바오	기자회견하다
hô hấp	호 헙	호흡하다
hô hấp nhân tạo	호 헙 년 따오	인공호흡하다

hồ	호	호수
hồ sơ	호 써	서류
hổ	호	호랑이
hỗ trợ	호 쩌	보조하다
hộ chiếu	호 찌에우	여권
hộ khẩu	호 커우	호적
hộ tịch	호 띡	호적
hốc hác	혹 학	까칠하다

Vì thức trắng hai đêm liền nên trông nó hốc hác.
비 특 짱 하이 뎀 리엔 넨 쫑 노 혹 학
이틀 연속으로 밤을 새서 그는 까칠해 보인다.

hồi âm	호이 엄	답장하다
hồi đáp	호이 답	회답하다
hồi đó	호이 도	그때
Hồi giáo	호이 자오	이슬람교
hồi hộp	호이 홉	아슬아슬하다
hồi phục	호이 푹	회복되다
hồi sinh	호이 씽	살아나다
hồi tưởng	호이 뜨엉	회상하다
hối hả	호이 하	북적거리다
hối hận	호이 헌	뉘우치다, 후회하다
hối lỗi	호이 로이	참회하다
hối phiếu	호이 피에우	환어음

hối tiếc	호이 띠엑	후회하다
hội	호이	협회
hội chợ	호이 쩌	전람회, 박람회
hội chứng	호이 쯩	신드롬
hội đàm	호이 담	회담하다
	cuộc hội đàm 꾸옥 호이 담 회담	
hội đồng	호이 동	위원회
hội đồng môn	호이 동 몬	동창회
hội hè	호이 해	축제
hội họa	호이 화	회화 (그림)
hội họp	호이 홉	회합하다
hội nghị	호이 응이	회의, 세미나
hội phí	호이 피	회비
hội quán	호이 꽌	회관
hội thảo	호이 타오	세미나
hội thi	호이 티	대회
hội thoại	호이 토아이	회화 (대화)
hội trường	호이 쯔엉	회의 장소
hội viên	호이 비엔	멤버
hội ý	호이 이	회의하다
hôm kia	홈 끼어	그저께
hôm nay	홈 나이	오늘

hôm qua	홈 꽈	어제
hôn	혼	키스하다
hôn nhân	혼 년	혼인
hồn	혼	혼(魂), 영혼
hỗn độn	혼 돈	혼동하다
hỗn hợp	혼 협	혼합하다
hỗn tạp	혼 땁	혼잡하다
hồng trà	홍 짜	홍차
hộp	홉	캔, 깡통, 상자
hộp bút	홉 붇	필통
hộp thiếc	홉 티엑	깡통
hộp thoại	홉 토아이	음성 사서함
hở	허	틈이 있는
hơi ẩm	허이 엄	습기
hơi nước	허이 느억	수증기
hơi thở	허이 터	숨, 호흡
hời hợt	허이 헏	경박한
hơn	헌	더, ~이상
hơn nữa	헌 느어	더, 한층, 게다가
	Đường còn xa, hơn nữa trời lại mưa nên chúng tôi đành nghỉ lại. 드엉 꼰 싸, 헌 느어 쩌이 라이 므어 넨 쭝 또이 다잉 응이 라이 갈 길이 멀었고, 게다가 비가 와서 우리는 어쩔 수 없이 쉬었다.	
hợp đồng	협 동	계약서

hợp khẩu vị	헙 커우 비	입맛에 맞다
hợp kim	헙 낌	합금(合金)
hợp lí	헙 리	합리적인
hợp lưu	헙 리우	합류하다
hợp nhất	헙 녈	합병하다
hợp pháp	헙 팝	합법적인
hợp tác	헙 딱	협력하다
hợp thành	헙 타잉	합성하다
hợp thời	헙 터이	적시의, 때에 맞는
hợp thời trang	헙 터이 짱	유행에 맞게
hợp xướng	헙 쓰엉	합창하다
hủi	후이	나병 (의학)
hung dữ	훙 즈	사납다
hung khí	훙 키	흉기
hút ẩm	훈 엄	제습하다
hút nước	훈 느억	탈수하다
hút thuốc	훈 투옥	흡연하다
	Hút thuốc lá rất có hại cho sức khỏe. 훈 투옥 라 럳 꼬 하이 쪼 쓱 쾌 흡연하는 것은 건강에 매우 해롭다.	
huy chương	후이 쯔엉	메달
huy chương bạc	후이 쯔엉 박	은메달
huy chương đồng	후이 쯔엉 동	동메달

huy chương vàng	후이 쯔엉 방	금메달
huy động	후이 동	동원하다
huy hiệu	후이 히에우	배지, 훈장
huy hoàng	후이 호앙	호화로운
hủy bỏ	후이 보	취소하다
hủy hoại	후이 호아이	훼괴(毁壞)하다, 부수다, 폭파하다
huyền bí	후옌 비	신비의
huyền thoại	후옌 토아이	전설
huyện	후옌	현 (행정구역)
huyết	후옡	피, 혈액
huyết áp	후옡 압	혈압
huyết quản	후옡 꽌	혈관
huyết thống	후옡 통	혈통
huýt sáo	후잍 싸오	휘바람을 불다
hư ảo	흐 아오	환상적인
hư hại	흐 하이	손상 Cơn bão đã làm hư hại nhiều tài sản. 껀 바오 다 람 흐 하이 니에우 따이 싼 태풍은 재산에 많은 손해를 끼쳤다.
hư vinh	흐 빙	허영
hư vô	흐 보	허무하다
hứa hẹn	흐어 핸	약속하다
huân chương	후언 쯔엉	훈장

huấn luyện	후언 루옌	훈련하다
huấn luyện viên	후언 루옌 비엔	코치
hưng phấn	흥 펀	흥분하다
hứng thú	흥 투	즐기다
hương thơm	흐엉 텀	향기
hương vị	흐엉 비	맛
hướng dẫn	흐엉 전	안내하다
hướng dẫn viên	흐엉 전 비엔	가이드
hưởng thụ	흐엉 투	누리다
hươu	흐어우	사슴
hươu cao cổ	흐어우 까오 꼬	기린
hữu dụng	히우 중	유용한
hữu hạn	히우 한	유한의, 한정된
	số hữu hạn 쏘 히우 한 유한 수	
hữu ích	히우 익	유익하다
hữu nghị	히우 응이	우정

I

ích kỉ	익 끼	**이기적인**
ích lợi	익 러이	**유익한**
im lặng	임 랑	**조용한**
in ấn	인 언	**프린트하다**
ít	읻	**적은**
ít nhất	읻 녇	**최소한**
ít nhiều	읻 니에우	**어느 정도, 조금**
ít nói	읻 노이	**과묵한**
ỉu	이우	**눅눅해지다**

A
B
C
D
E
G
H
I
K
L
M
N

K

kẻ ca-rô	깨 까 로	체크무늬
kẻ cắp	깨 깝	소매치기범, 도둑
kẻ lừa đảo	깨 르어 다오	사기꾼
kẻ thù	깨 투	원수(怨讐)
kẻ trăng gió	깨 짱 조	바람둥이
kẻ trộm	깨 쫌	강도, 도둑
kẽ hở	깨 허	간격, 빈틈
kem	깸	아이스크림, 크림
kem cạo râu	깸 까오 저우	면도용 크림
kem chống nắng	깸 쫑 낭	선크림
kem dưỡng da	깸 즈엉 자	로션
kem đánh răng	깸 다잉 장	치약
kèm theo	깸 태오	함께

Theo dự báo thời tiết, ngày mai Hà Nội sẽ có mưa rất to kèm theo dông.
태오 즈 바오 터이 띠엗, 응아이 마이 하 노이 쌔 꼬 므어 젇 또 깸 태오 종
일기예보에 따르면 내일 하노이에는 심한 뇌우와 함께 매우 큰비가 내릴 것이다.

kém	깸	부족한
kèn	깬	나팔
kèn ác-mô-ni-ca	깬 악 모 니 까	하모니카

kèn xắc-xô	깬 싹 쏘	색소폰
keo dán	깨오 잔	접착제
keo kiệt	깨오 끼엩	인색한
kéo	깨오	가위
kéo dài	깨오 자이	지연하다, 연장하다, (길게) 늘이다
kéo xe	깨오 쌔	견인하다
kẹo	깨오	사탕
kẹo cao su	깨오 까오 쑤	껌
kẹp	깹	집다
két sắt	깬 쌑	금고
kê đơn thuốc	께 던 투옥	처방하다
kê khai hải quan	께 카이 하이 꽌	세관신고
kế hoạch	께 화익	계획(하다)
kế sinh nhai	께 씽 나이	살림

Cửa hàng tạp hóa là kế sinh nhai
của cả gia đình anh ấy.
끄어 항 땁 화 라 께 씽 나이 꾸어 까 자 딩 아잉 어이
잡화 상점은 그의 온 가족의 생계이다.

kế thừa	께 트어	계승하다
kế tiếp	께 띠엡	따르다, 계승하다
kế toán	께 또안	회계
kể chuyện	께 쭈옌	이야기하다
kệ	께	선반
kênh	껭	하천, 채널

kênh đào	껭 다오	운하
kết bạn	껠 반	사귀다
kết cục	껠 꾹	결국
kết duyên	껠 주옌	결연하다
kết hôn	껠 혼	결혼하다
kết hợp	껠 헙	결합하다
kết luận	껠 루언	결론, 결론을 내다
kết quả	껠 꽈	결과
kết thúc	껠 툭	끝내다
	Hội nghị đã kết thúc tốt đẹp. 호이 응이 다 껠 툭 똗 뎁 회의는 잘 끝났다.	
kêu	께우	부르다
kêu gào	께우 가오	호통 치다, 외치다
khá	카	꽤
khả năng	카 낭	가능(하다)
khác	칵	다르다
khác thường	칵 트엉	비범한, 이상한
khách	카익	내빈, 손님
khách du lịch	카익 주 릭	관광객
khách hàng	카익 항	고객
khách mời	카익 머이	내빈, 손님
khách quan	카익 꽌	객관적인
khách sạn	카익 싼	호텔

khách tham quan	카익 탐 꽌	관광객
khai giảng	카이 장	개강(하다)
khai mạc	카이 막	개막(하다)
khai mạc hội nghị	카이 막 호이 응이	개회하다
khai phá	카이 파	발견하다
khai thác	카이 탁	개척하다
khai thông	카이 통	개통하다
khai trương	카이 쯔엉	개업하다, 개점하다
	lễ khai trương cửa hàng 레 카이 쯔엉 끄어 항 상점 개업식	
khái niệm	카이 니엠	개념
khái quát	카이 꽏	개관(槪觀)
khám bệnh	캄 벵	진찰하다
khám phá	캄 파	발견하다
khán đài	칸 다이	관중석
khán giả	칸 자	관객
kháng chiến	캉 찌엔	저항하다, 항전하다
khao	카오	한턱내다
khao khát	카오 칸	갈망하다, 고대하다
khảo cổ học	카오 꼬 혹	고고학
khảo sát	카오 쌋	고찰하다
khắc	칵	(나무를) 파다, 새기다, 조각하다

khắc nghiệt	칵 응이엣	**가혹하다**
	thời tiết khắc nghiệt 터이 띠엣 칵 응이엣 지독한 날씨	
khăn	칸	수건
khăn quàng cổ	칸 꾸앙 꼬	머플러
khăn tang	칸 땅	(장례식용) 두건
khăn tay	칸 따이	손수건
khăn trải giường	칸 짜이 즈엉	침대 시트
khăn xếp	칸 쎕	터번
khăng khăng	캉 캉	고집하다
khẳng định	캉 딩	긍정하다
khắt khe	칸 캐	가혹하다, 엄격하다
khẩn cấp	컨 껍	급한
khẩn trương	컨 쯔엉	시급하다
khâu	커우	꿰매다
khâu vá	커우 바	(덧대어) 꿰매다
khấu trừ	커우 쯔	공제하다
khẩu hiệu	커우 히에우	슬로건
khẩu ngữ	커우 응으	구어(口語)
khẩu vị	커우 비	식성
khe hở	캐 허	틈
khe núi	캐 누이	계곡
khẽ	캐	가볍게, 부드럽게

khen ngợi	캔 응어이	**칭찬하다**
khéo léo	캐오 래오	**솜씨 좋은, 능숙한**
khéo tay	캐오 따이	**솜씨 좋은**

Lan không những hát hay mà
còn rất khéo tay.
란 콩 니응 핫 하이 마 쩐 캐오 따이
Lan은 노래를 잘할 뿐만 아니라 솜씨도 좋다.

khét	캔	**탄 냄새가 나다**
khi	키	**때**
khi nào	키 나오	**언제**
khi nào đó	키 나오 도	**언젠가**
khí	키	**기(氣)**
khí các-bô-níc	키 깍 보 닉	**탄산가스**
khí hậu	키 허우	**기후**
khí hy-đờ-rô	키 히 더 로	**수소**
khí lạnh	키 라잉	**냉기(冷氣)**
khí nóng	키 농	**열기, 온기**
khí phách	키 파익	**패기**
khí quyển	키 꾸옌	**대기권(大氣圈)**
khí sắc	키 싹	**기색(氣色)**
khí thế	키 테	**기세(氣勢)**
khỉ	키	**원숭이**
khía cạnh	키어 까잉	**측면**
khiêm tốn	키엠 똔	**겸손한**

Ông ấy là một thiên tài nhưng
lúc nào cũng rất khiêm tốn.
옹 어이 라 몯 티엔 따이 니응 룩 나오 꿍 절 키엠 똔
그는 천재이지만 항상 매우 겸손하다.

khiếm khuyết	키엠 쿠옏	핸디캡(handicap)
khiếm nhã	키엠 냐	망측하다
khiến	키엔	~하도록 하다, 시키다
khiển trách	키엔 짜익	비난하다, 책망하다, 질책하다
khiêu vũ	키에우 부	춤추다
khiếu nại	키에우 나이	제소하다
khinh khí cầu	킹 키 꺼우	기구(氣球)
khinh miệt	킹 미엗	경멸하다
khó	코	어렵다
khó chịu	코 찌우	귀찮은, 참기 힘든, 불편한
khó hiểu	코 히에우	이해하기 어려운
khó khăn	코 칸	수난
khó nhọc	코 뇩	수고
khó tính	코 띵	까다로운
khó xử	코 쓰	난처한
khoa	콰	학과
khoa da liễu	콰 자 리에우	피부과
khoa học	콰 혹	과학
khoa mắt	콰 맏	안과
khoa ngoại	콰 응와이	외과

khoa nhi	콰 니	소아과
khoa phụ sản	콰 푸 싼	산부인과
khoa trương	콰 쯔엉	과장하다
khóa	콰	잠기다, 자물쇠
khóa học	콰 혹	코스(학습)
khóa kéo	코아 깨오	지퍼
khoả thân	콰 턴	알몸
	ảnh khoả thân 아잉 콰 턴 누드 사진	
khoai lang	콰이 랑	고구마
khoai tây	콰이 떠이	감자
khoan	코안	뚫다
khoan dung	코안 중	용서하다, 아량 있는, 관용(寬容)
khoản	코안	명세, 항목, 조항, 사항
khoản nợ	코안 너	빚
khoáng sản	쾅 싼	광산
khoáng vật	쾅 벋	광물
khoảng	쾅	약(約), 대강, 대략
khoảng cách	쾅 까익	간격
khoảng trống	쾅 쫑	사이 (공간적), 빈 공간
khoanh tay	코아잉 따이	팔짱을 끼다
khoáy	콰이	가마 (머리)
khóc	콕	울다

khoe khoang	쾌 코앙	과시하다
khỏe	쾌	건강하다
khỏe mạnh	쾌 마잉	강하다
khoét	코앧	구멍을 뚫다
khói	코이	연기(煙氣)
khỏi	코이	(병이) 낫다
khô	코	건성의, 건조한
khô cằn	코 깐	불모의
khổ	코	가난한, 불행한, 비참한
khổ sở	코 써	시달리다
khôi hài	코이 하이	익살스러운
khôi phục	호이 푹	회복하다

Khôi phục lòng tin là một việc
rất khó.
코이 푹 롱 띤 라 묕 비액 젿 코
믿음을 회복하는 것은 매우 어려운 일이다.

khối	코이	덩어리
khối lượng	코이 르엉	부피
khôn ngoan	콘 응오안	현명한
không	콩	0 (숫자), ~가 아니다 (부정형), ~입니까? (의문형)
không biết	콩 비엗	모르다
không có	콩 꼬	없다
không gian	콩 잔	공간

không khí	콩 키	공기(空氣)
không lẽ	콩 래	설마
không màu	콩 마우	무색한
không quân	콩 꾸언	공군
không sao	콩 싸오	괜찮다
không tập	콩 떱	공습
không thể	콩 테	할 수 없다
không tưởng	콩 뜨엉	공상하다
khổng lồ	콩 로	거대하다
khởi chiếu	커이 찌에우	개봉하다
khởi hành	커이 하잉	출발하다
khởi tố	커이 또	기소하다

khởi tố vụ án
커이 또 부 안
사건 기소

khớp xương	컵 쓰엉	관절
khu	쿠	구역
khu chung cư	쿠 쭝 끄	아파트 단지
khu công nghiệp	쿠 꽁 응이엡	공업단지
khu đất	쿠 덛	토지
khu nghỉ mát	쿠 응이 맏	리조트
khu vực	쿠 븍	지역
khuất phục	쿠얻 푹	굴복하다
khuây khỏa	쿠어이 콰	마음이 편안해지다

khuấy	쿠어이	**휘젓다**
khúc côn cầu	쿡 꼰 꺼우	**하키**
khúc nhạc	쿡 냑	**곡(曲)**
khuếch tán	쿠에익 딴	**발산하다**
khung	쿵	**틀, 테두리**
khung ảnh	쿵 아잉	**(사진) 액자**
khung thành	쿵 타잉	**골 (스포츠)**
khung tranh	쿵 짜잉	**(그림) 액자**
khủng hoảng	쿵 호앙	**공황**
	khủng hoảng tài chính 쿵 황 따이 찡 재정 공황/ 경제공황	
khủng khiếp	쿵 키엡	**끔찍하다**
khủng long	쿵 롱	**공룡**
khuôn	쿠온	**틀**
khuôn mặt	쿠온 맏	**얼굴**
khuya	쿠이야	**밤늦게**
khuyên	쿠옌	**충고하다**
khuyên bảo	쿠옌 바오	**조언하다**
khuyên nhủ	쿠옌 뉴	**권유하다**
khuyến khích	쿠옌 킥	**장려하다**
khuyến mại	쿠옌 마이	**세일, 할인**
khuyết điểm	쿠옏 디엠	**결점**
khuynh hướng	쿠잉 흐엉	**취향**

khuôn mặt 쿠온 맏 **얼굴**

sợi tóc 써이 똑 머리카락

trán 짠 이마

mắt 맏 눈

đồng tử, con ngươi 동 뜨, 꼰 응어이 눈동자

lông mày 롱 마이 눈썹

lông mi 롱 미 속눈썹

mũi 무이 코

gò má 고 마 볼, 뺨

lúm đồng tiền 룸 동 띠엔 보조개

tai 따이 귀

miệng 미엥 입

môi 모이 입술

lưỡi 르어이 혀

răng 장 이, 치아

cằm 깜 턱

râu 저우 수염

râu mép 저우 맵 콧수염

khuỷu tay	쿠이우 따이	**팔꿈치**
khứ hồi	크 호이	**왕복**
vé máy bay khứ hồi 배 마이 바이 크 호이 왕복 비행기 표		
khử độc	크 독	**소독하다**
khử nước	크 느억	**탈수하다**
ki-lô-gam	끼 로 감	**킬로그램**
ki-lô-mét	끼 로 맫	**킬로미터**
kì lạ	끼 라	**이상한**
kì nghỉ	끼 응이	**휴가**
kì nghỉ hè	끼 응이 해	**여름방학**
kí ức	끼 윽	**추억, 기억**
kỉ lục	끼 룩	**기록**
kỉ niệm	끼 니엠	**추억, 기념**
kĩ lưỡng	끼 르엉	**정밀한**
kĩ sư	끼 쓰	**엔지니어**
kĩ thuật	끼 투얻	**기술, 테크닉**
kĩ tính	끼 띵	**세심한**
kĩ xảo	끼 싸오	**기교**
kia	끼어	**그**
kích cỡ	끽 꺼	**크기**
kích động	끽 동	**부추기다**
kích thước	끽 트억	**부피**

kịch	끽	연극
kịch bản	끽 반	각본
kiêm	끼엠	겸하다
kiếm	끼엠	찾다, 검(무기)
kiếm đạo	끼엠 다오	검도
kiếm sống	끼엠 쏭	생계비를 벌다
kiếm tiền	끼엠 띠엔	돈을 벌다
kiểm duyệt	끼엠 주옛	검토하다, 검열하다
kiểm điểm	끼엠 디엠	점검하다
kiểm lâm	끼엠 럼	삼림관리
kiểm soát	끼엠 쏘앋	검문하다
kiểm toán	끼엠 또안	감사(監査)하다
kiểm tra	끼엠 짜	검사하다
kiên cố	끼엔 꼬	견고하다
kiên cường	끼엔 끄엉	의지가 굳은
kiên định	끼엔 딩	굳은, 확고한
kiên nhẫn	끼엔 년	인내심이 있는

kiên nhẫn chờ đợi
끼엔 년 쩌 더이
기다리는 인내심

kiến	끼엔	개미
kiến giải	끼엔 자이	견해
kiến thức	끼엔 특	지식
kiến trúc	끼엔 쭉	건축

A
B
C
D
E
G
H
I
K
L
M
N

kiến trúc sư	끼엔 쭉 쓰	건축가
kiện cáo	끼엔 까오	소송
kiếp sau	끼엡 싸우	다음 생
kiếp trước	끼엡 쯔억	전생
kiệt sức	끼엣 쓱	기진맥진한
kiệt tác	끼엣 딱	걸작
kiêu căng	끼에우 깡	건방진
kiểu dáng	끼에우 장	모양
kiểu mẫu	끼에우 머우	원형(原型)
kiểu mới	끼에우 머이	신형
kiểu tóc	끼에우 똑	헤어스타일
kim	낌	바늘, 금(金)
kim cương	낌 끄엉	다이아몬드
kim loại	낌 로아이	금속
kim may	낌 마이	바늘
kim móc	낌 목	뜨개바늘
kìm hãm	낌 함	만류하다
kinh doanh	낑 조아잉	경영(하다)
kinh đô	낑 도	수도(首都)
kì lạ	끼 라	기묘하다
kì tích	끼 띡	기적
kí hiệu	끼 히에우	기호(記號)
kí kết	끼 껟	계약하다

kí sinh trùng	끼 씽 쭝	**기생충**
kí tên	끼 뗀	**사인하다**
kí túc xá	끼 뚝 싸	**기숙사**
kí ức	끼 윽	**기억**
kỉ lục	끼 룩	**기록 (성적)**
kỉ niệm	끼 니엠	**기념**
kĩ sư	끼 스	**기사(技師), 엔지니어**
kĩ thuật	끼 투얻	**기술**
kĩ thuật số	끼 투얻 쏘	**디지털**
kĩ tính	끼 띵	**까다로운**
kĩ xảo	끼 싸오	**기교**
kinh nghiệm	낑 응이엠	**경험(하다)**
	kinh nghiệm làm việc 낑 응이엠 람 비엑 경력	
kinh nguyệt	낑 응우옡	**월경**
kinh niên	낑 니엔	**만성적인**
kinh phí	낑 피	**경비**
kinh tế	낑 떼	**경제**
kinh tế học	낑 떼 혹	**경제학**
kinh thánh	낑 타잉	**성경**
kính	낑	**안경**
kính áp tròng	낑 압 쫑	**렌즈**
kính hiển vi	낑 히엔 비	**현미경**

kính lúp	낑 룹	**돋보기**
kính râm	낑 점	**선글라스**
kính trọng	낑 쫑	**존경하다**
kỳ hạn	끼 한	**기한**

gửi tiết kiệm theo kỳ hạn 6 tháng
그이 띠엔 끼엠 태오 끼 한 싸우 탕
6개월 기한의 적금

L

la bàn	라 반	나침반
la-de	라 재	레이저
la hét	라 핻	호통 치다
là hơi	라 허이	(스팀) 다림질
là quần áo	라 꾸언 아오	옷을 다리다
lá	라	잎
lá bùa	라 부어	부적
lá cây	라 꺼이	나뭇잎
lá cờ	라 꺼	기 (국기)
lá phong	라 퐁	단풍
lá phổi	라 포이	폐 (의학)

Rừng xanh được ví như lá phổi
của trái đất.
릉 싸잉 드억 비 니으 라 포이 꾸어 짜이 덛
숲은 지구의 폐에 비유된다.

lá rụng	라 룽	낙엽
lá thư	라 트	편지
lạ	라	이상한
lạ lẫm	라 럼	어색하다
lạ mặt	라 맏	낯설다
lạc	락	땅콩

lạc đường	락 드엉	길을 잃다
lạc hậu	락 허우	낙후된
lạc quan	락 꽌	낙관하다
lái xe	라이 쌔	운전하다
lãi suất	라이 쑤얻	금리(金利), 이자율
lãi thực	라이 특	순이익
lại	라이	다시, 오다
làm	람	하다
làm bài tập	람 바이 떱	숙제하다
làm đục	람 둑	흐리게 하다
làm giảm	람 잠	줄이다
làm giàu	람 자우	농축하다, 부를 쌓다
	làm giàu vốn kiến thức 람 자우 본 끼엔 특 지식 자본의 부를 쌓다	
làm ngơ	람 응어	간과하다
làm nguội	람 응우오이	식히다
làm ơn	람 언	제발
làm việc	람 비엑	근무하다
lạm dụng	람 중	남용하다
lạm phát	람 팓	팽창, 인플레
lan rộng	란 종	퍼지다
làn xe	란 쌔	차선(車線)
lang băm	랑 밤	돌팔이 의사

lang thang	랑 탕	떠돌다
làng	랑	마을
láng giềng	랑 지엥	이웃
lãng mạn	랑 만	낭만적인
lãng phí	랑 피	낭비하다
	lãng phí thì giờ 랑 피 티 저 시간 낭비	
lành lạnh	라잉 라잉	쌀쌀한
lánh	라잉	피하다, 가까이 하지 않다
lãnh đạo	라잉 다오	리더, 이끌다, 지도하다
lãnh thổ	라잉 토	영토
lạnh	라잉	추운
lao động	라오 동	노동하다
lảo đảo	라오 다오	비틀거리다
lão hóa	라오 화	노화하다
lau	라우	닦다
lau khô	라우 코	말리다
láu cá	라우 까	간사하다
lắc	락	뿌리치다
lắc lư	락 르	흔들리다
lặn	란	(해) 지다, (물 속에) 잠수하다
lăng mộ	랑 모	무덤, 능
lắng nghe	랑 응애	귀 기울이다

lắp đặt	랍 닫	설치하다
lắp ráp	랍 잡	조립하다
lặp lại	랍 라이	반복하다
lâm nghiệp	럼 응이엡	임업
lân cận	런 껀	근처의
lần cuối	런 꾸오이	최후
lần đầu	런 더우	최초
lần lượt	런 르얻	선착순, 순서대로

Anh hãy trả lời lần lượt từng
câu hỏi của tôi.
아잉 하이 짜 러이 런 르얻 뜽 꺼우 호이 꾸어 또이
내 질문에 순서대로 대답해 주세요.

lẫn lộn	런 론	혼동하다
lập	럽	세우다
lập phương	럽 프엉	입체
lập trình viên	럽 찡 비엔	프로그래머
lập trường	럽 쯔엉	입장(立場), 관점
lập tức	럽 뜩	곧
lật	럳	뒤집다
lật đổ	럳 도	타도하다
lâu dài	러우 자이	장기(長期)
lâu đời	러우 더이	오래된
lâu năm	러우 남	오래된
lây bệnh	러이 벵	감염되다

Nó bị lây bệnh cảm cúm từ bạn ngồi cạnh.
노 비 러이 벵 깜 꿈 뜨 반 응오이 까잉
그는 옆에 앉은 친구에게 옮아서 독감에 걸렸다.

lấy	러이	내다, 취하다, 갖다
lấy trộm	러이 쯤	**훔치다**
lẽ phải	래 파이	사리(事理)
lén lút	랜 룬	**살그머니**
leo	래오	기어오르다
lê	레	기다, 질질 끌다, 배(과일)
lễ bái	레 바이	**예배드리다**
lễ cưới	레 끄어이	결혼식
lễ hội	레 호이	**축제**
lễ khai mạc	레 카이 막	개회식
lễ nghi	레 응이	**전례(典禮)**
lễ nghĩa	레 응이어	예의
lễ Nô-en	레 노 앤	**크리스마스**
lễ phép	레 팹	예의 바른
lễ phục	레 푹	**예복**
lễ tang	레 땅	장례, 장례식
lễ tân	레 떤	**리셉션(reception)**
lễ vật	레 벋	예물
lệ phí	레 피	**비용, 수수료**
lệch hướng	렉 흐엉	틀어지다

lên	렌	**오르다**
lệnh	렝	**명령**
lều	레우	**텐트**
li biệt	리 비엩	**이별하다**
li dị	리 지	**이혼하다**
li hôn	리 혼	**이혼하다**
	đơn xin li hôn	
	던 씬 리 혼	
	이혼 신청서	
li khai	리 카이	**탈퇴하다**
lí do	리 조	**이유(理由)**
lí lịch	리 릭	**이력**
lí thuyết	리 투옏	**이론**
lí trí	리 찌	**이성(理性)**
lí tưởng	리 뜨엉	**이상(理想)**
lịch	릭	**달력**
lịch âm	릭 엄	**음력**
lịch dương	릭 즈엉	**양력**
lịch lãm	릭 람	**점잖다**
lịch sử	릭 쓰	**역사**
lịch sự	릭 스	**공손한, 우아한**
lịch trình	릭 찡	**일정**
liêm sỉ	리엠 씨	**염치**
liếm	리엠	**핥다**

liên doanh	리엔 조아잉	**합작 경영**
liên đoàn	리엔 도안	**협회**
liên hệ	리엔 헤	**연결하다, 연락하다**
liên hiệp	리엔 히엡	**협회**
liên hoan	리엔 환	**파티하다**
liên hoan phim	리엔 환 핌	**영화제**
liên hợp	리엔 헙	**연합하다**
liên kết	리엔 껟	**연결하다**
liên lạc	리엔 락	**연락하다**

Giữ liên lạc thường xuyên nhé.
즈 리엔 락 트엉 쑤옌 내
자주 연락해 줘.

liên quan	리엔 꽌	**연관(되다)**
liên tục	리엔 뚝	**지속하다**
liên tưởng	리엔 뜨엉	**연상(聯想) 하다**
liều lĩnh	리에우 링	**무모한**
liều lượng	리에우 르엉	**분량**
liều mạng	리에우 망	**필사적인**
linh cảm	링 깜	**영감(靈感)**
linh hồn	링 혼	**영혼**
linh kiện	링 끼엔	**부품**
lính	링	**군인**
lĩnh hội	링 호이	**납득하다**
lĩnh vực	링 븍	**분야**

lít	릳	리터
lo âu	로 어우	염려하다
lo lắng	로 랑	걱정하다
lo nghĩ	로 응이	우려하다
lò nướng	로 느엉	오븐
lò vi sóng	로 비 쏭	전자레인지
lò xo	로 쏘	스프링, 용수철
lò sưởi	로 쓰어이	난로
lọ	로	병(瓶)
lọ keo	로 깨오	접착제
loa	로아	스피커
loa phóng thanh	로아 퐁 타잉	확성기
lóa mắt	로아 맏	눈부시다

Ánh đèn sân khấu làm tôi lóa mắt.
아잉 댄 썬 커우 람 또이 로아 맏
무대 불빛은 나를 눈부시게 만들었다.

loài bò sát	로아이 보 쌷	파충류
loài chim	로아이 찜	조류(鳥類)
loài người	로아이 응어이	인종(人種)
loại	로아이	종류
loại bỏ	로아이 보	제거하다
loại hình	로아이 힝	유형
loại trừ	로아이 쯔	제거하다
loạn thị	로안 티	난시

loãng	로앙	묽은
loạt	로앝	시리즈
lóe sáng	로애 쌍	빛나다
lòng	롱	창자, 마음
lòng bàn tay	롱 반 따이	손바닥
lòng chảo	롱 짜오	프라이팬 바닥
lòng tham	롱 탐	욕망
	lòng tham không đáy 롱 탐 콩 다이 헤아릴 수 없는 욕망	
lóng lánh	롱 라잉	반짝거리다
lỏng	롱	느슨한
lỗ thủng	로 퉁	구멍
lộ liễu	로 리에우	노골적인
lộ trình	로 찡	노선
lộc	록	싹
lô-gíc	로 직	논리적인
lôi	로이	끌어당기다
lôi cuốn	로이 꾸온	유치한
lôi kéo	로이 깨오	말려들다
lối đi	로이 디	통로
lối nói	로이 노이	말버릇
lối thoát hiểm	로이 토앝 히엠	비상구
lỗi	로이	실수

lội	로이	**헤엄치다**
lốm đốm	롬 돔	**반점**
lộn ngược	론 응으억	**뒤집다**
lộn xộn	론 쏜	**난잡한**
lông	롱	**털**
lông mày	롱 마이	**눈썹**
lông mi	롱 미	**속눈썹**
lông thú	롱 투	**모피**
lồng tiếng	롱 띠엥	**더빙하다**
lộng lẫy	롱 러이	**호화로운**
lốp	롭	**타이어**
lơ là	러 라	**게을리하다**
	lơ là nhiệm vụ 러 라 니엠 부 임무를 게을리하다	
lơ lửng	러 릉	**(나무, 공중에) 걸려 있다**
lờ đi	러 디	**간과하다**
lờ mờ	러 머	**흐리다**
lỡ	러	**놓치다**
lời	러이	**말**
lời bài hát	러이 바이 핟	**가사(歌詞)**
lời chào	러이 짜오	**인사말**
lời chúc	러이 쭉	**덕담**
lời hứa	러이 흐어	**약속**

lời khen	러이 캔	칭찬
lời khuyên	러이 쿠옌	고문(顧問)
lời mời	러이 머이	초대
lời nhắn	러이 냔	메모
lời nói	러이 노이	말(言)
lời nói đầu	러이 노이 더우	머리말
lời thoại	러이 토아이	대사(臺詞)
lời tựa	러이 뜨어	서문
lợi	러이	득, 혜택, 이익
lợi ích	러이 익	이익
lợi nhuận	러이 뉴언	이윤

Lợi nhuận của công ty năm nay
cao hơn năm trước.
러이 뉴언 꾸어 꽁 띠 남 나이 까오 헌 남 쯔억
올해 회사의 이윤은 지난해보다 더 높다.

lớn	런	크다
lớn mạnh	런 마잉	강성하다
lớn nhất	런 녇	가장 큰
lợn	런	돼지
lớp	럽	반(班)
lớp học	럽 혹	학급
lớp trưởng	럽 쯔엉	반장 (학급)
lu	루	항아리
lũ lụt	루 룯	홍수

lúa	루어	쌀, 벼
lúa mạch	루어 마익	메밀
lúa mì	루어 미	밀
lụa	루어	천, 실크
luân lí	루언 리	윤리
luân phiên	루언 피엔	번갈아서
luận văn	루언 반	논문
luật	루얻	법
luật lệ	루얻 레	법규
	luật lệ giao thông 루얻 레 자오 통 교통법규	
luật pháp	루얻 팝	법률
luật sư	루얻 쓰	변호사
lúc	룩	때 (시간)
lục địa	룩 디어	대륙
lục lọi	룩 로이	뒤지다 (수색)
lục quân	룩 꾸언	육군
lùi bước	루이 브억	물러나다
lụi tàn	루이 딴	망하다
lúm đồng tiền	룸 동 띠엔	보조개
luộc	루옥	삶다
lụt lội	룬 로이	침수되다
luyện tập	루옌 떱	연습하다

lừ đừ	르 드	나른하다
lừa đảo	르어 다오	속이다

Anh ta là một kẻ lừa đảo chuyên nghiệp.
아잉 따 라 몯 깨 르어 다오 쭈엔 응이엡
그는 전문적인 사기꾼이다.

lửa	르어	불
lửa trại	르어 짜이	모닥불
lựa chọn	르어 쫀	선택하다
lưng	릉	등 (신체)
lược	르억	빗
lười biếng	르어이 비엥	게으르다
lười nhác	르어이 냑	나태한
lưỡi	르어이	혀
lưỡi cày	르어이 까이	보습(保濕)
lưỡi câu	르어이 꺼우	낚싯바늘
lươn	르언	미꾸라지
lương hưu	르엉 히우	퇴직 연금
lương tâm	르엉 떰	양심
lương tháng	르엉 탕	월급
lương thiện	르엉 티엔	선량한
lương thực	르엉 특	식량
lưỡng lự	르엉 르	주저하다

Nó vẫn lưỡng lự việc đi du học.
노 번 르엉 르 비엑 디 주 혹
그는 여전히 유학 가는 것에 주저하고 있다.

lưỡng tính	르엉 띵	양성(兩性)
lượng	르엉	양(量)
lướt	르얻	미끄러지다
lướt sóng	르얻 쏭	서핑하다
lưu giữ	리우 즈	저장하다
lưu hành	리우 하잉	통행하다
lưu huỳnh	리우 후잉	유황
lưu lại	리우 라이	묵다, 머물다
lưu loát	리우 로앋	유창하다
lưu manh	리우 마잉	불량배
lưu thông	리우 통	유통하다
lưu trữ	리우 쯔	저장하다
lưu vong	리우 봉	망명하다
lưu ý	리우 이	유의하다, 주의를 기울이다
lựu đạn	리우 단	수류탄
lý do	리 조	이유, 근거
lý luận	리 루언	논리, 이론
lý thuyết	리 투옏	이론
lý tưởng	리 뜨엉	이상 (소망)

M

ma	마	귀신
ma nữ	마 느	마녀
ma quỷ	마 꾸이	귀신
ma-ra-tông	마 자 똥	마라톤
ma sát	마 쌷	마찰하다
	lực ma sát	
	륵 마 쌷	
	마찰력	
ma thuật	마 투얻	마법, 마술
ma túy	마 뚜이	마약
má	마	뺨, 볼
mã	마	부호, 코드
mã lực	마 륵	마력(馬力)
mã số	마 쏘	코드
mã vạch	마 바익	바코드
mạ vàng	마 방	도금하다
mác	막	라벨
mách lẻo	마익 래오	고자질하다
mạch	마익	맥(脈)
mạch nước	마익 느억	샘
mạch văn	마익 반	문맥

mai táng	마이 땅	매장하다
mài	마이	(칼 등을) 갈다
mài mòn	마이 몬	침식하다
mái chèo	마이 째오	노(櫓)
mái nhà	마이 냐	지붕
mãi	마이	마냥
mãi mãi	마이 마이	영원히

Chúc hai bạn sống hạnh phúc
bên nhau mãi mãi.
쭉 하이 반 쏭 하잉 푹 벤 나우 마이 마이
너희 둘이 서로 영원히 행복하게 살기를 바라.

man rợ	만 저	야만적인
màn	만	모기장
màn hình	만 힝	화면
màn thầu	만 터우	만두
mãn khai	만 카이	만개한
mãn nguyện	만 응우옌	흐뭇한
mãn tính	만 띵	만성(慢性)
mang	망	갖고 있다
mang lại	망 라이	유발하다
mang thai	망 타이	임신하다
mang theo	망 태오	가져오다
màng nhĩ	망 니	고막
mạng	망	네트워크

mạng che	망 째	베일
mạng in-tơ-net	망 인 떠 낼	인터넷
mạng nhện	망 녠	거미집
mạng sống	망 쏭	목숨
manh mối	마잉 모이	단서
mảnh	마잉	토막, 조각
mảnh đất	마잉 덛	땅
mảnh mai	마잉 마이	날씬하다
mãnh liệt	마잉 리엗	맹렬한
	sức sống mãnh liệt 쓱 쏭 마잉 리엗 강인한 생명력	
mãnh thú	마잉 투	맹수
mạnh	마잉	건강한, 강력한
mạnh mẽ	마잉 매	강력한
ma-nơ-canh	마 너 까잉	마네킹
mào	마오	(닭) 볏
mạo hiểm	마오 히엠	모험하다
	đầu tư mạo hiểm 더우 뜨 마오 히엠 벤처	
mát	맏	시원한
mát lạnh	맏 라잉	서늘하다
mát xa	맏 싸	마사지하다
mau lẹ	마우 레	빠른

màu	마우	색, 색깔, 색상
màu be	마우 배	베이지색
màu đen	마우 댄	검정
màu đỏ	마우 도	빨강, 빨간색
màu hồng	마우 홍	핑크, 핑크색
màu mỡ	마우 머	비옥한
màu nâu	마우 너우	갈색
màu nước	마우 느억	그림물감
màu sắc	마우 싹	색, 색깔, 색상
màu tím	마우 띰	보라색
màu trắng	마우 짱	흰색
màu vàng	마우 방	노랑, 노란색
màu xám	마우 쌈	회색
màu xanh dương	마우 싸잉 즈엉	파란색
màu xanh lá	마우 싸잉 라	초록색
máu	마우	피
máu lạnh	마우 라잉	냉혹하다
may	마이	봉제하다
may mắn	마이 만	행운
	Chúc bạn may mắn lần sau. 쭉 반 마이 만 런 싸우 다음에는 행운이 있길 바라.	
máy ảnh	마이 아잉	카메라
máy bay	마이 바이	비행기

máy bơm	마이 범	펌프
máy cấp than	마이 껍 탄	스토커(소각)
máy chủ	마이 쭈	서버 (인터넷)
máy giặt	마이 잗	세탁기
máy hút bụi	마이 훋 부이	청소기
máy in	마이 인	프린터
máy lạnh	마이 라잉	냉방
máy móc	마이 목	기계
máy tính	마이 띵	컴퓨터
máy xay	마이 싸이	믹서
mắc áo	막 아오	옷걸이
mắc bẫy	막 버이	덫에 걸리다
mắc bệnh	막 벵	병에 걸리다
mắc lỗi	막 로이	실수하다
mặc	막	(옷 등을) 입다
mặc cả	막 까	흥정하다
mặc cho	막 쪼	입히다
mặc kệ	막 께	내버려두다
mặc quần áo	막 꾸언 아오	옷을 입다
mặc thử	막 트	입어 보다
	Tôi mặc thử cái này được không?	
	또이 막 트 까이 나이 드억 콩	
	제가 이것을 입어 봐도 될까요?	
mặc ý	막 이	뜻대로, 마음대로

A
B
C
D
E
G
H
I
K
L
M
N

mặn	만	짜다 (맛)
măng cụt	망 꾿	망고스틴
măng tây	망 떠이	아스파라거스
mắng mỏ	망 모	꾸짖다
mắt	맏	눈(眼)
mắt cá chân	맏 까 쩐	발목
mắt hai mí	맏 하이 미	쌍꺼풀 있는 눈
mắt một mì	맏 몯 미	쌍꺼풀 없는 눈
mắt thường	맏 트엉	일반 눈
mặt	맏	얼굴
mặt bằng	맏 방	평면
mặt hàng	맏 항	품목
mặt khác	맏 칵	한편, 한편으로
mặt nạ	맏 나	가면, 마스크
mặt nước	맏 느억	수면(水面)
mặt phẳng	맏 팡	수평
mặt trăng	맏 짱	달
mặt trái	맏 짜이	뒷면
mặt trời	맏 쩌이	태양
mâm	멈	쟁반
mầm	멈	새싹, 싹
mận	먼	자두
mập	멉	뚱뚱하다

mập mờ	멉 머	애매하다
	ánh sáng mập mờ 아잉 쌍 멉 머 애매한 불빛	
mất	먿	잃다
mất điện	먿 디엔	정전되다
mất mạng	먿 망	죽다
mất mát	먿 맏	손해 보다
mất mùa	먿 무어	흉년이 들다
mất ngủ	먿 응우	잠이 안 오다
mất phí	먿 피	유료의
mất sạch	먿 싸익	소멸되다
mật báo	먿 바오	밀고하다
mật độ	먿 도	밀도
mật khẩu	먿 커우	비밀번호
mật mã	먿 마	암호
mật ong	먿 옹	꿀
mật thiết	먿 티엘	밀접한
mâu thuẫn	머우 투언	모순된
	Mâu thuẫn giữa họ ngày càng trầm trọng và không thể nào giải quyết. 머우 투언 즈어 호 응아이 깡 쩜 쫑 바 콩 테 나오 자이 꾸옌 그들 사이에 모순은 날이 갈수록 심각해지고 해결할 수 없다.	
mẩu	머우	슬라이스(slice)
mẫu	머우	샘플, 모델

mẫu giáo	머우 자오	**유치원**
mẫu hệ	머우 헤	**모계, 모계제도**(母系制度)
mẫu mã	머우 마	**모형**
mẫu thân	머우 턴	**모친**
mẫu vật	머우 벋	**(동물) 표본**
mậu dịch	머우 직	**무역**
mây	머이	**구름**
mấy	머이	**몇**
mẹ	매	**어머니**
mẹ chồng	매 쫑	**시어머니**
mẹ kế	매 께	**계모**
men	맨	**효모**
mèo	매오	**고양이**
méo	매오	**찌그러진**
	Tại sao chị lại bóp méo sự thật như vậy? 따이 싸오 찌 라이 봅 매오 쓰 턷 니으 버이 왜 당신은 이처럼 사실을 왜곡했나요?	
mép	맵	**가장자리**
mét	맫	**미터**
mét vuông	맫 부옹	**제곱미터**
mê cung	메 꿍	**미궁**
mê hoặc	메 확	**매혹하다**
mê li	메 리	**황홀한**

mê tín	메 띤	맹신하다
mềm dẻo	멤 재오	유연한
mềm mại	멤 마이	부드러운
mênh mông	멩 몽	막대한
mệnh đề	멩 데	문장의 절(節)
mệnh lệnh	멩 렝	명령
mệt	멛	힘들다
mệt mỏi	멛 모이	힘들다
mi-cờ-rô	미 꺼 로	마이크
mi-li-mét	미 리 맫	밀리미터
mì ăn liền	미 안 리엔	라면
mì cốc	미 꼭	컵라면
mì Ý	미 이	스파게티
mí mắt	미 맏	눈꺼풀
mĩ nam	미 남	미남
mĩ nhân	미 년	미인
mĩ nữ	미 느	미녀
mĩ thuật	미 투얻	미술
mĩ phẩm	미 펌	화장품
mía	미어	사탕수수
miền	미엔	지역
miền bắc	미엔 박	북부
miền nam	미엔 남	남부

miền tây	미엔 떠이	**서부**
miền trung	미엔 쭝	**중부**
miến	미엔	**면, 국수**
miễn cưỡng	미엔 끄엉	**마지 못해, 억지로**

nhận lời một cách miễn cưỡng
년 러이 몯 까익 미엔 끄엉
마지못해 하는 말을 받아들이다

miễn phí	미엔 피	**무료**
miễn trừ	미엔 쯔	**면제하다**
miếng	미엥	**슬라이스**
miệng	미엥	**입**
miêu tả	미에우 따	**묘사하다**
miếu	미에우	**묘(墓)**
mỉm cười	밈 끄어이	**미소를 짓다**
mìn	민	**지뢰**
minh mẫn	밍 먼	**명료한**

Ông ngoại tôi đã 80 tuổi rồi
nhưng vẫn còn rất minh mẫn.
옹 응오아이 또이 다 땀 므어이 뚜오이 조이 니응 번 꼰 젇 밍 먼
나의 외할아버지는 80세이지만 여전히 매우
정신이 또렷하다.

mình	밍	**나, 몸(신체)**
mít-tinh	믿 띵	**모임, 미팅**
mò mẫm	모 멈	**더듬다**
mỏ	모	**부리, 주둥이**
mọc lên	목 렌	**싹이 트다**

mỏi	모이	피곤한
mọi	모이	모두
mọi người	모이 응어이	누구나, 모든 사람
mòn	몬	닳다
món ăn kèm	몬 안 껨	반찬
món nợ	몬 너	부채(負債), 빚
món quà	몬 꾸아	선물
mong đợi	몽 더이	희망하다
mong muốn	몽 무온	기대하다
móng chân	몽 쩐	발톱
móng tay	몽 따이	손톱
mỏng	몽	얇다
mỏng manh	몽 마잉	극히 얇은
mô đất	모 덛	땅
mô hình	모 힝	모형
mô-ni-tơ	모 니 떠	모니터
mô phạm	모 팜	모범
mô phỏng	모 퐁	모방하다
mô tả	모 따	묘사하다
mô-tơ	모 떠	모터
mồ côi	모 꼬이	고아

trại trẻ mồ côi
짜이 째 모 꼬이
고아원

mồ hôi	모 호이	땀
mổ xẻ	모 쌔	해부하다
mộ	모	묘(墓)
mốc	목	곰팡이
mộc mạc	목 막	검소한
mộc nhĩ	목 니	목이버섯
môi	모이	입술
môi giới	모이 저이	중개하다, 조정하다, 중재하다
môi trường	모이 쯔엉	환경
mồi	모이	미끼
mối quan hệ	모이 꽌 헤	(사람 사이의) 관계
mối tình đầu	모이 띵 더우	첫사랑
mỗi	모이	각각의
mỗi lần	모이 런	매번, 언제나
mỗi ngày	모이 응아이	매일
mỗi người	모이 응어이	각자
mỗi tháng	모이 탕	매달, 매월
môn học	몬 혹	과목
môn thể thao	몬 테 타오	운동 종목
môn toán	몬 또안	수학 (과목)
mông	몽	엉덩이
Mông Cổ	몽 꼬	몽골

một	몯	하나
một chút	몯 쭏	조금

Chờ tớ một chút.
쩌 떠 몯 쭏
저를 잠시만 기다려 주세요.

một mình	몯 밍	혼자
một nửa	몯 느어	반(半)
mơ	머	(꿈) 꾸다
mơ hồ	머 호	모호한
mờ	머	흐린
mở	머	열다(開)
mở đầu	머 더우	서론, 시작(하다)
mở máy	머 마이	작동하다
mở mắt	머 맏	눈을 뜨다
mở ra	머 자	펴다, 펼치다
mở rộng	머 종	넓히다
mở tài khoản	머 따이 관	계좌를 열다
mở tiệc	머 띠엑	연회를 열다
mỡ	머	기름, 지방
mời	머이	초대하다, (음식) 권하다
mới	머이	새로운, 이제 막
mới mẻ	머이 매	색다른
mu bàn tay	무 반 따이	손등
mù tạc	무 딱	머스터드

mũ	무	**모자**
mũ bảo hiểm	무 바오 히엠	**헬멧**

Mọi người khi tham gia giao thông đều bắt buộc phải đội mũ bảo hiểm.

모이 응어이 키 탐 자 사오 통 데우 밧 부옥 파이 도이 무 바오 히엠

모든 사람들은 교통에 참여할 때 헬멧을 꼭 써야 한다.

mua	무어	**구매하다**
mua bán	무어 반	**매매하다**
mua sắm	무어 쌈	**쇼핑하다**
mùa	무어	**계절**
mùa đông	무어 동	**겨울**
mùa hè	무어 해	**여름**
mùa khô	무어 코	**건기(乾期)**
mùa mưa	무어 므어	**장마, 우기**
mùa thu	무어 투	**가을**
mùa thu hoạch	무어 투 화익	**수확기**
mùa xuân	무어 쑤언	**봄**
múa	무어	**(전통적인) 춤추다**
múa rối	무어 조이	**인형극**
múa rối nước	무어 조이 느억	**수상 인형극**
múc	묵	**푸다, 담아 올리다**
mục	묵	**항목**
mục đích	묵 딕	**목적**

mục lục	묵 룩	목록
mục sư	묵 쓰	목사
mục tiêu	묵 띠에우	목표
	đã đạt được mục tiêu 다 닫 드억 묵 띠에우 목표를 달성했다	
mùi	무이	냄새
mùi hương	무이 흐엉	향기
mùi tây	무이 떠이	파슬리
mùi vị	무이 비	맛
mũi	무이	코
mũi tên	무이 뗀	화살표, 활
mụn trứng cá	문 쯩 까	여드름
muôi canh	무오이 까잉	국자
muối	무오이	소금
muỗi	무오이	모기
muốn	무온	원하다
muộn	무온	늦다
mút	묻	핥다
mưa	므어	비
mưa đá	므어 다	우박
mưa phùn	므어 푼	가랑비
mưa rào	므어 자오	소나기
mưa tuyết	므어 뚜옡	진눈깨비

mức	믁	**등급**
mức độ	믁 도	**정도, 한도**
mực nước	믁 느억	**수위(水位), 물 높이**
mưng mủ	응 무	**곪다**
mượn	므언	**빌리다**

Cho tớ mượn xe máy một chút được không?
쪼 떠 므엉 쌔 마이 몯 쭏 드억 콩
나에게 오토바이 잠시만 빌려줄 수 있어?

mứt	믇	**잼**
mưu kế	미우 께	**계략**
mưu mô	미우 모	**음모**

N

na ná	나 나	유사한
nách	나익	겨드랑이
nai	나이	사슴
nài nỉ	나이 니	애원하다
nam châm	남 쩜	자석
nam cực	남 끅	남극
nam nữ	남 느	남녀
nản lòng	난 롱	낙심한
nạn đói	난 도이	기아(飢餓)
nạn nhân	난 년	희생자
nào	나오	어느, 어떤
náo nhiệt	나오 니엗	활기에 찬

Khu phố này rất náo nhiệt về đêm.
쿠 포 나이 젇 나오 니엗 베 뎀
이 동네는 밤에 매우 활기차다.

não	나오	뇌
nạo thai	나오 타이	낙태하다
nạp điện	납 디엔	충전하다
nạp súng	납 쑹	총을 장전하다
nảy lên	나이 렌	(공 등이) 튀어오르다
nảy lộc	나이 록	싹트다

nảy mầm	나이 멈	싹이 트다, 발아하다
nảy sinh	나이 씽	파생되다
nặc danh	낙 자잉	익명의
năm	남	연(年)
năm học	남 혹	학년
năm kia	남 끼어	재작년
năm mới	남 머이	새해
năm ngoái	남 응와이	작년
năm sau	남 싸우	내년
năm tháng	남 탕	세월
nằm	남	눕다
nằm sấp	남 썹	엎드리다
nằm viện	남 비엔	입원하다

Chị ấy mới sinh em bé nên phải nằm viện thêm vài ngày nữa.
찌 어이 머이 씽 앰 배 넨 파이 남 비엔 템 바이 응아이 느어
그녀는 얼마 전에 출산해서 며칠 더 입원해야만 한다.

nắm	남	잡다, 쥐다
nắm giữ	남 즈	차지하다
nắm tay	남 따이	주먹
năn nỉ	난 니	간청하다
năng động	낭 동	활발한, 능동적인
năng khiếu	낭 키에우	재능
năng lực	낭 륵	능력

năng lượng	낭 르엉	에너지
năng suất	낭 쑤얼	**능률**
nặng	낭	무겁다
nặng nề	낭 네	**심하다**
nắp	납	**뚜껑**
nấc	넉	딸꾹질하다
nấm	넘	**버섯**
nâng cấp	넝 껍	**승격시키다**

nâng cấp phần mềm máy tính
넝 껍 펀 멤 마이 띵
컴퓨터 소프트웨어 업그레이드

nâng đỡ	넝 더	**부축하다**
nâng lên	넝 렌	**올리다, 상승시키다**
nấu ăn	너우 안	**조리하다**
nấu nướng	너우 느엉	**요리하다**
né tránh	내 짜잉	**회피하다**
ném	냄	**내버리다, 던지다**
ném bom	냄 봄	**폭격하다**
nét bút	낻 붇	**필적(筆跡)**
nét mặt	낻 맏	**표정**
nếm	넴	**맛보다**
nền công nghiệp	넨 꽁 응이엡	**공업**
nền kinh tế	넨 낑 떼	**경제**
nền móng	넨 몽	**토대**

nền tảng	넨 떵	**기반**
nếp nhăn	넵 냔	**주름**
nếu	네우	**만약**
Nga	응아	**러시아**
ngà voi	응아 보이	**상아**
ngã	응아	**넘어지다**
ngã ba	응아 바	**삼거리**
ngã tư	응아 뜨	**사거리**
ngạc nhiên	응악 니엔	**놀라다**
Tôi vô cùng ngạc nhiên khi cô ấy hát rất hay. 또이 보 꿍 응악 니엔 키 꼬 어이 핱 젇 하이 그녀가 노래를 매우 잘할 때 나는 매우 놀랐다.		
ngang bằng	응앙 방	**동등하다**
ngành	응아잉	**분야**
ngành nghề	응아잉 응에	**직업**
ngạo mạn	응아오 만	**거만한**
ngạt mũi	응앋 무이	**코가 막히다**
ngạt thở	응앋 터	**질식하다**
ngay	응아이	**즉시**
ngay lập tức	응아이 럽 뜩	**당장**
ngay thẳng	응아이 탕	**바르다, 솔직하다, 정직하다**
ngày	응아이	**날, 요일**
ngày giờ	응아이 저	**일시(日時)**

ngày kia	응아이 끼어	모레
ngày lễ	응아이 레	휴일
ngày mai	응아이 마이	내일
ngày Quốc khánh	응아이 꾸옥 카잉	국경일
ngày sinh	응아이 씽	생일
ngày tháng	응아이 탕	날짜
ngày thường	응아이 트엉	평소, 평일
ngáy	응아이	코를 골다
ngăm ngăm	응암 응암	거무스름하다
ngắm	응암	주시하다, 감상하다
ngăn cản	응안 깐	말리다(만류)

Mối quan hệ của họ bị gia đình
ngăn cản.
모이 꽌 헤 꾸어 호 비 자 딩 응안 깐
그들의 관계는 가족들이 말렸다.

ngăn chặn	응안 짠	막다, 차단하다
ngăn kéo	응안 깨오	서랍
ngăn nắp	응안 납	깔끔한
ngăn ngừa	응안 응으어	방지하다
ngắn	응안	짧다
ngắn gọn	응안 곤	간결한
ngắn hạn	응안 한	단기(短期)
ngắn ngủi	응안 응으이	덧없다
ngắt	응앝	중단하다

ngâm	응엄	담그다
ngấm	응엄	스며들다
ngấm vào	응엄 바오	침투하다
ngậm	응엄	입을 다물다
ngân hàng	응언 항	은행(銀行)
ngân phiếu	응언 피에우	수표
ngân sách	응언 싸익	예산
ngập	응업	넘치다
ngập lụt	응업 룯	범람하다
ngập nước	응업 느억	침수되다
ngất	응얼	기절하다, 쓰러지다
ngất ngây	응얼 응어이	황홀한
ngẫu nhiên	응어우 니엔	우연히

Số trúng thưởng được lựa chọn một cách ngẫu nhiên.
쏘 쭝 트엉 드억 르어 쫀 몯 까익 응어우 니엔
당첨 번호는 우연히 뽑혔다.

ngây thơ	응어이 터	순진한
ngậy	응어이	느끼하다
nghe	응애	듣다
nghé	응애	새끼물소
nghèo khó	응에오 코	빈곤한
nghèo nàn	응에오 난	빈약한
nghề nghiệp	응에 응이엡	직업

nghệ sĩ	응에 씨	예술가
nghệ thuật	응에 투얻	예술
nghêu	응에우	조개
nghi lễ	응이 레	차례 (행사)
nghi ngờ	응이 응어	의심하다
nghi thức	응이 특	의식, 예식
nghi vấn	응이 번	의문
nghỉ	응이	쉬다
nghỉ học	응이 혹	자퇴하다, 결석하다
nghỉ hưu	응이 히우	퇴직하다
nghỉ làm	응이 람	결근하다
nghỉ ngơi	응이 응어이	휴식하다
nghỉ phép	응이 팹	휴가를 보내다
nghỉ việc	응이 비엑	일을 그만두다
nghĩ	응이	생각하다
nghị án	응이 안	판결안
nghị lực	응이 특	힘, 정신력
nghị viện	응이 비엔	의회
nghĩa	응이아	뜻, 의미
nghĩa vụ	응이아 부	의무
	thực hiện nghĩa vụ công dân 특 히엔 응이어 부 꽁 전 국민의 의무 실행	
nghịch	응익	역(逆)

nghịch cảnh	응익 까잉	역경
nghiêm cấm	응이엠 껌	엄금하다
nghiêm khắc	응이엠 칵	엄격한
nghiêm trọng	응이엠 쫑	엄중한
nghiêm túc	응이엠 뚝	엄숙한
nghiên cứu	응이엔 끄우	연구하다
nghiền	응이엔	갈다
nghiền nát	응이엔 낟	분쇄하다
nghiện	응이엔	중독되다
nghiêng	응이엥	경사진, 기울다
nghiệp dư	응이엡 즈	아마추어
nghiệp vụ	응이엡 부	업무
nghìn	응인	천 (숫자)
ngò tây	응오 떠이	파슬리
ngõ	응오	골목
ngoài mặt	응와이 맏	외관
ngoài nước	응와이 느억	외국의
ngoài ra	응와이 자	그밖에, 이외
ngoài trời	응와이 쩌이	실외
	sân khấu ngoài trời 썬 커우 응와이 쩌이 야외 무대	
ngoại động từ	응와이 동 뜨	타동사
ngoại giao	응와이 자오	외교

ngoại lệ	응와이 레	예외
ngoại ngữ	응와이 응으	외국어
ngoại ô	응와이 오	변두리
ngoại quốc	응와이 꾸옥	해외
ngoại tệ	응와이 떼	외화(外弊)
ngoại thành	응와이 타잉	교외
ngoại thương	응와이 트엉	대외무역
ngoại trừ	응와이 쯔	제외하다
ngoại xâm	응와이 썸	외침 (침략)
ngoan cố	응오안 꼬	고집하다
ngọc	응옥	옥(玉)
ngọc bích	응옥 빅	사파이어
ngọc trai	응옥 짜이	진주
ngòi bút	응오이 붇	펜의 심
ngòi nổ	응오이 노	도화선
ngói	응오이	기와
ngon	응온	맛있다
ngón chân	응온 쩐	발가락
ngón giữa	응온 즈어	가운뎃손가락, 가운뎃발가락
ngón tay	응온 따이	손가락
ngọn	응온	정상 (꼭대기)
ngọt	응옫	달다 (맛)

ngọt ngào	응옫 응아오	감미로운
ngô	응오	옥수수
ngộ nhận	응오 년	오인(誤認)하다
ngốc	응옥	어리석은
ngôi sao	응오이 싸오	별
ngôi chùa	응오이 쭈어	사원(절)
ngôi vua	응오이 부어	왕위
ngồi	응오이	앉다
ngôn ngữ	응온 응으	언어
ngôn ngữ học	응온 응으 혹	언어학
ngỗng	응옹	거위
ngột ngạt	응옫 응앋	답답하다
	căn phòng ngột ngạt 깐 퐁 응옫 응앋 답답한 방	
ngơ	응어	무시하다
ngủ	응우	자다
ngủ muộn	응우 무온	늦잠 자다
ngủ ngon	응우 응온	푹 자다
ngủ trưa	응우 쯔어	낮잠을 자다
ngũ cốc	응우 꼭	곡물, 오곡(五穀)
nguội	응우오이	식다
nguồn gốc	응우온 곡	근원
nguồn nước	응우온 느억	원천

nguy cơ	응우이 꺼	위기
nguy hiểm	응우이 히엠	위험한
nguy kịch	응우이 끽	위독한
nguy nga	응우이 응아	화려한
ngụy tạo	응우이 따오	위조하다
ngụy trang	응우이 짱	위장하다
nguyên âm	응우옌 엄	모음
nguyên do	응우옌 조	탓, 이유
nguyên đán	응우옌 단	설, 새해
nguyên đơn	응우옌 던	원고(原告)
nguyên khí	응우옌 키	원기(元氣), 건강, 정기
nguyên lí	응우옌 리	원리
nguyên liệu	응우옌 리에우	원료
nguyên nhân	응우옌 년	원인
	nguyên nhân gây bệnh 응우옌 년 거이 벵 병 발생 원인	
nguyên tác	응우옌 딱	원작(original)
nguyên tắc	응우옌 딱	원칙
nguyên thủ (quốc gia)	응우옌 투 (꾸옥 자)	국가원수
nguyên thủy	응우옌 투이	원시(原始)
nguyên trạng	응우옌 짱	정체(正體)
nguyên tử	응우옌 뜨	원자

nguyện vọng	응우옌 봉	소원
ngư dân	응으 전	어부
ngư nghiệp	응으 응이엡	어업
ngữ âm	응으 엄	음성
ngữ khí	응으 키	말투
ngữ pháp	응으 팝	문법
ngứa	응어	가렵다
ngực	응윽	가슴
ngửi	응으이	냄새 맡다
ngừng	응으응	정지하다
ngược	응으억	역(逆)
ngược dòng	응으억 종	역류
ngược đãi	응으억 다이	학대하다
ngược lại	응으억 라이	반대의

Đường ra Hồ Gươm là chiều ngược lại.
드엉 자 호 그엄 라 찌에우 응으억 라이
Hồ Gươm에 가는 길은 반대 방향이다.

người	응어이	사람
người bệnh	응어이 벵	환자
người chứng kiến	응어이 쯩 끼엔	목격자
người da đen	응어이 자 댄	흑인
người da trắng	응어이 자 짱	백인
người da vàng	응어이 자 방	황인(黃人)

người dân	응어이 전	민간인
người dùng	응어이 중	사용자
người đi bộ	응어이 디 보	보행자
người đưa thư	응어이 드어 트	우체부
người hâm mộ	응어이 험 모	팬(fan)
người lái xe	응어이 라이 쌔	운전자
người lao động	응어이 라오 동	노동자
người mẫu	응어이 머우	모델 (사람)
người sành điệu	응어이 싸잉 디에우	멋쟁이
người tiêu dùng	응어이 띠에우 중	소비자
người yêu	응어이 이에우	애인
ngưỡng mộ	응으엉 모	감탄하다

Chúng tôi nhìn cô ấy với ánh
mắt vô cùng ngưỡng mộ.
쭝 또이 닌 꼬 어이 버이 아잉 맏 보 꿍 응으엉 모
우리는 매우 감탄스러운 눈빛으로 그녀를 본다.

ngượng	응으엉	수줍어하는
nhà	냐	집
nhà ảo thuật	냐 아오 투얻	마술사
nhà báo	냐 바오	기자
nhà bếp	냐 벱	주방
nhà chính trị	냐 찡 찌	정치인
nhà chuyên môn	냐 쭈옌 몬	전문가
nhà cửa	냐 끄어	집

nhà du hành vũ trụ	냐 주 하잉 부 쭈	우주 비행사
nhà đầu tư	냐 더우 뜨	투자가
nhà để xe	냐 데 쌔	차고
nhà ga	냐 가	철도역
nhà gái	냐 가이	신부 측 가족
nhà giáo	냐 자오	교사
nhà hàng	냐 항	음식점
nhà hát	냐 핟	극장 (연극)
nhà khoa học	냐 콰 혹	과학자
nhà kinh doanh	냐 낑 조아잉	경영가
nhà kinh tế học	냐 낑 떼 혹	경제학자
nhà máy	냐 마이	공장
nhà ngoại giao	냐 응와이 자오	외교관
nhà nước	냐 느억	정부, 국가
nhà ở	냐 어	주택
nhà quê	냐 꾸에	촌스러운
nhà sản xuất	냐 싼 쑤얻	프로듀서, PD
nhà sử học	냐 쓰 혹	사학자
nhà thơ	냐 터	시인(詩人)
nhà thờ	냐 터	교회
nhà toán học	냐 또안 혹	수학자
nhà trai	냐 자이	신랑 측 가족
nhà trẻ	냐 째	유치원

nhà trọ	냐 쪼	여관
nhà tù	냐 뚜	감옥
nhà văn	냐 반	작가
nhà vệ sinh	냐 베 씽	화장실
nhà vua	냐 부어	왕
nhà xuất bản	냐 쑤얻 반	출판사
nhã nhặn	냐 냔	우아한
nhạc	냑	음악
nhạc cổ điển	냑 꼬 디엔	클래식 음악
nhạc cụ	냑 꾸	악기
nhạc sĩ	냑 씨	음악가
nhạc viện	냑 비엔	음악학교
nhai	나이	씹다
nhàm chán	남 짠	따분하다

Bộ phim này vô cùng nhàm chán.
보 핌 나이 보 꿍 남 짠
이 영화는 매우 따분하다.

nhàn	냔	한가한
nhãn	냔	라벨
nhãn hiệu	냔 히에우	브랜드, 표지
nhãn mác	냔 막	간판, 가격 택
nhanh	나잉	빠르다
nhanh chóng	나잉 쫑	급격한
nhanh nhẹn	나잉 냰	재빠르다

nhánh cây	냐잉 꺼이	가지 (나무)
nhát gan	냗 간	겁 많은
nhạt	냗	희미한, 싱거운 (맛)
nháy mắt	냐이 맏	윙크하다
nhảy lên	냐이 렌	도약하다
nhảy múa	냐이 무어	춤추다
nhảy vào	냐이 바오	뛰어들다
nhảy vọt	냐이 볻	뛰다
nhảy xa	냐이 싸	멀리뛰기
nhạy bén	냐이 밴	눈치채다
nhạy cảm	냐이 깜	예민한
nhắc đến	냑 덴	상기하다
nhắc lại	냑 라이	반복하다
nhằm	냠	위해서
nhắm	냠	(눈을) 감다
nhắm mắt	냠 맏	눈 감다
nhầm lẫn	념 런	헷갈리다
nhắn (tin)	냔 (띤)	메시지를 보내다
nhẫn túi	냔 뚜이	무일푼(이다)
	Vì chơi cờ bạc nên giờ anh ấy đã nhẫn túi.	
	비 쩌이 꺼 박 넨 저 아잉 어이 다 냔 뚜이	
	도박을 했기 때문에 현재 그는 무일푼이다.	
nhặt	냗	줍다

nhầm	념	틀린, 실수하다, 잘못 알다
nhậm chức	념 쯕	취임하다
nhân	년	곱하다
nhân cách	년 까익	인격
nhân chủng	년 쭝	인종
nhân chứng	년 쯩	증인
nhân dân	년 전	국민
nhân dịp	년 집	기회를 잡다
nhân gian	년 잔	인간
nhân khẩu	년 커우	인구
nhân loại	년 로아이	인류
nhân quyền	년 꾸옌	인권
nhân sự	년 쓰	인사(人事)
nhân tài	년 따이	인재(人才)
nhân tướng	년 뜨엉	인상(人相)
nhân vật	년 벋	인물(人物)
nhân viên	년 비엔	직원
nhấn mạnh	년 마잉	강조하다

Bài phát biểu đã nhấn mạnh tầm quan trọng của việc bảo vệ môi trường.
바이 팓 비예우 다 년 마잉 떰 꽌 쫑 꾸어 비엑 바오 베 모이 쯔엉
발표는 환경보호의 중요성을 강조했다.

nhẫn	년	반지

nhẫn nại	년 나이	인내하다
nhẫn tâm	년 떰	가차 없는
nhận	년	받다
nhận ra	년 자	깨닫다
nhận thức	년 특	인식하다
nhận xét	년 쌘	평가하다
nhấp nháy	녑 나이	반짝거리다
nhập cảnh	녑 까잉	입국하다
nhập cư	녑 끄	이민 가다
nhập học	녑 혹	입학하다
nhập khẩu	녑 커우	수입하다
nhập ngũ	녑 응우	입대하다
nhất	년	제일, 가장
nhất định	년 딩	꼭, 반드시
nhất loạt	년 로안	일제히
nhất quán	년 꽌	일관된
nhất thiết	년 티엩	반드시
nhất thời	년 터이	임시의
nhất trí	년 찌	일치하다
	Mọi người đều nhất trí bầu ông ấy làm chủ tịch. 모이 응어이 데우 년 찌 버우 옹 어이 람 쭈 떡 모든 사람은 그를 주석으로 선출하는 것을 합의했다.	
Nhật Bản	년 반	일본

nhật kí	녇 끼	일기(日記)
nhật thực	녇 특	일식(日蝕) (천문)
nhẹ	내	가벼운
nhẹ nhàng	내 냥	부드러운
nhẹ nhõm	내 뇸	홀가분하다
nhép môi	냅 모이	립싱크
nhi đồng	니 동	아동, 어린아이
nhiễm bệnh	니엠 벵	감염되다
nhiệm vụ	니엠 부	임무
nhiên liệu	니엔 리에우	연료
nhiếp ảnh gia	니엡 아잉 자	사진가
nhiệt	니엗	열(熱)
nhiệt độ	니엗 도	기온, 온도
nhiệt đới	니엗 더이	열대
nhiệt kế	니엗 께	온도계
nhiệt liệt	니엗 리엗	열렬한
nhiệt lượng	니엗 르엉	열량
nhiệt tình	니엗 띵	열기
nhiều	니에우	많은
nhìn	닌	보다, 쳐다보다
nhịn	닌	참다, 억제하다, 삼가다
	nhịn ăn 닌 안 먹는 것을 참다	

nhịp độ	닙 도	템포, 박자, 리듬
nho	뇨	포도
Nho giáo	뇨 자오	유교
nho khô	뇨 코	건포도
nho sĩ	뇨 씨	유학자(儒學者)
nhỏ	뇨	작은
nhỏ nhặt	뇨 냗	사소한
nhóm	뇸	그룹
nhóm máu	뇸 마우	혈액형
nhọn	뇬	뾰족한
nhọt	뇯	종기
nhô ra	뇨 자	내밀다, 돌출하다
nhổ ra	뇨 자	뽑다
nhôm	뇸	알루미늄
nhờ cậy	녀 꺼이	의뢰하다
nhớ	녀	그리워하다
nhớ nhung	녀 니응	그리워하다
nhớ quê	녀 꾸에	고향을 그리워하다
nhỡ	녀	놓치다, 잃어버리다
nhợt nhạt	녇 냗	창백하다
nhu cầu	뉴 꺼우	수요, 요구
nhu yếu phẩm	뉴 이에우 펌	필수품
nhuệ khí	니우에 키	사기(士氣)

nhuộm	뉴옴	물들이다, 염색하다
như thể	니으 테	같은

Đã 8 giờ tối nhưng trời vẫn sáng
như thể ban ngày.
다 땀 저 또이 니응 쩌이 번 쌍 니으 테 반 응아이
저녁 8시가 되었지만 하늘은 여전히 낮처럼 밝다.

như vậy	니으 버이	그처럼
nhựa đường	니어 드엉	아스팔트
nhựa thông	니어 통	송진
nhức đầu	니윽 더우	두통
nhưng	니응	그러나
nhược điểm	니으억 디엠	흠, 단점
nhượng bộ	니으엉 보	양보하다
ni-cô-tin	니 꼬 띤	니코틴
ni-lon	니 론	나일론
ni-lông	니 롱	비닐
niềm vui	니엠 부이	기쁨
ninh	닝	오래 끓이다
níu giữ	니우 즈	붙잡다
no	노	배부르다
nóc	녹	꼭대기, 정상, 지붕
noi gương	노이 그엉	본받다
nói	노이	말하다
nói chung	노이 쭝	일반적으로

Công việc nói chung có tiến triển.
꽁 비엑 노이 쭝 꼬 띠엔 찌엔
업무는 일반적으로 진전이 있다.

nói dối	노이 조이	거짓말하다
nói đùa	노이 두어	농담하다
nói thẳng	노이 탕	솔직하게 말하다, 직언하다
nói thật	노이 턷	솔직하게 말하다
nói xấu	노이 써우	험담하다
non tay	논 따이	미숙하다
nóng	농	더운
nóng nảy	농 나이	다혈질
nóng nực	농 늑	무더운
nóng tính	농 띵	성급하다
nóng vội	농 보이	성급하다
nô bộc	노 복	하인
nô lệ	노 레	노예
nỗ lực	노 륵	노력하다
nồi cơm điện	노이 껌 디엔	전기밥솥
nối	노이	묶다, 매다, 결합하다, 잇다
nổi	노이	(기름이) 뜨다, 표류하다, (물 위에) 떠다니다
nối liền	노이 리엔	연결하다
nổi bật	노이 벋	눈에 띄다
nổi tiếng	노이 띠엥	저명한

nỗi buồn	노이 부온	슬픔
nỗi đau	노이 다우	아픔
nỗi lo	노이 로	걱정
nội các	노이 깍	내각
nội chính	노이 찡	내정(内政)
nội dung	노이 중	내용
nội địa	노이 디어	국내
	hàng nội địa 항 노이 디어 국내 상품	
nội phản	노이 판	배반자
nội tạng	노이 땅	내장(内藏)
nội tâm	노이 떰	내심, 마음 속의 감정
nội thành	노이 타잉	시내 (도시)
nội thất	노이 텉	실내, 가구
nội trợ	노이 쩌	내조하다, 주부
nôn	논	토하다
nông	농	얕다
nông dân	농 전	농민
nông nghiệp	농 응이엡	농업
nông sản	농 싼	농산물
nông thôn	농 톤	농촌
nông trại	농 짜이	농장
nồng độ	농 도	농도

	nồng độ cồn 농 도 꼰 알코올 농도	
nồng hậu	농 허우	농후한
nộp	놉	제출하다
nộp thuế	놉 투에	세금을 내다
nốt nhạc	녿 냑	음표
nở	너	(꽃이) 피다
nơi	너이	곳, 장소
nơi sinh	너이 씽	출신지
nới lỏng	너이 롱	늦추다
nụ	누	봉오리
nụ cười	누 끄어이	웃음
núi	누이	산(山)
núi lửa	누이 르어	화산
nuôi dưỡng	누오이 즈엉	배양하다
nuôi nấng	누오이 넝	키우다
nuôi trồng	누오이 쫑	재배하다
nuối tiếc	누오이 띠엑	후회하다
nuốt	누옫	삼키다
nút ấn	눋 언	버튼
nút chai	눋 짜이	마개
nữ	느	여자
nữ hoàng	느 호앙	여왕

nữ thần	느턴	여신
nửa	느어	절반, 반
	nửa cân	
	느어 껀	
	오백 그램	
nửa đêm	느어 뎀	밤중
nực cười	늑 끄어이	가소로운, 우스운
nước	느억	물
nước Anh	느억 아잉	영국
nước ấm	느억 엄	온수
nước bọt	느억 볻	침 (타액)
nước cống	느억 꽁	폐수
nước dùng	느억 중	육수
nước ép	느억 앱	즙
nước hoa	느억 화	향수
nước hoa quả	느억 화 꽈	과즙
nước kém phát triển	느억 깸 팓 찌엔	후진국
nước lạnh	느억 라잉	냉수
nước máy	느억 마이	수돗물
nước mắt	느억 맏	눈물
nước mũi	느억 무이	콧물
nước ngoài	느억 응와이	외국, 해외의
(nước) Pháp	(느억) 팝	프랑스
nước sốt	느억 쏟	소스

(nước) Tây Ban Nha	(느억) 떠이 반 냐	**스페인**
nước thải	느억 타이	**폐수**
	nước thải sinh hoạt 느억 타이 씽 활 생활 폐수	
nước tiểu	느억 띠에우	**소변**
nước tương	느억 뜨엉	**간장**
(nước) Ý	(느억) 이	**이탈리아**
nướng	느엉	**(불에) 굽다, 익히다**
nứt	늣	**갈라지다, 금이 가다**

O

ổ	오	둥지
ổ cắm điện	오 깜 디엔	전기 콘센트
ổ cứng	오 끙	하드 (컴퓨터)
ô-liu	오 리우	올리브
ốc đảo	옥 다오	오아시스
ôm	옴	안다, 포옹하다, 껴안다
ôm ấp	옴 업	품다, 품에 안다, 꽉 껴안다
ôm chặt	옴 짣	껴안다
ốm	옴	아프다
ôn hòa	온 화	온화한
ôn tập	온 떱	복습하다
ồn ào	온 아오	시끄럽다
ổn định	온 딩	안정되다

Ai cũng mong có một công việc ổn định.
아이 꿍 몽 꼬 몯 꽁 비엑 온 딩
누구나 안정된 직장을 갖기 원한다.

ông	옹	할아버지
ông bà	옹 바	조부모
ông trời	옹 쩌이	하느님
ống	옹	호스, 파이프, 관

O
P
Q
R
S
T
U
V
X
Y

O

ống dẫn	옹 전	**배관**
ống khói	옹 코이	**굴뚝**
ống tiêm	옹 띠엠	**주사기**
ở lại	어 라이	**머물다**
ớt	얻	**고추**
ở trọ	어 쪼	**숙박하다**
ớt tây	얻 떠이	**피망**

P

pha	파	(차, 커피 등을) 끓이다, 타다, 섞다
pha chế	파 쩨	조제하다
pha trộn	파 쫀	혼합하다
phá hủy	파 후이	무너뜨리다, 파괴하다
phá sản	파 싼	파산하다

Do khủng hoảng kinh tế nên
nhiều công ty đã công bố phá sản.
조 쿵 황 낑 떼 넨 니에우 꽁 띠 다 꽁 보 파 싼
경제공황 때문에 많은 회사들이 파산을 공표했다.

phá vỡ	파 버	깨뜨리다, 부수다
phái sinh	파이 씽	파생하다
phạm	팜	범하다, 어기다
phạm nhân	팜 년	범인(犯人)
phạm trù	팜 쭈	범주
phạm vi	팜 비	범위
phan hâm mộ	판 험 모	팬, 애호가
phán định	판 딩	판정하다
phán đoán	판 도안	판단하다
phán xét	판 쌛	재판하다
phán xử	판 쓰	재판하다
phản ánh	판 아잉	반영하다

phản bác	판 박	반박하다
phản bội	판 보이	배반하다
phản công	판 꽁	반격하다
phản đối	판 도이	반대하다
phản kháng	판 캉	저항하다
phản kích	판 끽	반격하다
phản nghịch	판 응이익	반역하다
phản thuyết	판 투옛	반론하다
phản ứng	판 응	반응하다
	phản ứng hóa học 판 응 화 혹 화학 반응	
phản ứng phụ	판 응 푸	부작용
phản xạ	판 싸	반사(反射)하다
phanh xe	파잉 쌔	브레이크
pháp luật	팝 루얻	법
pháp nhân	팝 년	법인(法人)
pháp quy	팝 꾸이	법규
phát âm	팓 엄	발음(하다)
phát biểu	팓 비에우	발표(하다)
phát đạt	팓 닫	성대한
phát điện	팓 디엔	발전(發電)하다
phát hành	팓 하잉	발행하다
phát huy	팓 후이	발휘하다

phát minh	팥 밍	발명(하다)
phát ngôn	팥 응온	발언(하다)
phát ra	팥 자	(소리) ~를 내다, 방출하다
phát sinh	팥 씽	발생하다
phát sóng	팥 쏭	방송하다
phát thanh	팥 타잉	방송하다
	đài phát thanh 다이 팥 타잉 방송국	
phát triển	팥 찌엔	발전
phát trực tiếp	팥 쯕 띠엡	생방송하다
phạt	팥	처벌하다
phẳng	팡	평평한
phẩm chất	펌 쩓	품질
phẩm vị	펌 비	품위
phân	펀	대변(大便)
phân biệt	펀 비엩	구별하다
phân bón	펀 본	거름
phân bố	펀 보	분산하다, 나누다
phân bổ	펀 보	할당하다, 배분하다
phân chia	펀 찌아	분할하다
phân công	펀 꽁	분담하다
phân loại	펀 로아이	분류하다
phân nhánh	펀 나잉	갈라지다

phân phát	펀 팓	분배하다
phân phối	펀 포이	배급하다
phân số	펀 쏘	분수(分數)
phân tán	펀 딴	발산하다
phân tích	펀 띡	분석하다
phân xử	펀 쓰	판결하다
phần	펀	몫, 부분
phần lớn	펀 런	대부분

dành phần lớn thời gian cho gia
đình
자잉 펀 런 터이 잔 쪼 자 딩
대부분의 시간을 가족을 위해 보내다

phần mềm	펀 멤	소프트웨어
phần thưởng	펀 트엉	경품, 상품
phần trăm	펀 짬	퍼센트
phấn khởi	펀 커이	흥분하다
phấn mắt	펀 맏	아이섀도
phất	펃	휘날리다
Phật giáo	펃 자오	불교
phẫu thuật	퍼우 투얻	수술하다
phép chia	팹 찌어	나눗셈 (÷)
phép cộng	팹 꽁	덧셈 (+)
phép nhân	팹 년	곱셈 (×)
phép trừ	팹 쯔	뺄셈 (−)

phê bình	페 빙	비난하다, 비평(하다)
phê phán	페 판	평론하다
phế quản	페 꽌	기관지
phế thải	페 타이	폐기물
phí	피	요금
phi lý	피 리	불합리한, 어리석은
phi pháp	피 팝	불법의
phì nhiêu	피 니에우	비옥한
	đất đai phì nhiêu 덛 다이 피 니에우 비옥한 토지	
phí sử dụng	피 쓰 중	사용료
phí tổn	피 똔	경비(經費)
phía bắc	피어 박	북쪽
phía đông	피어 동	동쪽
phía nam	피어 남	남쪽
phía sau	피어 싸우	배후, 뒷쪽
phía tây	피어 떠이	서쪽
phía trên	피어 쩬	위쪽
phía trước	피어 쯔억	앞쪽
phiên bản	피엔 반	버전(version)
phiền hà	피엔 하	번거롭다
phiền toái	피엔 또아이	귀찮은
phiêu bạt	피에우 받	방랑하다

O
P
Q
R
S
T
U
V
X
Y

phiêu lưu	피에우 리우	**표류하다**
phiếu	피에우	**표(票), 티켓**
phim	핌	**영화**
phim hài	핌 하이	**코미디 영화**
phim kinh dị	핌 낑 지	**공포 영화**
phim tài liệu	핌 따이 리에우	**다큐멘터리**
phim tình cảm	핌 띵 깜	**멜로 영화**
phím	핌	**자판, 건반**
phình	핑	**부풀다, 팽창하다**
pho mát	포 맏	**치즈**
phó	포	**부(副)**
phó thủ tướng	포 투 뜨엉	**부수상(副首相)**
phó từ	포 뜨	**부사 (품사)**
phong bì	퐁 비	**봉투**
phong cách	퐁 까익	**스타일**

Tôi rất thích phong cách thời
trang của cô ấy.
또이 젙 틱 퐁 까익 터이 짱 꾸어 꼬 어이
난 그녀의 패션 스타일을 매우 좋아한다.

phong cảnh	퐁 까잉	**풍경**
phong cầm	퐁 껌	**풍금, 오르간**
phong độ	퐁 도	**멋있다**
phong phú	퐁 푸	**풍부한**
phong tỏa	퐁 또아	**폐쇄하다**

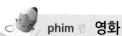

phim 핌 **영화**

rạp chiếu phim 잡 찌에우 핌 **영화관**

màn hình 만 힝 **스크린**

ghế ngồi 게 응오이 **좌석**

người xem / khán giả 응어이 쌤 / 칸 자 **관객**

bỏng ngô 봉 응오 **팝콘**

quầy bán vé 꾸어이 반 배 **매표소**

hết vé 헫 배 **매진되다**

đạo diễn phim 다오 디엔 핌 **영화감독**

diễn viên 지엔 비엔 **배우**

nữ diễn viên 느 지엔 비엔 **여배우**

nam diễn viên 남 지엔 비엔 **남자 배우**

bi kịch 비 끽 **비극**

phim 핌 **필름**

máy ảnh 마이 아잉 **카메라**

quay phim 꾸아이 핌 **촬영하다**

liên hoan phim 리엔 호안 핌 **영화제**

phong tục	퐁 뚝	**풍습**
phòng	퐁	**방**
phòng bảo vệ	퐁 바오 베	**경비실**
phòng chỉ dẫn	퐁 찌 전	**안내소**
phòng chờ	퐁 쩌	**대합실**
phòng đôi	퐁 도이	**더블룸**
phòng đợi	퐁 더이	**대합실**
phòng đơn	퐁 던	**싱글룸**
phòng học	퐁 혹	**교실**
phòng họp	퐁 홉	**회의실**
phòng khách	퐁 카익	**거실**
phòng khám	퐁 캄	**진찰실**
phòng ngủ	퐁 응우	**침실**
phòng ngừa	퐁 응으어	**예방하다**
phòng tắm	퐁 땀	**욕실**
phòng thí nghiệm	퐁 티 응이엠	**실험실**
phòng thủ	퐁 투	**경비하다, 수비하다**
	Sau hiệp 1, đội tuyển Việt Nam đã chuyển từ phòng thủ sang tấn công. 싸우 히엡 몯, 도이 뚜옌 비엗 남 다 쭈옌 뜨 퐁 투 쌍 떤 꽁 전반전 후에 베트남 대표팀은 공수 교대를 하였다.	
phòng vệ	퐁 베	**수비하다**
phóng đại	퐁 다이	**확대하다**
phóng hỏa	퐁 화	**방화하다, 불을 지르다**

phòng 퐁 **방**

giường 즈엉 **침대**

chăn 짠 **이불**

ga trải giường 가 짜이 즈엉 **침대보**

gối 고이 **베개**

bàn trang điểm 반 짱 디엠 **화장대**

đèn bàn 댄 반 **스탠드**

bàn học 반 혹 **책상**

ghế 게 **의자**

tủ quần áo 뚜 꾸언 아오 **옷장**

tủ có ngăn kéo 뚜 꼬 응안 깨오 **서랍장, 수납장**

đồng hồ báo thức 동 호 바오 특 **알람시계**

giường một 즈엉 몯 **싱글베드, 1인용 침대**

giường đôi 즈엉 도이 **더블베드, 2인용 침대**

phòng tắm 퐁 땀 욕실

nhà vệ sinh 냐 베 씽 화장실

khăn tắm 칸 땀 수건

gương 그엉 거울

dầu gội đầu 저우 고이 더우 샴푸

dầu xả 저우 싸 린스

bàn chải 반 짜이 칫솔

thuốc đánh răng 투옥 다잉 장 치약

xà phòng 싸 퐁 비누

bồn cầu 본 꺼우 변기

giấy vệ sinh 저이 베 씽 화장지

bồn tắm 본 땀 욕조

bồn rửa mặt 본 즈어 맏 세면대

vòi hoa sen 보이 화 쌘 샤워기

vòi nước 보이 느억 수도꼭지

ống thoát nước 옹 토앋 느억 배수구

phóng sự	퐁 쓰	**뉴스 기사**
phóng thích	퐁 틱	**석방하다**
phỏng đoán	퐁 도안	**추측하다**
phỏng vấn	퐁 번	**면접하다**
phô-tô	포 또	**복사하다**
phô trương	포 쯔엉	**과시하다**
phổ biến	포 비엔	**보편적인**
phổ cập	포 껍	**보급하다**
phổ thông	포 통	**보통**
phôi thai	포이 타이	**태아**
phối hợp	포이 헙	**결합시키다, 결합하다**

Họ phối hợp với nhau trong công việc.
호 포이 헙 버이 나우 쫑 꽁 비엑
그들은 업무에 서로 협동했다.

phổi	포이	**폐, 허파**
phồn thịnh	폰 팅	**성대한**
phồn vinh	폰 빙	**왕성한**
phông	퐁	**배경**
phở	퍼	**쌀국수**
phơi	퍼이	**널다, 말리다, 건조시키다**
phơi bày	퍼이 바이	**폭로하다, 나타내다**
phớt lờ	펃 러	**무시하다**
phu nhân	푸 년	**부인, 안주인**

phù hiệu	푸 히에우	배지, 훈장
phù hợp	푸 협	어울리다
phù sa	푸 싸	충적토
phủ nhận	푸 년	부정(否定)하다
phụ đề	푸 데	자막
phụ huynh	푸 후잉	학부모
phụ lục	푸 룩	부록
phụ thuộc	푸 투옥	속하다
phụ trách	푸 짜익	책임지다
phụ trợ	푸 쩌	돕다
phụ tùng	푸 뚱	부품
phúc	푹	복, 행운
phúc lợi	푹 러이	복지
phục hồi	푹 호이	복원하다
phục hưng	푹 흥	부활하다
phục sinh	푹 씽	부활하다 Lễ Phục Sinh 레 푹 씽 부활절
phục trang	푹 짱	복장
phục tùng	푹 뚱	복종하다
phục vụ	푹 부	봉사하다
phủi	푸이	뿌리치다
phun ra	푼 자	뿜다

phun trào	푼 짜오	**폭발하다**
phúng phính	풍 핑	**포동포동한**
phút	푿	**분** (시간)
phúc lợi	푹 러이	**복지**
phức tạp	픅 땁	**복잡한**
phương hướng	프엉 흐엉	**방향**
phương pháp	프엉 팝	**방법**
phương tây	프엉 떠이	**서양, 서방**
phương thức	프엉 특	**수단**
phương tiện	프엉 띠엔	**매체, 수단**
phương vị	프엉 비	**방위**
pin	삔	**배터리, 건전지**

O
P
Q
R
S
T
U
V
X
Y

qua	꽈	통과하다
qua đời	꽈 더이	돌아가시다, 사망하다
qua lại	꽈 라이	왕래하다, 상호(相互)
quà tặng	꽈 땅	선물
quá	꽈	매우
quá giang	꽈 장	태워주다

Anh có thể cho tôi quá giang
một đoạn được không ạ?
아잉 꼬 테 쪼 또이 꽈 장 몯 도안 드억 콩 아
당신은 한 블럭만 저를 차 태워주실 수 있으
신가요?

quá khứ	꽈 크	과거
quá mức	꽈 믁	부당한
quá nhạy cảm	꽈 냐이 깜	너무 예민한
quá tải	꽈 따이	만원(滿員)
quá trình	꽈 찡	경로, 과정
quả dứa	꽈 즈어	파인애플
quả địa cầu	꽈 디어 꺼우	지구본
quả phụ	꽈 푸	과부, 미망인
quả đào	꽈 다오	복숭아
quả hồng	꽈 홍	감(柿) (과일)
quả ki-wi	꽈 끼 위	키위

quả lê	꽈 레	배(梨)
quả mận	꽈 먼	자두
quả mìn	꽈 민	폭탄
quả mơ	꽈 머	매실
quả ớt	꽈 얻	고추
quả quýt	꽈 꾸읻	귤
quả táo	꽈 따오	사과
quạ	꽈	까마귀
quái vật	꽈이 벋	괴물
quan chức	꽌 쯕	관리(官吏)
quan điểm	꽌 디엠	관점

Quan điểm của anh ta về vấn đề
đó vô cùng tiêu cực.
꽌 디엠 꾸어 아잉 따 베 번 데 도 보 꿍 띠에우 끅
그 문제에 관한 그의 관점은 매우 소극적이다.

quan hệ	꽌 헤	관계
quan liêu	꽌 리에우	관료
quan niệm	꽌 니엠	관념
quan sát	꽌 쌑	관찰하다
quan tài	꽌 따이	관(棺)
quan tâm	꽌 떰	관심 있는
quan tòa	꽌 또아	판사
quan trọng	꽌 쫑	중요하다
quan văn	꽌 반	문관(文官)

quan võ	꽌 보	무관(武官)
quán ăn	꽌 안	식당
quán cà phê	꽌 까 페	커피숍
quán cắt tóc	꽌 깓 똑	미용실
quán rượu	꽌 즈어우	술집
quản lí	꽌 리	운영하다
quang cảnh	꽝 까잉	광경
quang đãng	꽝 당	개다 (날씨)
quang học	꽝 혹	광학
quàng	꽝	어깨에 걸치다 quàng khăn. 꽝 칸 목도리를 하다.
quảng cáo	꽝 까오	광고(하다)
quảng đại	꽝 다이	광대한
quảng trường	꽝 쯔엉	광장
quanh	꾸아잉	주위
quánh	꾸아잉	끈적끈적한
quạt máy	꾸앋 마이	선풍기
quạt thông gió	꾸앋 통 조	환풍기
quay	꾸아이	돌다
quay lại	꾸아이 라이	되돌아가다
quân chủ	꾸언 쭈	군주
quân địch	꾸언 딕	원수(怨讐), 적군

quân đội	꾸언 도이	군대
quân nhân	꾸언 년	군인
quân y	꾸언 이	의무군
quần	꾸언	바지
quần áo	꾸언 아오	옷
quần bò	꾸언 보	청바지
quần chúng	꾸언 쭝	군중
quần lót	꾸언 롣	팬티
quần lửng	꾸언 릉	반바지
quần tất	꾸언 떧	스타킹
quần vợt	꾸언 벋	테니스
quấn	꾸언	휘감다
quận	꾸언	구(區)
quầy thanh toán	꿔이 타잉 또안	카운터
quấy	꿔이	휘젓다
quấy rầy	꿔이 저이	괴롭히다

Tôi không muốn bị ai quấy rầy
khi đang ngủ.
또이 콩 무온 비 아이 꾸어이 저이 키 당 응우
나는 잘 때 누가 괴롭히는 것을 원하지 않는다.

quen	꾸앤	익숙한
quen thuộc	꾸앤 투옥	낯익다
quét	꾸앧	쓸다, 청소하다
quét sạch	꾸앧 싸익	휩쓸다

quét vôi	꾸앧 보이	**칠하다**
quê	꾸에	**고향**
quê hương	꾸에 흐엉	**고향**
quên	꾸엔	**잊다**
quốc bảo	꾸옥 바오	**국보(國寶)**
quốc dân	꾸옥 전	**국민**
quốc gia	꾸옥 자	**국가(國家)**
quốc giáo	꾸옥 자오	**국교**
quốc hoa	꾸옥 화	**국화(國花)**
	Quốc hoa của Việt Nam chính là hoa sen. 꾸옥 화 꾸어 비엗 남 찡 라 화 쌘 베트남의 국화는 바로 연꽃이다.	
Quốc hội	꾸옥 호이	**국회**
Quốc khánh	꾸옥 카잉	**경축일**
quốc kỳ	꾸옥 끼	**국기(國旗)**
quốc lập	꾸옥 럽	**국립**
quốc ngữ	꾸옥 응으	**국어**
quốc nội	꾸옥 노이	**국내**
quốc phòng	꾸옥 퐁	**국방**
quốc sách	꾸옥 싸익	**국책**
quốc tế	꾸옥 떼	**국제**
quốc tịch	꾸옥 띡	**국적**
quy định	꾸이 딩	**규정**

quy luật	꾸이 루얻	규율
quy mô	꾸이 모	규모
quy tắc	꾸이 딱	룰
quỳ gối	꾸이 고이	무릎 꿇다
quý giá	꾸이 자	귀중한
quý khách	꾸이 카익	귀빈
quý tộc	꾸이 똑	귀족
quỷ dữ	꾸이 즈	악마
quỹ	꾸이	기금
quỹ đạo	꾸이 다오	궤도
quyên góp	꾸옌 곱	기부하다

Họ đang quyên góp tiền để ủng
hộ người nghèo.
호 당 꾸옌 곱 띠엔 데 웅 호 응어이 응애오
그들은 가난한 사람들을 돕기 위해 돈을 기
부하고 있다.

quyền hạn	꾸옌 한	권한
quyền lợi	꾸옌 러이	권리
quyền lực	꾸옌 륵	권력
quyền sở hữu	꾸옌 써 히우	소유권
quyền tác giả	꾸옌 딱 자	저작권
quyền uy	꾸옌 우이	권위
quyến rũ	꾸옌 주	매혹하다
quyển	꾸옌	~권(책)
quyết đấu	꾸옏 더우	격투하다

Q

quyết định	꾸옌 딩	결정하다
quyết liệt	꾸옌 리옡	격렬하다
quyết tâm	꾸옌 떰	결심하다
quyết tử	꾸옌 뜨	필사적인
quýt	꾸잍	귤

R

ra-đa	라 다	레이더
ra đời	자 더이	탄생하다, 태어나다
ra mắt	자 맏	데뷔하다
ra vào	자 바오	드나들다
ra viện	자 비엔	퇴원하다

Ngày mai anh sẽ được ra viện.
응아이 마이 아잉 쌔 드억 자 비엔
내일 형/오빠는 퇴원할 것이다.

rã rời	자 저이	나른하다
rạ	자	볏짚
rác thải	작 타이	쓰레기
rạch	자익	하천
rải	자이	흩어지다
rán	잔	튀기다 (기름)
rạn nứt	잔 늗	금이 가다
rang	장	볶다
ranh giới	자잉 저이	경계(境界), 국경
ranh ma	자잉 마	간사하다
rảnh	자잉	한가한
rao	자오	큰 소리로 알리다
rạp chiếu phim	잡 찌에우 핌	영화관

rạp hát	잡 핟	극장 (연극)
rạp xiếc	잡 씨엑	서커스 공연장
rau	자우	채소
rau bi-na	자우 비나	시금치
rau bí	자우 비	호박잎
rau cần	자우 껀	미나리
rau cỏ	자우 꼬	나물, 채소
rau sống	자우 쏭	생야채
rau thơm	자우 텀	향채(香菜), 고수(채소)
rắc rối	작 조이	번거롭다
rằm	잠	보름날
răn	잔	충고하다
rắn	잔	뱀
rắn chắc	잔 짝	튼튼한
rắn độc	잔 독	독사
rắn rỏi	잔 조이	튼튼한
răng	장	이, 치아
răng giả	장 자	틀니
răng khểnh	장 켕	덧니
răng khôn	장 콘	사랑니
răng nanh	장 나잉	송곳니
răng sâu	장 써우	충치
rầm rộ	점 조	시끄럽게

rau 자우 **채소**

cải thảo 까이 타오 배추

củ cải 꾸 까이 무

dưa chuột 즈어 쭈옫 오이

cà rốt 까 졷 당근

rau chân vịt 자우 쩐 빋 시금치

bí ngô 비 응오 호박

nấm 넘 버섯

ớt 얻 고추

ớt ngọt 얻 응옫 피망

giá đỗ 자 도 숙주나물

hành 하잉 파

hành tây 하잉 떠이 양파

tỏi 또이 마늘

rau thơm 자우 텀 고수

giá 자 숙주

rau muống 자우 무옹 공심채

quả mướp đắng 꽈 므업 당 여주

rậm rạp	점 잡	무성하다
rất	젇	매우, 아주
râu	저우	수염
râu quai nón	저우 과이 논	구레나룻
rẻ	재	(값이) 싸다
rẻ tiền	재 띠엔	값싼
rẽ	재	꺾어지다 (방향)
rẽ phải	재 파이	우회전하다
rẽ trái	재 짜이	좌회전하다
rèm cửa	잼 끄어	커튼
ren	잰	레이스 (옷)
rèn luyện	잰 루옌	훈련하다
	rèn luyện đạo đức 잰 루옌 다오 득 도덕 훈련	
reo hò	재오 호	환호하다
rét	잴	추운
rễ	제	뿌리
rết	젤	지네
rêu	제우	이끼
rỉ ra	지 자	새다, 새어 나오다
rìa	지어	가장자리
riêng	지엥	개인적인
riêng biệt	지엥 비엣	개별적인

riêng lẻ	지엥 래	각각
rìu	지우	도끼
rõ ràng	조 장	정확한
rõ rành	조 자잉	명백하다
rõ rệt	조 젣	선명한, 뚜렷한
roi sắt	조이 쌑	철봉
rọi sáng	조이 쌍	비치다, 조명하다
rong biển	종 비엔	미역
rót	졷	끼얹다, 붓다
rô-bốt	조 볻	로봇
rổ	조	바구니
rối nước	조이 느억	수상 인형극

Rối nước là một môn nghệ thuật truyền thống của Việt Nam.
조이 느억 라 몯 몬 응에 투얻 쭈옌 통 꾸어 비엗 남
수상 인형극은 베트남의 전통 예술 중 하나이다.

rối rắm	조이 잠	혼선되다, 엉키다
rối loạn	조이 로안	난잡한
rồng	종	용 (동물)
rỗng	종	비어 있는 (내용, 물건 등)
rộng	종	넓은
rộng lớn	종 런	막대한
rộng lượng	종 르엉	대범한
rộng rãi	종 자이	폭넓다

rơi	저이	떨어지다, 추락하다
rơi vào	저이 바오	전락하다
rơi xuống	저이 쑤옹	낙하하다
rời bỏ	저이 보	퇴장하다, 떠나다
rơm	점	볏짚
rợn người	전 응어이	오싹하다
ru ngủ	주 응우	재우다
rủ	주	유혹하다
rũ	주	털다
rủi ro	주이 조	리스크
run	준	떨다
rung	중	진동하다
rung động	중 동	설레다

Cảnh đẹp làm rung động lòng người.
까잉 댑 람 중 동 롱 응어이
아름다운 풍경은 사람의 마음을 설레게 만든다.

rung rinh	중 징	비틀거리다
ruộng	주옹	밭
ruột	주옽	창자, 장
rút cuộc	준 꾸옥	도대체, 결국
rút khỏi	준 코이	철회하다, 물러나다
rút lui	준 루이	철회하다, 후퇴하다, 물러나다
rút ngắn	준 응안	단축하다

rút thăm	줃 탐	제비뽑기(하다)
rửa	즈어	씻다, 닦다
rửa ảnh	즈어 아잉	(사진, 필름을) 현상하다
rửa mặt	즈어 맏	세수하다
rửa sạch	즈어 싸익	깨끗이 씻다
rực rỡ	즉 저	눈부시다, 화려하다
rừng	증	숲
rừng núi	증 누이	산림
rừng rậm	증 점	밀림
rưỡi	즈어이	반(半)
rượu	즈어우	술
rượu cốc-tai	즈어우 꼭 따이	칵테일
rượu nho	즈어우 뇨	포도주
rượu sâm-banh	즈어우 썸 바잉	샴페인
rượu uýt-ki	즈어우 우읻 끼	위스키
rượu vang	즈어우 방	와인

O
P
Q
R
S
T
U
V
X
Y

S

sa-lát	싸 랃	샐러드
sa mạc	싸 막	사막
sa thải	싸 타이	해고하다

Sau cuộc đình công, hàng loạt công nhân đã bị sa thải.
싸우 꾸옥 딩 꽁, 항 로앋 꽁 년 다 비 싸 타이
파업 후에 대규모의 노동자들은 해고당했다.

sạc điện	싹 디엔	충전하다
sách	싸익	책
sách giáo khoa	싸익 자오 콰	교과서
sách lược	싸익 르억	작전
sạch sẽ	싸익 쌔	깨끗한
sai	싸이	틀리다, 명령하다
sai khiến	싸이 키엔	시키다, 명령하다
sai lầm	싸이 럼	실수
san hô	싼 호	산호
sàn	싼	바닥, 마루
sàn nhà	싼 냐	마루
sản lượng	싼 르엉	산출량
sản phẩm	싼 펌	제품
sản xuất	싼 쑤얻	산출하다, 생산하다

| sang đường | 쌍 드엉 | 길을 건너다 |
| sang trọng | 쌍 쫑 | 고급스러운 |

Nhìn anh ấy ăn mặc sang trọng như thế, tôi nghĩ là anh ấy rất giàu có.
닌 아잉 어이 안 막 쌍 쫑 니으 테, 또이 응이 라 아잉 어이 젙 자우 꼬
화려하게 입은 그를 보면, 나는 그가 매우 부자라고 생각한다.

sáng	쌍	밝다, 빛나다, 오전
sáng lập	쌍 럽	설립하다
sáng mai	쌍 마이	내일 아침
sáng ngời	쌍 응어이	광택이 나다
sáng sớm	쌍 썸	새벽
sáng sủa	쌍 쑤어	명료한
sáng suốt	쌍 쑤올	현명한
sáng tác	쌍 딱	창작하다
sáng tạo	쌍 따오	창조하다
sảng khoái	쌍 코아이	상쾌하다
sành điệu	싸잉 디에우	멋스러운, 세련된
sảnh	싸잉	로비, 홀
sao băng	싸오 방	유성(流星)
sao chép	싸오 쨉	베끼다, 복사하다
sao hôm	싸오 홈	금성(金星)
sao nhãng	싸오 냥	소홀히 하다
sáo	싸오	피리

sát nhập	쌷 녑	합병하다
sát trùng	쌷 쭝	살균하다
	thuốc sát trùng 투옥 쌷 쭝 살균제	
sau	싸우	뒤
sau cùng	싸우 꿍	마침내, 마지막으로
sau này	싸우 나이	나중에
say mê	싸이 메	매혹되다
say rượu	싸이 즈어우	술 취하다
say sóng	싸우 쏭	뱃멀미하다
say xe	싸이 쌔	차멀미하다
sắc	싹	날카로운
sắc bén	싹 밴	예리한
sắc lệnh	싹 렝	명령
sắc mặt	싹 맏	안색
sắc sảo	싹 싸오	영민한, 영리한
sắc thái	싹 타이	뉘앙스, 양상
săn bắn	싼 반	사냥하다
sẵn lòng	싼 롱	기꺼이
sắp đặt	쌉 닫	맞추다, 정렬하다
sắp xếp	쌉 쎕	정리하다, (시간) 내다
	Tôi sẽ sắp xếp thời gian đến gặp anh. 또이 쌔 쌉 쎕 터이 쟌 덴 갑 아잉 나는 형/오빠를 만나러 가는 시간을 낼 것이다.	

sắt	쌀	철, 강철
sâm	썸	인삼
sấm	썸	천둥
sấm sét	썸 쌛	벼락
sân	썬	마당, 뜰
sân bay	썬 바이	공항
sân chơi	썬 쩌이	놀이터
sân cỏ	썬 꼬	축구장
sân gôn	썬 곤	골프장
sân khấu	썬 커우	무대
sân thượng	썬 트엉	옥상
sân vận động	썬 번 동	운동장, 경기장
sập	썹	붕괴되다
sâu	써우	(우물, 상처가) 깊다
sâu bọ	써우 보	벌레
sầu riêng	써우 지엥	두리안 (과일)
sẩy thai	써이 타이	유산(流産)되다
séc	쌕	수표
sen	쌘	연꽃
sẹo	쌔오	흉터
sĩ quan	씨 꽌	장교, 사관(士官)
siêu thị	씨에우 티	슈퍼마켓
siêu việt	씨에우 비엣	초월하다

	tài năng siêu việt 따이 낭 씨에우 비엩 초능력	
sinh đẻ	씽 대	출산하다, 분만하다
sinh đôi	씽 도이	쌍둥이
sinh động	씽 동	생생하다
sinh hoạt	씽 홛	생활(하다)
sinh khí	씽 키	생기
sinh lực	씽 륵	정력, 생명력, 활력
sinh lý	씽 리	생리
sinh mệnh	씽 멩	생명
sinh nhật	씽 녇	생일
sinh nở	씽 너	낳다
sinh ra	씽 자	탄생하다
sinh sản	씽 싼	출산하다
sinh sôi	씽 쏘이	번식시키다, 번식하다
sinh tố	씽 또	생과일 주스
sinh vật	씽 벋	생물
sinh viên	씽 비엔	대학생
so sánh	쏘 싸잉	비교하다
sò điệp	쏘 디엡	가리비
sóc	쏙	다람쥐
soi chiếu	쏘이 찌에우	비추다
sỏi	쏘이	자갈, 작은 돌

son	쏜	립스틱
song song	쏭 쏭	평행하다
	hai đường thẳng song song 하이 드엉 탕 쏭 쏭 두 개의 평행선	
sòng bạc	쏭 박	카지노
sóng	쏭	파도
sóng điện từ	쏭 디엔 뜨	전자파
sóng thần	쏭 턴	해일, 큰 파도
sô-cô-la	쏘 꼬 라	초콜릿
sô-lô	솔 로	솔로
số	쏘	수, 숫자
số chẵn	쏘 짠	짝수
số dư	쏘 즈	잉여, 나머지
số ít	쏘 읻	소수(素數)
số lần	쏘 런	횟수
số lẻ	쏘 래	홀수
số liệu	쏘 리에우	데이터
số lượng	쏘 르엉	수량
số lượng lớn	쏘 르엉 런	대량
số may	쏘 마이	운 좋은
số mệnh	쏘 멩	운명
số phận	쏘 펀	운명
số tiền	쏘 띠엔	금액

O
P
Q
R
S
T
U
V
X
Y

sổ đen	쏘 댄	**블랙리스트**
	Nó đã có tên trong sổ đen của giáo viên chủ nhiệm.	
	노 다 꼬 땐 쫑 쏘 댄 꾸어 자오 비엔 주 니엠	
	그는 담임 선생님의 블랙리스트에 이름이 있었다.	
sổ tay	쏘 따이	수첩
sốc	쏙	쇼크, 충격, 충격받다
sôi	쏘이	(액체를) 끓이다
sông	쏭	강
sống	쏭	살다
sống lại	쏭 라이	재생하다, 회생하다, 부활하다
sống lâu	쏭 러우	장수하다
sống lưng	쏭 릉	등뼈
sốt	쏟	열이 나다
sơ đồ	써 도	약도
sơ lược	써 르억	간략한
sơ tán	써 딴	대피하다
sơ ý	써 이	무심코
sờ	써	만지다
sờ mó	써 모	만지다
sở giao dịch	써 자오 직	거래소
sở hữu	써 히우	소유하다
sở thích	써 틱	취미
sở thú	써 투	동물원

sở trường	써 쯔엉	장점
sở y tế	써 이 떼	보건소
sợ	써	겁나다
sợ hãi	써 하이	무서워하다
sợi chỉ	써이 찌	실
sợi dây chuyền	써이 저이 쭈옌	목걸이
sớm	썸	일찍
sơn thủy	썬 투이	산수(山水)
sủa	쑤어	(개가) 짖다
súc tích	쑥 띡	간결한

Văn của cô ấy viết rất súc tích.
반 꾸어 꼬 어이 비엗 젇 쑥 띡
그녀의 글은 매우 간결하게 썼다.

sung túc	쑹 뚝	넉넉하다
sùng bái	쑹 바이	숭배하다
súng	쑹	총
súng lục	쑹 룩	권총
súng trường	쑹 쯔엉	소총
suối	쑤오이	샘
suốt	쑤옫	내내
súp	쑵	수프
sụp đổ	쑵 도	무너지다
sút	쑫	슛(하다)
suy nghĩ	쑤이 으이	생각하다

suy nhược	쑤이 니으억	쇠약해지다
suy sụp	쑤이 쑵	폭락하다, (정신이) 쇠약해지다
suy tàn	쑤이 딴	망하다
suy thoái	쑤이 토아이	쇠퇴하다

suy thoái kinh tế
쑤이 토아이 낑 떼
경제의 쇠퇴

suýt	쑤일	가까스로
sư phạm	쓰 팜	사범(師範)
sư tử	쓰 뜨	사자 (동물)
sứ giả	쓰 자	사절(使節), 사자(使者)
sứ mệnh	쓰 멩	사명(使命)
sứ quán	쓰 꽌	대사관
sử dụng	쓰 중	사용하다
sự cố	쓰 꼬	사고
sự kiện	쓰 끼엔	사건
sự nghiệp	쓰 응이엡	진로
sự sống	쓰 쏭	생명
sự thật	쓰 털	실제, 사실
sửa chữa	쓰어 쯔어	수리하다
sửa đổi	쓰어 도이	수정하다
sửa soạn	쓰어 쏘안	정비하다
sữa	쓰어	우유

sữa chua	쓰어 쭈어	**요구르트**
sữa đặc	쓰어 닥	**연유, 농축 우유**
sữa lắc	쓰어 락	**밀크셰이크**
sữa ong chúa	쓰어 옹 쭈어	**로열젤리**
sức hút	씈 훗	**매력**
sức khỏe	씈 쾌	**건강**
sức lao động	씈 라오 동	**노동력**
sức lực	씈 륵	**힘**
sức mạnh	씈 마잉	**힘**
sức sống	씈 쏭	**활기**
sưng	씅	**붓다**
sừng	씅	**뿔**
sườn	쓰언	**갈비**
sương giá	쓰엉 자	**서리**
sương mù	쓰엉 무	**안개**
sưu tầm	씨우 떰	**수집하다**
sưu tập	씨우 떱	**수집하다**

O
P
Q
R
S
T
U
V
X
Y

T

ta	따	나, 자신
tá	따	다스(12개 묶음)
tá tràng	따 짱	십이지장
tả	따	설사, 묘사하다
tã	따	기저귀
tác chiến	딱 찌엔	작전
tác dụng	딱 중	작용(하다)
tác động	딱 동	작동하다
tác giả	딱 자	작가
tác hại	딱 하이	해롭게 하다
tác phẩm	딱 펌	작품
tác phong	딱 퐁	(하는) 방식
tách	따익	떼다, 나누다, 분리하다
tạc	딱	조각하다, 새기다
tách rời	따익 저이	분리하다
tai	따이	귀
tai họa	따이 화	재난, 재화
tai nạn	따이 난	재난
tai nghe	따이 응애	이어폰
tai tiếng	따이 띠엥	악명, 악평

tài chính	따이 찡	재정, 재무
tài giỏi	따이 조이	대단하다, 훌륭하다
tài khoản	따이 코안	계좌
tài liệu	따이 리에우	서류, 자료
tài năng	따이 낭	재능
tài nghệ	따이 응에	예능
tài nguyên	따이 응우옌	자원
tài sản	따이 싼	자산
tài trợ	따이 쩌	원조하다, 후원하다
tài xế	따이 쎄	기사, 운전사
tái bản	따이 반	복제하다
tái cơ cấu	따이 꺼 꺼우	재구성하다
tái hiện	따이 히엔	재현하다
tái hôn	따이 혼	재혼하다

Đây là lần tái hôn thứ ba của anh ấy.
더이 라 런 따이 혼 트 바 꾸어 아잉 어이
이번은 그의 세 번째 재혼이다.

tái phát	따이 팥	재발하다
tái sinh	따이 씽	재생하다
tái sử dụng	따이 쓰 중	재활용하다
tải	따이	수송하다
tải trọng	따이 쫑	하중
tại	따이	때문에, ~에

tại ngũ	따이 응우	현역
tại sao	따이 싸오	왜
tam đại	땀 다이	삼대(三代)
tam giác	땀 작	삼각
tàm tạm	땀 땀	수수하게
tám	땀	팔(8)
tạm	땀	일시적인
tạm biệt	땀 비엔	작별하다
tạm thời	땀 터이	임시의
tạm trú	땀 쭈	잠시 동안 거주하다

Anh đã đăng ký tạm trú chưa?
아잉 다 당 끼 땀 쭈 쯔어
당신은 거주 등록을 하였습니까?

tan	딴	(액체 상태로) 녹다
tan rã	딴 자	(그룹 등이) 해체하다
tàn	딴	시들다
tàn ác	딴 악	잔악한
tàn nhẫn	딴 년	가혹하다
tàn nhang	딴 냥	주근깨
tán dương	딴 즈엉	찬양하다
tán gẫu	딴 거우	수다 떨다
tán thành	딴 타잉	찬성하다
tản mạn	딴 만	산만한
tang	땅	초상(初喪), 장례

tang lễ	땅 레	장례식
tang phục	땅 푹	상복(喪服)
tảng đá	땅 다	바위
tạng	땅	내장(內臟)
tanh	따잉	비리다
tạnh	따잉	그치다
tao	따오	나(자신을 스스로 높임말)
tao nhã	따오 냐	세련된, 우아한
táo bạo	따오 바오	흥분한, 대담한
táo quân	따오 꿘	조왕신(부엌신)
tảo bẹ	따오 배	다시마
tảo hôn	따오 혼	조혼하다, 일찍 결혼하다

Tảo hôn là một hủ tục cần được
xóa bỏ.
따오 혼 라 못 후 뚝 껀 드억 쏘아 보
조혼은 버려질 필요가 있는 부패된 풍속이다.

tạo	따오	창조하다, 만들다
tạo hình	따오 힝	조형(造型)
tạo hóa	따오 호아	조화(造化)
tạp âm	땁 엄	잡음
tạp chất	땁 쩔	불순물
tạp chí	땁 찌	잡지
tạp chủng	땁 쭝	잡종
tát	딷	(손바닥으로 상대의 볼을) 때리다

tàu	따우	배(船)
tàu bè	따우 배	선박
tàu điện	따우 디엔	전철
tàu điện ngầm	따우 디엔 응엄	지하철
tàu hỏa	따우 호아	기차
tàu ngầm	따우 응엄	잠수함
tay	따이	손
tay áo	따이 아오	소매
tay cầm	따이 껌	손잡이
tắc	딱	막히다
tắc kè hoa	딱 깨 화	카멜레온
tắc nghẽn	딱 응앤	(길, 사람) 꽉 막히다
	tắc nghẽn giao thông 딱 응앤 자오 통 교통체증	
tắc-xi	딱 씨	택시
tăm	땀	이쑤시개
tắm	땀	목욕하다
tăng	땅	증가하다
tặng	땅	선물하다
tắt	딷	끄다
tâm	떰	마음
tâm can	떰 깐	마음
tâm lí	떰 리	심리

tâm trạng	떰 짱	기분
tầm nhìn	떰 닌	시선
tầm thường	떰 트엉	평범한, 같잖은
tấm lòng	떰 롱	마음
tấm sắt	떰 쌋	철판
tấm ván	떰 반	판자, 널판지
tẩm bổ	떰 보	보신하다
tân lang	떤 랑	신랑
tân nương	떤 느엉	신부
tần số	떤 쏘	빈도(頻度)
tấn	떤	톤 (1,000킬로그램)
tấn công	떤 꽁	공격하다
tận hưởng	떤 흐엉	만끽하다

Mỗi lần về quê là tôi lại tranh thủ tận hưởng bầu không khí trong lành.

모이 런 베 꾸에 라 또이 라이 짜잉 투 떤 흐엉 버우 콩 키 쫑 라잉

고향에 갈 때마다 나는 신선한 공기를 만끽하려고 한다.

tầng lớp	떵 럽	계급, 계층
tập đoàn	떱 도안	집단
tập hợp	떱 헙	모이다
tập huấn	떱 후언	훈련하다
tập kích	떱 끽	역습하다
tập quán	떱 꽌	습관

tập thể	떱 테	집단
tập tính	떱 띵	습성
tập trung	떱 쭝	집중하다
tất cả	떧 까	모두
tất nhiên	떧 니엔	당연히, 물론
tất thắng	떧 탕	반드시 이기다, 필승(하다)
tất yếu	떧 이에우	필수적인
tật	떧	질병, 버릇
tậu	떠우	구입하다
tây	떠이	서쪽
Tây phương	떠이 프엉	서구, 서방
tẩy	떠이	씻다, 지우다
tẩy chay	떠이 짜이	보이콧하다

Cậu ấy bị bạn bè tẩy chay ở trường.
꺼우 어이 비 반 배 떠이 짜이 어 쯔엉
그는 학교에서 친구에게 왕따당했다.

tẩy trắng	떠이 짱	표백하다
tẻ nhạt	때 냗	지루한
tem	땜	우표
tép	땝	작은 새우
tê	떼	저리다, 마비되다
tê cóng	떼 꽁	동상에 걸리다
tê liệt	떼 리엗	마비되다
tế bào	떼 바오	세포

tế nhị	떼 니	미묘한, 섬세한
tệ bạc	떼 박	배은망덕한
tên	뗀	이름
tên gọi	뗀 고이	명칭
tên khai sinh	뗀 카이 씽	본명
tên lửa	뗀 르어	미사일
tên thật	뗀 텉	본명
tên trộm	뗀 쫌	도둑
Tết	뗀	명절, 설
tha	타	놓아주다
tha hóa	타 화	타락하다
tha hồ	타 호	마음대로
tha hương	타 흐엉	타향
tha thứ	타 트	용서하다
thà	타	차라리
thà rằng	타 장	차라리
thả	타	놓아주다
thả lỏng	타 롱	가석방하다
thác nước	탁 느억	폭포
thách thức	타익 특	도전하다

Nó nhìn tôi với vẻ thách thức.
노 닌 또이 버이 배 타익 특
그는 나를 도전하는 듯이 본다.

thạch	타익	젤리

thạch anh	타익 아잉	석영(石英)
thạch cao	타익 까오	깁스
thạch sùng	타익 쑹	(작은) 도마뱀
thai	타이	태아
thái bình	타이 빙	태평하다
thái bình dương	타이 빙 즈엉	태평양
thái dương	타이 즈엉	태양
thái độ	타이 도	태도
tham	탐	탐내다, 보좌관
tham dự	탐 즈	참석하다, 참여하다
tham gia	탐 자	참가하다
tham khảo	탐 카오	참고하다
tham lam	탐 람	욕심 많은
tham mưu	탐 미우	참모
tham ô	탐 오	부패하다
tham quan	탐 꽌	구경하다
thám hiểm	탐 히엠	탐험하다
	thám hiểm đại dương 탐 히엠 다이 즈엉 대양 탐험	
thảm	탐	처참한, 카펫
thảm hại	탐 하이	처참한
thảm họa	탐 화	재앙, 재난
than	탄	석탄

than củi	탄 꾸이	숯
than đá	탄 다	석탄
than thở	탄 터	한탄하다
thán phục	탄 푹	감탄하다
thán từ	탄 뜨	감탄사
thản nhiên	탄 니엔	태연한
thang	탕	사다리
thang cuốn	탕 꾸온	에스컬레이터
thang máy	탕 마이	엘리베이터
tháng	탕	달
tháng ba	탕 바	3월
tháng bảy	탕 바이	7월
tháng chín	탕 찐	9월
tháng hai	탕 하이	2월
tháng một	탕 몯	1월
tháng mười	탕 므어이	10월
tháng mười một	탕 므어잉 몯	11월
tháng mười hai	탕 므어이 하이	12월
tháng này	탕 나이	이달(에)
tháng năm	탕 남	5월
tháng sáu	탕 싸우	6월
tháng tám	탕 땀	8월
tháng trước	탕 쯔억	지난달

tháng tư	탕 뜨	4월
thanh cao	타잉 까오	고상하다
thanh niên	타잉 니엔	청년
thanh thản	타잉 탄	평온
thanh thiếu niên	타잉 티에우 니엔	청소년
thanh toán	타잉 또안	계산하다
thanh tra	타잉 짜	심사하다
thanh tú	타잉 뚜	우아한, 수려한
thành	타잉	성(城)
thành công	타잉 꽁	성공하다
thành danh	타잉 자잉	명성을 높이다
thành đạt	타잉 닫	출세하다
thành kiến	타잉 끼엔	편견
	Hai người họ có thành kiến với nhau. 하이 응어이 호 꼬 타잉 끼엔 버이 나우 그 두 사람은 서로 편견을 갖고 있다.	
thành lập	타잉 럽	설립하다
thành ngữ	타잉 응으	숙어
thành phần	타잉 펀	성분, 구성, 요소
thành phố	타잉 포	도시
thành thạo	타잉 타오	능숙한
thành thục	타잉 툭	성숙한
thành thực	타잉 특	진심으로

thành tích	타잉 띡	성적(成績)
thành tựu	타잉 뜨우	성취
thành viên	타잉 비엔	구성원
thành ý	타잉 이	성의
thánh	타잉	성인(聖人)
thánh ca	타잉 까	찬송가
thao tác	타오 딱	조작하다
tháo	타오	풀다, 뜯다
tháo dỡ	타오 저	해체하다, 풀다, 철거하다
tháo gỡ	타오 거	타개하다, 제거하다
tháo ra	타오 자	벗기다
tháo vát	타오 받	민첩한
thạo	타오	숙련된
tháp	탑	탑, 전망대
thay	타이	바꾸다, 대신하다
thay ca	타이 까	교대하다
thay đổi	타이 도이	바꾸다
thay thế	타이 테	대신하다
	phụ tùng thay thế 푸 뚱 타이 테 교환 부품	
thắc mắc	탁 막	의문을 갖다
thăm	탐	방문하다
thăm dò	탐 조	눈치 보다, 떠보다

thăng cấp	탕 껍	진급하다
thăng chức	탕 쯕	승진하다
thăng hoa	탕 화	승화하다
thằng cha	탕 짜	녀석, 놈
thằng ngốc	탕 응옥	바보
thắng	탕	이기다
thắng lợi	탕 러이	승리하다
thắng trận	탕 쩐	전승하다
thẳng	탕	곧바로
thặng dư	탕 즈	초과, 과잉

giá trị thặng dư
자 찌 탕 즈
초과 가치

thắp	탑	피우다, 점화하다
thắt	탈	매다, 묶다
thầm lặng	텀 랑	묵묵히
thấm vào	텀 바오	흡수하다
thẩm phán	텀 판	판사(判事)
thẩm thấu	텀 터우	침투하다
thẩm tra	텀 짜	심사하다
thậm chí	텀 찌	~조차, 심지어
thẩm mỹ	텀 미	심미의
thẫm	텀	진한
thân	턴	몸통

thân bài	턴 바이	**본문**
thân cây	턴 꺼이	**줄기**
thân mật	턴 먿	**친밀한**
thân phận	턴 펀	**신분**
thân phụ	턴 푸	**아버지**
thân sinh	턴 씽	**친아버지 또는 친어머니**
thân thế	턴 테	**신세(身世)**
thân thiết	턴 티엗	**친밀한**

Tôi và cô ấy thân thiết nhau từ
rất lâu rồi.
또이 바 꼬 어이 턴 티엔 나우 뜨 젇 러우 로이
나와 그녀는 매우 오래 전부터 친하다.

thân thuộc	턴 투옥	**친숙하다**
thần	턴	**신(神)**
thần bí	턴 비	**신비로운**
thần kinh	턴 낑	**신경(神經)**
thần thoại	턴 토아이	**신화**
thần tượng	턴 뜨엉	**아이돌**
thần vệ nữ	턴 베 느	**여신**
thẫn thờ	턴 터	**방심하다, 맥이 빠진 듯이**
thận	턴	**신장(腎臟)**
thận trọng	턴 쫑	**신중한**
thấp	텁	**낮다, (키가) 작다**
thập kỉ	텁 끼	**십년 (단위)**

thập phân	텁 펀	십진법
thập phương	텁 프엉	다방면
thất bại	턷 바이	실패하다
thất lạc	턷 락	행방불명
thất lễ	턷 레	실례(失禮)
thất nghiệp	턷 응이엡	실업(失業), 실직
thất thường	턷 트엉	변덕스러운
	thời tiết thất thường 터이 띠엔 턷 트엉 변덕스러운 날씨	
thất vọng	턷 봉	실망하다
thật sự	턷 쓰	정말로, 사실로
thật thà	턷 타	솔직하다
thầu phụ	터우 푸	하청
thấu hiểu	터우 히에우	이해하다
thầy	터이	교사, 선생
thầy bói	터이 보이	점쟁이
thấy	터이	보다
thẻ	태	카드
thẻ sinh viên	태 씽 비엔	학생증
thẻ tín dụng	태 띤 중	신용카드
thèm muốn	탬 무온	부러워하다
theo	태오	따르다, 뒤따르다
theo dõi	태오 조이	미행하다

theo đuổi	태오 두오이	**추격하다**
thép	탑	**강철**
thề	테	**서약하다, 맹세하다**

Anh ấy thề là đã không làm chuyện đó.
아잉 어이 테 라 다 콩 람 쭈옌 도
그는 그 일을 하지 않았다고 맹세했다.

thế gian	테 잔	**세상, 세간(世間)**
thế giới	테 저이	**세계**
thế hệ	테 헤	**세대(世代)**
thế kỉ	테 끼	**세기(世紀)**
thế lực	테 륵	**세력**
thế nào	테 나오	**어떻게**
thế tục	테 뚝	**세속적**
thể chất	테 쩓	**소질**
thể chế	테 쩨	**체제(體制)**
thể diện	테 지엔	**체면**
thể dục	테 죽	**체육**
thể hiện	테 히엔	**보여주다, 표현하다**
thể hình	테 힝	**체형**
thể loại	테 로아이	**종류**
thể lực	테 륵	**체력**
thể rắn	테 잔	**고체**
thể thao	테 타오	**운동, 스포츠**

thể tích	테 띡	부피
thể trọng	테 쫑	체중
thể xác	테 싹	육체
thêm	템	더하다, 추가하다
thênh thang	텡 탕	넓은, 거대한, 막대한
thi	티	시험을 보다
thi công	티 꽁	시공하다
	công trường đang thi công	
	꽁 쯔엉 당 티 꽁	
	시공 중인 공사현장	
thi đỗ	티 도	합격하다
thi hành	티 하잉	시행하다, 이행하다
thi hào	티 하오	위대한 시인
thi thể	티 테	시체
thi viết	티 비엗	필기시험
thì thầm	티 텀	속삭이다
thí nghiệm	티 응이엠	실험하다
thí sinh	티 씽	수험생
thị giác	티 작	시각(視覺)
thị hiếu	티 히에우	취향
thị lực	티 륵	시력
thị phi	티 피	시비, 옳고 그름
thị thực	티 특	비자
thị trưởng	티 쯔엉	시장(市長)

thị xã	티 싸	지방자치단체
thìa	티어	숟가락
thích	틱	좋아하는
thích đáng	틱 당	적당한, 알맞은
thích hợp	틱 헙	적합하다
thích nghi	틱 응이	적응하다
thích thú	틱 투	좋아하다
thiên	티엔	하늘
thiên địa	티엔 디어	천지(天地)
thiên bẩm	티엔 범	천부적인
Thiên chúa giáo	티엔 쭈어 자오	천주교
thiên chức	티엔 쯕	천직

Niềm hạnh phúc lớn nhất của
người phụ nữ là thiên chức làm mẹ.
니엠 하잉 푹 런 녇 꾸어 응어이 푸 느 라 티엔 쯕 람 매
여자의 가장 큰 행복은 엄마가 되는 천직이다.

thiên đường	티엔 드엉	천국
thiên hạ	티엔 하	천하
thiên nhiên	티엔 니엔	천연
thiên tai	티엔 따이	천재지변
thiên tài	티엔 따이	천재(天才)
thiên thần	티엔 턴	천사
thiên tử	티엔 뜨	왕자
thiên văn học	티엔 반 혹	천문학

O
P
Q
R
S
T
U
V
X
Y

thiên về	티엔 베	치우치다
thiện ác	티엔 악	선악
thiện cảm	티엔 깜	호감
thiện chí	티엔 찌	선의(善意)
thiếp	티엡	첩
thiết bị	티엔 비	설비
thiết kế	티엔 께	설계(하다)
thiết lập	티엔 럽	설립하다
thiết thực	티엔 특	절실한
thiệt hại	티엔 하이	손상받다, 손해받다
thiệt mạng	티엔 망	사망하다

Cuộc khủng bố đêm qua đã làm
20 người thiệt mạng.
꾸옥 쿵 보 뎀 꽈 다 람 하이 므어이 응어이 티엔 망
지난 밤 테러는 20명을 사망하게 했다.

thiêu	티에우	연소(燃燒)하다, 태우다
thiêu hủy	티에우 후이	태우다
thiêu rụi	티에우 주이	소멸하다
thiếu	티에우	부족하다
thiếu nhi	티에우 니	아동
thiếu niên	티에우 니엔	(10대의) 소년
thiếu nữ	티에우 느	소녀
thiếu thốn	티에우 톤	불충분한
thiếu sót	티에우 쏟	부족한

thiểu số	티에우 쏘	소수(少數)
thím	팀	숙모
thính giả	팅 자	청중
thính giác	팅 작	청각
thỉnh cầu	팅 꺼우	청구(請求)하다
thỉnh thoảng	팅 토앙	가끔

Cái xe máy của tôi thỉnh thoảng lại bị hỏng.
까이 쌔 마이 꾸어 또이 팅 토앙 라이 비 홍
나의 오토바이는 가끔 고장난다.

thịnh hành	팅 하잉	유행하다
thịnh vượng	팅 브엉	번영하다
thịt	틷	고기
thịt bò	틷 보	쇠고기
thịt gà	틷 가	닭고기
thịt lợn	틷 런	돼지고기
thịt nướng	틷 느엉	바비큐
thiu	티우	썩다, (음식이) 부패한
thò ra	토 자	내밀다
thỏ	토	토끼
thỏa đáng	토아 당	적당한
thỏa mãn	토아 만	만족하다
thỏa hiệp	토아 히엡	타협하다
thỏa thuận	토아 투언	합의하다

thoái hóa	토아이 화	타락하다
thoải mái	토아이 마이	편안한, 쾌적한
thoang thoảng	토앙 토앙	(향기가) 감돌다
thoáng	토앙	널찍한
thoảng	토앙	(바람·향기가) 떠다니다
thoát	토앋	면하다, 탈출하다
thoát hiểm	토앋 히엠	위험으로부터 벗어나다
	cửa thoát hiểm 끄어 토앋 히엠 비상구	
thoát khỏi	토앋 코이	벗어나다
thoát ly	토앋 리	이탈하다
thoát nước	토앋 느억	배수(排水)
thoát ra	토앋 자	벗겨지다, 벗어나다
thóc	톡	벼
thói	토이	습관, 습성
thói quen	토이 꾸앤	습관
thỏi vàng	토이 방	금괴
thon thả	톤 타	날씬한
thóp	톱	정수리
thô	토	조잡한
thô bạo	토 바오	우락부락한
thô lỗ	토 로	거칠다
thô tục	토 뚝	외설적인

thồ	토	(가축 등에) **짐을 싣다**
thổ lộ	토 로	**고백하다**
thổ nhưỡng	토 니으엉	**토양**
thổ tả	토 따	**설사**
thôi	토이	(사건, 상황을 종료시킬 때) **됐다, 그만 ~하다**
thôi miên	토이 미엔	**최면, 최면을 걸다**
thôi việc	토이 비엑	**사퇴하다**
thối	토이	**냄새가 안 좋은**
thổi	토이	(입으로 바람을) **불다**
thổi cơm	토이 껌	**밥을 짓다**
thôn	톤	**촌락**
thổn thức	톤 특	**흐느끼다**
thông báo	통 바오	**게시, 통보하다**
thông cảm	통 깜	**이해하다, 양해하다**
		Có gì sai sót mong anh thông cảm. 꼬 지 싸이 쏟 몽 아잉 통 깜 부족한 점이 있다면 당신이 이해해 주시기를 바랍니다.
thông dịch	통 직	**통역하다**
thông dụng	통 중	**통용되다**
thông gia	통 자	**사돈**
thông gió	통 조	**통풍**
thông hành	통 하잉	**통행하다**
thông khí	통 키	**환기시키다**

O
P
Q
R
S
T
U
V
X
Y

thông minh	통 밍	**똑똑한, 총명한**
thông qua	통 꽈	**통과하다**
thông suốt	통 쑤올	**통하다**
thông thái	통 타이	**박학한, 박식**
thông thạo	통 타오	**능숙한**

Cô ấy thông thạo 4 thứ tiếng.
꼬 어이 통 타오 본 트 띠엥
그녀는 4개 국어가 능숙하다.

thông tin	통 띤	**정보**
thông tục	통 뚝	**관행**
thống kê	통 께	**통계를 내다, 통계**
thống nhất	통 녈	**통일하다**
thống trị	통 찌	**통치하다**
thơ	터	**시(詩)**
thờ ơ	터 어	**냉담한, 무관심한**
thờ cúng	터 꿍	**제사 지내다**
thở	터	**호흡하다**
thợ	터	**(특정 직업) −쟁이**
thợ mộc	터 목	**목수**
thợ thủ công	터 투 꽁	**장인(匠人)**
thời đại	터이 다이	**시대**
thời điểm	터이 디엠	**시점**
thời gian	터이 잔	**시간**
thời gian biểu	터이 잔 비에우	**시간표**

thời hạn	터이 한	**기한**
thời kì	터이 끼	**시기**
thời kì đầu	터이 끼 더우	**초기**
thời sự	터이 쓰	**뉴스**
thời thế	터이 테	**시세**
thời tiết	터이 띠엔	**날씨**
thời trang	터이 짱	**패션**
thớt	턷	**도마**
thu	투	**얻다**
thu chi	투 찌	**수지(收支), 수입과 지출**
thu được	투 드억	**포착되다**
thu giữ	투 즈	**압수하다**
thu hoạch	투 화익	**수확하다**
	mùa thu hoạch 무어 투 화익 수확의 계절	
thu hồi	투 호이	**탈환하다**
thu hút	투 훋	**매혹시키다**
thu mua	투 무어	**구입하다**
thu nhận	투 년	**접수하다, 받다**
thu nhỏ	투 뇨	**축소하다**
thu thập	투 텁	**수집하다**
thu thuế	투 투에	**세금을 걷다**
thu xếp	투 쎕	**수습하다**

O
P
Q
R
S
T
U
V
X
Y

thời tiết 터이 띠엗 **날씨**

ngày nắng 응아이 낭 **맑은 날**
ngày nhiều mây 응아이 니에우 머이 **흐린 날**
mây 머이 **구름**
gió 조 **바람**
mưa 므어 **비**
tuyết 뚜옏 **눈**
chớp 쩝 **번개**
sấm 썸 **천둥**
mưa rào 므어 자오 **소나기**
lũ lụt 루룯 **홍수**
hạn hán 한한 **가뭄**
cầu vồng 꺼우 봉 **무지개**
sương mù 쓰엉 무 **안개**
sương giá 쓰엉 자 **서리**
mưa tuyết 므어 뚜옏 **진눈깨비**
mưa đá 므어 다 **우박**
cột băng 꼳 방 **고드름**
tảng băng 땅 방 **얼음 덩어리**

thú	투	동물
thú nhận	투 년	자백하다

Cuối cùng thì hắn ta đã thú nhận mọi tội lỗi.
꾸오이 꿍 티 한 따 다 투 년 모이 또이 로이
결국엔 그는 모든 죄를 자백했다.

thú vị	투 비	재미있다
thủ công	투 꽁	수공(手工)
thủ đô	투 도	수도(首都)
thủ đoạn	투 도안	속임수
thủ lĩnh	투 링	대장(隊長)
thủ môn	투 몬	골키퍼
thủ trưởng	투 쯔엉	장(리더)
thủ tục	투 뚝	수속
thụ động	투 동	수동적인
thụ tinh	투 띵	수정(受精)하다 (생물)
thua	투어	(경기, 전쟁에서) 지다, 패하다
thuận	투언	찬성하다, 순응하다
thuận lợi	투언 러이	편리한, 유리한
thuận tiện	투언 띠엔	편한
thuật ngữ	투얻 응으	용어
thúc	툭	조르다, 압력을 가하다
thúc giục	툭 죽	재촉하다
thúc tiến	툭 띠엔	추진하다

thuê	투에	고용하다, 임대하다
thuế quan	투에 관	관세
thui	투이	(불에) 그을리다
thung lũng	퉁 룽	분지, 계곡, 산골짜기
thùng	퉁	통(桶)
thùng nước	퉁 느억	물통
thùng rác	퉁 작	쓰레기통
thúng	퉁	바구니
thủng	퉁	뚫린, 구멍난
	Cái xoong bị thủng. 까이 쏭 비 퉁 프라이팬이 구멍났다.	
thuốc	투옥	약(藥)
thuốc con nhộng	투옥 꼰 뉴옹	캡슐
thuốc đánh răng	투옥 다잉 장	치약
thuốc giảm đau	투옥 잠 다우	진통제
thuốc hạ sốt	투옥 하 쏱	해열제
thuốc ho	투옥 호	기침약
thuốc lá	투옥 라	담배
thuốc màu	투옥 마우	그림물감
thuốc mắt	투옥 맏	안약
thuốc mỡ	투옥 머	연고 (약)
thuốc ngủ	투옥 응우	수면제
thuốc nổ	투옥 노	화약

thuốc phiện	투옥 피엔	마약
thuốc sát trùng	투옥 싿 쭝	살충제
thuốc tẩy giun	투옥 떠이 준	구충제
thuốc trừ sâu	투옥 쯔 써우	방충제
thuốc uống	투옥 우옹	내복약
thuộc hạ	투옥 하	부하
thuộc lòng	투옥 롱	외우다

Các em về nhà nhớ phải học thuộc lòng bảng chữ cái.
깍 엠 베 냐 녀 파이 혹 투옥 롱 방 쯔 까이
여러분들은 집에 가서 알파벳을 암기해야 하는 것을 기억하세요.

thuộc về	투옥 베	속하다
thút thít	툳 틷	흐느끼다
thụt lùi	툳 루이	낙오하다, 후퇴하다
thủy binh	투이 빙	해군 병사
thủy chung	투이 쭝	한결 같은
thủy điện	투이 디엔	수력, 수압
thủy lợi	투이 러이	수리(水利)
thủy ngân	투 응언	수은
thủy sản	투이 싼	수산물
thủy thủ	투이 투	선원
thủy tinh	투이 띵	유리, 수정(水晶)
thủy triều	투이 찌에우	조수(潮水), 조류(潮流)
thuyền	투옌	배(船)

thuyền buồm	투옌 부옴	돛단배
thuyền trưởng	투옌 쯔엉	선장
thuyền viên	투옌 비엔	선원
thuyết giáo	투옏 자오	설교하다
thuyết minh	투옏 밍	설명하다
thuyết phục	투옏 푹	설득하다
thư điện tử	트 디엔 뜨	이메일
thư giãn	트 잔	휴양하다

Nghỉ ngơi một chút cho thư giãn đầu óc đi.
응이 응어이 몯 쭏 쩌 트 잔 더우 옥 디
머리를 식히기 위해 휴식을 좀 가지세요.

thư ký	트 끼	비서
thư mục	트 묵	도서목록
thư viện	트 비엔	도서관
thứ ba	트 바	화요일, 세 번째
thứ bảy	트 바이	토요일, 일곱 번째
thứ bậc	트 벅	순위
thứ hai	트 하이	월요일, 두 번째
thứ năm	트 남	목요일, 다섯 번째
thứ sáu	트 싸우	금요일, 여섯 번째
thứ tư	트 뜨	수요일, 네 번째
thứ tự	트 뜨	순서
thử	트	시도하다

thử nghiệm	트 응이엠	시험하다
thử sức	트 쓱	해보다, 도전하다
thử thách	트 타익	시련
thừa	트어	여유, 남다
thừa hành	트어 하잉	대행하다
thừa hưởng	트어 흐엉	상속하다
thừa kế	트어 께	상속하다
thừa nhận	트어 년	인정하다
thừa số	트어 쏘	인수 (수학)
thức ăn	특 안	음식
thức dậy	특 저이	일어나다
thực chất	특 쩓	본질
thực dân	특 전	식민주의자
thực đơn	특 던	메뉴
thực hành	특 하잉	실행하다

Lý thuyết phải đi đôi với thực hành.
리 투옡 파이 디 도이 버이 특 하잉
이론은 실기와 병행해야 한다.

thực hiện	특 히엔	실현하다
thực lực	특 륵	실력
thực nghiệm	특 응이엠	실험하다
thực phẩm	특 펌	식품
thực quản	특 꽌	식도
thực sự	특 쓰	본격적인

thực tập	특 떱	실습하다
thực tế	특 떼	사실, 실제
thực thể	특 테	실재, 실체
thực tiễn	특 띠엔	실천
thực vật	특 벋	식물
thừng	틍	밧줄
thước đo	트억 도	척도
thước kẻ	트억 깨	자 (문구용품)
thương	트엉	사랑하다
thương binh	트엉 빙	부상병
thương gia	트엉 자	상인
thương hiệu	트엉 히에우	상표
thương lượng	트엉 르엉	교섭(하다), 협상하다
	thương lượng giá cả 트엉 르엉 자 까 가격 협상	
thương mại	트엉 마이	상업, 무역
thường	트엉	보통의
thường dân	트엉 전	서민
thường lệ	트엉 레	정기적인
thường nhật	트엉 녇	일상
thường phục	트엉 푹	사복, 평상복, 일상복
thường thức	트엉 특	상식
thường xuyên	트엉 쑤옌	자주

thưởng	트엉	상을 주다, 상(賞)
thượng	트엉	위쪽, ~이상으로
thượng lưu	트엉 리우	상류
thượng sách	트엉 싸익	상책, 최상책
ti vi	띠 비	텔레비전
tí nữa	띠 느어	조금 더
tỉ giá hối đoái	띠 자 호이 도아이	환율
tỉ lệ	띠 레	비율
tỉ mỉ	띠 미	꼼꼼한
tỉ muội	띠 무오이	자매
tỉ số	띠 쏘	스코어
tỉ trọng	띠 쫑	비중
tia	띠어	광선
tía	띠어	자색의
tia chớp	띠어 쩝	번개
tia hồng ngoại	띠어 홍 응와이	적외선
tia la-se	띠어 라 재	레이저(laser)
tia nắng	띠어 낭	햇볕
tia tử ngoại	띠어 뜨 응와이	자외선
tích	띡	축적하다
tích cực	띡 끅	적극적인
tích góp	띡 곱	쌓다, 축적하다
tích lũy	띡 루이	축적하다, 저장하다

tịch thu	띡 투	몰수하다
	Cảnh sát đã tịch thu lô nước hoa nhập lậu. 까잉 쌋 다 띡 투 로 느억 화 녑 러우 경찰은 밀수입된 향수를 몰수했다.	
tiếc	띠엑	아깝다
tiếc nuối	띠엑 누오이	아쉽다
tiệc	띠엑	잔치, 파티
tiệc búp-phê	띠엑 붑 페	뷔페
tiêm	띠엠	주사를 놓다
tiêm phòng	띠엠 퐁	예방주사(하다)
tiềm lực	띠엠 륵	잠재력
tiềm thức	띠엠 특	잠재의식
tiệm bánh	띠엠 바잉	빵집
tiệm làm tóc	띠엠 람 똑	미용실
tiên	띠엔	신선(神仙), 선녀, 요정
tiên tiến	띠엔 띠엔	전진하다
	công nghệ tiên tiến 꽁 응에 띠엔 띠엔 선도 기술	
tiên đề	띠엔 데	전제
tiền	띠엔	돈
tiền boa	띠엔 보아	팁
tiền bồi thường	띠엔 보이 트엉	위자료, 보상금
tiền bối	띠엔 보이	선배
tiền cho vay	띠엔 쪼 바이	대금

tiền công	띠엔 꽁	임금
tiền đặt cọc	띠엔 닫 꼭	계약금
tiền đề	띠엔 데	전제
tiền định	띠엔 딩	예고하다, 예언하다
tiền giấy	띠엔 저이	지폐
tiền hoa hồng	띠엔 화 홍	수수료
tiền học	띠엔 혹	학비
tiền lãi	띠엔 라이	이자
tiền lẻ	띠엔 래	잔돈
tiền lệ	띠엔 레	전례(前例), 선례
tiền liệt tuyến	띠엔 리엗 뚜옌	전립선
tiền lương	띠엔 르엉	급여
tiền mặt	띠엔 맏	현금
tiền phạt	띠엔 팓	벌금
tiền phí	띠엔 피	수수료
tiền phương	띠엔 프엉	전방
tiền sử	띠엔 쓰	선사(先史)의
tiền tàu xe	띠엔 따우 쌔	차비, 교통비
tiền tệ	띠엔 떼	금전
tiền thù lao	띠엔 투 라오	보수(報酬)
tiền thừa	띠엔 트어	거스름돈
tiền thuê	띠엔 투에	임대료
tiền thuế	띠엔 투에	세금

베트남의 화폐

베트남의 화폐 단위는 동(đồng)이다. 100동, 200동, 500동, 1000동, 2000동, 5000동은 동전과 지폐가 있지만, 동전의 활용도가 낮아 2011년부터는 생산하지 않는다. 2003년부터 지폐 위조를 방지하기 위해 일반 종이 대신 polymer를 사용한다. 현재 폴리머로 만든 1만 동, 2만 동, 5만 동, 10만 동, 20만 동, 50만 동 지폐와 종이로 만든 5천 동 이하 지폐가 시장에서 통용된다. 지폐는 색상과 크기, 디자인이 모두 다르지만 앞면에는 공통적으로 호찌민의 얼굴이 들어가 있다.

★ 종이 지폐

★ Polimer 지폐

tiền thưởng	띠엔 트엉	보너스, 상금
tiền tiết kiệm	띠엔 띠엗 끼엠	예금하다
tiền tuyến	띠엔 뚜엔	전방
tiền vốn	띠엔 본	자금
tiến bộ	띠엔 보	진보하다

Cậu ấy học hành tiến bộ hơn trước.
꺼우 어이 혹 하잉 띠엔 보 헌 쯔억
그의 학습은 예전보다 진보했다.

tiến cử	띠엔 끄	추천하다
tiến đến	띠엔 덴	진출하다
tiến hóa	띠엔 호아	진화(進化)하다
tiến lên	띠엔 렌	나아가다, 전진하다
tiến sĩ	띠엔 씨	박사
tiến thoái lưỡng nan	띠엔 토아이 르엉 난	딜레마
tiến triển	띠엔 찌엔	나아가다, 발전하다
tiễn biệt	띠엔 비엗	송별
tiện lợi	띠엔 러이	편리한
tiếng	띠엥	소리, 언어, 시간
tiếng Anh	띠엥 아잉	영어
tiếng cười	띠엥 끄어이	웃음 소리
tiếng địa phương	띠엥 디어 프엉	사투리
tiếng Đức	띠엥 득	독일어
tiếng lóng	띠엥 롱	속어

tiếng ồn	띠엥 온	**소음**
tiếng vang	띠엥 방	**메아리**
tiếp cận	띠엡 껀	**접근하다**
	tìm cách tiếp cận với công nghệ mới. 띰 까익 띠엡 껀 버이 꽁 응에 머이 새로운 기술의 접근 방법 찾기	
tiếp đãi	띠엡 다이	**접대하다**
tiếp đất	띠엡 덛	**착륙하다**
tiếp điểm	띠엡 디엠	**접점**
tiếp đón	띠엡 돈	**맞이하다**
tiếp giáp	띠엡 잡	**인접하다**
tiếp nhận	띠엡 년	**접수하다, 받다**
tiếp nối	띠엡 노이	**접속하다, 잇다**
tiếp theo	띠엡 태오	**다음으로**
tiếp tục	띠엡 뚝	**계속하다**
tiếp viên hàng không	띠엡 비엔 항 콩	**승무원**
tiếp xúc	띠엡 쑥	**접촉하다**
tiết	띠엗	**선지(동물의 피), 학점**
tiết học	띠엗 혹	**수업**
tiết kiệm	띠엗 끼엠	**절약하다**
tiết lộ	띠엗 로	**누설하다**
tiệt trùng	띠엗 쭝	**소독하다**
tiêu biểu	띠에우 비에우	**대표적으로**

tiêu chuẩn	띠에우 쭈언	**기준, 기준이 되다**
tiêu cực	띠에우 끅	**부정적인, 소극적인**
tiêu diệt	띠에우 지엣	**전멸시키다**
tiêu dùng	띠에우 중	**소비하다**
tiêu đề	띠에우 데	**제목**
tiêu điểm	띠에우 디엠	**초점**
tiêu hao	띠에우 하오	**소모하다**
tiêu hóa	띠에우 화	**소화(消化)하다**
tiêu tan	띠에우 딴	**파멸하다**
tiêu thụ	띠에우 투	**소모하다**

Loại máy này tiêu thụ điện ít.
로아이 마이 나이 띠에우 투 디엔 잍
이 기계는 전기를 조금 소모한다.

tiều tụy	띠에우 뚜이	**초라한**
tiếu lâm	띠에우 럼	**유머집**
tiểu học	띠에우 혹	**초등교육**
tiểu sử	띠에우 쓰	**이력**
tiểu thuyết	띠에우 투옏	**소설**
tiểu thuyết gia	띠에우 투옏 자	**소설가**
tim	띰	**심장**
tìm	띰	**찾다**
tìm được	띰 드억	**발견하다, 찾아내다**
tìm hiểu	띰 히에우	**고찰하다**
tìm kiếm	띰 끼엠	**물색하다**

tìm ra	띰 자	발견하다
tìm thấy	띰 터이	찾아내다
tìm việc	띰 비엑	일자리를 찾다
tin	띤	믿다, 소식
tin cậy	띤 꺼이	믿다
tin đồn	띤 돈	소문
tin nhắn	틴 냔	메시지
tin nhắn văn bản	띤 냔 반반	문자 메시지
tin tức	띤 뜩	소식
tín chỉ	띤 찌	학점
tín hiệu	띤 히에우	신호
tinh chất	띵 쩥	순수한 물질
tinh tế	띵 떼	섬세한
tinh thần	띵 턴	정신
tinh thể	띵 테	결정체
tinh tường	띵 뜨엉	정통하다

đôi mắt tinh tường
도이 맏 띵 뜨엉
안목이 좋은

tình	띵	정
tình bạn	띵 반	우정
tình cảm	띵 깜	감정
tình cảnh	띵 까잉	환경
tình cờ	띵 꺼	우연히

tình hình	띵 힝	형세, 상황
tình huống	띵 후옹	상황
tình tay ba	띵 따이 바	삼각관계
tình trạng	띵 짱	상태
tình yêu	띵 이에우	사랑
tính	띵	세다, 계산하다, 셈하다
tính a-xit	띵 아 씯	산성(酸性)
tính cách	띵 까익	성격
tính chất	띵 쩓	소질, 성질
tính toán	띵 또안	계산하다
tính từ	띵 뜨	형용사
tỉnh dậy	띵 저이	일어나다
tĩnh điện	띵 디엔	정전기
tĩnh mạch	띵 마익	정맥
to	또	크다
to lớn	또 런	거대한
tò mò	또 모	호기심 있다

Sao cậu cứ tò mò chuyện của
người khác thế?
싸오 꺼우 끄 또 모 쭈엔 꾸어 응어이 칵 테
왜 너는 계속 다른 사람의 이야기를 궁금해하니?

toa	또아	기차 객실
tòa án	또아 안	법정
tòa án tối cao	또아 안 또이 까오	대법원

tòa nhà	또아 냐	건물
tòa thị chính	또아 티 찡	시청
tỏa nhiệt	또아 니엗	발열하다 (화학)
tỏa ra	또아 자	(증기, 냄새 등) 발하다
tỏa sáng	또아 쌍	비추다, 빛나다
tọa độ	또아 도	좌표
toại nguyện	또아이 응우옌	소원성취하다
toàn bộ	또안 보	전부
toàn cảnh	또안 까잉	전경
toàn diện	또안 지엔	전면적인
toán học	또안 혹	수학
tóc	똑	모발
tóc bạc	똑 박	백발
tỏi	또이	마늘
tóm lại	똠 라이	총괄하다, 요약하다
tóm tắt	똠 딷	요약하다
tố cáo	또 까오	폭로하다, 고소(告訴)하다
	Ông ta bị tố cáo đã tham ô công quỹ. 옹 따 비 또 까오 다 탐 오 꽁 꾸이 그는 공금횡령했다는 것을 폭로당했다.	
tố tụng	또 뚱	소송하다
tổ	또	선조, 조상
tổ chức	또 쯕	조직(하다), 개최하다

tổ hợp	또 헙	조합
tổ ong	또 옹	벌집
tổ quốc	또 꾸옥	조국
tốc độ	똑 도	속도
tôi	또이	나
tồi tàn	또이 딴	초라한
tồi tệ	또이 떼	나쁘다, 질이 떨어지다
tối	또이	어둡다
tối cao	또이 까오	최고
tối đa	또이 다	최대
tối giản	또이 잔	더 이상 약분할 수 없는 (분수)
tối nghĩa	또이 응이아	난해한
tội	또이	죄
tội nghiệp	또이 응이엡	불쌍한
tội nhẹ	또이 녜	경범죄
tội phạm	또이 팜	범죄, 범죄자
tôm	똠	새우
tôn giáo	똔 자오	종교
tôn quý	똔 꾸이	점잖다, 고귀하다
tôn sùng	똔 쑹	모시다, 숭배하다
tôn trọng	똔 쫑	존경하다, 존중하다

O
P
Q
R
S
T
U
V
X
Y

Hãy tôn trọng người lớn tuổi.
하이 똔 쫑 응어이 런 뚜오이
나이 많은 사람을 존경하세요.

tồn tại	똔 따이	존재하다
tốn	똔	(비용 등이) 들다
tổn thất	똔 털	손해
tống đi	똥 디	추방하다
tổng	똥	총합하다
tổng cộng	똥 꽁	총계, 총합계
tổng hợp	똥 헙	종합하다
tổng kết	똥 껟	총괄하다
tổng số	똥 쏘	총계
tổng thể	똥 테	전체
tổng thống	똥 통	대통령
tốt	똗	좋다
tốt bụng	똗 붕	친절하다
tốt nghiệp	똗 응이엡	졸업하다
tốt nhất	똗 녇	최고
tốt xấu	똗 써우	선악
tơ lụa	떠 루어	비단
tờ	떠	종이
tới	떠이	오다
tới tấp	떠이 떱	쇄도하다
tra	짜	찾다

tra cứu	짜 끼우	탐구하다
tra tấn	짜 떤	고문하다, 괴롭히다
trà	짜	차(茶)
trà xanh	짜 싸잉	녹차
trả	짜	돌려주다
trả góp	짜 곱	할부, 할부를 내다
	mua nhà trả góp 무어 냐 짜 롭 할부로 집을 사다	
trả lại	짜 라이	갚다
trả lời	짜 러이	대답하다
trả thù	짜 투	복수하다
trả trước	짜 쯔억	선불
trách	짜익	비난하다, 책망하다
trách mắng	짜익 망	꾸짖다
trách nhiệm	짜익 니엠	책임
trai	짜이	남자
trai gái	짜이 가이	남녀
trái	짜이	왼쪽의, 어기다
trái lại	짜이 라이	~와 반대로, ~에 반하여
trái tim	짜이 띰	심장
trải nghiệm	짜이 응이엠	체험하다
trải qua	짜이 꽈	경과하다
trải ra	짜이 자	걸치다

trại	짜이	캠프
trạm xá	짬 싸	(농촌지역의) 보건소
trạm xăng	짬 쌍	주유소
tràn	짠	넘치다
tràn ngập	짠 응업	넘치다

Không gian tràn ngập tiếng cười.
콩 잔 짠 응업 띠엥 끄어이.
공간에 웃음소리로 넘쳤다.

tràn ra	짠 자	엎지르다
trán	짠	이마
trang	짱	페이지
trang bị	짱 비	장비, 무장하다, 갖추다
trang điểm	짱 디엠	화장하다
tráng lệ	짱 레	화려한
trang phục	짱 푹	의복
trang trí	짱 찌	장식하다
trạng	짱	장원(壯元)
trạng thái	짱 타이	상태
tranh	짜잉	그림
tranh giành	짜잉 자잉	다투다
tranh luận	짜잉 루언	논쟁하다
tranh thủ	짜잉 투	손아귀에 넣다
tránh	짜잉	비키다, 피하다, 면하다
tránh né	짜잉 내	피하다

tránh xa	짜잉 싸	멀리하다
trao	짜오	주다
trao đổi	짜오 도이	교환하다
trao giải	짜오 자이	수상(受賞)하다
trào	짜오	넘치다
trào phúng	짜오 풍	풍자하다
trào ra	짜오 자	흘리다
trăm	짬	100, 백
trăm triệu	짬 찌에우	억
trăng	짱	달
trăng lưỡi liềm	짱 르어이 리엠	초승달
trăng rằm	짱 잠	보름달
trắng	짱	하얗다
trắng đen	짱 댄	흑백
trắng tay	짱 따이	빈손

Anh ta trắng tay vì chơi cờ bạc.
아잉 따 짱 따이 비 쩌이 꺼 빡
그는 도박을 했기 때문에 빈손이 되었다.

trầm ngâm	쩜 응엄	명상하다
trầm tính	쩜 띵	과묵한
trầm tĩnh	쩜 띵	차분한
trầm trọng	쩜 쫑	심하다
trân trọng	쩐 쫑	정중한
trần gian	쩐 잔	세상

trần nhà	쩐 냐	천장
trần thuật	쩐 투얻	진술하다
trấn an	쩐 안	(기분을) 진정시키다
trấn áp	쩐 압	진압하다
trấn tĩnh	쩐 띵	진정한, 냉정한
trận	쩐	진(陣), 전투, 전쟁
trận địa	쩐 디어	진지(陣地), 전쟁터, 전장
trật tự	쩓 뜨	질서
	giữ gìn trật tự xã hội 즈 진 쩓 뜨 싸 호이 사회 질서 유지	
trâu	쩌우	물소
trầu	쩌우	구장(후추나무과)
tre	째	대나무
trẻ	째	젊은
trẻ em	째 앰	아이
trẻ sơ sinh	째 써 씽	신생아
trẻ trung	째 쭝	젊다
treo	째오	걸다, 매달다
treo lên	째오 렌	매달다
trèo	째오	기어오르다
trêu	쩨우	장난, 장난치다, 놀리다
trên	쩬	위(上)
trêu ghẹo	쩨우 개오	야유, 장난치다

tri giác	찌 작	지각
tri thức	찌 특	지식
trì hoãn	찌 호안	지연하다
trí nhớ	찌 녀	기억력
trí tuệ	찌 뚜에	지혜
trị an	찌 안	치안
trị bệnh	찌 벵	병을 치료하다
trị số	찌 쏘	수치(数値) (수학)
trích	찍	공제하다
trích dẫn	찍 전	인용하다
trịch thượng	찍 트엉	오만한
triển khai	찌엔 카이	전개하다
triển vọng	찌엔 봉	전망
triết học	찌엗 혹	철학
triết lý	찌엗 리	철학 윤리
triệt để	찌엗 데	급진적인
triệt tiêu	찌엗 띠에우	퇴치하다, 제거하다
Triều Tiên	찌에우 띠엔	조선(朝鮮)
triệu chứng	찌에우 쯩	증상
triệu phú	찌에우 푸	백만장자
triệu tập	찌에우 떱	소집하다

O
P
Q
R
S
T
U
V
X
Y

Chủ tịch hội đồng quản trị đã triệu tập các cổ đông để thông báo về việc chia cổ tức.

쭈 떡 호이 동 꽌 찌 다 찌에우 떱 깍 꼬 동 데 통 바오 베 비 엑 찌어 꼬 뜩

이사장은 배당금 배분에 관해 알리기 위해서 주주들을 소집하였다.

trinh sát	찡 쌋	정찰하다
trinh thám	찡 탐	정탐하다
trình	찡	제시하다, 제출하다
trình bày	찡 바이	내놓다, 설명하다, 발표하다
trình diễn	찡 지엔	출연하다, 공연하다
trình độ	찡 도	정도
trình ra	찡 자	제시하다
trịnh trọng	찡 쫑	정중한
tro	쪼	재(灰)
trò chuyện	쪼 쭈옌	이야기
trò đùa	쪼 두어	장난
trò giải trí	쪼 자이 찌	오락
trò kéo co	쪼 깨오 꼬	줄다리기
trọ	쪼	묵다, 머물다
trói	쪼이	매다, 묶다
tròn	쫀	둥글다
	hình tròn 힝 쫀 동그라미	
trong	쫑	안에

trong sáng	쫑 쌍	명쾌한, 순수한
trong trắng	쫑 짱	순결한
trong trẻo	쫑 째오	맑다
trong tuần	쫑 뚜언	주간(週間), 주중
trọng đại	쫑 다이	중대한
trọng điểm	쫑 디엠	중점
trọng lực	쫑 륵	중력
trọng lượng	쫑 르엉	중량
trọng tài	쫑 따이	심판원
trọng tải	쫑 따이	적재력, 적재량
trọng tâm	쫑 떰	중심
trôi	쪼이	흐르다
trôi chảy	쪼이 짜이	유창하다
trội hơn	쪼이 헌	능가하다
trộm	쫌	훔치다, 몰래
trốn	쫀	피하다
trốn thuế	쫀 투에	탈세하다
trốn tránh	쫀 짜잉	도피하다
trộn lẫn	쫀 런	섞다, 혼합하다
trông coi	쫑 꼬이	감시하다, 지키다
trông nom	쫑 놈	돌보다
trồng	쫑	심다, 재배하다
trống	쫑	비어 있는

trống rỗng	쫑 종	**비다, 비어 있다**

Cậu ta đi thi với một cái đầu trống rỗng.
꺼우 따 디 티 버이 몯 까이 도우 쫑 종
그는 텅 빈 머리로 시험 보러 갔다.

trống trải	쫑 짜이	**허전하다**
trơ tráo	쩌 짜오	**뻔뻔하다**
trơ trẽn	쩌 짼	**뻔뻔하다**
trở lại	쩌 라이	**돌아가다, 돌아오다**
trở lên	쩌 렌	**이상(以上)**
trở thành	쩌 타잉	**~이 되다**
trợ cấp	쩌 껍	**보조금을 주다**
trợ lý	쩌 리	**조수, 보조원**
trợ từ	쩌 뜨	**조사 (품사)**
trời	쩌이	**하늘**
trời sáng	쩌이 쌍	**밝다**
trơn	쩐	**미끄러운**
trù	쭈	**주문을 외다**
trụ cột	쭈 꼳	**지주(支柱), 기둥**
trụ sở	쭈 써	**본사, 사무실, 주소**
trục	쭉	**축(軸)**
trục xuất	쭉 쑤얻	**추방하다**

Anh ta phạm tội nên đã bị trục xuất về nước.
아잉 따 팜 또이 녠 다 비 쭉 쑤얻 베 느억
그는 범죄를 저질러서 추방당했다.

trùm	쭘	덮다
trung bình	쭝 빙	평균
trung cấp	쭝 껍	중급
trung cổ	쭝 꼬	중고
trung điểm	쭝 디엠	중점
trung đông	쭝 동	중동(中東), 중동 지방
trung gian	쭝 잔	중간
trung hiếu	쭝 히에우	충효
Trung Hoa	쭝 화	중화, 중화민국
trung hòa	쭝 화	중성의
trung học	쭝 혹	중학(中學)
trung lập	쭝 럽	중립
trung lưu	쭝 리우	중류
trung niên	쭝 니엔	중년
Trung Quốc	쭝 꾸억	중국
trung tâm	쭝 떰	중심
trung tâm thương mại	쭝 떰 트엉 마이	백화점, 쇼핑센터
trung thành	쭝 타잉	한결같다, 충성하다
trung tính	쭝 띵	중성(中性)
trung ương	쭝 으엉	중앙
trùng hợp	쭝 헙	중합(重合), 서로 관련 시키다
trùng tu	쭝 뚜	수리하다

trúng	쭝	명중하다
trúng độc	쭝 독	중독, 중독적인
trúng tuyển	쭝 뚜옌	합격하다
truy điệu	쭈이 디에우	추도하다
truy hỏi	쭈이 호이	추구하다
truy kích	쭈이 끽	추격하다
truy nã	쭈이 나	수배하다
truy quét	쭈이 꾸앨	단속하다
truy tặng	쭈이 땅	(상훈 등을) 수여하다
truyền	쭈옌	전하다
truyền bá	쭈옌 바	전파하다

Ở Việt Nam văn hóa Hàn Quốc ngày càng được truyền bá rộng rãi.
어 비앧 남 반 화 한 꾸옥 응아이 깡 드억 쭈옌 바 종 자이
베트남에서의 한국 문화는 날이 갈수록 널리 전파된다.

truyền cảm	쭈옌 깜	감정의
truyền đạo	쭈옌 다오	전도하다
truyền đạt	쭈옌 닫	전달하다
truyền hình	쭈옌 힝	방송하다
truyền nhiễm	쭈옌 니엠	전염되다
truyền thông	쭈옌 통	미디어
truyền thống	쭈옌 통	전통
truyền thuyết	쭈옌 투옏	전설
truyện cổ tích	쭈옌 꼬 띡	옛날이야기

truyện	쭈옌	이야기, 소설
truyện kí	쭈옌 끼	전기(傳記)
truyện tranh	쭈옌 짜잉	만화
trừ	쯔	빼다 (수)
trứ danh	쯔 자잉	저명한, 유명한
trữ lượng	쯔 르엉	저장량, 매장량
trữ tình	쯔 띵	서정(抒情)적인
trưa	쯔어	정오
trực cảm	쯕 깜	직감
trực quan	쯕 꽌	직관
trực thuộc	쯕 투옥	부속된, 직속의
trực tiếp	쯕 띠엡	직접적인
trưng bày	쯩 바이	전시하다
	phòng trưng bày tranh 펑 쯩 바이 짜잉 그림 전시실	
trưng cầu	쯩 꺼우	(다수의 의견을) 구하다
trừng trị	쯩 찌	처벌하다, 징계하다
trứng	쯩	알
trứng gà	쯩 가	달걀
trứng rán	쯩 잔	계란 프라이
trước	쯔억	전, 이전, 앞
trước đây	쯔억 더이	이전에
trước hết	쯔억 헽	우선

O
P
Q
R
S
T
U
V
X
Y

trước khi	쯔억 키	~하기 전에
trước kia	쯔억 끼어	예전에
trước mắt	쯔억 맏	눈앞의
trước sau	쯔억 싸우	전후
trước tiên	쯔억 띠엔	우선
trườn	쯔언	기다
trường học	쯔엉 혹	학교
trường hợp	쯔엉 헙	경우
trường kì	쯔엉 끼	장기(長期)
trường mẫu giáo	쯔엉 머우 자오	유치원
trường phái	쯔엉 파이	학파(學派)
trường thọ	쯔엉 토	장수하다
trường tiểu học	쯔엉 띠에우 혹	초등학교
trường trung học cơ sở	쯔엉 쭝 혹 꺼 써	중학교
trường trung học phổ thông	쯔엉 쭝 혹 포 통	고등학교
trưởng	쯔엉	장, 두목
trưởng nam	쯔엉 남	장남
trưởng phòng	쯔엉 퐁	팀장
trưởng thành	쯔엉 타잉	성장하다

Con cái đã trưởng thành.
꼰 까이 다 쯔엉 타잉
자식은 성장했다.

trượt	쯔얻	미끄러지다
trừu tượng	찌우 뜨엉	추상적인
tu	뚜	빨다
tu bổ	뚜 보	수축되다
tu hành	뚜 하잉	수행(隨行)
tù	뚜	교도소
tù binh	뚜 빙	포로
tủ	뚜	장(欌)
tủ lạnh	뚜 라잉	냉장고
tụ họp	뚜 홉	모이다
tuần	뚜언	주(週)
tuần hoàn	뚜언 호안	순환(하다)
tuần trăng mật	뚜언 짱 먿	허니문
tuần lễ	뚜언 레	주, 주간
tục ngữ	뚝 응으	속담
túi	뚜이	가방, 주머니
túi mật	뚜이 먿	쓸개
túi ni-lông	뚜이 니 롱	비닐봉지
túi	뚜이	주머니
tụi	뚜이	무리, 패거리
túm	뚬	붙잡다
tung hoành	뚱 호아잉	자유로이 행동하다
túng	뚱	(돈이) 부족한, 모자란

tuổi	뚜오이	나이
tuổi dậy thì	뚜오이 저이 티	사춘기
tuổi trẻ	뚜오이 째	젊음
tuồng	뚜옹	베트남의 전통 고전극
tuốt	뚜옫	전부
tụt hậu	뚵 허우	뒤(떨어)지다

nền kinh tế tụt hậu
넨 낑 때 뚵 허우
뒤처진 경제

tuy	뚜이	비록
tuy nhiên	뚜이 니엔	그럼에도 불구하고
tùy	뚜이	~에 따라서
tùy bút	뚜이 붇	수필
tùy tiện	뚜이 띠엔	함부로
tủy	뚜이	뼈(骨), 골수
tủy sống	뚜이 쏭	척수
tụy	뚜이	췌장
tuyên án	뚜옌 안	판결하다
tuyên bố	뚜옌 보	선언(하다)
tuyên chiến	뚜옌 찌엔	선전하다
tuyên dương	뚜옌 즈엉	선양하다
tuyên ngôn	뚜옌 응온	선언
tuyên thệ	뚜옌 테	맹세하다
tuyên truyền	쭈옌 쭈옌	선전하다

tuyến	뚜옌	선(線)
tuyển chọn	뚜옌 쫀	채택하다, 선발하다
tuyển dụng	쭈옌 중	채용하다

Công ty An Phát đang tuyển
dụng nhân viên kỹ thuật.
꽁 띠 안 팓 당 뚜옌 중 년 비엔 끼 투얻
An Phát 회사는 기술 직원을 채용 중이다.

tuyến đường	뚜옌 드엉	차선(車線)
tuyển	뚜옌	선택하다, 고르다
tuyển thủ	뚜옌 투	선수
tuyết	뚜옏	눈(雪)
tuyệt đỉnh	뚜옏 딩	절정
tuyệt đối	뚜옏 도이	절대적인
tuyệt thực	쭈옏 특	절식(節食)하다
tuyệt vọng	뚜옏 봉	절망하다
tư bản	뜨 반	자본
tư cách	뜨 까익	자격
tư duy	뜨 주이	사유
tư liệu	뜨 리에우	자료
tư liệu sản xuất	뜨 리에우 싼 쑤얻	생산자재
tư lệnh	뜨 렝	사령관
tư pháp	뜨 팝	사법(司法)
tư sản	뜨 싼	자본
tư thế	뜨 테	자세

tư tưởng	뜨 뜨엉	**사상(思想)**
từ	뜨	**단어**
từ bỏ	뜨 보	**버리다**
từ chối	뜨 쪼이	**거부하다**
từ chức	뜨 쯕	**사임하다**

Ông ta đã nộp đơn từ chức ngày hôm qua.
옹 따 다 놉 던 뜨 쯕 응아이 홈 꽈
그는 어제 사직서를 제출했다.

từ đấy	뜨 더이	**그로부터**
từ điển	뜨 디엔	**사전**
từ điển bách khoa	뜨 디엔 바익 코아	**백과사전**
từ đồng nghĩa	뜨 동 응이아	**동의어**
từ loại	뜨 로아이	**품사**
từ tính	뜨 띵	**자성**
từ trường	뜨 쯔엉	**자기(磁氣)**
từ từ	뜨 뜨	**천천히**
từ vựng	뜨 븡	**단어, 어휘**
tứ giác	뜨 작	**네모**
tử cung	뜨 꿍	**자궁**
tử số	뜨 쏘	**분자 (수학)**
tử tế	뜨 떼	**친절하다**
tự cao	뜨 까오	**자부하다**
tự cấp	뜨 껍	**자급하다**

tự chủ	뜨 쭈	자신을 다스리다, 자주적인
tự do	뜨 조	자유, 자유로운
tự do dân chủ	뜨 조 전 쭈	자유 민주
tự động	뜨 동	자동의
tự giác	뜨 작	<u>스스로</u>
tự hào	뜨 하오	자랑하다

Con cái là niềm tự hào của bố mẹ.
꼰 까이 라 니엠 뜨 하오 꾸어 보 매
자식은 부모의 자랑이다.

tự học	뜨 혹	독학하다
tự lập	뜨 럽	자립하다
tự lực	뜨 륵	자력
tự nấu ăn	뜨 너우 안	직접 요리하다
tự nguyện	뜨 응우옌	자원
tự nhiên	뜨 니엔	자연
tự sát	뜨 쌀	자살하다
tự thân	뜨 턴	<u>스스로</u>
tự tin	뜨 띤	자신감 있는
tự trị	뜨 찌	자치(自治)
tự trọng	뜨 쫑	자중하다
tự truyện	뜨 쭈옌	자서전
tự tử	뜨 뜨	자살하다
tự vệ	뜨 베	자위하다, 자신을 <u>스스로</u> 보호하다

tựa	뜨어	**기대다**
tức	뜩	**화난**
tức là	뜩 라	**즉**
tức thời	뜩 터이	**즉시**
từng	뜽	**각각의**
từng trải	뜽 짜이	**베테랑**
tước đoạt	뜨억 도얏	**박탈하다**
tươi	뜨어이	**신선하다**
tươi mát	뜨어이 맏	**산뜻한**
tươi tắn	뜨어이 딴	**상큼한**
tưới	뜨어이	**관개(灌漑)하다**
tương	뜨엉	**된장**
tương đối	뜨엉 도이	**상대적인**
tương đương	뜨엉 드엉	**평행하다, 비슷하다**
tương lai	뜨엉 라이	**미래**
tương phản	뜨엉 판	**반(反)하다, 상반하다**
	Trắng và đen là hai màu tương phản. 짱 바 댄 라 하이 마우 뜨엉 판 하얀색과 검은색은 서로 반대되는 두 가지의 색이다.	
tương tự	뜨엉 뜨	**비슷하다**
tương ứng	뜨엉 응	**상응하다**
tường	뜨엉	**벽**
tướng	뜨엉	**장군**

tướng quân	뜨엉 꾸언	**장군**
tưởng tượng	뜨엉 뜨엉	**가상의**
tượng đồng	뜨엉 동	**동상**
tượng hình	뜨엉 힝	**상형(象形)**
tượng thanh	뜨엉 타잉	**의성(擬聲)**
tượng trưng	뜨엉 쯩	**상징하다**
tựu trường	띠우 쯔엉	**개학하다**

Ở Việt Nam, 5/9 là ngày tựu
trường.
어 비엔 남, 응아이 남 탕 찐 라 응아이 띠우 쯔엉
베트남에서는 9월 5일이 개학일이다.

O

P

Q

R

S

T

U

V

X

Y

U

u	우	어머니, 혹 (살덩어리)
ù tai	우 따이	귀가 울리다
ú ớ	우 어	잠꼬대 소리, 중얼거리는 소리
ủ	우	따뜻하게 하다
ủ bệnh	우 벵	초기 증상을 보이다
ụ	우	흙을 쌓아 올림
ùa	우어	쇄도하다, 밀려 들어오다
úa	우어	시들다
uất	우얻	화나다, 분을 품다
ùn ùn	운 운	한꺼번에 몰려오다
ung	웅	악성 종기
ung dung	웅 중	관조적이다
ung thư	웅 트	암(癌)
ủng hộ	웅 호	후원하다, 지원하다, 응원하다
uốn cong	우온 꽁	휘다, 구부러지다
uốn thẳng	우온 탕	바로잡다
uốn ván	우온 반	파상풍
uống	우옹	마시다
úp	웁	가리다, 덮다

út	욷	막내
uy danh	우이 자잉	**위명**(威名, 위력을 떨치는 명성)
uy hiếp	우이 히엡	**위협하다**
uy thế	우이 테	**위세**
úy	우이	**위관**(尉官)
ủy ban	우이 반	**위원회**
ủy nhiệm	우이 니엠	**위임하다**
ủy quyền	우이 꾸옌	**권리를 위임하다**

Trong thời gian đi công tác, giám đốc đã ủy quyền cho phó giám đốc điều hành công ty.
퐁 터이 잔 디 꽁 딱, 쟘 독 다 우이 꾸옌 쪼 포 쟘 독 디에우 하잉 꽁 띠

출장 가는 시간 동안 사장은 부사장에게 회사운영 권리를 위임했다.

ủy thác	우이 탁	**위탁하다**
ủy viên	우이 비엔	**위원**
uyên bác	우옌 박	**박식한**
uyên thâm	우옌 텀	**해박한, 심오한**
uyển chuyển	우옌 쭈옌	**유연한**
ứ đọng	으 동	**침체되다**
ức chế	윽 쩨	**억제하다**
ứng dụng	응 중	**응용하다**
ước	으억	**원하다, 꿈꾸다**
ước tính	으억 띵	**추정하다**

ương ngạnh	으엉 응아잉	완고한
ướt	으얼	젖다
ưu đãi	이우 다이	우대하다
ưu điểm	이우 디엠	장점
ưu phiền	이우 피엔	괴롭다
ưu tiên	이우 띠엔	우선
ưu tú	이우 뚜	우수한
ưu tư	이우 뜨	우려하다

va-li	바 리	여행 가방
va-ni	바 니	바닐라
va chạm	바 짬	마주치다
và	바	그리고
vả lại	바 라이	다시금
vác	박	짊어지다
vách	바익	담장
vách đá	바익 다	절벽
vạch trần	바익 쩐	들추다, 까발리다

Âm mưu đen tối của họ đã bị
vạch trần.
엄 미우 댄 또이 꾸어 호 다 비 바익 쩐
그들의 검은 음모는 탄로났다.

vai	바이	어깨
vai diễn	바이 지엔	연기의 배역
vai trò	바이 쪼	역할
vài	바이	몇몇의
vải	바이	옷감, 리치 (과일)
vải bạt	바이 받	캔버스
vãi	바이	흩뿌리다
vạm vỡ	밤 버	건장한

ván trượt tuyết	반 쯔엍 뚜옡	스노보드
vạn	반	만(萬)
vạn năng	반 낭	만능의
vạn niên	반 니엔	만년(晩年)
vạn tuế	반 뚜에	만세
vạn vật	반 벋	만물
vàng	방	금(金)
vào	바오	(시간) ~에, 들어가다
vay	바이	빌리다
váy	바이	드레스, 치마
vảy	바이	비늘
vắc-xin	박 씬	백신
văn	반	문학
văn hóa	반 화	문화
văn học	반 혹	문학
văn minh	반 밍	문명
	văn minh nhân loại 반 밍 년 로아이 인류 문명	
văn nghệ	반 응에	문예
văn phòng	반 퐁	사무실
văn xuôi	반 쑤오이	글, 산문
vặn	반	비틀다
vắng mặt	방 맏	결석하다

vắng vẻ	방 배	고요한, 인적 없는
vắt	받	짜다, 누르다
vặt vãnh	받 바잉	사소한
vân tay	번 따이	지문
vần	번	음절
vấn đề	번 데	문제
vẫn	번	아직, 여전히
vẫn chưa	번 쯔어	아직
vẫn như trước	번 니으 쯔억	여전히
vận chuyển	번 쭈옌	운반하다
vận động	번 동	체육, 운동(하다)
vận động viên	번 동 비엔	선수, 운동선수
vận hành	번 하잉	운행하다
vận may	번 마이	운(運), 행운
vận mệnh	번 멩	운명
vận tải	번 따이	수송하다
vận xấu	번 써우	불운
vâng	벙	예 (대답하는 말)
vất vả	벋 바	힘들다
	Các công nhân phải làm việc rất vất vả. 깍 꽁 년 파이 람 비엑 젇 벋 바 노동자들은 매우 힘들게 일해야만 한다.	
vật	벋	물건

O
P
Q
R
S
T
U
V
X
Y

vật chất	벋 쩓	물질
vật dụng	벋 중	용품
vật giá	벋 자	물가(物價)
vật liệu	벋 리에우	원료
vật lý	벋 리	물리
vật phẩm	벋 펌	물품
vật thể	벋 테	물체
vây	버이	지느러미
vây quanh	버이 꾸아잉	둘러싸다
vẩy	버이	흔들다
ve	배	매미
vé	배	표(票)
vẻ đẹp	배 댑	아름다움
vẻ mặt	베 맏	기색, 표정, 안색
vẽ	배	그리다
véc-ni	백 니	니스(varnish)
vén	밴	걷어 올리다
véo	배오	꼬집다
vẹt	밷	앵무새
về hưu	베 히우	은퇴하다
về nước	베 느억	귀국하다

Ngày mai tôi sẽ về nước hẳn.
응아이 마이 또이 쌔 베 느억 한.
내일 나는 아주 귀국한다.

về sau	베 싸우	이후
vệ sĩ	베 씨	경호원
vệ sinh	베 씽	위생
vệ tinh	베 띵	위성
vết	벧	점(얼룩)
vết bầm	벧 범	타박상
vết bẩn	벧 번	더러움
vết bỏng	벧 봉	화상(火傷)
vết nhăn	벧 냔	주름
vết sẹo	벧 쌔오	흉터
vết thương	벧 트엉	상처
vết tích	벧 띡	흔적
vi khuẩn	비 쿠언	세균
vi phạm	비 팜	위반하다
vi sinh vật	비 씽 벋	미생물
vi trùng	비 쭝	미생물
vì	비	위하여
vì sao	비 싸오	왜
vì thế	비 테	그래서
vì vậy	비 버이	그래서
ví dụ	비 주	예(例)
vỉ nướng	비 느엉	그릴, 석쇠

vĩ đại	비 다이	**위대하다**

Hồ Chí Minh là vị lãnh tụ vĩ đại
của dân tộc Việt Nam.
호 찌 밍 라 비 라잉 뚜 비 다이 꾸어 전 똑 비엔 남
호치민은 베트남 민족의 위대한 지도자이다.

vĩ nhân	비 년	**위인**
vĩ tuyến	비 뚜옌	**위선**
vị	비	**맛**
vị chua	비 쭈어	**신맛**
vị giác	비 작	**미각, 식성(食性)**
vị thành niên	비 타잉 니엔	**미성년**
vị thần	비 턴	**신(神)**
vị trí	비 찌	**위치**
vỉa hè	비어 해	**인도(교통)**
việc	비엑	**사업**
việc làm	비엑 람	**직업**
việc nhà	비엑 냐	**가사(家事)**
viêm họng	비엠 홍	**목의 염증**
viêm khớp	비엠 컵	**관절염**
viêm mũi	비엠 무이	**비염**
viêm phế quản	비엠 페 꽌	**기관지염**
viêm ruột thừa	비엠 주옫 트어	**맹장염**
viêm xoang	비엠 쏘앙	**비염**
viên đạn	비엔 단	**총알**

việc làm 비엑 람 **직업**

nhân viên văn phòng 년 비엔 반 퐁 　회사원, 샐러리맨

giáo viên 자오 비엔 　교사

giáo sư 자오 쓰 　교수

luật sư 루언 쓰 　변호사

bác sĩ 박 씨 　의사

y tá 이 따 　간호사

vận động viên 번 동 비엔 　운동선수

đầu bếp 더우 뱁 　요리사

thợ làm bánh 터 람 바잉 　제빵사

nghệ sĩ 응에 씨 　연예인, 예술가

diễn viên 지엔 비엔 　탤런트, 배우

ca sĩ 까 씨 　가수

quân nhân 꾸언 년 　군인

cảnh sát 까잉 쌑 　경찰관

lính cứu hỏi 링 끄우 호이 　소방관

công nhân viên chức 꽁 년 비엔 쯕 　공무원

nội trợ 노이 쩌 　가정주부

viễn đông	비엔 동	**극동**
viễn thị	비엔 티	**노안(老眼)**
viện	비엔	**병원**
viện trợ	비엔 쩌	**원조하다**
viết (chữ)	비엔 (쯔)	**쓰다 (글씨)**
viết bậy	비엗 버이	**낙서하다**
viết văn	비엗 반	**작문하다**
Việt kiều	비엗 끼에우	**베트남 교포**
Việt Nam	비엗 남	**베트남**
vinh dự	빙 즈	**영광**
vinh quang	빙 꽝	**영광**
vĩnh viễn	빙 비엔	**영구적인**
Thế là ông ấy đã vĩnh viễn ra đi. 테 라 옹 어이 다 빙 비엔 자 디 그는 영구 퇴출 되었다.		
vịnh	빙	**만(灣)**
vi-rút	비 줃	**바이러스**
vi-sa	비 자	**비자**
vịt	빋	**오리**
vi-ta-min	비 따 민	**비타민**
vỏ	보	**껍질**
vóc dáng	복 장	**신장(身長), 키**
vòi hoa sen	보이 화 쌘	**샤워기**
vòi nước	보이 느억	**분수(噴水)**

vòng cổ	봉 꼬	목걸이
vòng quay	봉 꾸아이	사이클
vòng tay	봉 따이	팔찌
võng	봉	그물침대, 해먹(Hammock)
vô	보	무(無)
vô căn cứ	보 깐 끄	터무니없는
vô cơ	보 꺼	미네랄
vô cùng	보 꿍	매우, 몹시, 극히
vô danh	보 자잉	무명(無名)의
vô địch	보 딕	챔피언
vô điều kiện	보 디에우 끼엔	무조건
vô dụng	보 중	가치없는, 쓸모없는

Anh ta là một kẻ vô dụng.
아잉 따 라 몯 깨 보 중
그는 쓸모없는 녀석이다.

vô hạn	보 한	무한하다
vô hiệu	보 히에우	무효의
vô ích	보 익	쓸데없는
vô lễ	보 레	무례한
vô liêm sỉ	보 리엠 씨	파렴치
vô lý	보 리	무리한
vô số	보 쏘	무수한
vô sự	보 쓰	무사(無事), 아무 일 없음
vô tâm	보 떰	무심한

vô thường	보 트엉	덧없다
vô tình	보 띵	무심코
vô tội vạ	보 또이 바	되는대로
vô trùng	보 쭝	방부제, 무균의
vô tuyến	보 뚜옌	무선(無線)
vô vị	보 비	무미하다
vô ý	보 이	소홀히 하다, 부주의한
vô ý thức	보 이 특	의식 없는, 무의식의
vỗ nhẹ	보 녜	가볍게 치다
vỗ tay	보 따이	손뼉 치다

Khán giả đã vỗ tay nồng nhiệt
sau phần trình bày của cô ấy.
칸 자 다 보 따이 농 니엔 싸우 펀 찡 바이 꾸어 꼬 어이
관객들은 그녀의 발표가 끝난 후에 열렬한
박수를 보냈다.

vội	보이	서두르다
vội vàng	보이 방	서두르다
vôn	본	볼트
vốn	본	자본
vốn có	본 꼬	고유의
vốn dĩ	본 지	원래
vở diễn	버 지엔	희극
vở kịch	버 끽	연극
vở tuồng	버 뚜옹	각본
vỡ nợ	버 너	파산하다

vợ	버	아내
vợ chồng	버 쫑	**부부**
với	버이	그리고, ~와 함께
vu cáo	부 까오	헐뜯다, 비방하다
vu khống	부 콩	헐뜯다, 비방하다
vú	부	유방
vũ khí	부 키	**무기**(武器)
vũ lực	부 륵	**무력**(武力)
vũ trụ	부 쭈	우주
vua	부어	왕
vui	부이	기쁘다
vui chơi	부이 쩌이	오락
vui mừng	부이 믕	기뻐하다
vui vẻ	부이 베	기쁘다
vung	붕	휘두르다
vùng	붕	지역
vùng đất	붕 덛	토양, 지역
vụng về	붕 베	서투르다
vuông	부옹	각형의, 정사각의, 정방향의
vuốt	부옫	쓰다듬다
vút lên	붇 렌	솟다, 치솟다
vừa đủ	브어 두	가까스로, 충분한

vừa đúng	브어 둥	딱맞다 (적합)
vừa lòng	브어 롱	만족하는
vừa lúc	브어 룩	(바로 그) 때에, 마침

Vừa lúc tôi đến thì chương trình bắt đầu.
브어 룩 또이 댄 티 쯔엉 찡 밧더우
내가 오자마자 마침 프로그램은 시작했다.

vừa mới	브어 머이	겨우, 방금
vừa nãy	브어 나이	벌써, 방금
vừa phải	브어 파이	수수한, 합리적인
vững chắc	븡 짝	견실한
vững tin	븡 띤	확신(하다)
vững vàng	븡 방	굳다
vườn	브언	정원(庭園)
vườn thú	브언 투	동물원
vương quốc	브엉 꾸옥	왕국
vượt qua	브얻 꽈	극복하다, 지나다
vượt trội	브얻 쪼이	빼어나다
vứt bỏ	븓 보	팽개치다

X

xa	싸	**멀다**
xa lạ	싸 라	**이국적인, 낯선**
xa xỉ	싸 씨	**사치**

Tôi không có tiền để dùng
những đồ xa xỉ như thế.
또이 콩 꼬 띠엔 데 중 니응 도 싸 씨 니으테
나는 그런 사치품을 사용하기 위한 돈이 없다.

xa xôi	싸 쏘이	**먼(거리)**
xa xưa	싸 쓰어	**오랫동안, 옛날**
xà lách	싸 라익	**양상추, 샐러드**
xà ngang	싸 응앙	**턱걸이**
xà phòng	싸 퐁	**세제**
xà phòng thơm	싸 퐁 텀	**비누**
xã	싸	**마을, 조합**
xã hội	싸 호이	**사회**
xác	싹	**시체**
xác chết	싹 쩯	**시체**
xác định	싹 딩	**확정하다**
xác nhận	싹 년	**확인하다**
xác suất	싹 쑤얻	**확률**
xác thịt	싹 틷	**육체**

xác thực	싹 특	확실한
xác ướp	싹 으업	미라
xách	싸익	휴대하다
xanh da trời	싸잉 자 쩌이	하늘색
xanh lá cây	싸잉 라 꺼이	녹색
xanh lam	싸잉 람	푸른색
xanh xao	싸잉 싸오	창백하다
xao nhãng	싸오 냥	게을리하다, 태만한
xào	싸오	볶다
xáo trộn	싸오 쫀	동요하다, 뒤섞다
xảo quyệt	싸오 꾸옡	간사하다
xảy ra	싸이 자	일어나다, 발생하다
xăm	쌈	문신을 새기다
xắn lên	싼 렌	걷어 올리다
xăng	쌍	기름, 가솔린
xăng dầu	쌍 저우	휘발유
xâm hại	썸 하이	침해하다
xâm lược	썸 르억	침략하다
	chiến tranh xâm lược 찌엔 짜잉 썸 르억 침략 전쟁	
xâm nhập	썸 녑	침입하다
xâm phạm	썸 팜	침해하다, 침범하다
xấu	써우	나쁘다, 추하다

xấu hổ	써우 호	부끄럽다
xấu xa	써우 싸	흉하다
xây dựng	써이 증	세우다, 건설하다, 짓다
xe bọc thép	쌔 복 탭	탱크
xe buýt	쌔 부읻	버스
xe cộ	쌔 꼬	차량
xe công-ten-nơ	쌔 꽁 땐 너	컨테이너
xe cứu thương	쌔 끼우 트엉	구급차
xe đạp	쌔 답	자전거
xe kéo	쌔 깨오	견인차
xe lửa	쌔 르어	열차
xe máy	쌔 마이	오토바이
xe ô tô	쌔 오 또	자동차
xe ôm	쌔 옴	오토바이 택시 (베트남의 교통수단)
xe tải	쌔 따이	트럭
xe tay ga	쌔 따이 가	스쿠터
xe tăng	쌔 땅	탱크
xe trượt tuyết	쌔 쯔얻 뚜옏	썰매
xe ủi đất	쌔 우이 덛	불도저
xé	쌔	찢다
xẻ gỗ	쌔 고	제재하다
xem	쌤	보다

O
P
Q
R
S
T
U
V
X
Y

xem như	쌤 니으	간주하다
xem thường	쌤 트엉	경시하다, 무시하다
xem trước	쌤 쯔억	예습하다, 미리 보다
xem xét	쌤 쌛	관찰하다, 고려하다, 살펴보다

Tôi sẽ xem xét lại vấn đề này.
또이 쌔 쌤 쌛 라이 번 데 나이
나는 이 문제를 다시 살펴볼 것이다.

xen	쌘	참견하다, 끼어들다
xén	쌘	베다, 자르다
xếp	쎕	깔다, 정리하다
xếp hạng	쎕 항	랭킹, 등급, 등급을 매기다, 분류하다
xếp lại	쎕 라이	개다 (접다)
xếp lên	쎕 렌	쌓다
xét duyệt	쌛 주옡	승인하다
xi đánh giày	씨 다잉 자이	구두약
xi măng	씨 망	시멘트
xì mũi	씨 무이	코를 풀다
xì trét	씨 쨑	스트레스
xì xằng	씨 쌍	그럭저럭
xí nghiệp	씨 응이엡	사업, 기업
xích đạo	씩 다오	적도
xích đu	씩 두	그네
xích lô	씩 로	시클로(베트남의 교통수단)

xiếc	씨엑	서커스
xiên	씨엔	경사진
xin	씬	제발
xin lỗi	씬 로이	사과하다
	Tôi xin lỗi vì đã đến muộn. 또이 씬 로이 비 다 덴 무온 늦게 와서 죄송합니다.	
xin việc	씬 비엑	취직하다, 구직하다
xinh	씽	예쁘다
xó	쏘	구석
xoa	쏘아	쓰다듬다
xóa	쏘아	삭제하다, 지우다
xóa bỏ	쏘아 보	파기하다, 취소하다, 지우다
xóa sổ	쏘아 쏘	없애다, 제거하다
xóa tan	쏘아 딴	퇴치하다
xõa	쏘아	(머리카락) 흘러내리다
xoài	쏘아이	망고
xoay vòng	쏘아이 봉	회전하다
xoáy nước	쏘아이 느억	소용돌이
xoắn	쏘안	비틀다
xói mòn	쏘이 몬	침식하다
xóm	쏨	부락, 작은 마을
xong	쏭	끝나다
xô	쏘	통(桶)

O
P
Q
R
S
T
U
V
X
Y

xô đẩy	쏘 더이	밀다, 떠밀다
xổ số	쏘 쏘	복권
xối xả	쏘이 싸	퍼붓다
xông vào	쏭 바오	달려들다
xơi	써이	마시다, 먹다
xu hướng	쑤 흐엉	트렌드
	xu hướng thời trang 쑤 흐엉 터이 짱 패션 트랜드	
xù xì	쑤 씨	울퉁불퉁한
xuân	쑤언	봄
xuất bản	쑤언 반	출판하다
xuất cảnh	쑤언 까잉	출국하다
xuất chúng	쑤언 쭝	뛰어나다
xuất hiện	쑤언 히엔	출현하다, 나타나다
xuất khẩu	쑤언 커우	수출하다
xuất phát	쑤언 팓	출발하다
xuất sắc	쑤언 싹	우수한
xuất viện	쑤언 비엔	퇴원하다
xuất xứ	쑤언 쓰	출처
xúc động	쑥 동	감동하다
xúc giác	쑥 작	감촉
xúc phạm	쑥 팜	모욕하다
xúc xích	쑥 씩	핫도그, 소시지

xui xẻo	쑤이 쌔오	**불운한**
xúi bẩy	쑤이 버이	**선동하다, 부추기다**
xúi giục	쑤이 죽	**선동하다, 부추기다**
xung đột	쑹 돋	**충돌하다**
xung quanh	쑹 꾸아잉	**주변**
xuống	쑤옹	**내려오다**
xuyên qua	쑤옌 꽈	**관통하다**

Đây là con đường ngắn nhất để xuyên qua cánh rừng.
더이 라 꼰 드엉 응안 녇 데 쑤옌 꽈 까잉 증
이것은 숲을 관통하는 최단 경로입니다.

xuyên tạc	쑤옌 딱	**곡해하다, 왜곡하다**
xứ sở	쓰 써	**국토, 고향, 곳**
xử lí	쓰 리	**처리하다**
xử phạt	쓰 팓	**처벌하다**
xưa	쓰어	**오래된, 옛날의**
xứng đáng	씅 당	**어울리다**
xương	쓰엉	**뼈**
xương cá	쓰엉 까	**가시**
xương sọ	쓰엉 쏘	**두개골**
xương sống	쓰엉 쏭	**척추**
xương sườn	쓰엉 쓰언	**늑골, 갈빗대**

O
P
Q
R
S
T
U
V
X
Y

| 베트남어 필수 단어 |

Y

y bạ	이 바	진료 기록 수첩
y nguyên	이 응우옌	본래대로
y như	이 니으	~인 것 같다
y phục	이 푹	의복, 옷
y sĩ	이 씨	의사
y tá	이 따	간호사
y tế	이 떼	의료
ý ác	이 악	악성의
ý chí	이 찌	의지(意志)
ý định	이 딩	의향
ý đồ	이 도	의도
ý hướng	이 흐엉	의향
ý kiến	이 끼엔	의견
ý muốn	이 무온	욕구
ý nghĩa	이 응이아	의미(하다)
ý niệm	이 니엠	이념
ý thức	이 특	의식(하다)
ý tưởng	이 뜨엉	아이디어

Đó là một ý tưởng không tệ.
도 라 몯 이 뜨엉 콩 떼.
그것은 나쁘지 않은 아이디어이다.

ỷ lại	이 라이	의지하다
yểm hộ	이엠 호	엄호하다
yên	이엔	안장(鞍裝)
yên lặng	이엔 랑	정숙한
yên nghỉ	이엔 응이	영면하다
yên tâm	이엔 떰	안심하다
yên tĩnh	이엔 띵	조용한
yến	이엔	제비
yết hầu	이엗 허우	인후
yết thị	이엗 티	게시
yêu	이에우	사랑하다
yêu cầu	이에우 꺼우	요청하다
yêu đời	이에우 더이	삶을 즐기다
yêu đương	이에우 드엉	연애하다
yêu mến	이에우 멘	사랑하다
yêu quái	이에우 꾸아이	요괴
yêu quí	이에우 꾸이	친애하는
yêu sách	이에우 싸익	요청하다, 요구하다

bác bỏ những yêu sách phi lý.
박 보 니응 이에우 싸익 피 리
불합리한 요구들은 기각한다.

yêu thích	이에우 틱	좋아하다
yêu thương	이에우 트엉	사랑하다
yếu	이에우	약하다

yếu điểm	이에우 디엠	**약점**
yếu đuối	이에우 두오이	**허약한**
yếu ớt	이에우 엇	**가냘프다, 힘없다**
yếu tố	이에우 또	**요소**
yô-ga	요 가	**요가**

한국어
+
베트남어 단어

ㄱ

가게	**cửa hàng**	끄어 항
가격	**giá**	자
	giá cả	자 까
가격표	**bảng giá**	방 자
가결하다	**thông qua**	통 꽈
가공하다	**gia công**	자 꽁
	chế biến	쩨 비엔
가구	**đồ đạc**	도 닥
	nội thất	노이 텃
가까스로	**vừa đủ**	브어 두
	suýt	수읻
가깝다	**gần**	건
가끔	**thình thoảng**	팅 토앙
	đôi khi	도이 키
가난	**sự nghèo**	쓰 응애오
	khổ	코
가냘프다	**yếu ớt**	이에우 얻
	gầy	거이
가늘다	**mỏng**	몽
	mảnh	마잉
가능성	**tính khả năng**	띵 카 낭

가능하다	có khả năng	꼬 카낭
가다	đi	디
가두다	khóa lại	콰 라이
	giam lại	잠 라이
가득	đầy	더이
가라앉다	chìm	찜
	đắm	담
	lắng	랑
가랑비	mưa phùn	므어 푼
가렵다	ngứa	응어
가로	chiều rộng	찌에우 종
가로등	đèn đường	댄 드엉
가로막다	chặn	짠
	cản trở	깐 쩌
가로수	cây trồng hai bên đường	꺼이 쫑 하이 벤 드엉
가로지르다	đi ngang qua	디 응앙 꽈
	băng qua	방 꽈
가로채다	cướp	끄업
	ăn cắp	안 깝
	chiếm đoạt	찌엠 도앋
가루	bột	볼
가르다	cắt	깓
	chia	찌어

가르마	**đường ngôi của tóc**	드엉 응오이 꾸어 똑
가르치다	**dạy**	자이
가리다	**che đậy**	째 더이
가리비	**sò điệp**	쏘 디엡
가리키다	**chỉ**	찌
가마 (머리)	**xoáy**	쏘아이
가면	**mặt nạ**	맏 나
가명	**tên giả**	뗀 자
가문	**gia môn**	자 몬
가뭄	**hạn hán**	한 한
가발	**bộ tóc giả**	보 똑 자
가방	**cặp**	깝
	túi	뚜이
가볍다	**nhẹ**	내
가사(家事)	**công việc nội trợ**	꽁 비엑 노이 쩌
	việc nhà	비엑 냐

가사(家事)
Ngày nào mẹ tôi cũng làm việc nhà.
응아이 나오 메 또이 꿍 람 비엑 냐
우리 엄마는 매일같이 가사일을 한다.

| 가사(歌詞) | **lời bài hát** | 러이 바이 핟 |

가사(歌詞)
Chị ấy phải viết lời bài hát trong tuần này.
찌 어이 파이 비엩 러이 바이 핟 쫑 뚜언 나이
그녀는 이번주까지 노래 가사를 써야 한다.

가상의	**tưởng tượng**	뜨엉 뜨엉
	ảo	아오
	không có thực	콩 꼬 특

가소롭다	**buồn cười**	부온 끄어이
	nực cười	늑 끄어이
가속	**gia tốc**	자 똑
가수	**ca sĩ**	까 씨
가스	**khí**	키
	ga	가
가스레인지	**bếp ga**	벱 가
가슴	**ngực**	응윽
가습기	**máy tạo độ ẩm**	마이 따오 도 엄
가시	**gai**	가이
	xương cá	쓰엉 까
가업	**nghề gia truyền**	응에 자 쭈옌
가열(하다)	**đun nóng**	둔 농
	gia nhiệt	자 니엣
가엾다	**tội nghiệp**	또이 응이엡
가옥	**nhà ở**	냐 어
가운데	**chính giữa**	찡 즈어
	bên trong	벤 쫑
	trong số	쫑 쏘
가위	**kéo**	깨오
가위바위보	**trò oẳn tù tì**	쪼 오안 뚜 띠
가을	**mùa thu**	무어 투
가이드	**hướng dẫn viên**	흐엉 전 비엔
가입(하다)	**đăng ký**	당 끼

가장(家長)	**chủ gia đình**	쭈 자 딩
	Người đàn ông là chủ gia đình. 응어이 단 옹 라 쭈 자 딩 **남자는 집의 가장이다.**	
가장(假裝)	**sự ngụy trang**	쓰 응우이 짱
	làm bộ	람 보
	giả vờ	자 버
	Tôi giả vờ ngủ khi chồng tôi về nhà. 또이 자 버 응우 키 쫑 또이 베 냐 **남편이 귀가했을 때 나는 자는 척을 했다.**	
가장	**nhất**	녇
가장자리	**rìa**	지어
	mép	맵
	bờ	버
가전제품	**thiết bị điện tử gia dụng**	티엔 비 디엔 뜨 자 중
가정(家庭)	**nhà**	냐
	gia đình	자 딩
	giáo dục gia đình 자오 죽 자 딩 **가정 교육**	
가정(假定)	**sự giả vờ**	쓰 자 버
	sự giả định	쓰 자 딩
	Giả định được thiết lập theo kết quả nghiên cứu. 자 딩 드억 티엔 립 태오 껟 꽈 응이엔 끄우 **연구 결과에 따르면, 가정이 성립된다.**	
가져오다	**mang theo**	망 태오
	dẫn đến	전 덴
가족	**gia đình**	자 딩
가죽	**da**	자

ㄱ

가지(나무)	**cành cây**	까잉 꺼이
	nhánh cây	나잉 꺼이
	bẻ gãy cành cây 배 가이 까잉 꺼이	
	나뭇가지를 부러뜨리다	
가지(채소)	**cà**	까
	trồng cây cà trên ruộng 쫑 꺼이 까 쩬 주옹	
	밭에서 가지를 재배하다	
가지다	**có**	꼬
	giữ	즈
	mang	망
가짜	**giả**	자
	dởm	점
가차없는	**độc ác**	독악
	nhẫn tâm	년떰
가축	**gia súc**	자쑥
가치	**giá trị**	자찌
가톨릭교	**đạo Thiên chúa**	다오 티엔 쭈어
	Công giáo	꽁 자오
가해자	**người gây hại**	응어이 거이 하이
가혹하다	**khắc nghiệt**	칵 응이엣
	tàn nhẫn	딴년
	khắt khe	캇캐
각(各)	**các**	깍
	mỗi	모이
	Mỗi người có một ý kiến khác nhau.	
	모이 응어이 꼬 못 이 끼엔 칵 냐우	
	각자 다른 의견을 주장한다.	

각(角)	góc	곡
	góc độ	곡 도
	góc cong 곡 꽁 굴절각	
각각	mỗi	모이
	riêng lẻ	지엥 래
각박하다	vô tâm	보 떰
	không có tình cảm	콩 꼬 띵 깜
각본	vở kịch	버 끽
	vở tuồng	버 뚜옹
	kịch bản	끽 반
각오하다	sự sẵn sàng	쓰 싼 쌍
	sự chuẩn bị	쓰 쭈언 비
각자	mỗi người	모이 응어이
	cá nhân	까 년
각축전	cuộc cạnh tranh	꾸옥 까잉 짜잉
	sự ganh đua	쓰 가잉 두어
간	gan	간
	sự dũng cảm	쓰 중 깜
간격	khoảng cách	쾅 까익
	kẽ hở	깨 허
간결	sự ngắn gọn	쓰 응안 곤
	sự súc tích	쓰 쑥 띡

ㄱ

간결한	ngắn gọn	응안 곤
	súc tích	쑥 띡
간과하다	làm ngơ	람 응어
	lờ đi	러 디
	bỏ qua	보 꽈
간단한	đơn giản	던 잔
	ngắn gọn	응안 곤
	giản dị	잔 지
간략한	ngắn gọn	응안 곤
	đơn giản	던 잔
간병(하다)	chăm sóc người bệnh	짬 쏙 응어이 벵
간부	cán bộ	깐 보
간사하다	ranh ma	자잉 마
	xảo quyệt	싸오 꾸옡
	láu cá	라우 까
간선도로	con đường chính	꼰 드엉 찡
간섭	sự can thiệp	쓰 깐 티엡
간식	bữa ăn nhẹ	브어 안 냬
	sự ăn vặt	쓰 안 받
간신히	vừa đủ	브어 두
	suýt	쑤읻
간염	bệnh viêm gan	벵 비엠 간
간장	nước tương	느억 뜨엉

간장(肝臟)	**lá gan**	라 간
	nước tương đặc 느윽 뜨엉 닥 진간장	
간장(肝腸)	**tâm can**	떰 깐
	thiêu đốt tâm can 티에우 돋 떰 깐 애간장이 타다	
간접	**sự gián tiếp**	쓰 잔 띠엡
간조	**nước triều xuống**	느윽 찌에우 쑤옹
간주곡	**nhạc nhẹ giữa các màn kịch hay opera**	냑 내 즈어 깍 만 끽 하이 오페라
간주하다	**xem như**	쌤 니으
	coi như	꼬이 니으
간지럽다	**ngứa**	응어
간질이다	**cù**	꾸
간첩	**gián điệp**	잔 디엡
	điệp viên	디엡 비엔
	nhân viên tình báo	년 비엔 띵 바오
간판	**biển quảng cáo**	비엔 꽝 까오
	bảng hiệu	방 히에우
	nhãn mác	냔 막
간호(하다)	**chăm sóc**	짬 쏙
간호사	**y tá**	이 따
갇히다	**bị nhốt**	비 녿
	bị giam cầm	비 잠 껌

갈다	**thay thế**	타이 테
	nghiền	응이엔
	mài	마이
갈대	**lau**	라우
	sậy	써이
갈등	**sự mâu thuẫn**	쓰 머우 투언
	sự xung đột	쓰 쑹 돋
갈라지다	**được tách ra**	드억 따익 자
	nứt	늗
	phân nhánh	펀 냐잉
갈매기	**chim mòng biển**	찜 몽 비엔
갈비	**sườn**	쓰언
갈색	**màu nâu**	마우 너우
갈아타다	**đổi chuyến xe** (차, 버스)	도이 쭈옌 쌔
	đổi tuyến đường (기차)	도이 뚜옌 드엉
갈채	**sự hoan hô**	쓰 호안 호
	sự cổ vũ	쓰 꼬 부
갈치	**cá hố**	까 호
감(柿)	**hồng**	홍
	Trước cửa nhà tôi có một cây hồng. 쯔억 끄어 냐 또이 꼬 몯 꺼이 홍 우리집 앞에는 감나무가 있다.	
감(感)	**cảm tưởng**	깜 뜨엉
	cảm giác	깜 작

Chân của anh ấy bị mất cảm giác sau một
vụ tai nạn giao thông.
쩐 꾸어 아잉 어이 비 먼 깜 작 싸우 몯 부 따이 난 자오 통
교통사고로 인해 그는 다리에 감각을 잃었다.

감가상각	**sự khấu hao**	쓰 커우 하오
감각	**cảm giác**	깜 작
	cảm xúc	깜 쑥
감격	**sự cảm kích**	쓰 깜 끽
감기	**cảm cúm**	깜 꿈
감다	**nhắm**	냠
	nhắm mắt 냠 맏	
	눈을 감다	
	gội	고이
	gội đầu 고이 더우	
	머리를 감다	
감독(하다)	**giám sát**	잠 싿
	cai quản	까이 꽌
감동시키다	**làm cho cảm động**	람 쪼 깜 동
감동적인	**cảm động**	깜 동
감미롭다	**ngọt ngào**	응옫 응아오
	êm dịu	엠 지우
감사(監査)	**sự kiểm tra sổ sách**	쓰 끼엠 짜 쏘 싸익
	kiểm toán	끼엠 또안
	kiểm toán 끼엠 또안	
	회계 감사	
감사(하다)	**kiểm tra sổ sách**	끼엠 짜 쏘 싸익
	kiểm toán	끼엠 또안
감상(感想)	**cảm tưởng**	깜 뜨엉

감상(鑑賞)	**chiêm ngưỡng**	찌엠 응엉
	thưởng thức	트엉 특
	chiêm ngưỡng lá đổi màu vào mùa thu	
	찌엠 응엉 라 도이 마우 바오 무어 투	
	단풍을 감상하다	
감상(感傷)	**giàu tình cảm**	자우 띵 깜
	Cô ấy là người giàu tình cảm.	
	꼬 어이 라 응어이 자우 띵 깜	
	그녀는 감상적인 사람이다.	
감상적인	**đa cảm**	다 깜
감세	**sự giảm thuế**	쓰 잠 투에
감소(하다)	**giảm bớt**	잠 벋
	hạ bớt	하 벋
감속하다	**giảm tốc độ**	잠 똑 도
감수(甘受)	**sự chấp nhận**	쓰 쩝 년
	sự chịu đựng	쓰 찌우 등
	Anh ấy đang làm công việc mình thích nên dù có mệt anh ấy cũng chịu đựng được.	
	아잉 어이 당 람 꽁비엑 밍 틱 넨 주 꼬 멛 아잉 어이 꿍 찌우 등 드억	
	그는 좋아하는 일을 하고 있기 때문에 힘들지만 감수할 수 있다.	
감수성(感受性)	**tính nhạy cảm**	띵 나이 감
감시(하다)	**canh giữ**	까잉 즈
	trông coi	쫑 꼬이
감염	**sự lây nhiễm**	쓰 러이 니엠
감염되다	**nhiễm bệnh**	니엠 벵
	lây bệnh	러이 벵
감옥	**nhà giam**	냐 잠
	nhà tù	냐 뚜

감자	khoai tây	콰이 떠이
감전	sự chạm điện	쓰 짬 디엔
감점	sự trừ điểm	쓰 쯔 디엠
	sự giảm điểm số	쓰 잠 디엠 쏘
감정	tình cảm	띵 깜
	giám định	잠 딩
감정적	cảm tính	깜 띵
감촉	xúc giác	쑥 작
감추다	giấu giếm	저우 졤
	giữ bí mật	즈 비 멋
감탄(하다)	ngưỡng mộ	으엉 모
	thán phục	탄 푹
감행하다	cương quyết	끄엉 꾸옏
	dứt khoát	즏 꽏
감히	dám	잠
	cả gan	까 간
갑갑한	tẻ nhạt	때 냗
	buồn chán	부온 짠
갑옷	áo giáp	아오 잡
갑자기	đột nhiên	돋 니엔
	đột ngột	돋 응옫
	1 cách bất ngờ	몯 까익 벋 응어
갑판	boong tàu	봉 따우

값	**giá cả**	자 까
	giá trị	자 찌
값싼	**rẻ**	재
	rẻ tiền	재 띠엔
	không đắt	콩 닫
값진	**đáng giá**	당 자
	có giá trị	꼬 자 찌
갓	**tươi**	뜨어이
	mới	머이
강	**con sông**	꼰 쏭
강낭콩	**đậu thận**	더우 턴
강당	**giảng đường**	장 드엉
	hội trường lớn	호이 쯔엉 런
강도(强度)	**cường độ**	끄엉 도
	sự ngoan cường	쓰 응오안 끄엉
	Hôm nay cường độ gió rất mạnh.	
	홈 나이 끄엉 도 조 전 마잉	
	오늘은 바람의 강도가 세다.	
강도(强盜)	**kẻ cướp**	깨 끄업
	Kẻ cướp xuất hiện ở ngân hàng.	
	깨 끄업 쑤얻 히엔 어 응언 항 으로 수정	
	강도가 은행에 나타났다.	
강력한	**mạnh mẽ**	마잉 매
강박관념	**sự ám ảnh**	쓰 암 아잉
강사	**giảng viên**	장 비엔
강습	**khóa huấn luyện**	콰 훤 루옌

강아지	chó con	쪼 꼰
강연(하다)	giảng	쟝
	diễn thuyết	지엔 투옛
강요하다	yêu cầu	이에우 꺼우
	bắt buộc	받 부옥
	ép buộc	앱 부옥
강제(하다)	cưỡng chế	끄엉 쩨
강조(하다)	nhấn mạnh	년 마잉
강좌	bài giảng	바이 쟝
강철	thép	텝
강타	đòn chí tử	돈 찌 뜨
강하다	khỏe mạnh	쾌 마잉
	cứng	끙
	chắc	짝
갖추다	có được	꼬 드억
같다	giống nhau	죵 냐우
	giống như	죵 니으
갚다	trả lại	짜 라이
개	chó	쪼
개과천선	hoàn lương	환 르엉
개구리	ếch	에익
개구쟁이	đứa trẻ nghịch ngợm	드어 째 응익 응엄
개그	sự pha trò	쓰 파 쪼
개나리	Kenari	깨나리

개념	**khái niệm**	카이 니엠
	quan niệm	꽌 니엠
개다 (날씨)	**quang đãng**	꽝당
	Từ chiều hôm nay trời đã quang đãng.	
	뜨 찌에우 홈 나이 쩌이 다 꽝 당	
	오후부터는 날씨가 갰다.	
개다 (접다)	**xếp lại**	쎕 라이
	gấp	겁
	gấp chăn 겁 짠	
	이불을 개다	
개량(하다)	**cải tiến**	까이 띠엔
개막(하다)	**khai mạc**	카이 막
개미	**kiến**	끼엔
개발(하다)	**phát triển**	팥 찌엔
개방	**sự mở cửa**	쓰 머 끄어
개봉(하다)	**khởi chiếu**	커이 찌에우
개선(하다)	**cải thiện**	까이 티엔
개설(하다)	**thành lập**	타잉 럽
	gây dựng	거이 증
개성	**cá tính**	까 띵
개시(하다)	**bắt đầu**	받더우
	khai trương	카이 쯔엉
개업	**khai trương**	카이 쯔엉
개인	**cá nhân**	까년
	riêng biệt	지엥 비엗
개인주의	**chủ nghĩa cá nhân**	쭈 응이아 까년

개입(하다)	can thiệp	깐 티엡
개정(하다)	cải cách	까이 까익
	sửa đổi	쓰어 도이
개정판	ấn phẩm được tái bản và chỉnh sửa	언 펌 드억 따이 반 바 찡 쓰어
개조하다	cải tạo	까이 따오
개찰구	cửa soát vé	끄어 쏘앋 배
개척(하다)	khai thác	카이 탁
개척자	người khai hoang	응어이 카이 황
개최하다	tổ chức	또 쯕
개통되다	khai thông	카이 통
개혁하다	cải cách	까이 까익
개회(하다)	khai mạc hội nghị	카이 막 호이 응이
개회식	lễ khai mạc	레 카이 막
객관성	tính khách quan	띵 카익 꽌
객관적인	khách quan	카익 꽌
객석	ghế trong rạp hát	게 쫑 잡 핟
객실	phòng khách	퐁 카익
갱신(하다)	gia hạn	자 한
거꾸로	đảo lộn	다오 론
거대한	đồ sộ	도 쏘
	to lớn	또 런
거두다	thu thập	투 텁
	thu hoạch	투 화익

거래(하다)	giao dịch	자오 직
거르다	bỏ qua	보 꽈
거름	phân bón	펀 본
거리	cự ly	끄 리
	khoảng cách	쾅 까익
거만한	ngạo mạn	응아오 만
거머리	đỉa	디어
거무스름하다	ngăm ngăm	응암 응암
거물	nhân vật lỗi lạc	년 벋 로이 락
거미	nhện	년
거부(하다)	từ chối	뜨 쪼이

Tôi từ chối lời đề nghị làm việc.
또이 뜨 쪼이 러이 데 응이 람 비엑
회사의 스카웃 제의를 거절했다.

거부(巨富)	tỷ phú	띠 푸

Anh ấy đã trở thành tỉ phú nhờ nỗ lực làm việc.
아잉 어이 다 쩌 타잉 띠 푸 녀 노 륵 람 비엑
그는 열심히 일해서 거부(억만장자)가 되었다.

거부반응	phản ứng từ chối	판 응 뜨 쪼이
거북	rùa	주어
거스름돈	tiền thừa	띠엔 트어
거실	phòng khách	퐁 카익
거역하다	trái lệnh	짜이 레잉
	chống đối	쫑 도이
거울	gương	그엉
거의	hầu như	허우 니으

거인	người khổng lồ	응어이 콩 로
거장	bậc thầy	벅 터이
거절하다	từ chối	뜨 쪼이
거주(하다)	cư trú	끄 쭈
거주자	người cư trú	응어이 끄 쭈
거지	người ăn xin	응어이 안 씬
거짓	sự nói dối	쓰 노이 조이
거짓말쟁이	kẻ hay nói dối	깨 하이 노이 조이
거짓말하다	nói dối	노이 조이
거칠다	cộc cằn	꼭 깐
	thô lỗ	토 로
거품	bong bóng	봉 봉
	bọt	봇
거행하다	cử hành	끄 하잉
걱정(하다)	lo lắng	로 랑
건강	sức khỏe	쓱 쾌
건강보험	bảo hiểm sức khỏe	바오 히엠 쓱 쾌
건강진단	sự kiểm tra sức khỏe	쓰 끼엠 짜 쓱 쾌
건강하다	khỏe	쾌
건너다	băng qua	방 꽈
	đi qua	디 꽈
건너편	phía bên kia	피아 벤 끼어
건널목	nơi đường sắt và đường bộ giao nhau	너이 드엉 쌋 바 드엉 보 자오 냐우

건네다	chuyển	쭈옌
건드리다	chạm vào	짬 바오
	động vào	동 바오
건물	tòa nhà	또아냐
건반	bàn phím	반 핌
건방짐	sự xấc xược	쓰 썩 쓰억
	sự hỗn láo	쓰 혼 라오
건배(하다)	cụng ly	꿍 리
	chạm cốc	짬 꼭
건설	sự xây dựng	쓰 써이 증
건성의	khô	코
건장한	cường tráng	끄엉 짱
	vạm vỡ	밤 버
건재하다	không suy giảm	콩 쑤이 잠
건전지	pin	삔
건전한	lành mạnh	라잉 마잉
건조한	khô	코
건지다	cứu vớt	끄우 벋
건축	kiến trúc	끼엔 쭉
건포도	nho khô	뇨 코
걷다	bước đi	브억 디
걷어올리다	xắn lên	싼 렌
	vén lên	밴 렌
걸다	treo	째오

ㄱ

| 걸레 | **giẻ lau nhà** | 제 라우 냐 |
| 걸리다 | **được treo** | 드억 째오 |

Bức tranh đó được treo trên tường.
북 짜잉 도 드억 째오 쩬 뜨엉
그 그림은 벽에 걸려 있다.

| | **mất (thời gian)** | 멋 (터이 쟌) |

Từ Hà Nội đến Incheon mất 4 tiếng.
뜨 하 노이 덴 인천 먼 본 띠엥
하노이에서 인천까지는 4시간이 걸린다.

걸음	**bước chân**	브억 쩐
걸작	**kiệt tác**	끼엩 딱
걸치다	**trải ra**	짜이 자
	dựa vào	즈어 바오
검도	**kiếm đạo**	끼엠 다오
검문(하다)	**kiểm soát**	끼엠 쏘앋
	kiểm tra	끼엠 짜
검사(檢事)	**ủy viên công tố**	우이 비엔 꽁 또

Ước mơ của cậu bé đó là trở thành một ủy viên công tố xuất sắc.
으억 머 꾸어 꺼우 배 도 라 쩌 타잉 몯 우이 비엔 꽁 또 쑤얻 싹
그 아이의 꿈은 훌륭한 검사가 되는 것이다.

검색	**sự tìm kiếm**	쓰 띰 끼엠
검소한	**đơn giản**	던 잔
	mộc mạc	목 막
검역	**sự kiểm dịch**	쓰 끼엠 직
검열	**sự kiểm duyệt**	쓰 끼엠 주옏
검은	**đen**	댄
검정	**sự kiểm định**	쓰 끼엠 딩

검정색	màu đen	마우 댄
검진	sự kiểm tra sức khỏe	쓰 끼엠 짜 쓱 쾌
검찰	sự kiểm sát	쓰 끼엠 쌷
검토	sự kiểm tra	쓰 끼엠 짜
겁나다	sợ	써
겁 많은	nhát gan	냗 간
겁쟁이	người nhát gan	응어이 냗 간
겉	bề ngoài	베 응와이
겉치레	sự phô trương bề ngoài	쓰 포 쯔엉 베 응와이
게	cua	꾸어
게다가	ngoài ra	응와이 자
	hơn nữa	헌 느어
게시	yết thị	옏 티
	thông báo	통 바오
게시판	bảng thông báo	방 통 바오
게양하다	treo cao cái gì đó	째오 까오 까이 지 도
게으르다	lười biếng	르어이 비엥
게으름뱅이	kẻ lười biếng	깨 르어이 비엥
게을리하다	bỏ bê	보 베
	lơ là	러 라
게재(하다)	đăng bài	당 바이
	tranh lên báo	짜잉 렌 바오
겨드랑이	nách	나익
	nách áo	나익 아오

겨루다	cạnh tranh	까잉 짜잉
	ganh đua	가잉 두어
겨우	vừa mới	브어 머이
	gần như	건 니으
겨울	mùa đông	무어 동
겨자	mù tạt	무 딷
격	hạng	항
	loại	로아이
격려하다	cổ vũ	꼬 부
격렬하다	mãnh liệt	마잉 리엗
	quyết liệt	꾸옏 리엗
격언	cách ngôn	까익 응온
격차	sự khác biệt	쓰 칵 비엗
	sự chênh lệch	쓰 쩽 렉
격투(하다)	quyết đấu	꾸옏 더우
격투기	trận quyết đấu	쩐 꾸옏 더우
겪다	chịu đựng	찌우 등
	trải qua	짜이 꽈
견고하다	kiên cố	끼엔 꼬
견본	hàng mẫu	항 머우
견습	sự học nghề	쓰 혹 응에
견실한	vững chắc	븡 짝
견인차	xe kéo	쌔 깨오
견적	sự ước tính	쓰 으억 띵

견직물	sản phẩm tơ lụa	싼 펌 떠 루어
견학하다	đi thực tế	디 특 떼
견해	kiến giải	끼엔 자이
	quan điểm	꽌 디엠
결과	kết quả	껟 꽈
결국	kết cục	껟 꾹
결근(하다)	nghỉ làm	응이 람
결단(하다)	quyết định	꾸옏 딩
결렬(되다)	bị gián đoạn	비 잔 도안
결론	sự kết luận	쓰 껟 루언
결백	sự thanh liêm	쓰 타잉 리엠
결산	sự quyết toán	쓰엔 꾸옏 또안
결석하다	vắng mặt	방 맏
결승전	trận chung kết	쩐 쭝 껟
결실	sự đơm hoa kết trái	쓰 덤 화 껟 짜이
결심(하다)	quyết tâm	꾸옏 떰
결재	sự phê chuẩn	쓰 페 쭈언
결점	khuyết điểm	쿠옏 디엠
결정(決定)	sự quyết định	쓰 꾸옏 딩
결제(하다)	thanh toán	타잉 또안
결코	không bao giờ	콩 바오 저
결핍(되다)	thiếu	티에우
결합(하다)	kết hợp	껟 헙
결핵	bệnh lao	벵 라오

결혼	**sự kết hôn**	쓰 껫 혼
결혼식	**đám cưới**	담 끄어이
겸손	**tính khiêm tốn**	띵 키엠 똔
겸손한	**khiêm tốn**	키엠 똔
겸하다	**kiêm**	끼엠
겹치다	**chồng lên**	쫑 렌
	trùng ngày	쭝 응아이
경계(境界)	**biên giới**	비엔 저이
	ranh giới	자잉 저이
경계(하다)	**canh phòng**	까잉 퐁
경고	**sự cảnh cáo**	쓰 까잉 까오
경과하다	**trải qua**	짜이 꽈
경기(景氣)	**tình trạng kinh tế**	띵 짱 낑 떼
	tình trạng kinh tế khủng hoảng 경기 불황	띵 짱 낑 떼 쿵 황
경기(競技)	**cuộc thi đấu**	꾸옥 티 더우
	thi đấu bóng đá 축구 경기	티 더우 봉 다
경력	**kinh nghiệm làm việc**	낑 응이엠 람 비엑
경련	**chứng co giật**	쯩 꼬 젇
	sự co thắt	쓰 꼬 탇
경례	**sự chào**	쓰 짜오
경로	**lộ trình**	로 찡
	quá trình	꽈 찡
경리	**kế toán**	께 또안

경마	đua ngựa	두어 응어
경매	sự bán đấu giá	쓰 반더우 자
경멸(하다)	khinh miệt	킹 미엗
경박한	hời hợt	허이 헏
	thiếu nghiêm túc	티에우 응이엠 뚝
경범죄	tội nhẹ	또이 내
경보(警報)	sự báo động	쓰 바오 동
경비(經費)	phí	피
	chi phí	찌 피
	học phí 혹 피 수강료	
경비(하다)	phòng thủ	퐁 투
	bảo vệ	바오 베
	Khu nhà của chúng tôi được bảo vệ 24 giờ. 쿠 냐 꾸어 쭝 또이 드억 바오 베 하이 므어이 본 저 우리 아파트는 24시간 경비된다.	
경비원	nhân viên bảo vệ	년 비엔 바오 베
경사(傾斜)	sự nghiêng	쓰 응이엥
경사스럽다	vui vẻ	부이 배
경사진	nghiêng	응이엥
	xiên	씨엔
경솔하다	hấp tấp	헙 떱
	không thận trọng	콩 턴 쫑
경시하다	coi nhẹ	꼬이 내
	xem thường	쌤 트엉
경영	kinh doanh	낑 조아잉

경영자	người kinh doanh	응어이 낑 조아잉
경우	trường hợp	쯔엉 헙
경유(輕油)	dầu diesel	저우 디에젤
경유하다	đi qua	디 꽈
경유하다 (공항)	quá cảnh	꽈 까잉
경의	sự tôn trọng	쓰 똔 쫑
경이	sự kinh dị	쓰 낑 지
경쟁(하다)	cạnh tranh	까잉 짜잉
경쟁력	sức cạnh tranh	쓱 까잉 짜잉
경제	kinh tế	낑 떼
경제적인	tính kinh tế	띵 낑 떼
경제학	kinh tế học	낑 떼 혹
경주(하다)	dốc hết sức	족 헫 쓱
경찰	cảnh sát	까잉 싿
경찰서	đồn cảnh sát	돈 까잉 싿
경첩	bản lề	반 레
경축일	ngày Quốc khánh	응아이 꾸옥 카잉
경치	cảnh trí	까잉 찌
경쾌한	vui vẻ	부이 배
	thoải mái	토아이 마이
경품	phần thưởng	펀 트엉
	quà tặng	꽈 땅
경향	khuynh hướng	쿠잉 흐엉
경험(하다)	kinh nghiệm	낑 응이엠

경호원	vệ sĩ	베 씨
곁	bên cạnh	벤 까잉
계곡	khe núi	캐 누이
계급	giai cấp	자이 껍
계기	động cơ	동 꺼
	lý do	리 조
계단	cầu thang	꺼우 탕
계란	trứng gà	쯩 가
계란 프라이	trứng rán	쯩 잔
계략	mưu kế	미우 께
계모	mẹ kế	매 께
	dì ghẻ	지 게
계산(하다)	tính toán	띵 또안
	thanh toán	타잉 또안
계산기	máy tính	마이 띵
계산서	hóa đơn	화 던
계속(하다)	tiếp tục	띠엡 뚝
계승(하다)	kế thừa	께 트어
계승자	người thừa kế	응어이 트어 께
계약(하다)	ký kết	끼 껟
계약금	tiền đặt cọc	띠엔 닫 꼭
계절	mùa	무어
계좌	tài khoản	따이 코안

계층	tầng lớp xã hội	떵 럽 싸 호이
	giai cấp	자이 껍
계획(하다)	kế hoạch	께 화익
고가(高價)	giá cao	자 까오
고개(언덕)	đỉnh	딩
	nóc	녹
	chỏm	쫌
고개(머리)	đầu	더우
고객	khách hàng	카익 항
고구마	khoai lang	콰이 랑
고귀한	cao quý	까오 꾸이
고급	cao cấp	까오 껍
고기	thịt	틷
고기잡이	nghề cá	응에 까
	người câu cá	응어이 꺼우 까
고난	khổ nạn	코 난
고달프다	rất mệt	젇 멛
	rất nhàm chán	젇 남 짠
고도	độ cao	도 까오
고독하다	cô độc	꼬 독
고동	còi	꼬이
고드름	cột băng	꼳 방
	trụ băng	쭈 방
고등어	cá thu	까 투

고등학교	**trường trung học phổ thông**	쯔엉 쭝 혹 포 통
고래	**cá voi**	까 보이
고려(하다)	**cân nhắc**	껀 냑
고령	**cao niên**	까오 니엔
고리	**lãi suất cao**	라이 쑤얻 까오
고릴라	**gô-ri-la**	고 리 라
고립(되다)	**cô lập**	꼬 럽
고막	**màng nhĩ**	망 니
고맙다	**cảm ơn**	깜 언
고매하다	**cao thượng**	까오 트엉
	cao cả	까오 까
고무	**cao su**	까오 수
고문(顧問)	**lời khuyên**	러이 쿠옌
	xin lời khuyên từ luật sư	씬 러이 쿠옌 뜨 루얻 쓰
	변호사에게 고문을 구하다.	
고문(하다)	**tra tấn**	짜 떤
	sự tra tấn bằng nước	쓰 짜 떤 방 느억
	물고문	
고민하다	**bận tâm**	번 떰
	lo lắng	로 랑
고발(하다)	**tố cáo**	또 까오
고백(하다)	**thổ lộ**	토 로
	tỏ tình	또 띵
고비	**cây dương xỉ**	꺼이 즈엉 씨
고삐	**dây cương**	저이 끄엉

고상하다	cao thượng	까오 트엉
	thanh cao	타잉 까오
고생(하다)	vất vả	벋 바
고소공포증	chứng sợ độ cao	쯩 써 도 까오
고소하다 (법)	tố cáo	또 까오
	Tôi đã tố cáo anh ta về hành vi xúc phạm danh dự. 또이 다 또 까오 아잉 따 베 하잉 비 쑥 팜 자잉 즈	
	나는 그를 명예훼손죄로 고소했다.	
고소하다 (맛)	bùi	부이
	Lạc rang rất bùi. 락 장 젇 부이	
	볶은 땅콩은 매우 고소하다.	
고속	cao tốc	까오 똑
고속도로	đường cao tốc	드엉 까오 똑
고속버스	xe buýt cao tốc	쌔 부읻 까오 똑
고아	đứa trẻ mồ côi	드어 째 모 꼬이
고안(하다)	phát minh	팓밍
고양이	mèo	메오
고요	sự im lặng	쓰 임 랑
고용	sự thuê nhân công	쓰 투에 년 꽁
고용인	người lao động	응어이 라오 동
고용주	người thuê lao động	응어이 투에 라오 동
고원	cao nguyên	까오 응우옌
고유의	vốn có	본 꼬
고음	giọng cao	종 까오
고의	sự cố ý	쓰 꼬 이

고자질하다	**mách lẻo**	마익 래오
고장	**sự hư hỏng**	쓰 흐 홍
고장 나다	**hỏng**	홍
고전(古典)	**cổ điển**	꼬 디엔
	văn học cổ điển 반혹 꼬 디엔	
	고전 문학	
고전(苦戰)	**trận chiến ác liệt**	쩐 찌엔 악 리엗
	Quân đội Nam Hàn và quân đội Bắc Hàn đang trong một trận chiến ác liệt.	
	꾸언 도이 남 한 바 꾸언 도이 박 한 당 쫑 몯 쩐 찌엔 악 리엗	
	남한군과 북한군은 고전 중에 있다.	
고정(시키다)	**làm cho cố định**	람 쪼 꼬 딩
고조	**triều cường**	찌에우 끄엉
	cực điểm	끅 디엠
고집(하다)	**ngoan cố**	응오안 꼬
	khăng khăng	캉캉
고집 센	**bướng bỉnh**	브엉 빙
고찰(하다)	**khảo sát**	카오 싿
고체	**thể rắn**	테 잔
고추	**ớt**	얻
고층 빌딩	**tòa nhà cao tầng**	또아 냐 까오 떵
고치다	**sửa chữa**	쓰어 쯔어
고통	**sự đau đớn**	쓰 다우 던
	sự đau khổ	쓰 다우 코
고통스럽다	**đau đớn**	다우 던
	đau khổ	다우 코

ㄱ ㄴ ㄷ ㄹ ㅁ ㅂ ㅅ ㅇ ㅈ ㅊ ㅋ ㅌ ㅍ ㅎ

고향	**quê**	꾸에
	quê hương	꾸에 흐엉
고혈압	**cao huyết áp**	까오 후옏 압
곡(曲)	**giai điệu**	자이 디에우
	khúc nhạc	쿡 냑
	Anh ấy đã sáng tác một khúc nhạc ngẫu hứng tại chỗ đó.	
	아잉 어이 다 쌍 딱 몯 쿡 냑 응어우 흥 따이 쪼 도	
	그는 그 자리에서 즉흥곡을 만들었다.	
곡괭이	**cuốc chim**	꾸옥 찜
곡물	**ngũ cốc**	응우 꼭
곡선	**đường cong**	드엉 꽁
곡예	**biểu diễn nhào lộn**	비에우 지엔 냐오 론
곡해(하다)	**xuyên tạc**	쑤옌 딱
	bóp méo	봅 매오
곤란	**sự khó khăn**	쓰 코 칸
곤충	**côn trùng**	꼰 쭝
곧	**lập tức**	럽 뚝
곧은, 직선의	**thẳng**	탕
곧은, 정직한	**ngay thẳng**	응아이 탕
골 (스포츠)	**khung thành**	쿵 타잉
골격	**bộ khung**	보 쿵
	bộ xương	보 쓰엉
골동품	**đồ cổ**	도 꼬
골목	**ngõ**	응오
	hèm	햄

ㄱ

골인하다	ghi bàn	기 반
골절	sự gãy	쓰 가이
	chỗ gãy	쪼 가이
골키퍼	thủ môn	투 몬
골판지	giấy bìa cứng	저이 비어 끙
	các-tông	깍 똥
골프장	sân gôn	썬 곤
곪다	mưng mủ	믕 무
곰	gấu	거우
곰곰이	suy xét kỹ	쑤이 쌛 끼
	cân nhắc kỹ lưỡng	껀 낙 끼 르엉
곰팡이	mốc	목
곱다, 아름답다	đẹp	댑
곱셈	phép nhân	팹 년
곱슬머리	tóc quăn	똑 꽌
곱하다	nhân	년
곳	nơi	너이
공	bóng	봉
공간	không gian	콩 잔
공갈	mối đe dọa	모이 대 조아
공감(하다)	đồng cảm	동 깜
공개하다	công khai	꽁 카이
공격하다	tấn công	떤 꽁
공고(公告)	sự thông báo	쓰 통 바오

공공	công cộng	꽁 꽁
공공시설	công trình công cộng	꽁 찡 꽁 꽁
공공연하게	công khai	꽁 카이
공공요금	cước phí công cộng	끄억 피 꽁 꽁
공교롭게도	tình cờ	띵 꺼
	ngẫu nhiên	응어우 니엔
공구	công cụ	꽁 꾸
공군	không quân	콩 꾸언
공급(하다)	cung cấp	꿍 껍
공기	không khí	콩 키
공동	cộng đồng	꽁 동
공들여	cất công	껃 꽁
공략(하다)	tấn công	떤 꽁
공룡	khủng long	쿵 롱
공립	công lập	꽁 럽
공무	công vụ	꽁 부
	việc công	비엑 꽁
공무원	công chức nhà nước	꽁 쯕 냐 느억
공백	chỗ trống	쪼 쫑
	chân không	쩐 콩
공모	sự thông đồng	쓰 통 동
공범자	kẻ đồng phạm	깨 동 팜
공복(空腹)	bụng đói	붕 도이
공부(하다)	học	혹

공사(工事)	**công việc xây dựng**	꽁 비엑 써이 증
공산주의	**chủ nghĩa cộng sản**	쭈 응이아 꽁 싼
공상(하다)	**không tưởng**	콩 뜨엉
	hão huyền	하오 후옌
공석	**chỗ trống**	쪼 쫑
공손하게	**lễ phép**	레 팹
	lịch sự	릭 쓰
공습	**không tập**	콩 떱
공식	**công thức**	꽁 특
공식, 의식, 예식	**nghi thức**	응이 특
공식적인	**chính thức**	찡 특
공업	**công nghiệp**	꽁 응이엡
공예	**công nghệ**	꽁 응에
공원	**công viên**	꽁 비엔
공인하다	**công nhận chính thức**	꽁 년 찡 특
공작(孔雀)	**chim công**	찜 꽁
공작하다	**chế tạo**	쩨 따오
공장	**nhà máy**	냐 마이
공적(功績)	**thành tích**	타잉 띡
공정	**tính công bằng**	띵 꽁방
공정한	**công bằng**	꽁방
공제(하다)	**khấu trừ**	커우 쯔
공존(하다)	**cùng chung sống**	꿍 쭝 쏭
공주	**công chúa**	꽁 쭈어

공중도덕	trật tự công cộng	쩥 뜨 꽁꽁
	đạo đức xã hội	다오 득 싸 호이
공중전화	điện thoại công cộng	디엔 토아이 꽁 꽁
공터	chỗ trống	쪼 쫑
공통의	chung	쭝
공통점	điểm chung	디엠 쭝
공평한	công bằng	꽁 방
공포	sự công bố	쓰 꽁 보
공학	khoa học kỹ thuật	콰 혹 끼 투얻
공항	sân bay	썬 바이
공해(公害)	sự ô nhiễm môi trường	쓰 오 니엠 모이 쯔엉
공헌(하다)	góp phần	곱 펀
공화국	nước cộng hòa	느억 꽁화
공황	sự khủng hoảng	쓰 쿵 호앙
과(科)	khoa	콰
	Khoa tiếng Việt 콰 띠엥 비엗 베트남어학과	
과(課)	bài học	바이 혹
	Hôm nay sẽ giải bài học số 3. 홈 나이 쌔 자이 바이 혹 쏘 바 오늘의 숙제는 3과 문제 풀이다.	
과거	quá khứ	꽈 크
과로	sự làm việc quá sức	쓰 람 비엑 꽈 쓱
과목	môn học	몬 혹
과묵한	trầm tính	쩜 띵
	ít nói	읻 노이

과반수	**phần lớn**	펀 런
과세	**sự đánh thuế**	쓰 다잉 투에
과수원	**vườn cây ăn trái**	브언 꺼이 안 짜이
과시하다	**phô trương**	포 쯔엉
	khoe khoang	쾌 코앙
과식	**ăn uống quá độ**	안 우엉 꽈 도
과실(過失)	**sự sai lầm**	쓰 싸이 럼
	sự sai sót	쓰 싸이 쏟
과일	**hoa quả**	화 꽈
과잉	**sự quá mức**	쓰 꽈 믁
	sự dư thừa	쓰 즈 트어
과자	**bánh kẹo**	바잉 깨오
	đồ ngọt	도 응옫
과장(課長)	**trưởng phòng**	쯔엉 퐁
	trưởng phòng tư pháp 쯔엉 퐁 뜨 팝 법무과장	
과장(하다)	**khoa trương**	콰 쯔엉
	phóng đại	퐁 다이
	Thời sự đã phóng đại sự thật. 터이 쓰 다 퐁 다이 쓰 턷 뉴스는 진실을 과장했다.	
과정	**quá trình**	꽈 찡
과제	**bài tập**	바이 떱
	đề tài	데 따이
과즙	**nước hoa quả**	느억 화 꽈
과학	**khoa học**	콰 혹

ㄱ
ㄴ
ㄷ
ㄹ
ㅁ
ㅂ
ㅅ
ㅇ
ㅈ
ㅊ
ㅋ
ㅌ
ㅍ
ㅎ

과학자	**nhà khoa học**	냐 콰 혹
관(棺)	**quan tài**	꽌 따이
	Chôn quan tài dưới đất. 쫀 꽌 따이 즈어이 덛 관을 땅에 묻다	
관(管)	**ống**	옹
	Ống thoát nước bị vỡ. 옹 토앋 느억 비 버 배수관이 터지다	
관객	**khán giả**	칸 자
관계	**quan hệ**	꽌 헤
관공서	**cơ quan hành chính**	꺼 꽌 하잉 찡
관광	**sự tham quan**	쓰 탐 꽌
	du lịch	주 릭
관광객	**khách tham quan**	카익 탐 꽌
	khách du lịch	카익 주 릭
관광버스	**xe buýt du lịch**	쌔 부읻 주 릭
관념	**quan niệm**	꽌 니엠
관념적	**tính khái niệm**	띵 카이 니엠
관대한	**bao dung**	바오 중
관련(되다)	**có liên quan**	꼬 리엔 꽌
관례	**tiền lệ**	띠엔 레
	thói quen	토이 꾸엔
관료	**quan liêu**	꽌 리에우
관리(管理)	**sự quản lý**	쓰 꽌 리
	quản lý thiết bị 꽌 리 티엗 비 시설 관리	
관리(官吏)	**quan chức**	꽌 쯕

	quan chức cao cấp 고위 관리직	꽌 쯕 까오 껍
관리직	**chức quản lý**	쯕 꽌 리
관상(觀相)	**việc xem tướng mạo**	비엑 쌤 뜨엉 마오
관세	**thuế quan**	투에 꽌
관심	**sự quan tâm**	쓰 꽌 떰
관심 있는	**quan tâm**	꽌 떰
관여(하다)	**liên quan**	리엔 꽌
	can dự	깐 즈
관자놀이	**vùng huyệt thái dương**	붕 후옌 타이 즈엉
관절	**khớp xương**	컵 쓰엉
관절염	**viêm khớp**	비엠 컵
관점	**quan điểm**	꽌 디엠
관제탑	**đài kiểm soát**	다이 끼엠 쏘앝
관중	**khán giả**	칸 자
관찰(하다)	**quan sát**	꽌 쌑
관통하다	**xuyên qua**	쑤옌 꽈
관하여	**liên quan đến**	리엔 꽌 덴
관할	**quyền lực**	꾸옌 륵
관행	**thói quen**	토이 꾸앤
	thông tục	통 뚝
관현악단	**ban nhạc**	반 냑
광경	**quang cảnh**	꽝 까잉
광고	**quảng cáo**	꽝 까오

ㄱ

광고지	tờ quảng cáo	떠 꽝 까오
광대뼈	xương gò má	쓰엉 고 마
광대한	quảng đại	꽝 다이
광물	khoáng vật	쾅 벋
광산	khoáng sản	쾅 싼
광선	ánh sáng	아잉 쌍
광업	công nghiệp hầm mỏ	꽁 응이엡 험 모
광장	quảng trường	꽝 쯔엉
광택	bóng loáng	봉 로앙
	sáng ngời	쌍 응어이
광학	quang học	꽝 혹
괜찮다	không sao	콩 싸오
괴로움	nỗi ưu phiền	노이 으우 피엔
괴롭다	ưu phiền	이우 피엔
괴롭히다	quấy rầy	꽈이 저이
괴물	quái vật	꽈이 벋
굉장한	rất	젇
	lớn	런
	to	또
교과서	sách giáo khoa	싸익 자오 콰
교내	ở bên trong nhà trường	어 벤 쫑 냐 쯔엉
교단	bục giảng	북 장
교대(하다)	thay ca	타이 까
교도소	nhà tù	냐 뚜

교류	sự giao lưu	쓰 자오 리우
교묘한	khéo léo	캐오 래오
교미(하다)	giao phối	자오 포이
교사	giáo viên	자오 비엔
교섭(하다)	thương lượng	트엉 르엉
교수	giáo sư	자오 쓰
교실	phòng học	퐁 혹
교양	sự giáo dưỡng	쓰 자오 즈엉
교외	ở bên ngoài nhà trường	어 벤 응와이 냐 쯔엉
교육(하다)	đào tạo	다오 따오
교장	hiệu trưởng	히에우 쯔엉
교재	tài liệu học	따이 리에우 혹
교제(하다)	giao thiệp	자오 티엡
교차하다	giao nhau	자오 냐우
교차점	điểm giao nhau	디엠 자오 냐우
교체하다	thay đổi	타이 도이
교통	giao thông	자오 통
교통사고	tai nạn giao thông	따이 난 자오 통
교통표지	bảng hiệu giao thông	방 히에우 자오 통
교향곡	bản giao hưởng	반 자오 흐엉
교환(하다)	đổi	도이
	trao đổi	짜오 도이
교활한	xảo quyệt	싸오 꾸옡
교회	nhà thờ	냐 터

교훈	sự giáo huấn	쓰 자오 후언
구(區)	quận	꾸언
구간	khu vực	쿠 븍
구걸	sự ăn xin	쓰 안 씬
구경(하다)	tham quan	탐 꽌
구경거리	thứ để tham quan	트 데 탐 꽌
구경꾼	người xem	응어이 쎔
구급차	xe cứu thương	쌔 끄우 트엉
구내	bên trong kiến trúc	벤 쫑 끼엔 쭉
구더기	giòi	조이
구독	sự tìm đọc	쓰 딤 독
구두	giày	자이

Tôi được tặng giày vào ngày sinh nhật.
또이 드억 땅 자이 바오 응아이 씽 녓
생일을 맞아 구두를 선물 받았다.

구두(口頭)	lời	러이

gửi lời chúc mừng tốt nghiệp
그이 러이 쭉 믕 똗 응이엡
졸업 축하 말을 전하다.

구두쇠	người keo kiệt	으엉이 깨오 끼엗
구두약	xi đánh giày	씨 다잉 자이
구레나룻	râu quai nón	저우 과이 논
구르다	cuộn tròn	꾸온 쫀
구름	mây	머이
구매(하다)	mua	무어
구멍	lỗ thủng	로 퉁

구별(하다)	**phân biệt**	펀 비엗
구부러지다	**bị uốn cong**	비 우온 꽁
구부리다	**gập**	겁
	uốn lại	우온 라이
구분(區分)	**sự phân chia**	쓰 펀 찌어
구상(하다)	**dự kiến**	즈 끼엔
	hình dung	힝 중
구석	**góc**	곡
	xó	쏘
구성(하다)	**cấu thành**	꺼우 타잉
구성원	**thành viên**	타잉 비엔
구술시험	**thi vấn đáp**	디 번 답
구식	**kiểu cũ**	끼에우 꾸
구실	**cớ**	꺼
	lời bào chữa	러이 바오 쯔어
구역	**khu vực**	쿠 븍
구역질	**sự kinh tởm**	쓰 낑 떰
	sự buồn nôn	쓰 부온 논
구원(하다)	**cứu vớt**	끄우 벋
9월	**tháng 9**	탕 찐
구인	**việc tuyển nhân viên**	비엑 뚜옌 년 비엔
구입(하다)	**mua**	무어
구제(하다)	**cứu tế**	끄우 떼
	cứu trợ	끄우 쩌

구조(構造)	**cơ cấu**	꺼 꺼우
	cấu trúc	꺼우 쭉
	cấu trúc câu 꺼우 쭉 꺼우 문장 구조	
구조(하다)	**cứu giúp**	끄우 줍
	Một đứa trẻ được cứu giúp tại hiện trường tai nạn. 몯 드어 쩨 드억 끄우 줍 따이 히엔 쯔엉 따이 난 아이가 사고 현장에서 구조되었다.	
구조조정	**tái cơ cấu**	따이 꺼 꺼우
구직 활동	**hoạt động tìm kiếm việc làm**	홛 동 띰 끼엠 비엑 람
구차하다	**nghèo khó**	응애오 코
	nghèo nàn	응애오 난
구체적인	**cụ thể**	꾸 테
구충제	**thuốc tẩy giun**	투옥 떠이 준
구토(하다)	**nôn**	논
	ói	오이
구(救)하다	**cứu**	끼우
	cứu giúp	끼우 줍
구혼(하다)	**cầu hôn**	꺼우 혼
국가(國家)	**nhà nước**	나 느억
	đất nước	덛 느억
	quốc gia	꾸옥 자
국가원수	**nguyên thủ quốc gia**	·응우옌 투 꾸옥 자
국경	**biên giới**	비엔 저이
	ranh giới	자잉 저이

국경일	**ngày Quốc khánh**	응아이 꾸옥 카잉
국교	**quốc giáo**	꾸옥 자오
국기(國旗)	**quốc kỳ**	꾸옥 끼
국내	**quốc nội**	꾸옥 노이
국력	**sức mạnh dân tộc**	쓱 마잉 전 똑
국립	**quốc lập**	꾸옥 럽
국민	**quốc dân**	꾸옥 전
국방	**quốc phòng**	꾸옥 퐁
국보	**quốc bảo**	꾸옥 바오
	báu vật quốc gia	바우 벋 꾸옥 자
국산	**hàng nội địa**	항 노이 디어
국어	**quốc ngữ**	꾸옥 응으
국자	**muôi canh**	무오이 까잉
국적	**quốc tịch**	꾸옥 띡
국제	**quốc tế**	꾸옥 떼
국제선	**đường bay quốc tế**	드엉 바이 꾸옥 떼
국화(國花)	**quốc hoa**	꾸옥 화
	Hoa sen là quốc hoa của Việt Nam. 화 샌 라 꾸옥 화 꾸어 비엔 남 **베트남의 국화는 연꽃이다.**	
국화(菊花)	**hoa cúc**	화 꾹
	trồng hoa cúc ở sau vườn 쫑 화 꾹 어 싸우 브언 **뒤뜰에 국화를 심다**	
국회	**quốc hội**	꾸옥 호이
국회의원	**đại biểu quốc hội**	다이 비에우 꾸옥 호이

군(郡)	huyện	후옌
	quận	꾸언
군대	quân đội	꾸언 도이
군사정권	chính quyền quân sự	찡 꾸옌 꾸언 쓰
군인	quân nhân	꾸언 년
군주	quân chủ	꾸언 쭈
군중	quần chúng	꾸언 쭝
굳다	cứng	끙
	vững vàng	븡 방
굴	hàu	하우
굴뚝	ống khói	옹 코이
굴절	sự khúc xạ	쓰 쿡 싸
굵기	độ dày	도 자이
굵다	dày	자이
굶주리다	đói cồn cào	도이 꼰 까오
	khát khao	칻 카오
	ham muốn	함 무온
(불에) 굽다	nướng	느엉
	mực nướng 믁 느엉 구운 오징어	
굽다, 구부러지다	bị cong	비 꽁
	bẻ cong thanh sắt 배 꽁 타잉 쌀 철사를 굽히다	
굽히다	bẻ cong	배 꽁
	làm cho khuất phục	람 쪼 쿠얻 푹

궁리(하다)	dự liệu kỹ càng	즈 리에우 끼 깡
궁전	cung điện	꿍 디엔
궁지	tình huống khó khăn	띵 후옹 코 칸
~권 (책)	cuốn	꾸온
	quyển	꾸옌
권력	quyền lực	꾸옌 륵
권리	quyền lợi	꾸옌 러이
권위	quyền uy	꾸옌 우이
권유(하다)	khuyên nhủ	쿠옌 뉴
권총	súng lục	쑹 룩
권태	sự mệt mỏi	쓰 멭 모이
	sự buồn chán	쓰 부온 짠
권하다	giới thiệu	저이 티에우
	khuyên nhủ	쿠옌 뉴
권한	quyền hạn	꾸옌 한
궤도	quỹ đạo	꾸이 다오
귀	tai	따이
귀가하다	trở về nhà	쩌 베 냐
귀걸이	hoa tai	화 따이
귀금속	kim loại quý	낌 로아이 꾸이
귀뚜라미	dế	제
귀마개	bịt tai	빋 따이
귀신	ma quỷ	마 꾸이
귀여운	đáng yêu	당 이에우

귀여워하다	âu yếm	어우 이엠
귀족	quý tộc	꾸이 똑
귀중품	hàng quý giá	항 꾸이 자
귀중한	quý giá	꾸이 자
귀찮은	khó chịu	코 찌우
	phiền toái	피엔 또아이
귀향	sự trở về quê hương	쓰 쩌 베 꾸예 흐엉
규모	quy mô	꾸이 모
규율	quy luật	꾸이 루얻
	quy tắc	꾸이 딱
규정	quy định	꾸이 딩
규칙적인	điều độ	디에우 도
	theo quy tắc	태오 꾸이 딱
균열	sự rạn nứt	쓰 잔 늗
균형	sự thăng bằng	쓰 탕 방
	sự cân bằng	쓰 껀 방
귤	quýt	꾸읻
그	ấy	어이
	đó	도
	kia	끼어
	người ấy	응어이 어이
그들	chúng nó	쭝 노
	bọn họ	본 호
그외	ngoài đó ra	응와이 도 자

그것	cái đó	까이 도
그네	xích đu	씩 두
그녀	cô ấy	꼬 어이
	chị ấy	찌 어이
그늘	cái bóng	까이 봉
	sự bao bọc	쓰 바오 복
그늘지다	che bóng	째 봉
	làm ảm đạm	람 암 담
그때까지	cho đến lúc đó	쪼 덴 룩 도
그래서	vì thế	비 테
	chính vì vậy	찡 비 버이
그래프	biểu đồ	비에우 도
	đồ thị	도 티
그램	gam	감
그러나	dù vậy	주 버이
	nhưng	니응
그러면	nếu thế thì	네우 테 티
	nếu vậy thì	네우 버이 티
그러므로	vì thế	비 테
	bởi vậy	버이 버이
그럭저럭	cũng được	꿍 드억
	xì xằng	씨 쌍
그런	như thế	니으 테
	như vậy	니으 버이

ㄱ ㄴ ㄷ ㄹ ㅁ ㅂ ㅅ ㅇ ㅈ ㅊ ㅋ ㅌ ㅍ ㅎ

그런데	nhưng mà	니응 마
	tuy nhiên	뚜이 니엔
그로부터	từ đấy	뜨 더이
그룹	nhóm	늄
그릇	bát	받
	chén	짼
그리고	và	바
	với	버이
그리다	vẽ	배
그리워하다	nhớ	녀
	nhớ nhung	녀 니응
그릴	vỉ nướng	비 느엉
그림	tranh	짜잉
그림물감	màu nước	마우 느억
	thuốc màu	투옥 마우
그림자	cái bóng	까이 봉
	hình bóng	힝 봉
그림책	truyện tranh	쭈옌 짜잉
	sách tranh	싸익 짜잉
그만두다	chấm dứt	쩜 즏
	từ bỏ	뜨 보
	thôi việc	토이 비엑
그물	lưới	르어이
	cạm bẫy	깜 버이

그밖에	ngoài ra	응와이 자
그저께	hôm kia	홈 끼어
그쪽	hướng đấy	흐엉 더이
극단적인	tính cực đoan	띵 끅 도안
극동	viễn Đông	비엔 동
극락	cực lạc	끅 락
극복하다	vượt qua	브얻 꽈
극작가	nhà viết kịch	냐 비엗 끽
	nhà soạn kịch	냐 쏘안 끽
극장 (연극)	nhà hát	냐 핟
	rạp hát	랍 핟
극장 (영화)	rạp chiếu phim	잡 찌에우 핌
극한	cực hạn	끅 한
	cực lạnh	끅 라잉
극히	cực kỳ	끅 끼
근거	căn cứ	깐 끄
	cơ sở	꺼 써
근거하다	dựa vào	즈어 바오
근력	sức mạnh cơ bắp	쓱 마잉 꺼 밥
근면한	cần cù	껀 꾸
근무(하다)	làm việc	람 비엑
근본	căn bản	깐 반
근본적인	một cách căn bản	몯 까익 깐 반

근성	**bản tính**	반 띵
	bản chất	반 쩟
근시	**cận thị**	껀 티
근원	**căn nguyên**	깐 응우옌
근육	**cơ bắp**	꺼 밥
	gân	건
근육통	**đau cơ**	다우 꺼
근절(하다)	**tiêu diệt**	띠에우 지엗
근처	**gần**	건
근하신년	**chúc mừng năm mới**	쭉 믕 남 머이
글	**chữ viết**	쯔 비엗
	văn xuôi	반 쑤오이
글자	**chữ cái**	쯔 까이
글피	**ngày kia**	응아이 끼어
긁다	**gãi**	가이
	cào	까오
금	**vết nhăn**	벧 냔
	vết nứt đĩa có vết nứt 디아 꼬 벧 늗 금이 간 접시	벧 늗
금(金)	**vàng** vàng ròng 방 종 순금	방
금고	**két sắt**	깯 싿
금괴	**thỏi vàng**	토이 방

금리	lãi suất	라이 쑤얻
금메달	huy chương vàng	후이 쯔엉 방
금발	tóc vàng	똑 방
금붕어	cá vàng	까 방
금성	Thần Vệ Nữ	턴 베 느
	sao hôm	싸오 홈
금세	trong thời gian ngắn	쫑 터이 잔 응안
금속	kim loại	낌 로아이
금액	số tiền	쏘 띠엔
금연(하다)	cấm hút thuốc lá	껌 훋 투옥 라
금연석	chỗ ngồi cấm hút thuốc lá	쪼 응오이 껌 훋 투옥 라
금요일	thứ sáu	트 싸우
금전	tiền tệ	띠엔 떼
금지(하다)	cấm	껌
급격한	nhanh chóng	냐잉 쫑
급등(하다)	nhảy vọt	냐이 볻
	tăng đột ngột	땅 돋 응옫
급료	tiền lương	띠엔 르엉
	tiền công	띠엔 꽁
급변	cấp biến	껍 비엔
급성	cấp tính	껍 띵
급소	yếu điểm	이에우 디엠
급속한	cấp tốc	껍 똑
	nhanh chóng	냐잉 쫑

급수	sự cung cấp nước	쓰 꿍 껍 느억
급식	sự cung cấp lương thực	쓰 꿍 껍 르엉 특
급여	tiền lương	띠엔 르엉
급진적인	cấp tiến	껍 띠엔
	triệt để	찌엣 데
	quyết liệt	꾸옛 리엣
급한	khẩn cấp	컨 껍
급행열차	xe lửa tốc hành	쌔 르어 똑 하잉
긍정(하다)	khẳng định	캉 딩
기(氣)	nguyên khí	응우옌 키
	khí thế	키 테
기간	kỳ hạn	끼 한
	khoảng thời gian	쾅 터이 잔
기계	máy móc	마이 목
	cơ khí	꺼 키
기관	cơ quan	꺼 꽌
기관지	phế quản	페 꽌
기관지염	viêm phế quản	비엠 페 꽌
기교	kỹ xảo	끼 싸오
기구(氣球)	khinh khí cầu	킹 키 꺼우
	Anh có thể trải nghiệm khinh khí cầu tại đảo Jeju. 아잉 꼬 테 짜이 응이엠 킹 키 꺼우 따이 다오 제주 제주도에서 열기구를 체험할 수 있다.	
기구(器具)	dụng cụ	중 꾸
	dụng cụ nấu ăn 중 꾸 너우 안 요리 도구	

기권	khí quyển	키 꾸옌
기근	sự khan hiếm	쓰 칸 히엠
	sự đói kém	쓰 도이 깸
기금	quỹ	꾸이
기꺼이	sẵn lòng	싼 롱
기껏해야	cùng lắm	꿍 람
	nhiều lắm thì cũng	니에우 람 티 꿍
기념	kỷ niệm	끼 니엠
기념일	ngày kỷ niệm	응아이 끼 니엠
기능	chức năng	쯕 낭
기다	bò	보
	lê	레
	trườn	쯔언
기다리다	đợi	더이
기대(하다)	mong muốn	몽 무온
기대다	tựa	뜨어
	dựa	즈어
기도	sự cầu nguyện	쓰 꺼우 응우옌
기독교	đạo Cơ Đốc	다오 꺼 독
기독교 신자	tín đồ Cơ Đốc giáo	띤 도 꺼 독 자오
기둥	cột trụ	꼳 쭈
기록(하다)	ghi chép	기 쨉
기르다	nuôi nấng	누오이 넝

기름	**dầu**	저우
	mỡ	머
기린	**hươu cao cổ**	흐어우 까오 꼬
기말시험	**kỳ thi cuối kỳ**	끼 티 꾸오이 끼
기묘하다	**kỳ lạ**	끼 라
기민한	**mau lẹ**	마우 래
	sắc sảo	싹 싸오
기반	**nền tảng**	넨 땅
	cơ sở	꺼 써
기발하다	**độc đáo**	독 다오
기법	**kỹ thuật**	끼 투얻
기본	**nền tảng**	넨 땅
	cơ sở	꺼 써
기본적인	**mang tính chất cơ bản**	망 띵 쩔 꺼 반
기부(하다)	**quyên góp**	꾸옌 곱
기분	**tâm trạng**	떰 짱
	cảm giác	깜 작
기뻐하다	**vui**	부이
	vui mừng	부이 믕
기쁘게 하다	**làm vui lòng**	람 부이 롱
기쁘다	**vui**	부이
	vui vẻ	부이 배
기쁨	**niềm vui**	니엠 부이

기사(記事)	**bài báo**	바이 바오

Bài báo đó viết về điểm thú vị khi học tiếng Việt.
바이 바오 도 비엘 베 디엠 투 비 키 혹 띠엥 비엘
그 기사는 베트남어 공부의 흥미로운 점에 대해 작성되었다.

기사(技師)	**kỹ sư**	끼 쓰

Máy tính công ty bị hỏng nên tôi đã gọi kỹ sư
máy tính đến sửa.
마이 띵 꽁 띠 비 홍 넨 또이 다 고이 끼 쓰 마이 띵 덴 쓰어
회사 컴퓨터가 고장나서 수리 기사를 불렀다.

기색	**khí sắc**	키 싹
	vẻ mặt	배 맡
기생충	**ký sinh trùng**	끼 씽 쭝
기소(하다)	**khởi tố**	커이 또
기숙사	**ký túc xá**	끼 뚝 싸
기술	**kỹ thuật**	끼 투얻
기술제휴	**sự hợp tác về kỹ thuật**	쓰 헙 딱 베 끼 투얻
기아(飢餓)	**nạn đói**	난 도이
기압	**áp suất không khí**	압 쑤얻 콩 키
기억(하다)	**ghi nhớ**	기 녀
기억력	**trí nhớ**	찌 녀
기업	**doanh nghiệp**	조아잉 응이엡
기업가	**nhà kinh doanh**	나 낑 조아잉
기온	**nhiệt độ**	니엗 도
기와	**ngói**	응오이
기울다	**nghiêng**	응이엥
	dốc	족

ㄱ

ㄴ

ㄷ

ㄹ

ㅁ

ㅂ

ㅅ

ㅇ

ㅈ

ㅊ

ㅋ

ㅌ

ㅍ

ㅎ

기원(起源)	**kỉ nguyên**	끼 응우옌
	nguồn gốc	응우온 곡
	nguồn gốc của văn minh Ai Cập 응우온 곡 꾸어 반 밍 아이 껍 이집트 문명의 기원	
기입하다	**ghi vào**	기 바오
	điền	디엔
기자	**nhà báo**	냐 바오
기저귀	**tã**	따
	bỉm	빔
기적	**kỳ tích**	끼 띡
기적적인	**có tính kỳ tích**	꼬 띵 끼 띡
기절(하다)	**ngất**	응얻
기준	**tiêu chuẩn**	띠에우 쭈언
기증(하다)	**hiến tặng**	히엔 땅
기지	**căn cứ**	깐 끄
기진맥진한	**kiệt sức**	끼엗 쓱
	bở hơi tai	버 허이 따이
기차	**tàu hỏa**	따우 호아
기체	**chất khí**	쩓 키
기초	**nền tảng**	넨 땅
	cơ sở	꺼 써
기초적인	**cơ bản**	꺼 반
기침	**chứng ho**	쯩 호
	cơn ho	껀 호

기침약	**thuốc ho**	투옥 호
기타(其他)	**cái khác**	까이 칵
	thứ khác	트 칵
	Cửa hàng này bán kính, đồng hồ và nhiều thứ khác.	
	끄어 항 나이 반 낑 동 호 바 니에우 트 칵	
	이 가게는 안경, 시계와 기타 등등을 판매한다.	
기타 (악기)	**đàn ghi-ta**	단 기 따
	gảy/chơi đàn ghi-ta 가이/쩌이 단 기 따	
	기타를 연주하다	
기특한	**đáng khen**	당 캔
기한	**thời hạn**	터이 한
기호(嗜好)	**sở thích**	써 틱
	Món Việt Nam hợp với sở thích của tôi.	
	몬 비엩 남 헙 버이 써 틱 꾸어 또이	
	베트남 음식은 나의 기호에 맞는다.	
기호(記號)	**ký hiệu**	끼 히에우
	ký hiệu nguyên tố 끼 히에우 응우옌 또	
	원소 기호	
기혼의	**đã kết hôn**	다 껟 혼
기회	**cơ hội**	꺼 호이
기획(하다)	**(lập) kế hoạch**	(럽) 께 화익
기후	**khí hậu**	키 허우
긴급	**khẩn cấp**	컨 껍
긴장(하는)	**căng thẳng**	깡 탕
긴축	**sự rút bớt**	쓰 줃 벋
	sự giảm bớt	쓰 잠 벋
길	**con đường**	꼰 드엉

길다	**dài**	자이
길이	**độ dài**	도 자이
김 (해초)	**rong biển**	종 비엔
깁스	**thạch cao**	타익 까오
깊다	**sâu**	써우
깊어지다	**trở nên sâu hơn**	쩌 넨 써우 헌
깊이	**độ sâu**	도 써우
까다롭다	**kỹ tính**	끼 띵
	khó tính	코 띵
까마귀	**quạ**	꾸아
~까지	**cho đến khi**	쪼 덴 키
	thậm chí	텀 찌
까칠하다	**hốc hác**	혹 학
	bơ phờ	버 퍼
깎아주다	**giảm giá**	잠 자
깔끔한	**gọn gàng**	곤 강
	ngăn nắp	응안 납
깔다	**trải ra**	짜이 자
	dải lên	자이 렌
깔보다	**coi thường**	꼬이 트엉
깜박이다	**nhấp nháy**	녑 나이
깜빡이, 방향지시등	**đèn xi-nhan**	댄 씨 냔
깡통	**hộp thiếc**	홉 티엑

깨	**vừng**	븡
깨끗한	**sạch sẽ**	싸익 쌔
깨닫다	**nhận ra**	년 자
	hiểu ra	히에우 자
깨뜨리다	**phá vỡ**	파 버
	đập vỡ	덥 버
꺼내다	**lấy ra**	러이 자
	bắt đầu đề cập đến	받더우 데 껍 덴
꺼림칙하다	**cảm thấy không thoải mái**	깜터이 콩 토아이 마이
꺾다	**bẻ gãy**	배 가이
	gập	겁
껌	**kẹo cao su**	깨오 까오 쑤
껍질	**vỏ**	보
껴안다	**ôm chặt**	옴 짣
꼬리	**đuôi**	두오이
꼬집다	**cấu**	꺼우
	véo	배오
꼭, 반드시	**nhất định**	년 딩
꼭두각시	**bù nhìn**	부 닌
	con rối	꼰 조이
꼴사나운	**trông xấu xí**	쫑 써우 씨
	trông gớm ghiếc	쫑 검 기엑
꼴찌	**cuối cùng**	꾸오이 꿍

꼼꼼한	**tỉ mỉ**	띠 미
	cẩn thận	껀 턴
꽃	**hoa**	호아
꽃다발	**bó hoa**	보 호아
꽃병	**bình hoa**	빙 호아
꽃잎	**cánh hoa**	까잉 호아
꽃집	**cửa hàng hoa**	끄어 항 호아
꽤	**khá**	카
	đáng kể	당 께
꾀병	**bệnh giả vờ**	벵 자 버
꾸다	**mơ**	머
꾸러미	**một bọc**	몯 복
	một bó	몯 보
꾸미다	**trang trí**	짱 찌
꾸짖다	**trách mắng**	짜익 망
	mắng mỏ	망 모
꿀	**mật ong**	먿 옹
꿀벌	**ong mật**	옹 먿
꿈	**giấc mơ**	지억 머
꿩	**chim trĩ đỏ**	찜 찌 도
꿰매다	**khâu**	커우
	may	마이
끄다	**tắt**	딷

끈	**dây**	저이
끈기	**sự kiên trì**	쓰 끼엔 찌
끈기 있는	**kiên trì**	끼엔 찌
끈적끈적한	**quánh**	꾸아잉
	dính	징
끊다	**cắt**	깓
	gián đoạn	잔 도안
끊어지다	**bị cắt đứt**	비 깓 듣
	bị gián đoạn	비 잔 도안
끌어당기다	**kéo**	깨오
	lôi	로이
끓다	**đun sôi**	둔 쏘이
끔찍하다	**khủng khiếp**	쿵 키엡
끝	**sự kết thúc**	쓰 껟 툭
끝나다, 끝내다	**kết thúc**	껟 툭
끼얹다	**rót**	졷
	đổ	도
	dội	조이
끼워넣다	**chèn vào**	짼 바오
끼이다	**kẹp vào giữa**	깹 바오 즈어
	chật	쩓
낌새	**triệu chứng**	찌에우 쯩
	dấu hiệu	저우 히에우

나	tôi	또이
나가다	đi ra	디 자
나그네	kẻ lang thang	깨 랑탕
나누다	chia	찌어
	phân ra	펀 자
나눗셈	phép chia	팹 찌어
나눠주다	chia phần	찌어 펀
나라	đất nước	덛 느억
나르다	chuyên chở	쭈옌 쩌
	vận chuyển	번 쭈옌
나른하다	lừ đừ	르 드
	rã rời	라 러이
나머지	phần còn lại	펀 꼰 라이
나무	cây	꺼이
나무라다	khiển trách	키엔 짜익
	mắng mỏ	망 모
	phê bình	페 빙
나물	rau cỏ	자우 꼬
나뭇잎	lá cây	라 꺼이
나방	bướm đêm	브엄 뎀

나비	**bướm**	브엄
나비넥타이	**nơ cài áo**	너 까이 아오
나빠지다	**trở lên xấu đi**	쩌 렌 써우 디
나쁘다	**xấu**	써우
	tồi tệ	또이 떼
나사	**đinh ốc**	딩 옥
나아가다	**tiến lên**	띠엔 렌
	tiến triển	띠엔 찌엔
나오다, 전진하다	**đi ra**	디 자
나오다	**xuất hiện**	쑤얻 히엔
나이	**tuổi**	뚜오이
나이 먹다	**thêm tuổi**	템 뚜오이
	già đi	자 디
나일론	**ni-lông**	니 롱
나중에	**sau này**	싸우 나이
나체	**sự khỏa thân**	쓰 콰 턴
나침반	**la bàn**	라 반
나타나다	**xuất hiện**	쑤얻 히엔
	trưng bày	쯩 바이
나태한	**lười nhác**	르어이 냑
나팔	**kèn trom-pét**	깬 쫌 뻳
나팔꽃	**hoa bìm biếc**	화 빔 비엑
낙관(하다)	**lạc quan**	락 꽌

낙관적인	**có tính lạc quan**	꼬 띵 락 꽌
낙담하다	**chán nản**	짠 난
낙뢰	**sự sét đánh**	쓰 쌛 다잉
낙서(하다)	**viết bậy**	비엗 버이
낙엽	**lá rụng**	라 중
낙오(하다)	**thụt lùi**	툳 루이
	tụt hậu	뚣 허우
낙오자	**người bị tụt hậu**	응어이 비 뚣 허우
낙원	**thiên đường**	티엔 드엉
낙제(하다)	**trượt**	쯔얻
낙타	**lạc đà**	락 다
낙태(하다)	**nạo thai**	나오 타이
낙하(하다)	**rơi xuống**	저이 쑤옹
낙하산	**ô dù**	오 주
	bệ đỡ	베 더
낚다	**câu**	꺼우
낚시	**việc đi câu cá**	비엑 디 꺼우 까
	lưỡi câu	르어이 꺼우
낚싯대	**cần câu**	껀 꺼우
난간	**lan can**	란 깐
난국	**tình hình khó khăn**	띵 힝 코 칸
	khủng hoảng	쿵 호앙
난로	**lò sưởi**	로 쓰어이

난민	**người tị nạn**	응어이 띠 난
	cứu trợ người tị nạn	끄우 쩌 응어이 띠 난
	난민 구조	
난방	**sự sưởi ấm**	쓰 쓰어이 엄
난센스	**chuyện vô lý**	쭈옌 보 리
난소	**buồng trứng**	부옹 쯩
난시	**loạn thị**	로안 티
난자	**tế bào trứng**	떼 바오 쯩
난잡한	**rốn loạn**	존 로안
	lộn xộn	론 쏜
난처한	**khó xử**	코 쓰
난초	**hoa lan**	화 란
난치병	**bệnh nan y**	벵 난 이
난투	**cuộc ẩu đả**	꾸옥 어우 다
난파	**sự đắm tàu**	쓰 담 따우
난폭	**sự bạo lực**	쓰 바오 륵
난폭한	**bạo lực**	바오 륵
난해하다	**khó hiểu**	코 히에우
날(日)	**ngày**	응아이
날개	**cánh**	까잉
날것	**đồ sống**	도 쏭
날다	**bay**	바이
날리다	**bị bay**	비 바이
날씨	**thời tiết**	터이 띠엗

날씬한	thon thả	톤 타
날아가다	bay đi	바이 디
날인(하다)	đóng dấu	동 저우
날조	sự bịa đặt	쓰 바이 닫
날짜	ngày tháng	응아이 탕
날카롭다	sắc	싹
	bén	밴
	nhạy cảm	나이 깜
날품팔이	người làm công theo ngày	응어이 람 꽁 태오 응아이
남, 타인	người khác	응어이 칵
남극	nam cực	남 끅
남기다	để lại	데 라이
남녀	nam nữ	남 느
남다	còn	꼰
	còn thừa	꼰 트어
남동생	em trai	앰 짜이
남부	miền Nam	미엔 남
남성	giới tính nam	저이 띵 남
남성적인	có tính đàn ông	꼬 띵 단 옹
남용(하다)	lạm dụng	람 중
남자	con trai	꼰 짜이
남장	cải trang thành nam giới	까이 짱 타잉 남 저이
남쪽	phía Nam	피어 남
남편	chồng	쫑

납 (금속)	chì	찌
납(蠟)	chất sáp	쩟 쌉
납기	thời kỳ thanh toán	터이 끼 타잉 또안
납득하다	lĩnh hội	링 호이
납세	sự nộp thuế	쓰 놉 투에
납치(하다)	bắt cóc	받 꼭
납품	sự giao hàng	쓰 자오 항
낫다 (호전)	đỡ	더
	bình phục	빙 푹
낫다 (우세)	tốt (hơn)	똗 (헌)
	đẹp (hơn)	댑 (헌)
낭독(하다)	đọc	독
낭만적인	lãng mạn	랑 만
낭비(하다)	lãng phí	랑 피
낭패	sự thất bại	쓰 텃 바이
낮	ban ngày	반 응아이
낮다	thấp	텁
낮잠	sự ngủ ngày	쓰 응우 응아이
낮추다	hạ thấp	하 텁
	làm giảm xuống	람 잠 쑤옹
낯설다	lạ mặt	라 맏
낯익다	quen thuộc	꾸앤 투옥
낳다	đẻ	대
	sinh nở	씽 너

내각	nội các	노이 깍
내과 의사	bác sĩ khoa nội	박 씨 콰 노이
내구성	độ bền	도 벤
내기	sự cá độ	쓰 까 도
	sự đánh cuộc	쓰 다잉 꾸옥
내년	năm sau	남 싸우
내놓다	bỏ ra	보 자
	đưa ra	드어 자
	trình bày	찡 바이
내다	lấy	러이
	lấy ra	러이 자
내던지다	từ bỏ	뜨 보
	bỏ đi	보 디
내려가다	đi xuống	디 쑤옹
내리다 (탈것에서)	xuống	쑤옹
내리다 (낮추다)	hạ xuống	하 쑤옹
내면	bên trong	벤 쫑
내밀다	thò ra	토 자
	nhô ra	뇨 자
내버려두다	bỏ lại	보 라이
	mặc kệ	막 께
내버리다	ném	냄
	bỏ đi	보 디
내복약	thuốc uống	투옥 우옹

내분	sự bất hòa nội bộ	쓰 벋 화 노이 보
내비게이션	định vị chỉ đường	딩 비 찌 드엉
내빈	khách	카익
	khách mời	카익 머이
내색하다	biểu lộ cảm xúc	비에우 로 깜 쑥
내성	sự kháng thuốc	쓰 캉 투옥
내성적인	có tính hướng nội	꼬 띵 흐엉 노이
내세	kiếp sau	끼엡 싸우
내수	nhu cầu trong nước	뉴 꺼우 쫑 느억
내심	nội tâm	노이 떰
내열성의	có khả năng chịu nhiệt	꼬 카 낭 찌우 니엗
내용	nội dung	노이 중
내의	quần áo lót	꾸언 아오 롣
내일	ngày mai	응아이 마이
내장	nội tạng	노이 땅
내적	bên trong	벤 쫑
내정(內政)	nội chính	노이 찡
내조	sự giúp đỡ của vợ	쓰 줍 더 꾸어 버
내쫓다	đuổi đi	두오이 디
냄비	nồi	노이
	xoong	쏭
냄새	mùi	무이
냄새 맡다	ngửi	응으이
냉각(하다)	làm lạnh	람 라잉

냉기	khí lạnh	키 라잉
냉난방	phòng có điều hòa 2 chiều	퐁 꼬 디에우 화 하이 찌에우
냉담한	thờ ơ	터 어
	lạnh lùng	라잉 룽
냉대하다	đối xử lạnh nhạt	도이 쓰 라잉 냗
냉동(하다)	làm đông lạnh	람 동 라잉
냉방	phòng có điều hòa	퐁 꼬 디에우 화
냉장고	tủ lạnh	뚜 라잉
냉정한	lạnh lùng	라잉 룽
냉혹(하다)	máu lạnh	마우 라잉
너구리	gấu mèo	거우 매오
너그럽다	hào phóng	하오 퐁
넉넉하다	đầy đủ	더이 두
	sung túc	쑹 뚝
널다	phơi	퍼이
널빤지	miếng ván	미엥 반
넓다	rộng	종
넓이	chiều rộng	찌에우 종
넓적다리	bắp đùi	밥 두이
넓히다	mở rộng	머 종
넘겨주다	chuyển giao	쭈옌 자오
넘다	vượt qua	브얻 꽈
	qua	꽈

넘어지다	ngã đổ	응아 도
	sụp đổ	쑵 도
넘치다	tràn	짠
	ngập	응업
	vượt quá	브얻 꽈
넣다	để vào	데 바오
	cho vào	쪼 바오
네덜란드	Hà Lan	하 란
네모	tứ giác	뜨 작
넥타이	cà vạt	까 받
녀석	ông bạn	옹 반
	thằng cha	탕 짜
	hắn	한
	gã	가
노(櫓)	mái chèo	마이 째오
노골적인	lộ liễu	로 리에우
노년	cao tuổi	까오 뚜오이
	về già	베 자
노동(하다)	lao động	라오 동
노동 시간	thời gian lao động	터이 잔 라오 동
노동자	người lao động	응어이 라오 동
노동조합	công đoàn	꽁 도안
노랑색	màu vàng	마우 방

ㄱ
ㄴ
ㄷ
ㄹ
ㅁ
ㅂ
ㅅ
ㅇ
ㅈ
ㅊ
ㅋ
ㅌ
ㅍ
ㅎ

노래(하다)	hát	핟
노래방	phòng karaoke	퐁 까라오께
노려보다	nhìn chằm chằm	닌 짬짬
노력	sự nỗ lực	쓰 노륵
노력하다	nỗ lực	노륵
노리개	đồ trang sức	도 짱 쓱
	đồ chơi	도 쩌이
노리다	nhắm	냠
	chờ	쩌
노사	chủ thợ	쭈 터
노선	lộ trình	로 찡
노안	viễn thị	비엔 티
노여움	sự giận dữ	쓰 전 즈
노예	nô lệ	노 레
노이로제	sự suy nhược thần kinh	쓰 쑤이 니으억 턴 낑
노인	người cao tuổi	응어이 까오 뚜오이
노점	hàng quán ven đường	항 꽌 밴 드엉
노출(하다)	phơi bày	퍼이 바이
	vạch trần	바익 쩐
노코멘트	sự không bình luận	쓰 콩 빙 루언
노크(하다)	gõ cửa	고 끄어
노트	ghi chú	기 쭈
노파	bà lão	바 라오

노하우	**bí quyết**	비 꾸옡
	kinh nghiệm	낑 응이엠
노화(하다)	**lão hóa**	라오 화
녹	**gỉ sét**	지 쌛
녹색	**xanh lá cây**	싸잉 라 꺼이
녹슬다	**bị gỉ sét**	비 지 쌛
녹음(하다)	**ghi âm**	기 엄
녹차	**trà xanh**	짜 싸잉
녹화(錄畵)	**sự ghi hình**	쓰 기 힝
논	**đồng lúa**	동 루어
논리	**lý luận**	리 루언
논리적인	**mang tính lo-gíc**	망 띵 로 직
논문	**luận văn**	루언 반
논스톱	**không dừng**	콩 증
	chạy thẳng	짜이 탕
논의	**cuộc thảo luận**	꾸옥 타오 루언
논쟁하다	**tranh luận**	짜잉 루언
놀다	**chơi**	쩌이
놀라게 하다	**làm ngạc nhiên**	람 응악 니엔
놀라다	**ngạc nhiên**	응악 니엔
놀람	**sự ngạc nhiên**	쓰 응악 니엔
놀리다 (장난)	**trêu**	쩨우
	chọc ghẹo	쪽 개오

놀리다 (움직임)	dịch chuyển	직 쭈엔
농가	nhà nông	냐 농
농구	bóng rổ	봉 조
농담	sự nói đùa	쓰 노이 두어
농담하다	nói đùa	노이 두어
농도	nồng độ	농 도
농민	nông dân	농 전
농산물	nông sản	농 싼
농아자(聾啞者)	người câm điếc	응어이 껌 디엑
농업	nông nghiệp	농 응이엡
농장	nông trại	농 짜이
농촌	nông thôn	농 톤
농축(하다)	làm giàu	람 자우
농후한	nồng hậu	농 허우
높다	cao	까오
높아지다	trở nên cao hơn	쩌 넨 까오 헌
높이	chiều cao	찌에우 까오
높이다	làm cao lên	람 까오 렌
놓다	đặt	닫
	để	데
놓아주다	tha	타
	thả	타
놓치다	lỡ	러
	nhỡ	녀

뇌	**não**	나오
뇌물	**của hối lộ**	꾸어 호이 로
	đồ đút lót	도 둗 롣
뇌진탕	**sự chấn động não**	쓰 쩐 동 나오
누구	**ai**	아이
누군가	**người nào đó**	응어이 나오 도
누나	**chị gái**	찌 가이
누르다	**ấn**	언
누름 단추	**nút ấn**	눋 언
누설하다	**tiết lộ**	띠엗 로
누에	**tằm**	땀
누적(되다)	**tích lũy**	띡 루이
누차	**nhiều lần**	니에우 런
눈(眼)	**mắt**	맏
	Mắt của cô ấy to và đẹp.	
	맏 꾸어 꼬 어이 또 바 댑	
	그녀는 눈이 크고 예쁘다.	
눈치채다	**nhạy bén**	나이 밴
	đoán biết	도안 비엗
눕다	**nằm**	남
뉘앙스	**sắc thái**	싹 타이
뉘우치다	**ân hận**	언 헌
	hối hận	호이 헌
뉴스	**tin tức**	띤 뜩
	thời sự	터이 쓰

느끼다	cảm thấy	깜터이
느끼하다	ngậy	응어이
	béo	배오
	mỡ	머
느낌	cảm giác	깜작
느리다	chậm	쩜
느슨하게 하다	nới ra	너이 자
느슨한	lỏng	롱
	chùng	쭝
늑골	xương sườn	쓰엉 쓰언
늑대	chó sói	쪼 쏘이
늘다	tiến bộ	띠엔 보
	tăng lên	땅렌
늘어놓다	dàn ra	잔 자
	trưng bày	쯩 바이
늘어서다	dàn hàng	잔 항
늙다	già	자
	cũ	꾸
능가(하다)	giỏi hơn	조이 헌
	trội hơn	쪼이 헌
능동성	tính tích cực	띵 띡 끅
능동적인	một cách tích cực	못 까익 띡 끅
능력	năng lực	낭륵

능률	**năng suất**	낭 쑤얻
능률적인	**một cách năng suất**	못 까익 낭 쑤얻
능숙한	**thành thạo**	타잉 타오
능숙함	**sự thành thạo**	쓰 타잉 타오
늦다	**muộn**	무온
늦잠 자다	**ngủ muộn**	응우 무온
늦추다	**nới lỏng**	너이 롱
늪	**đầm lầy**	덤 러이
니스	**véc-ni**	백 니
니코틴	**ni-cô-tin**	니 꼬 띤
니트웨어	**hàng dệt kim**	항 젣 낌

ㄱ

ㄴ

ㄷ

ㄹ

ㅁ

ㅂ

ㅅ

ㅇ

ㅈ

ㅊ

ㅋ

ㅌ

ㅍ

ㅎ

다가가다	**đến gần**	덴 건
	đi tới	디 떠이
다가오다	**tới gần**	떠이 건
	đến gần	덴 건
다국적	**đa quốc gia**	다 꾸옥 자
다니다	**thường xuyên lui tới**	트엉 쑤옌 루이 떠이
다다음주	**tuần sau nữa**	뚜언 싸우 느어
다듬다	**cắt tỉa**	깐 띠아
다락	**gác xép**	각 쌥
다람쥐	**sóc**	쏙
다루다	**xử lý**	쓰 리
	đối xử	도이 쓰
다르다	**khác**	칵
다름없다	**không khác**	콩 칵
다리(脚)	**chân**	쩐
	Chân của Hoa bị thương khi đang tham gia cuộc thi chạy. 쩐 꾸어 화 비 트엉 키 당 탐 자 꾸옥 티 짜이 **달리기 시합 도중 Hoa는 다리를 다쳤다.**	
다리(橋)	**cầu**	꺼우
	Cầu Banpo 꺼우 반포 **반포대교**	
다리미	**bàn là**	반 라

다만	chỉ	찌
다발	bó	보
다방면의	đa phương diện	다 프엉 지엔
다소	ít nhiều	읻 니에우
	có chút	꼬 쭏
다수	đa số	다 쏘
다스	một tá	몯 따
다스리다	cai trị	까이 찌
다시	lại	라이
	lần nữa	런 느어
다시마	tảo bẹ	따오 배
다시하다	làm lại	람 라이
다운로드(하다)	tải xuống	따이 쑤옹
다음	tiếp theo	띠엡 태오
다음날	ngày hôm sau	응아이 홈 싸우
다이빙	lặn	란
다이아몬드	kim cương	낌 끄엉
다이어트	ăn kiêng	안 끼엥
다채로운	nhiều màu sắc	니에우 마우 싹
다큐멘터리	phim tài liệu	핌 따이 리에우
다투다	cãi nhau	까이 나우
	tranh giành	짜잉 자잉
다툼	sự cãi nhau	쓰 까이 나우
	sự tranh giành	쓰 짜잉 자잉

다행	**vận may**	번 마이
다혈질	**nóng nảy**	농 나이
닦다	**lau**	라우
단거리	**cự ly ngắn**	끄리 응안
단결	**sự đoàn kết**	쓰 도안 껟
단계	**giai đoạn**	자이 도안
	bước	브억
단골	**khách quen**	카익 꾸앤
단기	**ngắn hạn**	응안 한
단념하다	**từ bỏ**	뜨 보
단단하다	**cứng rắn**	꿍 잔
단독	**độc lập**	독 럽
	riêng	지엥
	một mình	몯 밍
단련	**sự rèn luyện**	쓰 잰 루옌
단면	**một mặt**	몯 맏
단발	**tóc ngắn**	똑 응안
단백질	**chất đạm**	쩓 담
	protein	프로때인
단서	**manh mối**	마잉 모이
단속하다	**truy quét**	쭈이 꾸앧
단순하다	**đơn giản**	던 잔
단식하다	**nhịn ăn**	닌 안
단어	**từ**	뜨

단언(하다)	**xác nhận**	싹년
단위	**đơn vị**	던 비
단절	**gián đoạn**	잔 도안
단점	**điểm yếu**	디엠 이에우
단정(斷定)하다	**kết luận**	껜 루언

Cảnh sát đưa ra kết luận rằng anh ta đúng là
kẻ phạm tội giết người.
까잉 쌷 드어 자 껟 루언 장 아잉 따 둥 라 깨 팜 또이 쩬 응어이
경찰은 그가 살인을 저지른 게 확실하다고 단정지었다.

단정(端正)하다	**gọn gàng**	곤 강

quần áo gọn gàng 꾸언 아오 곤 강
단정한 옷차림

단조로운	**đơn điệu**	던 디에우
	tẻ nhạt	때 냗
단지(團地)	**khu**	쿠

khu trung cư 쿠 쭝 끄
아파트 단지

단체	**đoàn thể**	도안 테
단추	**cúc áo**	꾹 아오
단축(하다)	**rút ngắn**	줟 응안
단풍	**lá phong**	라 퐁
단호히	**một cách cương quyết**	몯 까익 끄엉 꾸옏
닫다	**đóng**	동
달	**mặt trăng**	맏 짱
	tháng	탕
달걀	**trứng**	쯩
달다 (맛)	**ngọt**	응옫

달라붙다	dính vào	징 바오
	bám vào	밤 바오
달래다	làm dịu xuống	람 지우 쑤옹
달려들다	xông vào	쏭 바오
달력	lịch	릭
달리다	chạy	짜이
달밤	đêm trăng	뎀 짱
달성하다	đạt được	닫 드억
달팽이	ốc sên	옥 쎈
달하다	đạt tới	닫 떠이
	đến	덴
닭	gà	가
닭고기	thịt gà	틷 가
닮다	giống nhau	종 냐우
닳다	mòn	몬
담	đờm	덤
담그다	ngâm	응엄
담당(하다)	đảm nhận	담 년
담당자	người phụ trách	응어이 푸 짜익
담박한	ngay thẳng	응아이 탕
담배(피우다)	thuốc lá	투옥 라
대장(大腸)	đại tràng	다이 짱
대접하다	chiêu đãi	지에우 다이
대조(하다)	đối chiếu	도이 찌에우

대조적인	tương phản	뜨엉 판
대중	đại chúng	다이 쭝
대지(垈地)	đất	덛
대차대조표	bảng cân đối tài sản	방 껀 도이 따이 싼
대책	biện pháp đối phó	비엔 팝 도이 포
대추	táo tàu	따오 따우
대출	sự cho vay	쓰 쪼 바이
대통령	tổng thống	똥 통
대패	cái bào	까이 바오
대포	đại bác	다이 박
대표	sự đại diện	쓰 다이 지엔
대표이사	giám đốc đại diện	잠 독 다이 지엔
대표하다	đại diện	다이 지엔
대피하다	sơ tán	써 딴
대하다	đối xử	도이 쓰
대학	đại học	다이 혹
대학생	sinh viên đại học	씽 비엔 다이 혹
대학원	cao học	까오 혹
대합	con trai	꼰 짜이
	sò	쏘
대합실	phòng chờ	퐁 쩌
대항	sự đối đầu	쓰 도이 더우
대행하다	thừa hành	트어 하잉
대형	cỡ lớn	꺼 런

대화	**cuộc đối thoại**	꾸옥 도이 토아이
대회	**đại hội**	다이 호이
	cuộc thi	꾸옥 티
댁	**căn nhà**	깐 냐
더	**hơn**	헌
더 예쁜	**đẹp hơn**	댑 헌
더듬다	**mò mẫm**	모 멈
더러운	**bẩn**	번
더러워지다	**bị bẩn**	비 번
	bị dơ	비 저
더럽다	**bẩn**	번
	dơ	저
더불어	**cùng nhau**	꿍 나우
더욱 더	**càng**	깡
더위	**cái nóng**	까이 농
더하다	**cộng thêm**	꽁 템
덕택	**nhờ vào**	녀 바오
던지다	**ném**	냄
덤	**thêm**	템
덤비다	**xông vào**	쏭 바오
덥다	**nóng**	농
덧니	**răng khểnh**	장 켕
덧셈	**phép cộng**	팹 꽁

덧없다	vô thường	보 트엉
	ngắn ngủi	응안 응우이
덩굴	cây leo	꺼이 래오
덩어리	cục	꾹
	khối	코이
	đống	동
덫	bẫy	버이
덮개	bọc ngoài	복 응오아이
	nắp	납
덮다	che	째
	đậy	더이
덮치다	tấn công	떤 꽁
	chồng chất	쫑 쩓
(불에) 데다	bị cháy	비 짜이
	bị bỏng	비 봉
데려가다	dẫn	전
	đưa	드어
	dắt	잗
데모	cuộc biểu tình	꾸옥 비에우 띵
데뷔(하다)	ra mắt	자 맏
데생	bức vẽ	븍 배
데스크	bàn làm việc	반 람 비엑
데이터	dữ liệu	즈 리에우
	số liệu	쏘 리에우

데이트(하다)	**hẹn hò**	핸 호
도(度)	**nhiệt độ**	니엗 도
	Nhiệt độ ngày hôm nay là 2 độ C. 니엗 도 응아이 홈 나이 라 하이 도 쎄 **오늘은 2도이다.**	
도구	**công cụ**	꽁 꾸
	dụng cụ	중 꾸
도금(하다)	**mạ vàng**	마방
도깨비	**yêu tinh**	이에우 띵
도끼	**rìu**	지우
도난	**ăn trộm**	안 쫌
도넛	**bánh donut**	바잉 도넏
도달(하다)	**đạt đến**	닫덴
도대체	**tóm lại**	똠 라이
	rút cuộc	줃 꾸옥
도덕	**đạo đức**	다오 득
도도하다	**kiêu căng**	끼에우 깡
도둑	**tên trộm cướp**	뗀 쫌 끄업
도둑질	**sự trộm cắp**	쓰 쫌 깝
도로	**con đường**	꼰 드엉
도마	**thớt**	턷
도마뱀	**thạch sùng**	타익 쑹
도망(가다)	**bỏ trốn**	보 쫀
도매가	**giá bán buôn**	자반 부온
	giá bán sỉ	자반씨

도면	bản thiết kế	반 티엔 께
도무지	không một chút nào	콩 몯 쭏 나오
도미노	cờ đô-mi-nô	꺼 도 미 노
도박	cờ bạc	꺼 박
도보	đi bộ	디 보
도서관	thư viện	트 비엔
도시	thành phố	타잉 포
도시락	cơm hộp	껌 홉
도안	bản phác họa	반 팍 화
도약(하다)	nhảy lên	냐이 렌
도와주다	giúp đỡ	줍 더
도움	sự giúp đỡ	쓰 줍 더
도움이 되다	giúp ích	줍 익
도입(하다)	áp dụng	압 중
도자기	đồ gốm	도 곰
도장(圖章)	con dấu	꼰 저우
	dấu	저우
	đóng dấu vào hợp đồng 동 저우 바오 헙 동 계약서에 도장을 찍다.	
도장(塗裝)	việc phủ một lớp sơn	비엑 푸 몯 럽 썬
	Tường được phủ lên một lớp sơn màu trắng. 뜨엉 드억 푸 렌 몯 럽 썬 마우 짱 벽을 흰색으로 도장을 했다.	
도저히	hoàn toàn	환 또안
	tuyệt đối	뚜옏 도이
도전(하다)	thách thức	타익 특

ㄷ

도전자	**người thách đấu**	응어이 타익 더우
도중	**dọc đường**	족 드엉
도착하다	**đến nơi**	덴 너이
도청	**sự nghe lén**	쓰 응애 랜
도취(되다)	**say mê**	싸이 메
도토리	**hạt sồi**	핟 쏘이
도표	**biểu đồ**	비에우 도
도피하다	**trốn tránh**	쫀 짜잉
도형	**hình vẽ minh họa**	힝 배 밍 화
도화선	**ngòi nổ**	응오이 노
독	**độc**	독
독립(하다)	**độc lập**	독 럽
독방	**phòng đơn**	퐁 던
독사	**rắn độc**	잔 독
독서(하다)	**đọc sách**	독 싸익
독설	**lời nói hiểm độc**	러이 노이 히엠 독
독수리	**đại bàng**	다이 방
독신	**độc thân**	독턴
독일	**Đức**	득
독일어	**tiếng Đức**	띠엥 득
독자(獨子)	**con trai độc nhất**	꼰 짜이 독 녇

Anh ấy là con trai độc nhất đời thứ 5.
아잉 어이 라 꼰 짜이 독 녇 더이 트 남
그는 5대 독자이다.

| 독자(讀者) | **độc giả** | 독 자 |

436 | 필수 단어

	Lượng độc giả của tờ báo ABC tăng mỗi năm. 르엉 독 자 꾸어 떠 바오 아베쎄 땅 모이 남 ABC 신문사의 독자수는 해마다 증가했다.	
독재(자)	**kẻ độc tài**	깨 독 따이
독점(하다)	**độc quyền**	독 꾸옌
독창(하다)	**đơn ca**	던 까
독창적	**độc đáo**	독 다오
	sáng tạo	쌍 따오
독촉장	**thư nhắc nhở**	트 냑 녀
독촉하다	**đốc thúc**	독 툭
독특한	**đặc trưng**	닥 쯩
	đặc biệt	닥 비엗
독학하다	**tự học**	뜨 혹
독해력	**khả năng đọc hiểu**	카 낭 독 히에우
돈	**tiền**	띠엔
돈가스	**thịt lợn chiên xù**	틷 런 찌엔 쑤
돋보기	**kính lúp**	낑 룹
돌	**hòn đá**	혼 다
돌고래	**cá heo**	까 해오
돌다	**quay**	꾸아이
돌려보내다	**hoàn lại**	환 라이
	gửi trả lại	그이 짜 라이
돌리다	**đổi hướng**	도이 흐엉
돌발적인	**quay**	꾸아이

돌보다	**trông nom**	쫑 놈
	chăm sóc	짬 쏙
돌아가다	**trở lại**	쩌 라이
돌아가시다	**qua đời**	꾸아더이
돌아옴	**sự trở về**	쓰쩌 베
돌연변이	**đột biến**	돋 비엔
돌출하다	**nhô ra**	뇨 자
돌파하다	**chọc thủng**	쪽 퉁
돔	**mái hình vòm**	마이 힝 봄
돕다	**giúp đỡ**	줍 더
동(銅)	**đồng**	동
동감	**sự đồng cảm**	쓰 동 깜
동거하다	**sống chung với nhau**	쏭 쭝 버이 나우
동격	**đồng hạng**	동 항
동경(하다)	**khao khát**	카오 칸
동굴	**hang động**	항 동
동그라미	**đường tròn**	드엉 쫀
동급생	**bạn cùng cấp**	반 꿍깝
동기(動機)	**động cơ**	동 꺼
	động cơ xe máy 동 꺼 쎄 마이 오토바이 엔진	
동남아시아	**Đông Nam Á**	동 남아
동등	**tính ngang bằng**	띵 응앙방
동등하다	**ngang bằng**	응앙방
동료	**đồng nghiệp**	동 응이엡

동맥	động mạch	동 마익
동맹(하다)	đồng minh	동 밍
동메달	huy chương đồng	후이 쯔엉 동
동면	sự ngủ đông	쓰 응우 동
동물	động vật	동 벋
동물원	sở thú	써 투
	vườn thú	브언 투
동반자	đối tác	도이 딱
동반하다	đi kèm	디 깸
동봉하다	đính kèm	딩 깸
동부	khu vực phía Đông	쿠 븍 피어 동
동사하다	chết cóng	쩯 꽁
동상	tượng đồng	뜨엉 동
동성	đồng tính	동 띵
동성애	tình yêu đồng tính	띵 이에우 동 띵
동시	đồng thời	동 터이
동시대의	cùng thời	꿍 터이
동양	phương Đông	프엉 동
동요하다	xáo trộn	싸오 쫀
동원(하다)	huy động	후이 동
동의하다	đồng ý	동 이
동의어	từ đồng nghĩa	뜨 동 응이아
동일	sự đồng nhất	쓰 동 녇
동작	động tác	동 딱

동점	**đồng điểm**	동 디엠
동정(하다), 동감하다	**đồng cảm**	동 깜
	Tôi rất đồng cảm với hoàn cảnh của chị. 또이 젇 동 깜 버이 호안 까잉 꾸어 찌. 저는 당신의 입장을 매우 동감합니다.	
동정(童貞)	**đồng trinh**	동 찡
	sự trinh trắng	쓰 찡 짱
	bảo vệ sự trinh trắng 바오 베 쓰 찡 짱 동정을 지키다.	
동조(하다)	**đồng tình**	동 띵
동지(同志)	**sự đồng tâm**	쓰 동 떰
동질	**đồng chất**	동 쩓
동쪽	**phía Đông**	피어 동
동창생	**cựu sinh viên**	끄우 씽 비엔
되풀이(하다)	**lặp lại**	랍 라이
뒤돌아보다	**nhìn lại**	닌 라이
뒤바꾸다	**đảo ngược**	다오 응으억
뒤(떨어)지다	**lạc hậu**	락 허우
	tụt hậu	뚣 허우
뒤지다 (수색)	**lục lọi**	룩 로이
뒤집다	**lộn ngược**	론 응으억
뒤쪽	**phía sau**	피어 싸우
뒷골목	**hẻm nhỏ**	햄 뇨
뒷맛	**dư vị**	즈 비
듀엣	**bản đuyê**	반 두예
드나들다	**ra vào**	자 바오

드디어	**cuối cùng**	꾸오이 꿍
드라마	**phim truyền hình**	핌 쭈옌 힝
드라이버	**tài xế**	따이 쎄
드라이브(하다)	**lái xe**	라이 쌔
드라이클리닝	**giặt khô**	잗 코
드러내다	**làm cho lộ ra**	람 쪼 로 자
드러눕다	**nằm thẳng cẳng**	남 탕 깡
드물다	**hiếm**	히엠
득	**lợi**	러이
	lời	러이
득점(하다)	**ghi điểm**	기 디엠
듣다	**nghe**	응애
들것	**cáng**	깡
들다	**cầm**	껌
들르다	**ghé qua**	개 꽈
들리다	**nghe thấy**	응애 터이
들어가다	**đi vào**	디 바오
들어올리다	**nâng lên**	넝 렌
들이마시다	**hít vào**	힌 바오
들판	**cánh đồng**	까잉 동
등	**lưng**	릉
등급	**hạng**	항
	mức	믁
	bậc	벅

등대	**hải đăng**	하이 당
등록(하다)	**đăng ký**	당 끼
등본	**bản sao**	반 싸오
등뼈	**sống lưng**	쏭 릉
등산	**sự leo núi**	쓰 래오 누이
등장하다	**xuất hiện**	쑤얻 히엔
	nhân vật xuất hiện 넌 벋 쑤언 히엔 등장인물	
디스크	**đĩa nhạc**	디어 냑
디자이너	**người thiết kế**	응어이 티엔 께
디지털	**kỹ thuật số**	끼 투얻 쏘
딜레마	**tiến thoái lưỡng nan**	띠엔 토아이 르엉 난
따다	**hái**	하이
따뜻하다	**ấm**	엄
	ấm áp	엄 압
따뜻해지다	**trở nên ấm áp**	쩌 넨 엄 압
따라가다	**theo sau**	태오 싸우
따라잡다	**theo kịp**	태오 낍
따라서	**theo như**	태오 니으
따로	**riêng**	지엥
따르다	**đổ**	도
	rót	졷
	theo	태오
따분하다	**nhàm chán**	냠 짠

따옴표	**dấu ngoặc kép**	저우 응오악 깹
따위	**như là**	니으 라
따지다	**tính toán**	띵 또안
딱따구리	**chim gõ kiến**	찜 고 끼엔
딱딱하다	**cứng**	끙
딸	**con gái**	꼰 가이
딸기	**dâu tây**	저우 떠이
딸꾹질	**nấc**	넉
땀(나다)	**toát mồ hôi**	또앋 모 호이
땅	**đất**	덛
땅콩	**lạc**	락
	đậu phộng	더우 퐁
때	**lúc**	룩
	khi	키
때 (더러움)	**ghét**	갣
때때로	**thỉnh thoảng**	팅 토앙
때리다	**đánh**	다잉
떠나다	**rời khỏi**	저이 코이
떠돌다	**lang thang**	랑탕
떠들다	**ầm ĩ**	엄 이
떠맡다	**nhận**	년
	gánh	가잉
떠오르다	**nổi lên**	노이 렌
	lơ lửng	러 릉

떡	**bánh gạo**	바잉 가오
떨다	**run**	준
떨리다	**bị rơi**	비 저이
	bị đuổi	비 두오이
	run	준
떨어뜨리다	**làm rơi**	람 저이
떨어지다	**rơi**	저이
	rơi cúc áo 저이 꾹 아오 셔츠에서 단추가 떨어지다	
떳떳하다	**ngay thẳng**	응아이 탕
	chính trực	찡 쯕
떼	**đàn**	단
떼다	**tách**	따익
	bóc	복
또는	**hoặc**	호악
똑똑하다	**thông minh**	통 밍
똑똑히	**rõ ràng**	조 장
똥	**phân**	펀
뚜껑	**nắp**	납
뚜렷이	**một cách rõ ràng**	못 까익 조 장
뚫다	**khoan**	코안
	đào	다오

뛰다	nhảy vọt	나이 볻
	bắn ra	반 자
	đập	덥
뛰어나다	xuất chúng	쑤얻 쭝
뛰어들다	nhảy vào	나이 바오
뛰어오르다	nhảy lên	나이 렌
뜨거운	nóng	농
뜨개바늘	kim móc	낌 목
(물에) 뜨다	nổi lên	노이 렌
	nổi	노이
뜯다	bóc	복
	xé	쌔
뜻	nghĩa	응이아
뜻밖의	bất ngờ	벋 응어
뜻하다	có nghĩa	꼬 응이아
띠	tuổi con	뚜오이 꼰

ㄹ

라면	mì ăn liền	미 안 리엔
라벨	nhãn	냔
	mác	막
라이벌	đối thủ	도이 투
라이터	bật lửa	벋 르어
라켓	vợt	벋
랭킹	xếp hạng	쎕 항
러시아	Nga	응아
러시아워	giờ cao điểm	저 까오 디엠
럭비	bóng bầu dục	봉 버우 죽
레버	cần số xe	껀 쏘 쌔
레벨	trình độ	찡 도
	cấp độ	껍 도
레스토랑	nhà hàng	냐 항
	quán ăn	꽌 안
레슨	bài học	바이 혹
레이더	ra-đa	자 다
레이스 (경주)	cuộc đua	꾸옥 두어
	cuộc đua xe 자동차 레이스	꾸옥 두어 쌔
레이스 (옷)	ren	잰

Cô ấy tặng cho con gái một chiếc áo có đính ren.
꼬 어이 땅 쪼 꼰 가이 몯 찌엑 아오 꼬 딩 잰
그녀는 딸에게 레이스 달린 옷을 선물했다.

레이아웃	**bố cục**	보 꾹
레이저	**tia lase**	띠어 라쌔
레저	**thời gian rảnh rỗi**	터이 잔 자잉 조이
	giải trí	자이 찌
레즈비언	**người đồng tính nữ**	응어이 동 띵 느
레코드	**đĩa hát**	디어 핟
렌즈	**kính áp tròng**	낑 압 쫑
렌터카	**xe ô tô cho thuê**	쌔 오 또 쪼 투에
로맨스	**sự lãng mạn**	쓰 랑 만
로맨틱한	**lãng mạn**	랑 만
로봇	**rô-bốt**	조 볻
로비	**sảnh**	싸잉
로션	**kem dưỡng da**	깸 즈엉 자
로열티	**hoàng gia**	황 자
로터리	**bùng binh**	붕 빙
로테이션	**sự quay vòng**	쓰 꾸아이 봉
로프	**dây thừng**	저이 틍
록음악	**nhạc rock**	냑 록
루비	**đá rubi**	다 루비
루트	**con đường**	꼰 드엉
룰	**quy tắc**	꾸이 딱
룸	**phòng**	퐁

룸메이트	bạn cùng phòng	반 꿍 퐁
류머티즘	bệnh thấp khớp	벵 텁 컵
리그	liên đoàn	리엔 도안
리더	nhà lãnh đạo	냐 라잉 다오
리더십	sự lãnh đạo	쓰 라잉 다오
리드하다	dẫn đầu	전 더우
리듬	giai điệu	자이 디에우
리모컨	điều khiển từ xa	디에우 키엔 뜨 싸
리무진	xe cao cấp	쌔 까오 껍
리본	dải ruy-băng	자이 주이 방
리사이틀	sự độc tấu	쓰 독 떠우
리스, 임대	sự cho thuê	쓰 쪼 투에
리스크	rủi ro	주이 조
리스트	danh sách	자잉 싸익
리어카	xe kéo	쌔 깨오
리얼리티	thực tế	특 떼
리조트	khu nghỉ mát	쿠 응이 맏
리퀘스트	sự yêu cầu	쓰 이에우 꺼우
리터	lít	릳
리포트	bản báo cáo	반 바오 까오
리프트	thang máy	탕 마이
리필	cái để thay thế	까이 데 타이 테
	thêm	템

리허설	**sự diễn tập**	쓰 지엔 떱
린스하다	**gội dầu xả**	고이 저우 싸
릴레이	**cuộc chạy đua tiếp sức**	꾸옥 짜이 두어 띠엡 쓱
립싱크	**hát nhép**	핟 냅
링크	**liên kết**	리엔 껟

ㄱ
ㄴ
ㄷ
ㄹ
ㅁ
ㅂ
ㅅ
ㅇ
ㅈ
ㅊ
ㅋ
ㅌ
ㅍ
ㅎ

마감(하다)	**kết thúc**	껟 툭
마개	**nút chai**	눋 짜이
마냥	**mãi**	마이
마네킹	**ma-nơ-canh**	마너 까잉
마녀	**ma nữ**	마 느
마늘	**tỏi**	또이
마니아	**người say mê (cái gì đó)**	응어이 싸이 메 (까이 지 도)
마당	**sân**	썬
마디 (대나무)	**đốt**	돋
마디 (말)	**lời**	러이
마라톤	**ma-ra-tông**	마 자 똥
마력	**mã lực**	마 륵
마루	**sàn nhà**	싼 냐
	đình núi	딩 누이
마르다	**khô**	코
마름모	**hình thoi**	힝 토이
마리화나	**cần sa**	껀 싸
마마보이	**kẻ bám váy mẹ**	깨 밤 바이 매
마무리	**sự hoàn tất**	쓰 환 떧
마법	**ảo thuật**	아오 투얻
	ma thuật	마 투얻

마비(되다)	tê liệt	떼 리엗
마사지(하다)	mát xa	맏 싸
마술사	nhà ảo thuật	냐아오 투얻
마스코트	vật may mắn	벋 마이 만
마스크	mặt nạ	맏 나
마시다	uống	우옹
마약	thuốc phiện	투옥 피엔
마요네즈	xốt mayonnaise	쏟 마요네즈
마우스	chuột	쭈옫
마운드	mô đất	모 덛
마을	làng	랑
마음	tấm lòng	떰 롱
마음먹다	quyết tâm	꾸옏 떰
마이너스	phép trừ	팹 쯔
마이크	mi-crô	미 꺼로
마주 보다	đối diện nhau	도이 지엔 냐우
마주치다	va chạm	바 짬
	gặp gỡ	갑 거
마지막	cuối cùng	꾸오이 꿍
마지못해	miễn cưỡng	미엔 끄엉
마진	lợi nhuận	러이 뉴언
마찬가지	cũng như	꿍 니으
마찰(하다)	ma sát	마 싿

마취	sự gây mê	쓰 거이 메
마치	như thể	니으 테
마치다	kết thúc	껟 툭
	hoàn thành	환 타잉
마침내	sau cùng	싸우 꿍
막내	út	욷
	bé nhất	배 년
막다 (방어)	che chở	째 쩌
	bảo vệ	바오 베
	bảo vệ nhà khỏi trộm 집을 도둑으로부터 보호하다	바오 베 냐 코이 쫌
막다 (차단)	ngăn chặn	응안 짠
	ngăn chặn việc xấu xảy ra 나쁜 일의 발생을 막다	응안 짠 비엑 써우 싸이 자
막다른 곳	bước đường cùng	브억 드엉 꿍
막대한	rộng lớn	종 런
	mênh mông	멩 몽
막연하다	không rõ ràng	콩 조 장
막차	chuyến xe cuối cùng	쭈엔 쌔 꾸오이 꿍
막히다	tắc	딱
만(萬)	vạn	반
만개한	mãn khai	만 카이
만기	hết hạn	헫 한
만끽하다	hưởng thụ	흐엉 투
	tận hưởng	떤 흐엉

한국어	베트남어	발음
만나다	**gặp**	갑
만년(晩年)	**vạn niên**	반 니엔
만년필	**bút máy**	붇 마이
만능의	**vạn năng**	반 낭
만두	**màn thầu**	만 터우
만들다	**làm**	람
	làm ra	람 자
만류하다	**cản trở**	깐 쩌
	kìm hãm	낌 함
만무하다	**không thể**	콩 테
	không có lý như vậy	콩 꼬 리 니으 버이
만물	**vạn vật**	반 벋
만보계	**máy đo bước chân**	마이 도 브억 쩐
만성	**mãn tính**	만 띵
만세	**vạn tuế**	반 뚜에
만약	**giả sử**	자 쓰
	nếu	네우
만연하다	**lan truyền**	란 쭈옌
만원(滿員)	**quá tải**	꾸아 따이
	thang máy quá tải 엘리베이터가 만원이다	탕 마이 꾸아 따이
만장일치	**tất cả mọi người như một**	떧 까 모이 응어이 니으 몯
만점	**điểm tối đa**	디엠 또이 다
만족(시키다)	**làm vui lòng**	람 부이 롱

만족스러운	**hài lòng**	하이 롱
만지다	**sờ mó**	써 모
	đụng	둥
	chạm	짬
만찬	**bữa tiệc tối**	브어 띠엑 또이
~만큼	**khoảng độ**	코앙 도
	bằng	방
	giống	종
만행	**hành động dã man**	하잉 동 자 만
만화	**truyện tranh**	쭈옌 짜잉
많다	**nhiều**	니에우
말(馬)	**ngựa**	응으어
	cưỡi ngựa 끄어이 응으어 말을 타다	
말(言)	**lời nói**	러이 노이
	Lời nói không mất tiền mua, lựa lời mà nói cho vừa lòng nhau. 러이 노이 콩 먿 띠엔 무어, 르어 러이 마 노이 쪼 브어 롱 냐우 가는 말이 고와야 오는 말이 곱다.	
말괄량이	**người ngỗ ngáo**	응어이 응오 응아오
말기	**cuối kỳ**	꾸오이 끼
말다툼	**sự cãi nhau**	쓰 까이 냐우
말대꾸하다	**bắt bẻ**	받 배
말뚝	**cọc**	꼭
	cột	꼳

말려들다	**bị lôi kéo**	비 로이 깨오
	dính dáng	징 장
말리다(만류)	**ngăn cản**	응안 깐
	cản trở	깐 쩌
	Bố ngăn cản việc tôi đi du học.	
	보 응안 깐 비엑 또이 디 주 혹	
	아버지는 내가 유학 가는 것을 만류했다.	
말리다(건조)	**làm khô**	람 코
	làm khô mực 람 코 믁	
	오징어를 말리다	
말버릇	**lối nói**	로이 노이
말을 걸다	**mở lời**	머 러이
말없는	**không nói**	콩 노이
말하다	**nói**	노이
맑다	**trong trẻo**	쫑 째오
	thời tiết đẹp	터이 띠엗 댑
맛	**vị**	비
	hương vị	흐엉 비
맛보다	**nếm thử**	넴 트
맛있다	**ngon**	응온
망명(하다)	**lưu vong**	리우 봉
망보다	**canh gác**	까잉 각
	trông coi	쫑 꼬이
망상	**hình mắt lưới**	힝 맏 르어이
망설이다	**do dự**	조 즈
	chần chừ	쩐 쯔

망원경	kính viễn vọng	낑 비엔 봉
망측하다	khiếm nhã	키엠 냐
망치	búa	부어
망하다	suy tàn	쑤이 딴
	lụi tàn	루이 딴
맞다 (적합)	thích hợp	틱 헙
	vừa đúng	브어 둥
맞벌이	hai vợ chồng cùng đi làm kiếm tiền	하이 버 쫑 꿍 디 람 끼엠 띠엔
맞붙다	xông vào nhau để đánh	쏭 바오 냐우 데 다잉
맞서다	đứng đối mặt nhau	등 도이 맏 냐우
맞은편	phía đối diện	피어 도이 지엔
맞이하다	tiếp đón	띠엡 돈
맞장구치다	phụ họa theo	푸 화 태오
맞추다	sắp đặt	쌉 닫
	điều chỉnh	디에우 찡
맞히다	bắn trúng mục tiêu	반 쭝 묵 띠에우
맡기다	gửi	그이
	ủy nhiệm	우이 니엠
맡다	trông coi	쫑 꼬이
매너	cách xử sự	까익 쓰 쓰
매너리즘	thói cầu kỳ	토이 꺼우 끼
매년	mỗi năm	모이 남
매니저	người quản lý	응어이 꽌 리

매니큐어	việc sơn sửa móng tay	비엑 썬 쓰어 몽 따이
매다, 묶다	trói	쪼이
	buộc	부옥
	thắt	탇
매달	mỗi tháng	모이 탕
매달다	treo lên	째오 렌
매듭(짓다)	kết thúc	껟 툭
	hoàn thành	환 타잉
매력	sức hút	쓱 훋
매력적인	có sức hút	꼬 쓱 훋
매료하다	lôi cuốn	로이 꾸온
매립	sự san lấp	쓰 싼럽
매매(하다)	mua bán	무어 반
매미	ve sầu	배 써우
매번	mỗi lần	모이 런
매상	doanh thu	조아잉 투
매수하다	mua	무어
	mua chuộc	무어 쭈옥
매실	mơ	머
매우	rất	젇
	quá	꾸아
매일	mỗi ngày	모이 응아이
매장(하다)	mai táng	마이 땅
	chôn cất	쫀 껀

ㄱ
ㄴ
ㄷ
ㄹ
ㅁ
ㅂ
ㅅ
ㅇ
ㅈ
ㅊ
ㅋ
ㅌ
ㅍ
ㅎ

매점	căn-tin	깐띤
매정한	lạnh lùng	라잉 룽
매진	việc bán hết hàng	비엑 반 헫 항
매체	phương tiện	프엉 띠엔
매춘	nạn mại dâm	난 마이 점
매춘부	gái mại dâm	가이 마이 점
매출	doanh thu	조아잉 투
매혹하다	mê hoặc	메 확
	quyến rũ	꾸옌 주
맥	mạch	마익
맥주	bia	비어
맨발	chân đất	쩐 덛
맨살	da trần	자 쩐
맵다	cay	까이
맹렬한	mãnh liệt	마잉 리엗
	dữ dội	즈 조이
맹세하다	tuyên thệ	뚜옌 테
맹수	mãnh thú	마잉 투
맹신하다	mê tín	메 띤
맹장(염)	viêm ruột thừa	비엠 주옫 트어
맺다	ký kết	끼 껟
	thiết lập	티엗 럽
머리	đầu	더우
머리 감다	gội đầu	고이 더우

머리말	lời nói đầu	러이 노이 더우
머리카락	tóc	똑
머물다	ở lại	어 라이
머스터드	mù tạt	무 땃
머플러	khăn quàng cổ	칸 꾸앙 꼬
먹다	ăn	안
먹어치우다	ăn hết	안 헫
	ăn sạch	안 싸익
먹이	thức ăn	특 안
	mồi	모이
먼지	bụi	부이
멀다	xa	싸
멀리하다	tránh xa	짜잉 싸
멈추다	dừng lại	증 라이
멋	kiểu cách	끼에우 까익
멋있다	đẹp	댑
	phong độ	퐁 도
멋쟁이	người sành điệu	응어이 싸잉 디에우
멍	vết bầm	벧 범
멎다	hết	헫
메뉴	thực đơn	특 던
메달	huy chương	후이 쯔엉
메뚜기	châu chấu	쩌우 쩌우
메모(하다)	ghi chú	기 쭈

메밀	**lúa mạch**	루어 마익
메슥거리다	**cảm giác buồn nôn**	깜 작 부온 논
메시지	**tin nhắn**	띤 냔
메아리	**tiếng vang**	띠엥 방
메우다	**đổ đầy**	도 더이
메추라기	**chim cút Nhật Bản**	찜 꾿 녇 반
메커니즘	**máy móc**	마이 목
	cơ cấu	꺼 꺼우
	cơ chế	꺼 쩨
멘스	**kinh nguyệt**	낑 응우옏
멜로디	**giai điệu**	자이 디에우
멤버	**thành viên**	타잉 비엔
	hội viên	호이 비엔
며느리	**con dâu**	꼰 저우
며칠	**ngày bao nhiêu**	응아이 바오 니에우
면담하다	**gặp mặt nói chuyện**	갑 맏 노이 쭈옌
면도	**cạo râu**	까오 저우
면세점	**cửa hàng miễn thuế**	끄어 항 미엔 투에
면역	**sự miễn dịch**	쓰 미엔 직
면적	**diện tích**	지엔 띡
면접	**cuộc phỏng vấn**	꾸옥 퐁 번
면제(하다)	**miễn trừ**	미엔 쯔
면직(되다)	**bị miễn chức**	비 미엔 쯕

면하다	**tránh**	짜잉
	thoát	토앋
면허	**giấy phép**	저이 팹
면회(하다)	**gặp mặt**	갑 맏
멸망하다	**diệt vong**	지엗 봉
명가(名家)	**gia đình danh giá**	자 딩 자잉 자
명곡	**bài hát nổi tiếng**	바이 핟 노이 띠엥
명랑한	**lanh lợi**	라잉 러이
	hoạt bát	홛 받
명령	**mệnh lệnh**	멩 렝
명령하다	**ra lệnh**	자 렝
명료한	**sáng sủa**	쌍 쑤어
	dễ hiểu	제 히에우
	minh mẫn	밍 먼
명물	**đặc sản nổi tiếng**	닥 싼 노이 띠엥
명백하다	**rõ ràng**	조 자잉
명부	**danh sách**	자잉 싸익
명상(하다)	**ngồi thiền**	응오이 티엔
명성	**danh tiếng**	자잉 띠엥
명세, 상세	**chi tiết**	찌 띠엗
	mục	묵
	khoản	코안
명세서	**bản kê khai**	반 께 카이

명소	**danh lam thắng cảnh**	자잉 람 탕 까잉
명심하다	**nhớ**	녀
	ghi nhớ	기 녀
명예	**danh dự**	자잉 즈
명의(名義)	**danh nghĩa**	자잉 응이어

Có thể đăng kí bằng việc lấy danh nghĩa là
người bảo hộ trẻ vị thành niên.
꼬 테 당 끼 방 비엑 러이 자잉 응이어 라 응어이 바오 호 쩨 비 타잉 니엔
미성년자는 보호자의 명의로 가입할 수 있다.

명인	**danh nhân**	자잉 년
명작	**tác phẩm nổi tiếng**	딱 펌 노이 띠엥
명중(하다)	**trúng**	쭝
명찰	**bảng tên**	방 뗀
명칭	**tên gọi**	뗀 고이
명쾌한	**trong sáng**	쫑 쌍
	rõ ràng	조 장
명하다, 명령하다	**ra lệnh**	자 렝
명함	**danh thiếp**	자잉 티엡
몇	**mấy**	머이
	bao nhiêu	바오 니에우
모교	**trường cũ**	쯔엉 꾸
모금	**sự quyên góp tiền**	쓰 꾸옌 곱 띠엔
모기	**muỗi**	무오이
모니터	**màn hình máy tính**	만 힝 마이 띵
모닥불	**lửa trại**	르어 짜이

모델	người mẫu	응어이 머우
모독(하다)	xúc phạm	쑥 팜
모두	tất cả	떧 까
모래	cát	깓
모래시계	đồng hồ cát	동 호 깓
모레	ngày kia	응아이 끼어
모르다	không biết	콩 비엗
모바일	điện thoại di động	디엔 토아이 지 동
모발	tóc	똑
모방(하다)	mô phỏng	모 퐁
	bắt chước	받 쯔억
모범	mô phạm	모 팜
모색	sự mò mẫm	쓰 모 멈
	sự dò dẫm	쓰 조 점
모서리	góc	곡
	chỗ gấp khúc	쪼 겁 쿡
모순	mâu thuẫn	머우 투언
모습	kiểu cách	끼에우 까익
	điệu bộ	디에우 보
모시다	đưa đón	드어 돈
	tôn sùng	똔 쑹
모양	bộ dạng	보 장
	kiểu dáng	끼에우 장

모여들다	**gom lại**	곰 라이
	tập trung lại	떱 쭝 라이
모욕	**sự lăng mạ**	쓰 랑 마
	sự xúc phạm	쓰 쑥 팜
모욕하다	**lăng mạ**	랑 마
	xúc phạm	쑥 팜
모으다, 소집하다	**gom lại**	곰 라이
	tập hợp	떱 헙
모으다, 집중하다	**tập trung**	떱 쭝
모이다, 운집하다	**tập trung lại**	떱 쭝 라이
	họp lại	헙 라이
모임	**cuộc họp**	꾸옥 헙
	cuộc hội ý	꾸옥 호이 이
모자	**mũ**	무
모자라다	**thiếu**	티에우
모조	**sự bắt chước**	쓰 받 쯔억
모직물	**đồ len**	도 랜
모질다	**khắc nghiệt**	칵 응이엗
모집(하다)	**tuyển dụng**	뚜옌 중
모친	**mẹ**	매
	mẫu thân	머우 턴
모터	**mô-tơ**	모 떠
모피	**lông thú**	롱 투

모험(하다)	mạo hiểm	마오 히엠
모형	mô hình	모힝
목	cổ	꼬
목걸이	vòng cổ	봉 꼬
목격(하다)	chứng kiến	쯩 끼엔
목격자	người chứng kiến	응어이 쯩 끼엔
목록	mục lục	묵룩
목발	cái nạng	까이 낭
목사	mục sư	묵쓰
목수	thợ mộc	터 목
목숨	sự sống	쓰 쏭
	mạng sống	망 쏭
목요일	thứ năm	트 남
목욕탕	nhà tắm công cộng	냐 땀 꽁꽁
목욕하다	tắm	땀
목장	nông trại	농 짜이
목재	gỗ	고
목적	mục đích	묵 딕
목적지	điểm đến	디엠 덴
목차	mục lục	묵룩
목표	mục tiêu	묵 띠에우
몫	phần	펀
	nghĩa vụ	응이어 부

몰두	sự thu hút	쓰 투 훋
	sự say mê	쓰 싸이 메
몰락(하다)	sụp đổ	쑵 도
몰수(하다)	tịch thu	띡 투
몰아넣다	dồn vào	존 바오
몸	cơ thể	꺼 테
몸짓	điệu bộ	디에우 보
	cử chỉ	끄 찌
몸통	mình	밍
	thân	턴
몹시	rất	젇
	quá	꾸아
못	(cái) đinh	(까이) 딩
묘(墓)	mộ	모
	miếu	미에우
묘기	sự khéo léo	쓰 캐오 래오
묘미	sự hấp dẫn	쓰 헙 전
묘사(하다)	miêu tả	미에우 따
묘안	phương án hay	프엉 안 하이
	ý tưởng hay	이 뜨엉 하이
묘지	bia mộ	비어 모
묘하다	huyền bí	후옌 비
무 (채소)	củ cải	꾸 까이

	kim chi củ cải 낌 찌 꾸 까이 무김치	
무(無)	**không**	콩
	vô	보
	làm thêm không lương 람 템 콩 르엉 무급 아르바이트	
무겁다	**nặng**	낭
무게	**trọng lượng**	쫑 르엉
무관	**quan võ**	꽌 보
무관심	**sự không quan tâm**	쓰 콩 꽌 떰
무기(武器)	**vũ khí**	부 키
무기력한	**không có khí lực**	콩 꼬 키 륵
무기한	**không kỳ hạn**	콩 끼 한
무난한	**không khó khăn**	콩 코 칸
무너뜨리다	**phá hủy**	파 후이
	làm sụp đổ	람 쑵 도
무너지다	**sụp đổ**	쑵 도
	bị phá hủy	비 파 후이
무능한	**không có năng lực**	콩 꼬 낭 륵
무늬	**hoa văn**	화 반
	họa tiết	화 띠엘
무대	**sân khấu**	썬 커우
무덥다	**nóng nực**	농 늑
	oi bức	오이 북

무뚝뚝한	**cộc lốc**	꼭 록
	cục cằn	꾹 깐
무력(武力)	**vũ lực**	부 륵
무례	**sự vô lễ**	쓰 보 레
무례한	**vô lễ**	보 레
무료	**miễn phí**	미엔 피
	không mất tiền	콩 멀 띠엔
무릎(꿇다)	**quỳ gối**	꾸이 고이
무리한	**quá sức**	꽈 쓱
무명의	**vô danh**	보 자잉
무모한	**liều lĩnh**	리에우 링
무분별	**sự không phân biệt**	쓰 콩 펀 비엗
무사(無事)	**vô sự**	보 쓰
무사히	**một cách vô sự**	몯 까익 보 쓰
무상(無償)	**miễn phí**	미엔 피
	không lấy tiền	콩 러이 띠엔
	giáo dục miễn phí 자오 죽 미엔 피 무상 교육	
무색	**không màu**	콩 마우
무서워하다	**sợ**	써
	sợ hãi	써 하이
무선	**không dây**	콩 저이
	vô tuyến	보 뚜옌
무섭다	**sợ hãi**	써 하이

무성하다	rậm rạp	점 잡
	um tùm	움 뚬
무수한	vô số	보 쏘
무승부	hòa	화
	đều	데우
무시(하다)	ngơ	응어
	phớt lờ	펀 러
무신경한	không để tâm	콩 데 떰
	không chú ý	콩 쭈 이
무신론	thuyết vô thần	투옏 보 턴
무심코	sơ ý	써 이
	vô tình	보 띵
무언, 침묵	sự im lặng	쓰 임 랑
무엇	cái gì	까이 지
무역	mậu dịch	머우 직
무용(無用), 무익	vô dụng	보 중
무용지물	vật vô dụng	벋 보 중
무의미하다	không có ý nghĩa	콩 꼬 이 응이어
무의식	vô ý thức	보 이 특
무인도	đảo hoang	다오 황
무일푼	nhẵn túi	냔 뚜이
무임승차	lên xe miễn phí	렌 쌔 미엔 피
무자비하다	nhẫn tâm	년 떰

무장(하다)	trang bị	짱비
무장해제	giải trừ quân bị	자이 쯔 꾸언 비
무제한	không giới hạn	콩 저이 한
무조건	vô điều kiện	보 디에우 끼엔
무좀	bệnh nấm bàn chân	벵 넘 반 쩐
무죄	sự vô tội	쓰 보 또이
무지	sự ngu dốt	쓰 응우 졷
무지개	cầu vồng	꺼우 봉
무직의	không có việc làm	콩 고 비엑 람
무찌르다	xóa sổ	쏘아 쏘
	tiêu diệt toàn bộ	띠에우 지엗 또안 보
무책임	sự vô trách nhiệm	쓰 보 짜익 니엠
무책임한	vô trách nhiệm	보 짜익 니엠
무한(하다)	vô hạn	보 한
무해	sự vô hại	쓰 보 하이
무효(의)	vô hiệu	보 히에우
묵다, 머물다	lưu lại	리우 라이
	trọ	쪼
묵다, 케케묵은	cổ xưa	꼬 쓰어
	cũ kỹ	꾸 끼
묵묵히	thầm lặng	텀 랑
묵비권	quyền được giữ im lặng	꾸옌 드억 즈 임 랑
묵인	sự đồng mưu	쓰 동 미우
	sự bao che	쓰 바오 쩨

묶다	buộc	부옥
	trói	쪼이
문	cửa	끄어
문맥	mạch văn	마익 반
문맹	nạn mù chữ	난 무 쯔
문명	văn minh	반 밍
문방구	dụng cụ văn phòng	중 꾸 반 퐁
문법	ngữ pháp	응으 팝
문병	sự đi thăm người bệnh	쓰 디 탐 응어이 벵
문서	tài liệu	따이 리에우
	giấy tờ	저이 떠
문신	sự xăm	쓰 쌈
문어	bạch tuộc	바익 뚜옥
문의(하다)	hỏi	호이
문자	chữ	쯔
문자 메시지	tin nhắn văn bản	띤 냔 반 반
문장	câu	꺼우
문제	vấn đề	번 데
문지르다	cọ rửa	꼬 즈어
문패	bảng hiệu	방 히에우
문학	văn học	반 혹
문화	văn hóa	반 화
문화적인	có văn hóa	꼬 반 화

묻다 (질문)	**hỏi**	호이
	hỏi đường đi đến hồ Hoàn Kiếm	
	호이 드엉 디 덴 호 호안 끼엠	
	Hoàn Kiếm 호수까지 가는 길을 묻다	
묻다 (매장)	**chôn cất**	쫀 껃
	chôn cất dưới đất 쫀 껃 즈어이 덛	
	땅에 묻다	
묻다 (붙다)	**dán**	잔
	dính	징
	dính mực trên tay 징 믁 쩬 따이	
	손에 잉크가 묻다	
물	**nước**	느억
물가(物價)	**vật giá**	벋 자
물가	**bờ nước**	버 느억
물건	**đồ vật**	도 벋
물고기	**cá**	까
물구나무서기	**tư thế trồng chuối**	뜨 테 쫑 쭈오이
물다	**cắn**	깐
물들이다	**nhuộm**	뉴옴
물러나다	**lùi bước**	루이 브억
물려받다	**thừa kế**	트어 께
물론	**đương nhiên**	드엉 니엔
물류	**lưu thông hàng hóa**	리우 통 항 화
물리	**vật lý**	벋 리
물리치다	**từ chối**	뜨 쪼이
	đuổi đi	두오이 디

물물교환(하다)	**đổi chác**	도이 짝
물방울	**giọt nước**	죧 느억
	họa tiết hình giọt nước	화 띠엔 힝 죧 느억
	물방울무늬	
물색하다	**tìm kiếm**	띰 끼엠
물음표	**dấu hỏi**	저우 호이
물질	**vật chất**	벋 쩓
물질적인	**tính vật chất**	띵 벋 쩓
물집	**vết phồng**	벧 퐁
	vết rộp	벧 좁
물체	**vật thể**	벋 테
물통	**thùng nước**	퉁 느억
물품	**đồ vật**	도 벋
	vật phẩm	벋 펌
	hàng hóa	항 화
묽게 하다	**pha loãng**	파 로앙
묽은	**loãng**	로앙
뭉치다	**xếp thành khối**	쎕 타잉 코이
뭔가	**có gì đó**	꼬 지 도
뮤지컬	**âm nhạc**	엄 냑
미(美), 아름답다	**đẹp**	댑
미각	**vị giác**	비 작
미개하다	**chưa khai hóa**	쯔어 카이 화
미국인	**người Mĩ**	응어이 미

미궁	mê cung	메 꿍
미꾸라지	lươn	르언
	chạch	짜익
미끄러지다	trượt	쯔얻
	lướt	르얻
미끼	mồi	모이
	bẫy	버이
미나리	rau cần	자우 껀
미남	mỹ nam	미 남
미네랄	chất khoáng	쩓 쾅
미녀	mỹ nữ	미 느
미니스커트	váy ngắn	바이 응안
미덕	đức tính	득 띵
미디어	truyền thông	쭈옌 통
미래	tương lai	뜨엉 라이
	sau này	싸우 나이
미련	sự ngớ ngẩn	쓰 응어 응언
	sự ngốc nghếch	쓰 응옥 응에익
미로	mê cung	메 꿍
미리	trước	쯔억
미만	thấp hơn	텁 헌
미망인	quả phụ	꾸아 푸
미모	ngoại hình đẹp	응와이 힝 댑

미묘한	tế nhị	떼 니
	thanh tú	타잉 뚜
미사일	tên lửa	뗀 르어
미생물	vi sinh vật	비 씽 벋
미성년	vị thành niên	비 타잉 니엔
미소(짓다)	cười mỉm	끄어이 밈
미숙하다	non tay	논 따이
	chưa thành thạo	쯔어 타잉 타오
미술	mỹ thuật	미 투얻
미스터리	điều bí ẩn	디에우 비 언
미식가	người sành ăn	응어이 싸잉 안
미신	mê tín	메 띤
미아	đứa trẻ đi lạc	드어 째 디 락
미역	rong biển	종 비엔
미열	cơn sốt nhẹ	껀 쏟 내
미완성	sự chưa hoàn thành	쓰 쯔어 환 타잉
미용(실)	tiệm làm tóc	띠엠 람 똑
미움	lòng căm thù	롱 깜 투
	sự căm ghét	쓰 깜 갣
미워하다	ghét	갣
미라	xác ướp	싹 으업
미인	mỹ nhân	미 년
미정의	chưa quyết định	쯔어 꾸옏 딩

미지근하다	**ấm**	엄
미지수	**ẩn số**	언 쏘
미치다 (정신)	**điên**	디엔
	Cô ấy cười như điên.	
	꼬 어이 끄어이 니으 디엔	
	그녀는 미친 듯이 웃었다.	
미치다 (도달)	**đạt đến**	닫 덴
	đạt tới	닫 떠이
	Công ti tôi không đạt được mục tiêu đề ra.	
	꽁 띠 또이 콩 닫 드억 묵 띠에우 데 자	
	우리 회사는 주어진 목표 성과율에 미치지 못했다.	
미터	**mét**	맫
미학	**mỹ học**	미 혹
미해결의	**vẫn chưa giải quyết**	번 쯔어 자이 꾸옏
미행(하다)	**theo dõi**	태오 조이
미혼의	**chưa kết hôn**	쯔어 껟 혼
미화(美化)	**sự làm đẹp**	쓰 람 댑
	người làm đẹp môi trường	응어이 람 댑 모이 쯔엉
	환경미화원	
믹서	**máy xay**	마이 싸이
민간의	**dân gian**	전 잔
민간인	**người dân**	응어이 전
	dân thường	전 트엉
민감한	**nhạy cảm**	나이 깜
민들레	**bồ công anh**	보 꽁 아잉
민박	**sự thuê nhà dân ở tạm**	쓰 투에 냐 전 어 땀
민속	**dân tộc**	전 똑

민요	dân ca	전 까
민족	dân tộc	전 똑
민주국가	quốc gia dân chủ	꾸옥 자 전 쭈
민주주의	chủ nghĩa dân chủ	쭈 응이어 전 쭈
민주화	dân chủ hóa	전 쭈 화
민중	dân chúng	전 쭝
민첩한	nhanh nhẹn	냐잉 냰
	lanh lợi	라잉 러이
믿다	tin	띤
	tin cậy	띤 꺼이
믿음	sự tin tưởng	쓰 띤 뜨엉
믿음직한	đáng tin	당 띤
밀	lúa mì	루어 미
밀가루	bột mì	볻 미
밀고하다	mật báo	먿 바오
밀다	xô đẩy	쏘 더이
	bào	바오
	cạo	까오
밀도	mật độ	먿 도
밀리미터	mi-li-mét	미 리 맫
밀림	rừng rậm	즁 점
밀수(하다)	buôn lậu	부온 러우
밀월	tuần trăng mật	뚜언 짱 먿

밀접한	**mật thiết**	멷 티엗
밀집(하다)	**tập trung**	떱 쭝
	dồn lại	존 라이
밀크셰이크	**sữa lắc**	쓰어 락
밀폐하다	**đóng chặt**	동 짣
밀회	**buổi họp kín**	부오이 홉 낀
미운	**đáng ghét**	당 갣
및	**và**	바
	cùng	꿍
	với	버이
밑	**dưới**	즈어이

ㅂ

바겐세일	**bán hạ giá**	반 하 자
바구니	**rổ**	조
	giỏ	조
바깥	**bên ngoài**	벤 응와이
	bề ngoài	베 응와이
바깥쪽	**bên ngoài**	벤 응와이
바꾸다	**đổi**	도이
바나나	**chuối**	쭈오이
바늘	**kim may**	낌 마이
	lưỡi câu	르어이 꺼우
바닐라	**vani**	바니
바다	**biển**	비엔
바다낚시	**câu ở biển**	꺼우 어 비엔
바닥	**mặt bằng**	맏 방
	sàn	싼
바닷가	**bờ biển**	버 비엔
바둑	**cờ vây**	꺼 버이
바라다	**mong đợi**	몽 더이
	chờ đợi	쩌 더이
바람	**cơn gió**	껀 조

바람직하다	**đáng ao ước**	당 아오 으억
	đáng quý	당 꾸이
바래다	**phai màu**	파이 마우
	bạc màu	박 마우
바로	**ngay lập tức**	응아이 럽 뜩
바로미터	**phong vũ biểu**	퐁 부 비에우
바로잡다	**nắn thẳng**	난 탕
	uốn thẳng	우온 탕
바르다	**ngay thẳng**	응아이 탕
	chính trực	찡 쯕

Anh ấy là một người cảnh sát rất chính trực.
아잉 어이 라 몯 응어이 까잉 싿 젇 찡 쯕
그는 올바른 경찰이다.

| 바르다 (칠함) | **dán vào** | 잔 바오 |
| | **bôi** | 보이 |

Cô gái đó đang bôi kem chống nắng trên bãi biển.
꼬 가이 도 당 보이 깸 쫑 낭 쩬 바이 비엔
그녀가 바닷가에서 선크림을 바르고 있다.

바보	**đồ ngốc**	도 응옥
	thằng ngốc	탕 응옥
바비큐	**thịt nướng**	틷 느엉
바쁘다	**bận**	번
바위	**tảng đá**	땅 다
	hòn đá	혼 다
바이러스	**vi-rút**	비 줃
바이어	**người mua hàng**	응어이 무어 항

바이올린	đàn vĩ cầm	단비 껌
	đàn vi-ô-lông	단비 오 롱
바지	quần	꾸언
바치다	biếu	비에우
	tặng	땅
바코드	mã vạch	마 바익
바퀴벌레	gián	잔
박다	đóng vào	동 바오
	khâu vá	커우 바
박람회	cuộc triển lãm	꾸옥 찌엔 람
박력	sức mạnh	쓱 마잉
	sức thuyết phục	쓱 투옛 푹
박물관	bảo tàng	바오 땅
박사	tiến sĩ	띠엔 씨
박수갈채	vỗ tay hò reo	모 따이 호 재오
박탈하다	tước đoạt	뜨억 도앗
박쥐	dơi	저이
박해(하다)	sự bạc đãi	쓰 박 다이
	sự đàn áp	쓰 단 압
밖	bên ngoài	벤 응와이
	bề ngoài	베 응와이
반(半)	một nửa	몯 느어
	rưỡi	즈어이

	Một rưỡi chiều sẽ có buổi họp câu lạc bộ. 몯 즈어이 찌에우 쎄 꼬 부오이 홉 꺼우 락 보 오후 1시 반에 동아리 모임이 있을 예정이다.	
반(班)	**lớp**	럽
	cấp	껍
	Lớp 1A sẽ được đi thăm quan ở Lăng Bác. 럽 몯 쎄 드억 디 탐 꽌 어 랑 박 1A반은 호치민 묘를 방문할 것이다.	
반감	**sự phản cảm**	쓰 판 깜
반격(하다)	**phản kích**	판 끽
	phản công	판 꽁
반경	**bán kính**	반 낑
반달	**nửa tháng**	느어 탕
반대(하다)	**phản đối**	판 도이
반대의	**thuộc về mặt trái ngược**	투옥 베 맏 짜이 응으억
반도	**bán đảo**	반 다오
반도체	**chất bán dẫn**	쩓 반 전
반드시	**chắc chắn**	짝 짠
	nhất thiết	녇 티엗
반딧불이	**ánh sáng đom đóm**	아잉 쌍 돔 돔
반란	**sự phản loạn**	쓰 판 로안
반론하다	**phản thuyết**	판 투옏
	bất đồng	벋 동
반목	**địch thủ**	딕 투
	sự đối lập	쓰 도이 럽
반바지	**quần lửng**	꾸언 릉

반발(하다)	đẩy lùi	더이 루이
	cự tuyệt	끄 뚜옡
반복	sự lặp lại	쓰 랍 라이
반복하다	lặp lại	랍 라이
반사(하다)	phản xạ	판 싸
반성(하다)	tự phê bình	뜨 페 빙
	tự kiểm điểm	뜨 끼엠 디엠
반액	một nửa giá tiền	몯 느어 자 띠엔
반역(하다)	phản nghịch	판 응이익
반영(하다)	phản ánh	판 아잉
반응(하다)	phản ứng	판 응
반작용	sự phản tác dụng	쓰 판 딱 중
반점	lấm chấm	럼 쩜
	lốm đốm	롬 돔
반죽하다	nhào bột	나오 볻
반지	nhẫn	년
반짝거리다	lóng lánh	롱 라잉
	nhấp nháy	녑 나이
반찬	món ăn kèm	몬 안 깸
반창고	cao dán	까오 잔
반칙	sự ăn gian	쓰 안 잔
	sự trái luật	쓰 짜이 루얻
반품	sự trả lại hàng	쓰 짜 라이 항
반하다 (사랑)	phải lòng	파이 롱

반(反)하다	ngược lại	응으억 라이
	tương phản	뜨엉 판
반항	sự phản kháng	쓰 판캉
	sự chống đối	쓰 쫑 도이
반항적인	phản kháng	판캉
	chống đối	쫑 도이
반환(하다)	hoàn lại	환 라이
	phục hồi	푹 호이
받다	nhận	년
받아들이다	chấp nhận	쩝 년
	chấp thuận	쩝 투언
받아쓰기	sự viết chính tả	쓰 비엔 찡 따
받침대	giá đỡ	자 더
	thanh chống	타잉 쫑
발 (사람)	bàn chân	반 쩐
발가락	ngón chân	응온 쩐
발견(하다)	tìm ra	띰 자
	khám phá	캄 파
발견되다	tìm được	띰 드억
발군의	nổi bật	노이 벋
	đáng chú ý	당 쭈 이
발굴(하다)	sự khai quật	쓰 카이 꾸얻
발끝	đầu ngón chân	더우 응온 쩐

발달(하다)	**phát triển**	팓 찌엔
발뒤꿈치	**gót chân**	곧 쩐
발라드	**nhạc ballad**	냑 발랃
발랄하다	**hoạt bát**	홛 받
발레	**ba-lê**	바레
발명(하다)	**phát minh**	팓 밍
발명가	**nhà phát minh**	냐 팓 밍
발목	**cổ chân**	꼬 쩐
발사하다	**bắn súng**	반 쑹
발산(하다)	**phân tán**	펀 딴
	khuếch tán	쿠에익 딴
발생(하다)	**phát sinh**	팓 씽
발송하다	**chuyển phát**	쭈옌 팓
발언권	**quyền phát ngôn**	꾸옌 팓 응온
발언하다	**phát ngôn**	팓 응온
발육(하다)	**lớn mạnh**	런 마잉
	phát triển	팓 찌엔
발음(하다)	**phát âm**	팓 엄
발작	**sự co thắt đột ngột**	쓰 꼬 탇돋 응옫
발전(發電)하다	**phát điện**	팓 디엔
	trạm phát điện thủy lực 짬 팓 디엔 투이 륵 수력 발전소	
발전(하다), 발전적인	**phát triển**	팓 찌엔
	phát triển kinh tế 팓 찌엔 낑 떼 경제발전	

발족	sự xuất phát	쓰 쑤얻 팓
	sự thiết lập	쓰 티엗 럽
발주(하다)	đặt hàng	닫 항
발췌(하다)	trích dẫn	찍 전
발코니	ban công	반 꽁
발판	bậc thang	벅 탕
	giàn giáo	잔 자오
발표(하다)	phát biểu	팓 비에우
발하다	tỏa ra	또아 자
	phát ra	팓 자
발행(하다)	phát hành	팓 하잉
발행 부수	lượng phát hành	르엉 팓 하잉
발휘(하다)	phát huy	팓 후이
밝다	trời sáng	쩌이 쌍
	sáng	쌍
밝히다	chiếu sáng	찌에우 쌍
	làm rõ	람 조
밟다	giẫm lên	점 렌
	giẫm	점
밤(夜)	ban đêm	반 뎀
	Ở Việt Nam, vào mùa hè, ban đêm có rất nhiều muỗi. 어 비엩 남, 바오 무어 해, 반 뎀 꼬 젇 니에우 무오이 베트남에서 여름 밤에는 모기가 매우 많다.	
밤(栗)	hạt dẻ	핟 재

Mùa thu lên núi nhặt hạt dẻ. 무어 투 렌 누이 냔 핟 재
가을에는 밤을 줍기 위해 산에 간다.

밤낮	**đêm ngày**	뎀 응아이
	cả ngày	까 응아이
밤새도록	**thâu đêm suốt sáng**	터우뎀 쑤옫 쌍
밤중	**nửa đêm**	느어뎀
밥	**cơm**	껌
방	**phòng**	퐁
방관하다	**bàng quan**	방 꾸안
방광	**sự bàng quan**	쓰 방 꾸안
방귀	**rắm**	잠
방랑(하다)	**lang thang**	랑탕
	phiêu bạt	피에우 받
방문객	**khách**	카익
방문하다	**đi thăm**	디탐
방법	**phương pháp**	프엉 팝
방부제	**vô trùng**	보 쭝
방석	**nệm**	넴
	đệm	뎀
방송(하다)	**truyền hình**	쭈옌 힝
방송국	**đài phát thanh**	다이 팓타잉
	đài truyền hình	다이 쭈옌 힝
방송 프로	**phát sóng**	팓쏭
방수	**không thấm nước**	콩 텀 느억

방심(하다)	thẫn thờ	턴터
	đãng trí	당찌
방아쇠	cò súng	꼬쑹
방어	sự bảo vệ	쓰바오베
	sự phòng vệ	쓰퐁베
방어(하다)	bảo vệ	바오베
	phòng vệ	퐁베
방영하다	chiếu phim	찌에우핌
방울	cái chuông bằng kim loại	까이쭈옹방낌로아이
방위	phương vị	프엉비
	sự phòng vệ	쓰퐁베
방음(하다)	cách âm	까익엄
방임	sự bỏ mặc	쓰보막
방지(하다)	chống	쫑
	ngăn ngừa	응안응어
방충제	thuốc trừ sâu	투옥쯔써우
방치하다	bỏ mặc	보막
	lờ đi	러디
방침	chiều hướng	찌에우흐엉
	chính sách	찡싸익
방패	khiên	키엔
	mộc	목
방해(하다)	cản trở	깐쩌
	ngăn chặn	응안짠

방해물	**chướng ngại vật**	쯔엉 응아이 벋
방향	**chiều hướng**	찌에우 흐엉
	phương hướng	프엉 흐엉
방화하다	**đốt cháy**	돋 짜이
	phóng hỏa	퐁 화
밭	**cánh đồng**	까잉 동
	ruộng	주옹
배(梨)	**lê**	레
	Quả lê Hàn Quốc rất ngon. 꾸아 레 한 꾸옥 젇 응온	
	한국산 배는 아주 맛있다.	
배(倍)	**gấp đôi**	겁 도이
	Số học sinh nam gấp đôi số học sinh nữ trong lớp.	
	쏘 혹 씽 남 겁 도이 쏘 혹 씽 느 쫑 럽	
	교실에는 남학생이 여학생보다 두 배 더 많다.	
배(腹)	**phôi**	포이
	sự cấy phôi 쓰 꺼이 포이	
	배아 이식	
배(船)	**thuyền**	투옌
	tàu	따우
	Cảng Hải Phòng tàu bè tấp nập.	
	깡 하이 퐁 따우 배 떱 넙	
	하이퐁항에는 배가 붐빈다.	
배멀미	**say sóng**	싸우 쏭
배경	**bối cảnh**	보이 까잉
배관	**ống dẫn**	옹 전
배구	**bóng chuyền**	봉 쭈옌
배급(하다)	**phân phối**	펀 포이
배꼽	**rốn**	존

배달(하다)	giao hàng	자오 항
배당	sự chia phần	쓰 찌어 펀
배드민턴	cầu lông	꺼우 롱
배려	sự chăm sóc	쓰 짬 쏙
	sự quan tâm	쓰 꽌 떰
배반하다	phản bội	판 보이
배상(하다)	bồi thường	보이 트엉
배서(하다)	chứng thực	쯩 특
배설(하다)	bài tiết	바이 띠엗
배수(排水)	thoát nước	토앋 느억
배양하다	nuôi dưỡng	누오이 즈엉
배역	sự phân vai	쓰 펀 바이
배열(하다)	sắp đặt	쌉 닫
	bố trí	보 찌
배영	kiểu bơi ngửa	끼에우 버이 응어
배우	diễn viên	지엔 비엔
배우다	học	혹
배우자	vợ	버
	chồng	쫑
배제(하다)	loại trừ	로아이 쯔
배지, 훈장	huy hiệu	후이 히에우
	phù hiệu	푸 히에우
배짱	sự can đảm	쓰 깐 담
	sự táo bạo	쓰 따오 바오

배추	cải thảo	까이 타오
배치(하다)	ngược lại	응으억 라이
	trái với	짜이 버이
배터리	pin	삔
	ắc quy	악 꾸이
배턴(baton)	dùi cui	주이 꾸이
배포(하다)	phân phối	펀 포이
	phân chia	펀 찌어
배후	phía sau	피어 싸우
	hậu phương	허우 프엉
백(白)	màu trắng	마우 짱
	áo màu trắng 아오 마우 짱 흰색 옷	
백(百, 100)	một trăm	몯 짬
	một trăm linh một 몯 짬 링 몯 101	
백과사전	từ điển bách khoa	뜨 디엔 바익 코아
백만	một triệu	몯 찌에우
백만장자	triệu phú	찌에우 푸
백발	tóc bạc	똑 박
백분율	tỉ lệ phần trăm	띠 레 펀 짬
백신	vắc-xin	박 씬
백업	sự giúp đỡ	쓰 줍 더
	sự ủng hộ	쓰 웅 호
백일몽	sự mơ mộng	쓰 머 몽

백조	chim thiên nga	찜 티엔 응아
백지	giấy trắng	저이 짱
백합	hoa bách hợp	화 바익 헙
백혈구	bạch huyết cầu	바익 후옛 꺼우
백화점	trung tâm thương mại	쭝 떰 트엉 마이
밴드, 끈	đai	다이
	dây	저이
밴드 (음악)	ban nhạc	반 냑
밸런스	sự cân bằng	쓰 껀 방
밸브	van an toàn	반 안 또안
뱀	rắn	잔
뱃사람	thủy thủ	투이 투
버너	bếp ga du lịch	벱 가 주 릭
버드나무	liễu	리에우
버릇	lễ phép	레 팹
버리다	ném	냄
	từ bỏ	뜨 보
버섯	nấm	넘
버스	xe buýt	쌔 부읻
버스정류장	bến xe buýt	벤 쌔 부읻
버저	chuông	쭈옹
버전	phiên bản	피엔 반
버찌	quả anh đào	꾸아 아잉 다오
버터	bơ	버

버티다	**chống đỡ**	쫑 더
	tranh giành	짜잉 자잉
벅차다	**vượt quá sức**	브얻 꾸아 쓱
	tràn ngập	짠 응업
번갈아서	**luân phiên**	루언 피엔
번개	**tia chớp**	띠어 쩝
	ánh chớp	아잉 쩝
번거롭다	**rắc rối**	작 조이
	phiền hà	피엔 하
번데기	**nhộng**	뇽
번복하다	**thay đổi**	타이 도이
	chuyển đổi	쭈옌 도이
번식(하다)	**sinh sôi**	씽 쏘이
번역(하다)	**biên dịch**	비엔 직
번역가	**người biên dịch**	응어이 비엔 직
번영하다	**thịnh vượng**	팅 브엉
	phồn vinh	폰 빙
번잡한	**hỗn tạp**	혼 땁
	đông đúc	동 둑
번지다	**lan ra**	란 자
번호	**con số**	꼰 쏘
	chữ số	쯔 쏘
번화가	**sự phồn hoa**	쓰 폰 화
벌(罰)	**sự trừng phạt**	쓰 쯩 팓

ㄱ ㄴ ㄷ ㄹ ㅁ ㅂ ㅅ ㅇ ㅈ ㅊ ㅋ ㅌ ㅍ ㅎ

	Đi muộn nhiều lần sẽ bị trừng phạt. 디 무온 니에우 런 쎄 비 쯩 팥 여러 번 지각을 하면 벌을 받아야 된다.	
벌(蜂)	**ong**	옹
	Bị ong đốt sẽ đau và rất buốt. 비 옹 돋 쎄 다우 바 젇 부옫 벌에게 물리면 아프고 매우 따끔거린다.	
벌금	**tiền phạt**	띠엔 팥
벌다	**kiếm tiền**	끼엠 띠엔
벌레	**sâu bọ**	써우 보
벌써	**đã**	다
	vừa nãy	브어 나이
벌집	**tổ ong**	또 옹
범람(하다)	**ngập lụt**	응업 룯
범위	**phạm vi**	팜 비
	giới hạn	저이 한
범인(犯人)	**phạm nhân**	팜 년
범죄(자)	**tội phạm**	또이 팜
범주	**phạm trù**	팜 쭈
범퍼	**bộ giảm xung**	보 잠 쑹
범하다	**phạm**	팜
	vi phạm	비 팜
범행	**hành động phạm pháp**	하잉 동 팜 팝
법	**luật**	루얻
	pháp luật	팝 루얻
법규	**pháp quy**	팝 꾸이

법안	dự luật	즈 루얻
법인	pháp nhân	팝년
법정	tòa án	또아안
벗겨지다	thoát ra	토앋 자
	bị tróc da	비 쪽 자
벗기다	bóc	복
	cởi	꺼이
	tháo ra	타오 자
벗다	cởi bỏ	꺼이 보
	lột bỏ	롣 보
벗어나다	thoát khỏi	토앋 코이
	làm trái với	람 짜이 버이
벚꽃	hoa anh đào	화 아잉 다오
베개	gối	고이
베끼다	sao chép	싸오 쨉
	chụp lại	쭙 라이
베다, 자르다	cắt	깓
	cưa	끄어
	xén	쌘
베란다	hành lang	하잉 랑
	hiên	히엔
베스트셀러	bán chạy nhất	반 짜이 녇
베어 먹다	cắn để ăn	깐 데 안

베이다	**bị cắn**	비 깐
	bị đứt	비 듣
베이지색	**màu be**	마우 배
베일	**mạng che**	망 째
	màn	만
베테랑	**lâu năm**	러우 남
	từng trải	뜽 짜이
베풀다	**cho**	쪼
	ban tặng	반 땅
	chiêu đãi	찌에우 다이
벤치	**ghế băng**	게 방
벨	**dây**	저이
벨트	**dây thắt lưng**	저이 탇 릉
벼	**lúa**	루어
벼농사	**nghề trồng lúa**	응에 쫑 루어
벼락	**sấm sét**	썸 쌛
벽	**tường**	뜨엉
	vách	바익
벽돌	**gạch**	가익
벽보	**báo tường**	바오 뜨엉
	áp phích	압 픽
벽시계	**đồng hồ treo tường**	동 호 째오 뜨엉
벽지	**giấy dán tường**	저이 잔 뜨엉
	nơi hẻo lánh	너이 해오 라잉

벽화	**tranh tường**	짜잉 뜨엉
	bích họa	빅 화
변경(하다)	**thay đổi**	타이 도이
변덕	**sự thất thường**	쓰 턷 트엉
변덕스러운	**thất thường**	턷 트엉
	hay thay đổi	하이 타이 도이
변덕쟁이	**người có tính khí thất thường**	응어이 꼬 띵 키 턷 트엉
변두리	**ngoại ô**	응와이 오
변명(하다)	**biện minh**	비엔 밍
변변치 못한	**không làm được gì nhiều**	콩 람 드억 지 니에우
변비	**bệnh táo bón**	벵 따오 본
변상	**sự trả lại**	쓰 짜라이
	sự bồi hoàn	쓰 보이 환
변색	**sự đổi màu**	쓰 도이 마우
	sự bạc màu	쓰 박마우
변소, 화장실	**nhà vệ sinh**	냐 베 씽
변신(하다)	**biến hình**	비엔 힝
변심	**sự thay lòng đổi dạ**	쓰 타이 롱 도이 자
변장(하다)	**đội lốt**	도이 롣
변제(하다)	**hoàn lại**	환 라이
	trả lại	짜 라이

ㄱ ㄴ ㄷ ㄹ ㅁ **ㅂ** ㅅ ㅇ ㅈ ㅊ ㅋ ㅌ ㅍ ㅎ

변천(하다)	**biến đổi**	비엔 도이
	biến thiên	비엔 티엔
변태(變態)	**sự biến thái**	쓰 비엔 타이
변하다	**thay đổi**	타이 도이
변호(하다)	**biện hộ**	비엔 호
변호사	**luật sư**	루언 쓰
별	**ngôi sao**	응오이 싸오
별관	**nhà phụ**	냐 푸
	nhà ngang	냐 응앙
별명	**biệt danh**	비엣 자잉
	biệt hiệu	비엣 히에우
별자리	**chòm sao**	쫌 싸오
별장	**biệt thự ở ngoại ô**	비엣 트 어 응와이 오
병(瓶)	**lọ**	로
	chai	짜이
	chai bia ^{짜이 비어} **맥주병**	
병(病)	**bệnh**	벵
	Vì bị bệnh nên dù là đêm Giáng sinh tôi đã không ra ngoài được. ^{비 비 벵 넨 주 라 뎀 장 씽 또이 다 콩 자 응와이 드억} **병에 걸려서 크리스마스 밤인데도 밖에 나가지 못했다.**	
병균	**vi khuẩn gây bệnh**	비 쿠언 거이 벵
병력	**binh lực**	빙 륵
병사	**binh sĩ**	빙 씨
병신	**người khuyết tật**	응어이 쿠옡 떧

병아리	gà con	가 꼰
병약한	sự yếu ớt	쓰 이에우 얻
병원	bệnh viện	벵 비엔
병행하다	song song	쏭 쏭
볕	ánh nắng mặt trời	아잉 낭 맏 쩌이
보건	bảo vệ sức khỏe	바오 베 쓱 쾌
보고(하다)	báo cáo	바오 까오
보관(하다)	bảo quản	바오 꾸안
보급(하다)	phổ biến	포 비엔
	phổ cập	포 껍
보내다	gửi	그이
보너스	tiền thưởng	띠엔 트엉
보다	xem	쌤
	nhìn	닌
보답하다	báo đáp	바오 답
	đền ơn	덴 언
보도(報道)하다	đưa tin	드어 띤
보디가드	vệ sĩ	베 씨
보따리	bọc	복
보라색	màu tím	마우 띰
보류(하다)	bảo lưu	바오 리우
보름달	trăng rằm	짱 잠
보리	lúa mạch	루어 마익
보모	cô bảo mẫu	꼬 바오 머우

ᄇ

보물	báu vật	바우 벗
보복(하다)	trả thù	짜 투
보살피다	chăm sóc	짬 쏙
보살핌	sự chăm sóc	쓰 짬 쏙
보상(하다)	đền bù	덴 부
보석(寶石)	đá quý	다 꾸이
	đồ nữ trang	도 느 짱
보수(적인)	có tính bảo thủ	꼬 띵 바오 투
보수(報酬)	tiền thù lao	띠엔 투 라오
보안	bảo an	바오 안
보온하다	giữ ấm	즈 엄
	giữ nhiệt	즈 니엔
보완(하다)	bổ sung	보 쑹
	hoàn chỉnh	환 찡
보이다	cho xem	쪼 쌤
보이콧(하다)	tẩy chay	따이 짜이
	bài trừ	바이 쯔
보일러	bình nóng lạnh	빙 농 라잉
보자기	mảnh vải bọc	마잉 바이 복
보장	sự bảo đảm	쓰 바오 담
보조(하다)	hỗ trợ	호 쩌
보조개	lúm đồng tiền	룸 동 띠엔
보조금	tiền hỗ trợ	띠엔 호 쩌
보존(하다)	bảo tồn	바오 똔

보증서	giấy bảo hành	저이 바오 하잉
보증인	người bảo lãnh	응어이 바오 라잉
보충하다	bổ sung	보 쑹
	hoàn chỉnh	환 찡
보통, 보통의	bình thường	빙 트엉
보트	tàu	따우
	thuyền	투옌
보편(성)	tính phổ biến	띵 포 비엔
보편적인	phổ biến	포 비엔
보행	sự đi bộ	쓰 디 보
보험	bảo hiểm	바오 히엠
보호(하다)	bảo vệ	바오 베
복권	xổ số	쏘 쏘
복도	lối đi	로이 디
	hành lang	하잉 랑
복사하다	phô-tô	포 또
복사뼈	xương gót	쓰엉 곧
복수(하다)	trả thù	짜 투
	báo thù	바오 투
복숭아	đào	다오
복습(하다)	ôn tập	온 떱
복어	cá nóc	까 녹
복역하다	thực hiện nghĩa vụ quân sự	특 히엔 응이어 부 꾸언 쓰

ㄱ
ㄴ
ㄷ
ㄹ
ㅁ
ㅂ
ㅅ
ㅇ
ㅈ
ㅊ
ㅋ
ㅌ
ㅍ
ㅎ

복용량	liều lượng	리에우 르엉
복원(하다)	phục hồi	푹 호이
복잡한	phức tạp	픅 땁
복장	phục trang	푹 짱
복제(하다)	phục chế	푹 쩨
복종(하다)	phục tùng	푹 뚱
복지	phúc lợi	푹 러이
복통	chứng đau dạ dày	쯩 다우 자 자이
복합	sự phức hợp	쓰 픅 헙
볶다	rang	장
본가(本家)	nhà mẹ đẻ	냐 매 대
본격적인	thực sự	특 쓰
본관(本館)	tòa nhà chính	또아 냐 찡
본능	bản năng	반 낭
	bẩm sinh	범 씽
본래	vốn là	본 라
	tự nhiên	뜨 니엔
본론	vấn đề thảo luận chính	번 데 타오 루언 찡
	thân bài	턴 바이
본명	tên thật	뗀 턷
	tên khai sinh	뗀 카이 씽
본문	thân bài	턴 바이
	nội dung chính	노이 중 찡

본받다	noi gương	노이 그엉
본부	khu điều hành chính	쿠 디에우 하잉 찡
본성	bản tính	반 띵
본심	lòng chân thật	롱 쩐 텃
본인	bản thân	반 턴
본질	bản chất	반 쩟
	thực chất	특 쩟
본체	màn hình máy tính	만 힝 마이 띵
볼(ball)	bóng	봉
볼륨	âm lượng	엄 르엉
볼링	bô-ling	보링
볼트	vôn	본
	điện áp	디엔 압
볼펜	bút chì	붇 찌
봄	mùa xuân	무어 쑤언
봉건제	chế độ phong kiến	쩨 도 퐁 끼엔
봉급	tiền lương	띠엔 르엉
봉사(하다)	phục vụ	푹 부
	cống hiến	꽁 히엔
봉쇄(하다)	phong tỏa	퐁 또아
봉우리	đỉnh	딩
	chóp	쫍
봉투	phong bì	퐁 비

부(部)	**phần**	펀
	bộ phận	보펀
	bộ phận kế toán 보펀 께 또안 회계부	
부(副)	**phó**	포
	trợ lý	쩌 리
	Vì hôm nay hội trưởng bận nên phó hội trưởng sẽ phỏng vấn. 비 홈 나이 호이 쯔엉 번 넨 포 호이 쯔엉 쌔 퐁 번 회장님이 바쁘시기 때문에 오늘 부회장님이 면접을 하실 예정입니다.	
부(富)	**sự giàu sang**	쓰 자우 쌍
	sự giàu có	쓰 자우 꼬
	người giàu có 응어이 자우 꼬 부자	
부결(되다)	**bị phủ quyết**	비 푸 꾸옡
부과하다	**thu thuế**	투 투에
부기(簿記)	**sổ sách kế toán**	쏘 싸익 께 또안
	kiểm tra sổ sách kế toán 끼엠 짜 쏘 싸익 께 또안 부기 검사	
부끄럽다	**xấu hổ**	써우 호
부담(하다)	**gánh vác**	가잉 박
	chịu	찌우
부당한	**quá mức**	꾸아 믁
	phi lý	피 리
부대(部隊)	**đơn vị quân đội**	던 비 꾸언 도이
부동산	**bất động sản**	벋 동 싼
부두	**bến cảng**	벤 깡

부드러운	**mềm mại**	멤 마이
	nhẹ nhàng	내 냥
부드럽게 하다	**làm nhẹ nhàng**	람 내 냥
부딪치다	**đâm sầm vào**	덤 썸 바오
부러워하다	**thèm muốn**	탬 무온
	ghen tị	갠 띠
부럽다	**thèm muốn**	탬 무온
	ghen tị	갠 띠
부록	**phụ lục**	푸 룩
부르다	**gọi**	고이
	kêu	께우

Bố gọi tôi từ đằng xa. 보 고이 또이 뜨 당 싸
아빠는 멀리서 나를 불렀다.

(배가) 부르다	**no**	노

Do buổi tối ăn nhiều quá nên bụng rất no.
조 부오이 또이 안 니에우 꽈 넨 붕 젇 노
저녁을 많이 먹어서 배가 부르다.

부르주아	**giai cấp tư sản**	자이 껍 뜨 싼
부리	**mỏ**	모
	đầu nhọn	더우 뇬
부모	**bố mẹ**	보 매
부부	**vợ chồng**	버 쫑
부분	**phần**	펀
	bộ phận	보 펀
부상(당하다)	**vết thương**	벧 트엉
부상자	**người bị thương**	응어이 비 트엉

부서지다	bị vỡ	비 버
부속된	trực thuộc	쯕 투옥
부수다	đập vỡ	덥 버
	phá hủy	파 후이
부식	sự ăn mòn	쓰 안 몬
부식(되다)	bị ăn mòn	비 안 몬
부실한	không có thực lực	콩 꼬 특륵
	không đáng tin	콩 당 띤
부양하다	chu cấp	쭈 껍
부업	nghề phụ	응에 푸
부엌	bếp	벱
부여(하다)	giao cho	자오 쪼
	cấp cho	껍 쪼
부인(夫人)	người vợ	응어이 버
	phu nhân	푸 년
	Phu nhân ngài tổng giám đốc thường đi làm từ thiện vào cuối tuần.	
	푸 년 응아이 똥 잠 독 트엉 디 람 뜨 티엔 바오 꾸오이 뚜언	
	회장님의 부인은 주말마다 봉사활동을 하러 간다.	
부인(하다)	phủ nhận	푸 년
	phủ nhận kết quả báo cáo	푸 년 껫 꽈 바오 까오
	보도 결과를 부인하다.	
부자, 갑부	đại gia	다이 자
부작용	sự phản tác dụng	쓰 판 딱 중
부장	trưởng phòng	쯔엉 퐁
부재, 결석	sự vắng mặt	쓰 방 맏

부적	**bùa**	부어
부적당한	**không thích hợp**	콩 틱 헙
부정(否定)	**sự phủ nhận**	쓰 푸 년
	nhấn mạnh sự phủ nhận 년 마잉 쓰 푸 년 부정을 강조하다.	
부정(不正)	**bất chính**	벋 찡
	hành vi bất chính 하잉 비 벋 찡 부정행위	
부정적인	**tiêu cực**	띠에우 끅
부정(否定)하다	**phủ nhận**	푸 년
	Kết quả điều tra bị phủ nhận vì không có chứng cứ xác thực. 껟 꽈 디에우 짜 비 푸 년 비 콩 꼬 쯩 끄 싹 특 실제 증거가 없기 때문에 조사 결과는 부정되었다.	
부정확한	**không chính xác**	콩 찡 싹
부제	**phụ đề**	푸 데
부조리	**điều phi lý**	디에우 피 리
	bất cập	벋 껍
부족(하다)	**thiếu**	티에우
부주의	**thiếu cẩn trọng**	티에우 껀 쫑
부지런히	**một cách chăm chỉ**	몯 까익 짬 찌
부진	**sự trì trệ**	쓰 찌 쩨
부채(負債)	**món nợ**	몬 너
	Món nợ sắp đáo hạn. 몬 너 쌉 다오 한 부채는 곧 만료된다.	
부채	**quạt**	꾸앋
	Cái quạt này có chữ kí của thần tượng của tôi. 까이 꾸앋 나이 꼬 쯔 끼 꾸어 턴 뜨엉 꾸어 또이 이 부채는 나의 우상의 사인이 적혀 있다.	

부추	hẹ	해
부추기다	kích động	끽 동
	xúi giục	쑤이 죽
부축하다	nâng đỡ	넝 더
	đùm bọc	둠 복
부치다	vượt quá khả năng	브얻 꾸아 카 낭
부탁	sự yêu cầu	쓰 이에우 꺼우
	sự đòi hỏi	쓰 도이 호이
~부터	từ	뜨
부패(하다)	tham ô	탐 오
부풀다	phồng lên	퐁 렌
	nở	너
부품	phụ tùng	푸 뚱
	linh kiện	링 끼엔
부피	khối lượng	코이 르엉
	kích thước	끽 트억
부하	thuộc hạ	투옥 하
부호	dấu hiệu	저우 히에우
	mã	마
부화(하다)	ấp trứng	업 쯩
부활(하다)	phục sinh	푹 씽
	phục hưng	푹 흥
부흥	sự phục hưng	쓰 푹 흥
북, 북쪽	phía Bắc	피어 박

북 (악기)	**trống**	쫑
북경	**Bắc Kinh**	박 낑
북부	**Bắc Bộ**	박 보
북적거리다	**hối hả**	호이 하
	đông nghịt	동 응잇
북한	**Bắc Triều Tiên**	박 찌에우 띠엔
분 (시간)	**phút**	풋
분간하다	**phân biệt**	펀 비엣
분노	**sự tức giận**	쓰 뜩 전
	sự phẫn nộ	쓰 펀 노
분담(하다)	**phân công**	펀 꽁
분량	**liều lượng**	리에우 르엉
분류(하다)	**phân loại**	펀 로아이
분리(하다)	**chia rẽ**	찌아 재
	tách rời	따익 저이
분만	**sự sinh đẻ**	쓰 씽 대
분명한	**rõ ràng**	조 장
	chính xác	찡 싹
분무기	**bình xịt**	빙 씻
분배(하다)	**phân phát**	펀 팟
	phân bổ	펀 보
분비(하다)	**bài tiết**	바이 띠엣
분산(되다)	**phân tán**	펀 딴
	phân bố	펀 보

분석(하다)	**phân tích**	펀 띡
분쇄하다	**nghiền nát**	응이엔 낟
	đập tan	덥 딴
분수(噴水)	**vòi nước**	보이 느억
	Mùa hè có nhiều người tụ tập quanh vòi phun nước.	
	무어 해 꼬 니에우 응어이 뚜 떱 꽈잉 보이 푼 느억	
	여름에는 분수 주변에 많은 사람이 모인다.	
분수(分數)	**phân số**	펀 쏘
	rút gọn phân số 준 곤 펀 쏘	
	분수를 간단하게 하다.	
분실(하다)	**đánh mất**	다잉 먿
	để rơi	데 저이
분실물	**hàng thất lạc**	항 턷 락
분야	**lĩnh vực**	링 븍
분업	**sự phân bổ lao động**	쓰 펀 보 라오 동
분열(되다)	**tách**	따익
	chia rẽ	찌아 재
분위기	**bầu không khí**	버우 콩 키
분재	**cây cảnh**	꺼이 까잉
분쟁	**sự tranh cãi**	쓰 짜잉 까이
	sự mâu thuẫn	쓰 머우 투언
분지	**lòng chảo**	롱 짜오
	thung lũng	퉁 룽
분출	**sự phun ra**	쓰 푼 자
	sự phọt ra	쓰 폳 자

분투하다	**chiến đấu quyết liệt**	찌엔 더우 꾸옏 리엩
분하다	**bực tức**	븍 뜩
	hối tiếc	호이 띠엑
분할(하다)	**phân chia**	펀 찌어
	chia cắt	찌어 깓
분해	**sự phân tích**	쓰 펀 띡
	sự phân giải	쓰 펀 자이
불	**lửa**	르어
	đèn	댄
불가능한	**không có khả năng**	콩 꼬 카낭
불가사의	**điều huyền bí**	디에우 후옌 비
불결한	**không sạch sẽ**	콩 싸익 쌔
	bẩn thỉu	번 티우
불경기	**thời kỳ khó khăn**	터이 끼 코칸
불고기	**thịt bò nướng**	틷 보 느억
불공평	**sự bất công**	쓰 벋 꽁
	sự thiên vị	쓰 티엔 비
불교	**Phật giáo**	펃 자오
불구하고	**không để ý đến**	콩 데 이 덴
	bất chấp	벋 쩝
불규칙하다	**bất quy tắc**	벋 꾸이 딱
불균형	**sự thiếu cân đối**	쓰 티에우 껀 도이
불길한	**không may mắn**	콩 마이 만
불다	**thổi**	토이

불도저	xe ủi đất	쌔 우이 덛
불량배	lưu manh	리우 마잉
	côn đồ	꼰 도
불륜	sự trái đạo đức	쓰 짜이 다오 득
	bất luân	벋 루언
불리	thế bất lợi	테 벋 러이
	sự bất lợi	쓰 벋 러이
불만스러운	bất mãn	벋 만
	không bằng lòng	콩 방 롱
불매운동	phong trào tẩy chay hàng hóa	퐁 짜오 떠이 짜이 항 화
불면증	chứng mất ngủ	쯩 먿 응우
불명예	sự mất danh dự	쓰 먿 자잉 즈
	sự hổ thẹn	쓰 호 탠
불모의	khô cằn	코 깐
	cằn cỗi	깐 꼬이
불법적인	bất hợp pháp	벋 헙 팝
불변	bất biến	벋 비엔
불사신	thần bất tử	턴 벋 뜨
불상사	việc bê bối	비엑 베 보이
	vụ tai tiếng	부 따이 띠엥
불순(하다)	thất thường	턷 트엉
	hay thay đổi	하이 타이 도이
불신	sự không tin tưởng	쓰 콩 띤 뜨엉

불쌍한	đáng thương	당 트엉
	tội nghiệp	또이 응이엡
불안	sự bất an	쓰 번 안
불안정	sự không an toàn	쓰 콩 안 또안
	sự không ổn định	쓰 콩 온 딩
불어나다	dâng lên	정 렌
	lan tràn	란 짠
불운	vận xấu	번 써우
불의(不義)	sự trái đạo đức	쓰 짜이 다오 득
	sự bất chính	쓰 번 찡
불이익	bất lợi	벋 러이
불일치	sự bất đồng	쓰 벋 동
	sự bất hòa	쓰 번 화
불임증	chứng vô sinh	쯩 보 씽
불충분한	thiếu thốn	티에우 톤
불쾌하다	khó chịu	코 찌우
불편	sự đau đớn	쓰 다우 던
	sự bất tiện	쓰 벋 띠엔
불평(하다)	bất tiện	벋 띠엔
불필요한	không cần thiết	콩 껀 티엔
불합리한	không hợp lý	콩 헙 리
불행	sự bất hạnh	쓰 벋 하잉
불화	sự bất hòa	쓰 벋 화
불확실한	không chắc chắn	콩 짝 짠

불황	**sự trì trệ**	쓰 찌 쩨
불효	**sự bất hiếu**	쓰 벋 히에우
붐	**sự bùng nổ**	쓰 붕 노
	sự thịnh vượng	쓰 팅 브엉
붐비다	**tắc nghẽn**	딱 응앤
	đông đúc	동 둑
(살이) 붓다	**phồng lên**	퐁 렌
	sưng lên	쓩 렌
	Chỗ bị muỗi đốt bị sưng lên. 쪼 비 무오이 돋 비 쓩 렌 모기 물린 데는 크게 부었다.	
붓다 (쏟다)	**đổ**	도
	rót	졷
	rót trà mời khách 졷 짜 머이 카익 손님에게 차를 따라 드리다	
붕괴(되다)	**đổ**	도
	sập	썹
붕대	**bông băng**	봉 방
붕어 (어류)	**cá chép**	까 쨉
붙다	**dán**	잔
	dính	징
붙이다	**gắn vào**	간 바오
	kèm theo	깸 태오
붙임성	**sự thân thiện**	쓰 턴 티엔
	sự ân cần	쓰 언 껀
붙잡다	**níu giữ**	니우 즈

뷔페	tiệc búp-phê	띠엑 붑 페
브래지어	áo lót	아오 롣
	áo con	아오 꼰
브랜드	nhãn hiệu	냔 히에우
	thương hiệu	트엉 히에우
브레이크	phanh xe	파잉 쌔
브로치	trâm cài đầu	쩜 까이 더우
	ghim cài áo	김 까이 아오
브로콜리	hoa lơ	화 러
블라우스	áo bờ-lu	아오 버 루
블라인드	mành cửa sổ	마잉 끄어 쏘
블랙리스트	sổ đen	쏘 댄
블록	khối	코이
	liên hiệp	리엔 히엡
비(碑), 묘비	bia mộ	비어 모
	đài tưởng niệm	다이 뜨엉 니엠
비	mưa	므어
비겁한	hèn nhát	핸 냗
비결	bí quyết	비 꾸옏
비공식의	không chính thức	콩 찡 특
비관적인	bi quan	비 꽌
비교(하다)	so sánh	쏘 싸잉
비굴한	hèn hạ	핸 하
	nhu nhược	뉴 니으억

비극	**bi kịch**	비 끽
비기다	**hòa**	화
	đều nhau	데우 나우
비난(하다)	**chỉ trích**	찌 찍
	phê bình	페 빙
비뇨기과	**cơ quan tiết niệu**	꺼 꽌 띠엗 니에우
비누	**xà phòng thơm**	싸 퐁 텀
비늘	**vảy**	바이
비닐	**ni-lông**	니 롱
	nhựa dẻo	니으어 재오
비다	**trống rỗng**	쫑 종
비단	**tơ lụa**	떠 루어
비둘기	**chim bồ câu**	찜 보 꺼우
비등(하다)	**sôi**	쏘이
	ngang bằng với	응앙 방버이
비례	**tỉ lệ**	띠 레
비록	**tuy**	뚜이
	cho dù	쪼 주
비료	**phân bón**	펀 본
비린내 나다	**bốc mùi tanh**	복 무이 따잉
비만	**béo phì**	배오 피
비밀	**bí mật**	비 먿
비밀번호	**mã số bí mật**	마 쏘 비 먿
비범한	**khác thường**	칵 트엉

비법	**phi pháp**	피 팝
비비다	**chà xát**	짜 쌀
	dụi mắt	주이 맏
비상(非常)	**sự khẩn cấp**	쓰 컨 껍
	Xin mời đi ra theo cửa sau trong trường hợp khẩn cấp.	
	씬 머이 디 자 태오 *끄*어 싸우 쫑 쯔엉 헙 컨 껍	
	비상 상황 시 뒷문으로 나가세요.	
비상구	**lối thoát hiểm**	로이 토앋 히엠
비서	**thư ký**	트 끼
비수기	**mùa ít việc**	무어 읻 비엑
비슷하다	**tương tự**	뜨엉 뜨
비싼	**đắt**	닫
비약(하다)	**leo lên**	래오 렌
비열하다	**hèn hạ**	핸 하
	đê tiện	데 띠엔
비염	**viêm xoang**	비엠 쏘앙
	viêm mũi	비엠 무이
비옥	**màu mỡ**	마우 머
	phì nhiêu	피 니에우
비용	**chi phí**	찌 피
	phí tổn	피 똔
빈	**trống**	쫑
	rỗng	종
비웃다	**cười mỉa**	끄어이 미어
	cười chế giễu	끄어이 쩨 제우

비위	khẩu vị	커우 비
	tâm trạng	떰 짱
비율	tỉ lệ	띠 레
비자	thị thực	티 특
	visa	비사
비장한	bi tráng	비 짱
	bi thương	비 트엉
비전	bí truyền	비 쭈옌
비좁다	chật chội	쩓 쪼이
비준(하다)	sự phê chuẩn	쓰 페 쭈언
비즈니스	thương mại	트엉 마이
비참한	bi thảm	비 탐
비추다	tỏa sáng	또아 쌍
	soi chiếu	쏘이 찌에우
비치다	rọi sáng	조이 쌍
	được phản chiếu	드억 판 찌에우
비키니	bikini	비끼니
비타민	vitamin	비따민
비탈길	đường dốc	드엉 족
비틀거리다	lảo đảo	라오 다오
	rung rinh	중 징
비틀다	vặn	반
	xoắn	쏘안
	bẻ ngược lại	배 응으억 라이

비판(하다)	**phê phán**	페 판
	chỉ trích	찌 찍
비프스테이크	**thịt bò bít tết**	틷 보 빋 뗃
비행(飛行)	**ngành hàng không**	응아잉 항 콩
	tiếp viên hàng không	띠엡 비엔 항 콩
	항공승무원	
비행(非行)	**hành động xấu**	하잉 동 써우
	Anh ta đã làm hành động xấu.	
	아잉 따 다 람 하잉 동 써우	
	그는 비행을 저질렀다.	
비행기	**máy bay**	마이 바이
비화	**câu chuyện buồn**	꺼우 쭈옌 부온
빈곤	**sự nghèo đói**	쓰 응애오 도이
	sự bần cùng	쓰 번 꿍
빈도	**tần số**	떤 쏘
	biên độ	비엔 도
빈둥거리다	**ăn không ngồi rồi**	안 콩 응오이 조이
빈말	**chuyện không đâu**	쭈옌 콩 더우
	lời nói suông	러이 노이 쑤옹
빈민가	**khu nghèo**	쿠 응애오
빈방	**căn phòng trống**	깐 퐁 쫑
빈번한	**hay**	하이
	không ngừng	콩 응으응
빈혈	**bệnh thiếu máu**	벵 티에우 마우
빌다	**mượn**	므언
	thuê	투에

ㅂ

빌딩	tòa nhà	또아냐
빌려주다	cho mượn	쪼 므언
	cho thuê	쪼 투에
빗	lược	르억
빗방울	giọt mưa	졷 므어
빚	món nợ	몬 노
	khoản nợ	코안 너
빚쟁이	người cho vay lấy lãi	응어이 쪼 바이 러이 라이
빛	ánh sáng	아잉 쌍
빛나다	lóe sáng	로애 쌍
빠뜨리다	bị rơi xuống	비 저이 쑤옹
	mắc bẫy	막버이
빠르다	nhanh	냐잉
빠지다	bị ngã xuống	비 응아 쑤옹
빨강	màu đỏ tươi	마우 도 뜨어이
빨다	mút	묻
	tu	뚜
	bú	부
빨리	một cách nhanh chóng	몯 까익 냐잉 쫑
빵집	tiệm bánh	띠엠 바잉
빼다	nhổ ra	뇨 자
	bỏ qua	보 꾸아
빼앗기다	bị cướp đoạt	비 끄업 도앋
	bị thôi miên	비 토이 미엔

빼앗다	cướp giật	끄업 젇
	cưỡng đoạt	끄엉 도앋
빼어나다	vượt trội	브얻 쪼이
	xuất sắc	쑤얻 싹
뺄셈	phép trừ	팹 쯔
뺨	gò má	고 마
뻐근하다	cứng đơ	끙 더
뻐꾸기	chim cu gáy	찜 꾸 가이
뻔뻔하다	trơ trẽn	쩌 짼
	trơ tráo	쩌 짜오
뻗다	vươn ra	브언 자
	trải ra	짜이 자
뼈	xương	쓰엉
뽐내다	khoe mẽ	쾌 매
	làm phách	람 파익
뽑다	kéo ra	깨오 자
	nhổ ra	뇨 자
	chọn	쫀
뾰족한	nhọn	뇬
뿌리 깊은	ăn sâu vào	안 써우 바오
뿌리	rễ	제
	gốc	곡
뿌리다	gieo	재오
	vãi	바이

뿌리치다	vẩy	버이
	lắc	락
	phủi	푸이
뿔	sừng	쓩
뿜다	phun ra	푼 자
	trào ra	짜오 자
삐걱거리다	cọt kẹt	꼳 깯
	cót két	꼳 깯
삐다	bong gân	봉건
	trật khớp	쩓 컵
삐치다	giận	전
	dỗi	조이

사각형	**hình tứ giác**	힝 뜨 작
사거리	**ngã tư**	응아 뜨
사건	**sự kiện**	쓰 끼엔
사격	**sự bắn**	쓰 반
사고(事故)	**tai nạn**	따이 난

Trên đường cao tốc xảy ra tai nạn nên cô ấy
đã đến công ty muộn.
쩬드엉 까오 똑 싸이 자 따이 난 넨 꼬 어이 다 덴 꽁 띠 무온
고속 도로에서 사고가 난 바람에 그녀가 늦게 출근했다.

사고(思考)	**sự tư duy**	쓰 뜨 주이

tư duy logic 뜨 주이 로직
논리적 사고

사과	**táo**	따오
사과(하다)	**xin lỗi**	씬 로이
사귀다	**kết bạn**	껜 반
사기(士氣)	**nhuệ khí**	뉴에 키

Trận thắng trước của ta đã làm giảm nhuệ
khí của giặc.
쩐 탕 쯔억 꾸어 따 다 람 잠 니우에 키 꾸어 작
우리의 승리는 적의 사기를 떨어트렸다.

사기(詐欺)	**sự lừa đảo**	쓰 르어 다오

Hắn nổi tiếng về việc chuyên đi lừa đảo mọi người.
한 노이 띠엥 베 비엑 쭈엔 디 르어 다오 모이 응어이
그는 모든 사람에게 사기 치는 걸로 유명하다.

사기꾼	**kẻ lừa đảo**	깨 르어 다오
사납다	**hung dữ**	훙 즈

사냥	**sự săn bắn**	쓰 싼 반
사다	**mua**	무어
사다리	**thang**	탕
사들이다	**mua dự trữ**	무어 즈 쯔
사라지다	**biến mất**	비엔 먿
사람	**người**	응어이
사랑(하다)	**yêu**	이에우
사랑니	**răng khôn**	장 콘
사랑스러운	**dễ thương**	제 트엉
사려 깊다	**suy nghĩ sâu sắc**	쑤이 응이 써우 싹
사령관	**tư lệnh**	뜨 렝
사례	**sự cảm tạ**	쓰 깜 따
	sự trả công	쓰 짜 꽁
사로잡다	**bắt sống**	받 쏭
	lôi cuốn	로이 꾸온
사리(事理)	**chân lý**	쩐 리
	lẽ phải	래 파이

Cô ấy là người biết lẽ phải.
꼬 어이 라 응어이 비엗 래 파이
그녀는 사리에 밝은 사람이다.

사립	**dân lập**	전 럽
사마귀 (곤충)	**bọ ngựa**	보 응으어
사막	**sa mạc**	싸 막
사망(하다)	**thiệt mạng**	티엗 망

사명	**sứ mệnh**	쓰 멩
	trách nhiệm	짜익 니엠
사무	**công việc văn phòng**	꽁 비엑 반 퐁
사무실	**văn phòng**	반 퐁
사무 직원	**nhân viên văn phòng**	년 비엔 반 퐁
사물	**sự vật**	쓰 벋
사방	**bốn phương**	본 프엉
사복	**thường phục**	트엉 푹
사본	**bản viết tay**	반 비엗 따이
사상(思想)	**tư tưởng**	뜨 뜨엉
	suy nghĩ	쑤이 응이

Suy nghĩ của cậu ấy già dặn hơn so với lứa tuổi.
쑤이 응이 꾸어 꺼우 어이 자 잔 헌 쏘 버이 르어 뚜오이
그의 사상은 또래에 비해 성숙하다.

| 사상(史上) | **trong lịch sử** | 쫑 릭 쓰 |

Anh ấy là vận động viên trẻ nhất trong lịch sử
nhận được giải thưởng huy chương vàng.
아잉 어이 라 번 동 비엔 쩨 녇 쫑 릭 쓰 년 드억 자이 트엉 후이 쯔엉 방
그는 금메달 획득 사상 최연소 선수이다.

사색(思索)	**sự suy ngẫm**	쓰 쑤이 응엄
	sự suy xét	쓰 쑤이 쌛
사생활	**đời tư**	더이 뜨
	đời sống cá nhân	더이 쏭 까 년
사소한	**nhỏ nhặt**	뇨 낟
	vặt vãnh	받 바잉
사슴	**hươu**	흐어우
	nai	나이

사실	**thực tế**	특떼
사악하다	**độc ác**	독악
사업	**việc**	비엑
	công ty	꽁 띠
사업가	**nhà doanh nghiệp**	냐 조아잉 응이엡
사용(하다)	**sử dụng**	쓰 중
사용료	**phí sử dụng**	피 쓰 중
사용법	**cách sử dụng**	까익 쓰 중
사우나	**phòng tắm hơi**	퐁 땀 허이
4월	**tháng tư**	탕 뜨
사위	**con rể**	꼰 제

사이 (관계)	**mối quan hệ**	모이 꽌헤
	Mối quan hệ của cô ấy với đồng nghiệp trong công ty rất tốt. 모이 꽌 헤 꾸어 꼬 어이 버이 동 응이엡 쫑 꽁 띠 젓 똣 **직장 동료와 그녀와의 관계는 매우 좋다.**	

사이 (공간적)	**khoảng cách**	쾅 까익
	Khoảng cách từ nhà đến trường là khá xa. 쾅 까익 뜨 냐 덴 쯔엉 라 카 싸 **집과 학교 사이는 꽤 멀다.**	

사이 (시간적)	**khoảng thời gian**	쾅터이 잔
	Hôm nay chúng ta sẽ họp trong khoảng thời gian từ 3 giờ đến 5 giờ. 홈 나이 쯩 따 쌔 흡 쫑 쾅 터이 잔 뜨 바 저 덴 남 저 **오늘 우리는 약 3시에서 5시 사이에 모일 것이다.**	

사이다	**đồ uống có ga**	도 우옹 꼬 가
사이비	**sự giả mạo**	쓰 자 마오
사이즈	**kích cỡ**	끽 꺼

사이클	vòng quay	봉 꾸아이
	bánh xe	바잉 쌔
사인(하다)	ký tên	끼 뗀
사임(하다)	từ chức	뜨 쯕
사장	giám đốc	잠 독
사적인	riêng	지엥
사전	từ điển	뜨 디엔
사정, 상황	hoàn cảnh	호안 까잉
	tình hình	띵 힝
사죄(하다)	xin lỗi	씬 로이
사진	ảnh	아잉
사진가	nhiếp ảnh gia	니엡 아잉 자
사촌 형제	anh em họ	아잉 앰 호
사춘기	tuổi dậy thì	뚜오이 저이 티
사치	xa xỉ	싸 씨
사치스럽다	một cách xa xỉ	몯 까익 싸 씨
사태(事態)	tình hình	띵 힝
	tình trạng	띵 짱
사퇴(하다)	thôi việc	토이 비엑
	từ chối	뜨 쪼이
사투리	tiếng địa phương	띠엥 디어 프엉
사파이어	ngọc bích	응옥 빅
사항	việc	비엑
	khoản	코안

사형	**sự tử hình**	쓰 뜨 힝
사회	**xã hội**	싸 호이
사회성	**tính xã hội**	띵 싸 호이
사회자	**người dẫn chương trình**	응어이 전 쯔엉 찡
사회주의	**chủ nghĩa xã hội**	쭈 응이어 싸 호이
삭제(하다)	**xóa**	쏘아
산(酸)	**chất axit**	쩔 아씯

Nếu dư thừa nhiều axit trong dạ dày sẽ gây
ra bệnh viêm loét dạ dày.
네우 즈트어 니에우 아씯 쫑 자 자이 쎄 거이 자 벵 비엠 로앧 자 자이
위에 산이 과다하면 위궤양이 생기게 된다.

산(山)	**núi**	누이

Mùa xuân người Hàn Quốc rất thích đi leo núi.
무어 쑤언 응어이 한 꾸옥 절 틱 디 래오 누이
한국인은 봄에 등산하는 걸 매우 좋아한다.

산골짜기	**khe núi**	캐 누이
	thung lũng	퉁 룽
산뜻한	**tươi mát**	뜨어이 맏
	sáng sủa	쌍 쑤어
산림	**rừng núi**	증 누이
산만한	**tản mạn**	딴 만
산맥	**dãy núi**	자이 누이
산부인과	**khoa phụ sản**	콰 푸 싼
산불	**sự cháy rừng**	쓰 짜이 증
산성(酸性)	**tính axit**	띵 아씯
산소마스크	**mặt nạ ô-xi**	맏 나 오 씨
산수(山水)	**sơn thủy**	썬 투이

산악지대	vùng đồi núi	붕 도이 누이
산업	công nghiệp	꽁 응이엡
산책(하다)	đi dạo	디 자오
산출(하다)	sản xuất	싼 쑤얻
산타클로스	ông già Nô-en	옹 자 노앤
산호	san hô	싼 호
산화(되다)	bị ô-xi hóa	비 오 씨 화
살	thịt	틷
	tuổi	뚜오이
살구	mơ	머
살균(하다)	sát trùng	쌛 쭝
살그머니	lén lút	랜 룯
	âm thầm	엄 텀
살다	sống	쏭
	tồn tại	똔 따이
살림	kế sinh nhai	께 씽 냐이
살아나다	hồi sinh	호이 씽
	được cứu sống	드억 끄우 쏭
살인	tội giết người	또이 지엗 응어이
살인자	kẻ giết người	깨 지엗 응어이
살찌다	lên cân	렌 껀
살충제	thuốc sát trùng	투옥 쌛 쭝
삶	cuộc sống	꾸옥 쏭
삶다	luộc	루옥

삼가다	**thận trọng**	턴 쫑
	hạn chế	한 쩨
삼각형	**hình tam giác**	힝 땀 작
삼나무	**cây liễu sam**	꺼이 리에우 쌈
3월	**tháng ba**	탕 바
삼중	**ba lớp**	바 럽
	ba lượt	바 르얻
삼촌	**chú**	쭈
	cậu	꺼우
삼키다	**nuốt**	누옫
삽	**xẻng**	쌩
삽입(하다)	**lồng vào**	롱 바오
	chèn vào	짼 바오
삽화(揷畵)	**tranh minh họa**	짜잉 밍 화
상(賞)	**giải thưởng**	자이 트엉

Minyoung đã nhận được giải thưởng nghệ sĩ
Piano xuất sắc nhất năm.
민영 다 년 드억 자이 트엉 응에 씨 피아노 쑤얻 싹 녇 남
민영이는 올해의 피아노 예술가상을 받았다.

상가	**cửa hàng**	끄어 항
상관관계	**quan hệ tương quan**	꽌 헤 뜨엉 꽌
상관없다	**không có liên quan**	콩 꼬 리엔 꽌
상급	**cấp trên**	껍 쩬
상기되다	**đỏ mặt**	도 맏
상냥하다	**dịu dàng**	지우 장

상담(하다)	tư vấn	뜨 번
상당한	tương đối	뜨엉 도이
	khá	카
상대방	đối phương	도이 프엉
상대적인	tương đối	뜨엉 도이
상대하다	đối mặt	도이 맏
	đối phó	도이 포
상류	thượng lưu	트엉 리우
상륙	sự đổ bộ	쓰 도 보
상복(喪服)	tang phục	땅 푹

Người nhà của người đã mất đều phải mặc tang phục.
응어이 냐 꾸어 응어이 다 먿 데우 파이 막 땅 푹
돌아가신 분의 집안 사람은 모두 상복을 입어야 한다.

상봉	sự tương phùng	쓰 뜨엉 풍
상사(上司)	cấp trên	껍 쩬
상상	sự tưởng tượng	쓰 뜨엉 뜨엉
	sự mường tượng	쓰 므엉 뜨엉
상세한	chi tiết	찌 띠엗
	cụ thể	꾸 테
상속	sự thừa kế	쓰 트어 께
상속인	người thừa kế	응어이 트어 께
상속하다	thừa kế	트어 께
상쇄(하다)	bù vào	부 바오
	cân đối	껀 도이

상습적	theo thói quen	태오 토이 꾸앤
상승	sự tăng lên	쓰 땅렌
상승하다	tăng lên	땅렌
상식	thưởng thức	트엉 특
상실	sự mất mát	쓰 먿 맏
상아	ngà voi	응아 보이
상어	cá mập	까멉
상업	sự buôn bán	쓰 부온반
	thương mại	트엉 마이
상인	thương gia	트엉 자
	doanh nhân	조아잉 년
상자	hộp	홉
	hòm	홈
상장(賞狀)	bằng khen	방 캔

Hôm qua em trai tôi đã nhận được bằng khen của trường.
홈 꽈 앰 짜이 또이 다 년 드억 방 캔 꾸어 쯔엉
어제 남동생은 학교에서 상장을 받았다.

상장주(上場株)	cổ phiếu được niêm yết	꼬 피에우 드억 니엠 이엗
상점	cửa hàng	끄어 항
	cửa tiệm	끄어 띠엠
상중하	nhất nhì ba	냗니 바
상징(하다)	tượng trưng	뜨엉 쯩
상책	thượng sách	트엉 싸익
상처	vết thương	벧 트엉

상쾌하다	**sảng khoái**	쌍 코아이
상태	**trạng thái**	짱 타이
	tình hình	띵 힝
상표	**thương hiệu**	트엉 히에우
상품	**hàng hóa**	항 화
상호	**sự tương hỗ**	쓰 뜨엉 호
새	**chim**	찜
(날이) 새다	**bắt đầu sáng**	받 더우 쌍
새다, 새어나오다	**rỉ ra**	지 자
새롭게 하다	**làm mới**	람 머이
새롭다	**mới**	머이
새벽	**bình minh**	빙 밍
새우	**tôm**	똠
새치기하다	**chen vào**	짼 바오
새해	**năm mới**	남 머이
색, 색깔, 색상	**màu**	마우
	màu sắc	마우 싹
색다른	**mới mẻ**	머이 매
색맹	**sự mù màu**	쓰 무 마우
색채	**màu sắc**	마우 싹
	sự tô màu	쓰 또 마우
샌드위치	**bánh xăng-uých**	바잉 쌍 우익
샌들	**dép xăng-đan**	잽 쌍 단
샐러드	**món sa-lát**	몬 싸랃

ㄱ ㄴ ㄷ ㄹ ㅁ ㅂ **ㅅ** ㅇ ㅈ ㅊ ㅋ ㅌ ㅍ ㅎ

534 | 필수 단어

샐러리맨	**người làm công ăn lương**	응어이 람 꽁 안 르엉
샘	**mạch nước**	마익 느억
샘플	**hàng mẫu**	항 머우
생각	**sự suy nghĩ**	쓰 쑤이 응이
생각하다	**suy nghĩ**	쑤이 으이
생강	**gừng**	긍
생기	**sinh khí**	씽 키
생기다	**xuất hiện**	쑤얻 히엔
	nảy sinh	나이 씽
생년월일	**ngày tháng năm sinh**	응아이 탕 남 씽
생략	**sự bỏ qua**	쓰 보 꽈
생리	**sinh lý**	씽 리
생리대	**băng vệ sinh**	방 베 씽
생맥주	**bia tươi**	비어 뜨어이
생명	**sự sống**	쓰 쏭
	sinh mệnh	씽 멩
생물	**sinh vật**	씽 벋
생방송	**sự truyền hình trực tiếp**	쓰 쭈옌 힝 쯕 띠엡
생사	**sự sinh tử**	쓰 씽 뜨
생산	**sự sản xuất**	쓰 싼 쑤얻
생생하다	**sinh động**	씽 동
	tươi tắn	뜨어이 딴
생선구이	**cá nướng**	까 느엉
생식기	**cơ quan sinh sản**	꺼 꽌 씽 싼

생애	**sự nghiệp**	쓰 응이엡
생일	**ngày sinh**	응아이 씽
생존	**sự tồn tại**	쓰 똔 따이
생활	**cuộc sống**	꾸옥 쏭
생활하다	**sinh hoạt**	씽 홛
샤워기	**vòi hoa sen**	보이 화 쌘
샤프펜슬	**bút chì kim**	붇 찌 낌
샴페인	**rượu sâm-banh**	즈어우 썸 바잉
샴푸	**dầu gội đầu**	저우 고이 더우
서기	**thư ký**	트 끼
서늘하다	**mát lạnh**	맏 라잉
서다	**đứng dậy**	등 저이
서두르다	**vội vàng**	보이 방
	gấp gáp	겁 갑
서랍	**ngăn kéo**	응안 깨오
서로	**lẫn nhau**	런 냐우
	qua lại	꾸아 라이
서론	**mở đầu**	머 더우
서류	**tài liệu**	따이 리에우
	giấy tờ	저이 떠
서리	**sương giá**	쓰엉 자
서명(하다)	**ký tên**	끼 뗀
서문	**lời tựa**	러이 뜨어
서민	**thường dân**	트엉 전

서버	**máy chủ**	마이 쭈
서비스	**dịch vụ**	직부
서서히	**chầm chậm**	쩜쩜
	từ từ	뜨뜨
서식	**mẫu**	머우
서약(하다)	**thề**	테
	hẹn ước	핸 으윽
서양	**phương Tây**	프엉 떠이
서자	**con thứ**	꼰 트
서점	**hiệu sách**	히에우 싸익
서쪽	**phía Tây**	피어 떠이
서커스(단)	**(đoàn) xiếc**	(도안) 씨엑
서투르다	**vụng về**	붕 베
서평	**bài phê bình một cuốn sách**	바이 페 빙 몯 꾸온 싸익
서핑	**lướt sóng**	르얻 쏭
석고	**thạch cao**	타익 까오
석방(하다)	**phóng thích**	퐁 틱
	giải thoát	자이 토앋
석양	**hoàng hôn**	황 혼
	mặt trời lặn	맏 쩌이 란
석유	**dầu mỏ**	저우 모
석탄	**than đá**	탄 다
섞다	**trộn lẫn**	쫀 런
	pha	파

선	**tuyến**	뚜옌
	lộ trình	로 찡
선거(하다)	**bầu cử**	버우 끄
선고(하다)	**tuyên án**	뚜옌 안
선구자	**người tiên phong**	응어이 띠엔 퐁
선글라스	**kính râm**	낑 점
선동(하다)	**xúi giục**	쑤이 죽
	xúi bẩy	쑤이 버이
선두	**đứng đầu**	등 더우
선량한	**hiền lành**	히엔 라잉
	lương thiện	르엉 티엔
선망(하다)	**ghen tị**	갠 띠
선명한	**rõ rệt**	조 젣
	rõ ràng	조 장
선물	**món quà**	몬 꾸아
선박	**tàu bè**	따우 배
	thuyền	투옌
선반	**kệ**	께
	giá	자
선발(하다)	**tuyển chọn**	뚜옌 쫀
선배	**tiền bối**	띠엔 보이
선불	**trả trước**	짜 쯔억
선생	**giáo viên**	자오 비엔

선서(하다)	**tuyên thệ**	뚜옌 테
선수	**tuyển thủ**	뚜옌 투
	vận động viên	번 동 비엔
선실	**phòng ngủ (trên tàu)**	퐁 응우(쩬 따우)
선악	**thiện ác**	티엔 악
	tốt xấu	똗 써우
선언	**tuyên ngôn**	뚜옌 응온
	tuyên bố	뚜옌 보
선원	**thuyền viên**	투옌 비엔
	thủy thủ	투이 투
선인장	**cây xương rồng**	꺼이 쓰엉 종
선입견	**định kiến**	딩 끼엔
	thành kiến	타잉 끼엔
선장	**thuyền trưởng**	투옌 쯔엉
선전(하다)	**tuyên chiến**	뚜옌 찌엔
선진국	**nước phát triển**	느억 팓 찌엔
선택	**sự lựa chọn**	쓰 르어 쫀
선택하다	**lựa chọn**	르어 쫀
선풍기	**quạt máy**	꾸앋 마이
설계(하다)	**thiết kế**	티엔 께
	lập kế hoạch	럽 께 화익
설계자	**người lập kế hoạch**	응어이럽 께 화익
설교(하다)	**thuyết giáo**	투옌 자오

설득하다	thuyết phục	투옏 푹
설레다	bối rối	보이 조이
	rung động	중 동
설립(하다)	thành lập	타잉 럽
설마	chẳng lẽ	짱래
	không lẽ	콩 래
설명(하다)	giải thích	자이 틱
설비	thiết bị	티엗 비
설사(하다)	bệnh tiêu chảy	벵 띠에우 짜이
설치하다	lắp đặt	랍 닫
	cài đặt	까이 닫
설탕	đường	드엉
섬	đảo	다오
	hòn đảo	혼 다오
섬뜩하다	giật mình	젇 밍
	hoảng hốt	황 혿
섬세한	tế nhị	떼 니
	tinh tế	띵 떼
섬유	tơ sợi	떠 써이
	dệt may	젣 마이
섭씨 (℃)	độ C	도 쌔
섭취(하다)	hấp thu	헙 투
	tiêu hóa	띠에우 화
성(性)	giới tính	저이 띵

	Giới tính của các em bé được giữ bí mật trước khi sinh. 저이 띵 꾸어 깍 앰 배 드억 즈 비 멀 쯔억 키 씽 **아기들의 성은 태어나기 전까지 비밀로 한다.**	
성(姓)	**họ** Họ của tôi là Nguyễn. 호 꾸어 또이 라 응우옌 **나의 성은 응우옌이다.**	호
성(城)	**thành** Thành Cổ Loa hiện nay chỉ còn lại một vài dấu tích nhỏ. 타잉 꼬 로아 히엔 나이 찌 꼰 라이 몯 바이 저우 띡 뇨 **Cổ Loa성은 현재 작은 흔적들 몇 개만이 남아 있다.**	타잉
성격	**tính cách** khác biệt tính cách 칵 비엗 띵 까익 **성격 차이**	띵 까익
성경	**Kinh Thánh**	낑 타잉
성공(하다)	**thành công**	타잉 꽁
성급하다	**nóng vội**	농 보이
	nóng tính	농 띵
성능	**chức năng**	쯕 낭
성대한	**phồn thịnh**	퐁 팅
	phát đạt	팓 닫
성립	**sự thành lập**	쓰 타잉 럽
성립하다	**thành lập**	타잉 럽
성명	**họ tên**	호 뗀
	công bố	꽁 보
성병	**bệnh về đường sinh dục**	벵 베 드엉 씽 죽
성분	**thành phần**	타잉 펀

성숙	thành thục	타잉 툭
	trưởng thành	쯔엉 타잉
성실한	chăm chỉ	짬 찌
성욕	sự thèm muốn	쓰 탬 무온
	sự khao khát tình dục	쓰 카오 칻 띵 죽
성원(하다)	cổ vũ	꼬 부
	động viên	동 비엔
성의	thành ý	타잉 이
성인	người trưởng thành	응어이 쯔엉 타잉
	người lớn	응어이 런
성장(하다)	trưởng thành	쯔엉 타잉
성적	thành tích	타잉 띡
	điểm	디엠
성질	tính cách	띵 까익
	bản tính	반 띵
성취	thành tựu	타잉 뜨우
성형수술	phẫu thuật thẩm mĩ	퍼우 투얻 텀 미
성희롱	quấy rối tình dục	꾸어이 조이 띵 죽
세계	thế giới	테 저이
세계적인	có tính toàn cầu	꼬 띵 또안 꺼우
	tính thế giới	띵 테 저이
세관	thuế quan	투에 꾸안
세균	vi khuẩn	비 쿠언
세금	tiền thuế	띠엔 투에

세기	**thế kỉ**	테 끼
세뇌	**sự nhồi não**	쓰 뇨이 나오
세다, 계산하다	**đếm**	뎀
	tính tính phí ăn uống 띵 피 안 우옹 식사비를 계산하다	띵
(힘이) 세다	**khỏe**	쾌
	mạnh Anh ấy rất khỏe. 아잉 어이 젇 쾌 그는 힘이 굉장히 세다.	마잉
세대(世代)	**thế hệ**	테 헤
세력	**thế lực**	테 륵
세련(된)	**tinh tế**	띵 떼
	tao nhã	따오 냐
세로	**chiều dọc**	찌에우 족
세면대	**bồn rửa mặt**	본 즈어 맏
세무서	**cục thuế**	꾹 투에
세미나	**hội thảo**	호이 타오
세부사항	**hạng mục chi tiết**	항 묵 찌 띠엗
세상	**thế gian**	테 잔
	trần gian	쩐 잔
세속적	**thế tục**	테 뚝
세수하다	**rửa mặt**	즈어 맏
세심한	**kĩ tính**	끼 띵
	cẩn trọng	껀 쫑

세우다	**xây dựng**	써이 증
	lập	럽
	dựng đứng	증 등
세월	**thời gian**	터이 잔
	năm tháng	남 탕
세일	**giảm giá**	잠 자
세제, 비누	**bột giặt**	볻 잗
	xà phòng	싸 퐁
	bột giặt tổng hợp 볻 잗 똥 헙 합성 세제	
세제(稅制)	**chế độ thuế**	쩨 도 투에
	Chính phủ trao ưu đãi về chế độ thuế cho công ti đó. 찡 푸 짜오 이우 다이 베 쩨 도 투에 쪼 꽁 띠 도 정부는 그 회사에 각종 세제 혜택을 주었다.	
세주다	**cho thuê**	쪼 투에
세탁(하다)	**giặt giũ**	잗 주
세탁기	**máy giặt**	마이 잗
세포	**tế bào**	떼 바오
센서	**bộ cảm ứng**	보 깜 응
센스	**có cảm giác**	꼬 깜 작
	cảm thụ	깜 투
센티미터	**cen-ti-mét**	쌘 띠 맫
셀프서비스	**tự phục vụ**	뜨 푹 부
셈, 계산	**sự đếm**	쓰 뎀
셋집	**nhà thuê**	나 투에

셔츠, 작은	**áo sơ mi**	아오 써 미
소(牛)	**bò**	보
	thịt bò 틷 보 쇠고기	
소(小), 작은	**nhỏ**	뇨
	cái cặp nhỏ 까이 깝 뇨 작은 가방	
소(少), 적은	**ít**	읻
	Cô ấy ít hơn tôi một tuổi. 꼬 어이 읻 헌 또이 몯 뚜오이 그녀는 나보다 1살 더 적다.	
소개(하다)	**giới thiệu**	저이 티에우
소극적인	**tiêu cực**	띠에우 끅
소금	**muối**	무오이
소나기	**mưa rào**	므어 자오
소나무	**cây thông**	꺼이 통
소녀	**thiếu nữ**	티에우 느
소년	**thiếu niên**	티에우 니엔
소독	**khử độc**	크 독
	tiệt trùng	띠엗 쭝
소독약	**thuốc sát trùng**	투옥 싿 쭝
소동	**sự hỗn loạn**	쓰 혼 로안
	gây rối	거이 조이
소득	**thu nhập**	투 녑
소리	**âm thanh**	엄 타잉
	tiếng	띠엥

소매	**tay áo**	따이 아오
	bán lẻ	반래
소매치기	**kẻ móc túi**	깨 목 뚜이
	kẻ ăn cắp	깨 안 깝
소멸	**mất hết**	먿 헫
	mất sạch	먿 싸익
	thiêu rụi	티에우 주이
소모(하다)	**hao mòn**	하오 몬
	tiêu hao	띠에우 하오
소문	**tin đồn**	띤 돈
소박한	**giản dị**	잔 지
소박하다	**bạc đãi**	박 다이
소변	**nước tiểu**	느억 띠에우
소비(하다)	**tiêu dùng**	띠에우 중
소비자	**người tiêu dùng**	응어이 띠에우 중
소설	**tiểu thuyết**	띠에우 투옌
소설가	**tiểu thuyết gia**	띠에우 튜옌 자
	người viết tiểu thuyết	응어이 비엔 띠에우 투옌
소속	**trực thuộc**	쯕 투옥
소송	**tố tụng**	또 뚱
	kiện cáo	끼엔 까오
소수	**thiểu số**	티에우 쏘
	số ít	쏘 읻

소스	nước sốt	느억 쏟
소시지	xúc xích	쑥 씩
소식	tin tức	띤 뜩
소아과	khoa nhi	콰니
소용돌이	xoáy nước	쏘아이 느억
소용없다	không có tác dụng	콩 꼬 딱중
소원	hi vọng	히 봉
	mong muốn	몽 무온
소유(하다)	sở hữu	써 히우
소유권	quyền sở hữu	꾸옌 써 히우
소유자	người sở hữu	응어이 써 히우
소음	tiếng ồn	띠엥 온
소중히	một cách quan trọng	못 까익 꽌 쫑
	coi trọng	꼬이 쫑
소지품	đồ mang theo	도 망태오
	đồ cầm tay	도 껌 따이
소질	tính chất	띵 쩓
	thể chất	테 쩓
소집(하다)	tập trung	떱 쭝
	triệu tập	찌에우 떱
소총	khẩu súng nhỏ	커우 쑹 뇨
	súng trường	쑹 쯔엉
소파	ghế sô pha	게 쏘파

소포	**bưu phẩm**	비우 펌
	bưu kiện	비우 끼엔
소풍	**dã ngoại**	자 응와이
소프트웨어	**phần mềm**	펀 멤
소홀히 하다	**sao nhãng**	싸오 냥
	vô ý	보 이
	không coi trọng	콩 꼬이 쫑
소화(消火)(하다)	**chữa cháy**	쯔어 짜이
	dập lửa	접 르어

Việc dập lửa trong cánh rừng đang cháy
được diễn ra hết sức khẩn trương.
비엑 접 르어 쫑 까잉 즘 당 짜이 드억 지엔 자 헫 쓱 컨 쯔엉
불이 난 숲의 소화는 신속히 전력을 다해서 한다.

| 소화(消化)(하다) | **tiêu hóa** | 띠에우 화 |

Ăn nhiều thì không tiêu hoá được.
안 니에우 티 콩 띠에우 화 드억
많이 먹으면 소화가 안 된다.

소화기	**bình cứu hỏa**	빙 끼우 화
소화불량	**khó tiêu hóa**	코 띠에우 화
속	**bên trong**	벤 쫑
	bụng	붕
속눈썹	**lông mi**	롱 미
속다	**bị lừa gạt**	비 르어 갇
속담	**tục ngữ**	뚝 응으
속도	**tốc độ**	똑 도
속도계	**đồng hồ đo tốc độ**	동 호 도 똑 도
	công tơ mét	꽁 떠 맫

속도제한	**giới hạn tốc độ**	저이 한 똑 도
속물(근성)	**tính hợm hĩnh**	띵 험 힝
속박	**sự trói buộc**	쓰 쪼이 부옥
	sự ràng buộc	쓰 장 부옥
속삭이다	**thì thầm**	티 텀
속셈	**chủ đích**	쭈 딕
	chủ tâm	쭈 떰
속어	**tiếng lóng**	띠엥 롱
속옷	**đồ con**	도 꼰
	đồ lót	도 롣
속이다	**lừa đảo**	르어 다오
속임수	**mưu mô**	미우 모
	thủ đoạn	투 도안
속죄	**sự chuộc lỗi**	쓰 쭈옥 로이
	sự đền tội	쓰 덴 또이
속하다	**thuộc về**	투옥 베
손	**tay**	따이
손가락	**ngón tay**	응온 따이
손금	**đường chỉ tay**	드엉 찌 따이
손녀	**cháu gái**	짜우 가이
손님	**khách**	카익
손등	**mu bàn tay**	무 반 따이
손목	**cổ tay**	꼬 따이
손목시계	**đồng hồ đeo tay**	동 호 대오 따이

손바닥	lòng bàn tay	롱 반 따이
손뼉치다	vỗ tay	보 따이
손상	thiệt hại	티엗 하이
	hư hại	흐 하이
손수건	khăn tay	칸 따이
손쉬운	làm dễ dàng	람 제 장
	dễ thực hiện	제 특 히엔
손자	cháu trai	짜우 짜이
손잡이	tay cầm	따이 껌
손짓	vẫy tay	버이 따이
	ra hiệu bằng tay	자 히에우 방 따이
손톱	móng tay	몽 따이
손톱깎이	cắt móng tay	깓 몽 따이
손해	tổn thất	똔 턷
	mất mát	먿 맏
솔, 소나무	cây thông	꺼이 통
솔 (음계)	nốt sol	놑 쏠
솔로	đơn	던
	một mình	몯 밍
솔직하다	thật thà	턷 타
솜	bông	봉
솜씨	khéo léo	캐오 래오
	khéo tay	캐오 따이

솟다	**bay lên**	바이 렌
	vút lên	붇렌
송곳	**cái dùi (để đục lỗ)**	까이 주이(데 죽 로)
송곳니	**răng nanh**	장 나잉
송금(送金)	**sự gửi tiền**	쓰 그이 띠엔
송별	**tạm biệt**	땀 비엗
	tiễn biệt	띠엔 비엗
송아지	**bê**	베
송진	**nhựa thông**	니어 통
솥	**nồi**	노이
쇄도(하다)	**tới tấp**	떠이 떱
	dồn dập	존 접
쇠	**sắt thép**	쌑 탭
	kim loại	낌 로아이
쇠고기	**thịt bò**	틷 보
쇠사슬	**dây xích sắt**	저이 씩 쌑
쇠약해지다	**suy nhược**	쑤이 니으억
쇠퇴하다	**suy thoái**	쑤이 토아이
쇼핑	**mua sắm**	무어 쌈
수(數)	**số**	쏘
수갑	**còng tay**	꽁 따이
	còng số tám	꽁 쏘 땀
수건	**khăn**	칸

수고	**khó nhọc**	코 뇩
	vất vả	벋 바
수난	**khó khăn**	코 칸
	cực nhọc	끅 뇩
수녀	**nữ tu sĩ**	느 뚜 씨
수다 떨다	**nói chuyện phiếm**	노이 쭈옌 피엠
	tán gẫu	딴 거우
수단	**phương thức**	프엉 특
수당	**trợ cấp**	쩌 껍
수도(首都)	**thủ đô**	투 도

Thủ đô của Hàn Quốc là Seoul.
투 도 꾸어 한 꾸옥 라 서울
한국의 수도는 서울이다.

수도(水道)	**nước máy**	느억 마이

Chi phí tiền nước tháng này là bao nhiêu?
찌 피 띠엔 느억 탕 나이 라 바오 니에우
이번 달 수도세는 얼마입니까?

수도꼭지	**vòi nước**	보이 느억
수동적인	**tính thụ động**	띵 투 동
수렁	**vũng bùn lầy**	붕 분 러이
수면 (꿈)	**giấc ngủ**	적 응우

Lâu rồi anh ấy mới có giấc ngủ sâu.
러우 조이 아잉 어이 머이 꼬 적 응우 써우
그는 오랜만에 깊은 수면에 빠졌다.

수면(水面)	**mặt nước**	맏 느억

Con vịt bơi lội trên mặt nước.
꼰 빋 버이 로이 쩬 맏 느억
오리가 수면 위를 떠다닌다.

수류탄	**lựu đạn**	리우 단

수리하다	**sửa chữa**	쓰어 쯔어
수면제	**thuốc ngủ**	투옥 응우
수박	**dưa hấu**	즈어 허우
수분(水分)	**hơi nước**	허이 느억
	bổ sung hơi nước 보쑹 허이 느억 수분 보충	
수분(受粉)	**sự thụ phấn**	쓰 투 펀
	Ong thụ phấn cho hoa. 옹 투 펀 쪼 화 벌은 꽃에 수분한다.	
수비(하다)	**phòng vệ**	퐁 베
수사(하다)	**điều tra**	디에우 짜
수산물	**thủy sản**	투이 싼
수상(受賞)하다	**trao giải**	짜오 자이
	Năm nay giải thưởng xuất sắc nhất được trao giải cho diễn viên mới vào nghề. 남 나이 짜이 트엉 쑤얻 싹 녇 드억 짜오 자이 쪼 지엔 비엔 머이 바오 응에 올해 최우수상은 신인 배우에게 수상된다.	
수소(수컷 소)	**bò đực**	보 득
	Bò đực khỏe hơn bò cái. 보 득 쾌 헌 보 까이 수소는 암소보다 튼튼하다.	
수소(水素)	**khí hyđrô**	키 히더로
	thiếu khí hyđrô 티에우 키 히더로 수소 부족	
수속	**thủ tục**	투 뚝
수송(하다)	**vận tải**	번 따이
	chuyên chở	쭈옌 쩌
수수께끼	**câu đố**	꺼우 도
수수료	**tiền hoa hồng**	띠엔 화 홍
	tiền phí	띠엔 피

수수한	**bình thường**	빙 트엉
	vừa phải	브어 파이
수술(하다)	**phẫu thuật**	퍼우 투얻
수습하다	**thu thập**	투 텁
	thu xếp	투 쎕
	thực tập	특 떱
수업	**tiết học**	띠엗 혹
수업료	**tiền học**	띠엔 혹
	học phí	혹 피
수염	**râu**	저우
수영(하다)	**bơi**	버이
수영복	**đồ bơi**	도 버이
수요	**nhu cầu**	뉴 꺼우
수요일	**thứ tư**	트 뜨
수은	**thủy ngân**	투이 응언
수의사	**bác sĩ thú y**	박 씨 투 이
수익	**lợi ích**	러이 익
수입	**sự nhập khẩu**	쓰 녑 커우
	thu nhập	투 녑
수입(하다)	**nhập khẩu**	녑 커우
	thu nhập	투 녑
수정	**việc sửa đổi**	비엑 쓰어 도이
	việc chỉnh sửa	비엑 찡 쓰어

수정(하다)	sửa đổi	쓰어 도이
	chỉnh sửa	찡 쓰어
수족관	bể cá	베 까
수준	tiêu chuẩn	띠에우 쭈언
	mực nước	목 느억
수줍어 하는	xấu hổ	써우 호
	ngượng	응으엉
수증기	hơi nước	허이 느억
수지(收支)	thu chi	투 찌
수직의	đường thẳng đứng	드엉 탕 등
수질	chất lượng nước	쩓 르엉 느억
수집(하다)	thu thập	투 텁
	sưu tầm	씨우 떰
수첩	sổ tay	쏘 따이
수축(되다)	thu nhỏ	투 뇨
	co lại	꼬 라이
	tu bổ	뚜 보
수출(하다)	xuất khẩu	쑤얻 커우
수치(羞恥)	bẽ mặt	배 맏
	mất thể diện	먿 테 지엔
	trị số	찌 쏘
수컷	con đực	꼰 득
	giống đực	종 득
수평	mặt phẳng	맏 팡

수평선	**đường chân trời**	드엉 쩐 쩌이
수표	**ngân phiếu**	응언 피에우
수프	**súp**	숩
수필	**bài tiểu luận**	바이 띠에우 루언
	tùy bút	뚜이 붇
수학	**môn toán**	몬 또안
수행(隨行)	**tu hành**	뚜 하잉

Chị ấy quyết tâm lên núi tu hành đến nay đã được 6 tháng rồi.
찌 어이 꾸옌 떰 렌 누이 뚜 하잉 덴 나이 다 드억 싸우 탕 조이
그녀가 산에 올라가 수행하겠다고 결심한 지 6개월이 지났다.

| 수행(遂行) | **thi hành** | 티 하잉 |
| | **thực hiện** | 특 히엔 |

Việc thi hành tiết kiệm chi tiêu được cô ấy thực hiện một cách triệt để.
비엑 티 하잉 띠엗 끼엠 찌 띠에우 드억 꼬 어이 특 히엔 몯 까익 찌엗 데
소비 절약을 수행하는 것은 그녀가 철저한 방법으로 실천하게 된 것이다.

수혈	**sự truyền máu**	쓰 쭈옌 마우
수화	**ngôn ngữ kí hiệu**	응온 응으 끼 히에우
수확	**thu hoạch**	투 화익
숙박(하다)	**ở trọ**	어 쪼
	ở qua đêm	어 꾸아뎀
숙박료	**tiền ở trọ**	띠엔 어 쪼
숙소	**chỗ ở**	쪼 어
숙어	**thành ngữ**	타잉 응으
	quán dụng từ	꾸안 중 뜨
숙제	**bài tập**	바이 떱

순간	**chốc lát**	쪽 랃
	giây lát	저이 랃
순결	**tinh khiết**	띵 키엗
	trong trắng	쫑 짱
순서	**thứ tự**	트 뜨
순수성	**tính thứ tự**	띵 트 뜨
	tính lần lượt	띵 런 르얻
순수한	**ngây thơ**	응어이 터
	trong sáng	쫑 쌍
순위	**thứ bậc**	트 벅
순이익	**lợi nhuận thuần**	러이 뉴언 투언
	lãi thực	라이 특
	lãi ròng	라이 종
순조롭다	**hài hòa**	하이 화
	thuận lợi	투언 러이
순진한	**chất phác**	쩓 팍
	ngây thơ	응어이 터
순환	**chu kì**	쭈 끼
	xoay vòng	쏘아이 봉
	tuần hoàn	뚜언 호안
숟가락	**thìa**	티어
술	**rượu**	즈어우
술집	**quán rượu**	꾸안 즈어우

술 취하다	**say rượu**	싸이 즈어우
숨	**hơi thở**	허이터
숨기다	**che giấu**	째 저우
숫자	**số**	쏘
숭고	**cao cả**	까오 까
숭배(하다)	**sùng bái**	쑹 바이
숯	**than củi**	탄 꾸이
숯불구이	**món nướng bằng than củi**	몬 느엉 방 탄 꾸이
숲	**rừng**	증
쉬다 (목소리)	**mất giọng**	멀 종
	Vì hò hét nhiều ở lễ hội nên bị mất tiếng 비 호 핸 니에우 어 레 호이 넨 비 멀 띠엥 축제에서 소리를 많이 질러서 목소리가 쉬었다.	
쉬다 (휴식)	**nghỉ ngơi**	응이 응어이
	Cô ấy không được khỏe nên nghỉ ngơi ở nhà. 꼬 어이 콩 드억 쾌 넨 응이 응어이 어 냐 그녀는 오늘 몸이 아파서 집에서 쉬었다.	
쉽다	**dễ dàng**	제 장
슈퍼마켓	**siêu thị**	씨에우 티
슛	**sút**	쑫
스노보드	**ván trượt tuyết**	반 쯔얻 뚜옏
스릴	**căng thẳng**	깡탕
	hồi hộp	호이 홉
스며들다	**thấm**	텀
	ngấm	응엄

스스로	**tự thân**	뜨 턴
	tự giác	뜨 작
	tự quyết định 뜨 꾸옌 딩 스스로 결정하다	
스웨터	**áo len**	아오 랜
스위치	**công tắc điện**	꽁 딱 디엔
스카프	**khăn quàng cổ**	칸 꾸앙 꼬
스캔들	**vụ xì căng đan**	부 씨 깡단
	vụ bê bối	부 베 보이
스커트	**váy**	바이
스케이트	**sự trượt băng**	쓰 쯔얻 방
스케일	**phạm vi**	팜 비
	quy mô	꾸이 모
	cái cân	까이 껀
스케줄	**lịch trình**	릭 찡
	kế hoạch	께 호아익
스코어	**tỉ số**	띠 쏘
스쿠터	**xe ga**	쌔 가
스크랩	**ảnh cắt**	아잉 깓
	đoạn báo cắt	도안 바오 깓
스키	**ván trượt tuyết**	반 쯔얻 뚜옏
스타	**ngôi sao**	응오이 싸오
스타일	**phong cách**	퐁 까익
스타킹	**quần tất**	꾸언 떧

스타트	**bắt đầu**	밧더우
	xuất phát	쑤얻 팟
스태프	**nhân viên**	년 비엔
스토커	**máy cấp than**	마이 껍 탄
스톱	**sự dừng**	쓰 증
스튜어디스	**nữ tiếp viên hàng không**	느 띠엡 비엔 항 콩
스트라이크	**cuộc đình công**	꾸옥 딩 꽁
	cuộc bãi công	꾸옥 바이 꽁
스트레스	**sự căng thẳng**	쓰 깡탕
	xì trét	씨 쨷
스티커	**hình dán**	힝 잔
	giấy dán	저이 잔
스파게티	**mì Ý**	미 이
스파이	**gián điệp**	잔 디엡
	điệp viên	디엡 비엔
스펀지	**miếng bọt biển**	미엥 볻 비엔
스페셜	**đặc biệt**	닥 비엗
스페어(spare)	**đồ dự phòng**	도 즈 퐁
	phụ tùng thay thế	푸 뚱 타이 테
스페인(어)	**nước Tây Ban Nha** **(tiếng Tây Ban Nha)**	느억 떠이 반냐 (띠엥 떠이 반냐)
스펠링	**sự đánh vần**	쓰 다잉 번
	chính tả	찡 따
스포츠	**môn thể thao**	몬 테 타오

ㄱ
ㄴ
ㄷ
ㄹ
ㅁ
ㅂ
ㅅ
ㅇ
ㅈ
ㅊ
ㅋ
ㅌ
ㅍ
ㅎ

스포츠맨	**người chơi thể thao**	응어이 쩌이 테 타오
	vận động viên	번 동 비엔
스프레이	**lọ xịt tóc**	로 씯 똑
	lọ keo	로 깨오
스프링	**lò xo**	로 쏘
스피드	**tốc độ**	똑 도
스피커	**loa**	로아
슬기	**sự từng trải**	쓰 뜽 짜이
	sự khôn ngoan	쓰 콘 응오안
슬라이스	**miếng**	미엥
	mẩu	머우
슬럼프	**sự ế ẩm**	쓰 에 엄
	hạ giá nhanh	하 자 냐잉
	khủng hoảng	쿵 호앙
슬로건	**khẩu hiệu**	커우 히에우
슬리퍼	**dép lê**	잽 레
	dép đi trong nhà	잽 디 쫑 냐
슬프다	**buồn**	부온
슬픔	**nỗi buồn**	노이 부온
습격(하다)	**sự tấn công bất ngờ**	쓰 떤 꽁 벋 응어
	cuộc đột kích	꾸옥 돋 끽
습관	**thói quen**	토이 꾸앤
습기	**hơi ẩm**	허이 엄
습도	**độ ẩm**	도 엄

승강장	**bến xe**	벤 쌔
	chỗ bắt xe	쪼 받 쌔
승객	**hành khách đi xe**	하잉 카익 디 쌔
승낙(하다)	**đồng ý**	동 이
	chấp thuận	쩝 투언
승리	**sự chiến thắng**	쓰 찌엔 탕
	sự thắng lợi	쓰 탕 러이
승무원	**tiếp viên hàng không**	띠엡 비엔 항 콩
	tiếp viên tàu xe	띠엡 비엔 따우 쌔
승부	**sự thành bại**	쓰 타잉 바이
	chiến thắng và thất bại	찌엔 탕 바 텉 바이
승용차	**xe ô tô**	쌔 오 또
	xe chở người	쌔 쩌 응어이
승인하다	**đồng ý**	동 이
	phê chuẩn	페 쭈언
	xét duyệt	쌛 주옏
승진	**sự thăng tiến**	쓰 탕 띠엔
	sự thăng chức	쓰 탕 쯕
승차(하다)	**lên xe**	렌 쌔
시(詩)	**thơ**	터
	Đêm đêm, tôi đọc thơ trước khi đi ngủ. 뎀 뎀 또이 독 터 쯔억 키 디 응우 매일 밤, 잠들기 전에 시를 읽는다.	
시간표	**thời gian biểu**	터이 잔 비에우
시계	**đồng hồ**	동 호

시골	**làng quê**	랑 꾸에
시금치	**rau bina**	자우 비나
	rau chân vịt	자우 쩐 빝
시급, 급박	**cấp bách**	껍 바익
	khẩn trương	컨 쯔엉
	Hạn nộp rất cấp bách. 제출 기한이 시급하다.	한 놉 젇 껍 바익
시급(時給)	**lương theo giờ**	르엉 태오 저
	lương tối thiểu theo giờ 최저 시급	르엉 또이 티에우 태오 저
시기	**thời kì**	터이 끼
	cơ hội	꺼 호이
	sự đố kị	쓰 도 끼
시끄럽다	**ồn ào**	온 아오
시나리오	**kịch bản**	끽 반
시내	**thành phố**	타잉 포
시다 (맛)	**chua**	쭈어
시달리다	**khổ sở**	코 써
	đau đớn	다우 던
시대	**thời đại**	터이 다이
시도하다	**thử**	트
시들다	**héo tàn**	해오 딴
시력	**thị lực**	티 륵
시련	**thử thách**	트 타익

시리즈	**bộ**	보
	loạt	로앋
	dãy	자이
시멘트	**xi măng**	씨 망
시민	**người dân thành phố**	응어이 전 타잉 포
시선	**ánh mắt**	아잉 맏
	tầm nhìn	떰 닌
시설	**thiết bị**	티엔 비
시세	**thời thế**	터이 테
	giá thị trường	자 티 쯔엉
시소	**bập bênh**	법 벵
시속	**tốc độ trong một giờ**	똑 도 쫑 몯 저
시스템	**hệ thống**	헤 통
시아버지	**bố chồng**	보 쫑
시어머니	**mẹ chồng**	매 쫑
시원하다	**thoải mái**	토아이 마이
	mát	맏
10월	**tháng 10**	탕 므어이
시인	**nhà thơ**	냐 터
시작	**sự bắt đầu**	쓰 받 더우
시작하다	**bắt đầu**	받 더우
시장	**chợ**	쩌
	thị trường	티 쯔엉

ㄱ
ㄴ
ㄷ
ㄹ
ㅁ
ㅂ
ㅅ
ㅇ
ㅈ
ㅊ
ㅋ
ㅌ
ㅍ
ㅎ

	Đầu năm nay thị trường buôn bán vàng dao động khá nhiều.	
	더우 남 나이 티 쯔엉 부온 반 방 자오 동 카 니에우	
	올해 초, 금 도매시장은 꽤 많이 요동쳤다.	
시장(市長)	**thị trưởng**	티 쯔엉
	Thị trưởng Seoul đang phát biểu về kế hoạch hoạt động trong 6 tháng cuối năm.	
	티 쯔엉 서울 당 판 비에우 베 께 화익 활 동 쫑 싸우 탕 꾸오이 남	
	서울 시장은 하반기 6개월 동안의 활동 계획을 발표하고 있다.	
시차	**sự lệch múi giờ**	쓰 렉 무이 저
시청	**tòa thị chính**	또아 티 찡
	sự nghe và nhìn	쓰 응애 바 닌
시체	**thi thể**	티 테
	xác chết	싹 쩯
시치미 떼다	**giả vờ**	자 버
시키다	**sai khiến**	싸이 키엔
시행착오	**phương pháp thử và sai**	프엉 팝 트 바 싸이
시행하다	**thực hiện**	특 히엔
	thi hành	티 하잉
시험(하다)	**thử nghiệm**	트 응이엠
식다	**nguội**	응우오이
식당	**quán ăn**	꾸안안
	nhà hàng	냐 항
식량	**lương thực**	르엉 특
식료품점	**cửa hàng thực phẩm**	끄어 항 특 펌
식물	**thực vật**	특 벋
식빵	**bánh mì**	바잉 미

식사	**bữa ăn**	브어안
	thức ăn	특안
식성	**vị giác**	비작
	khẩu vị	커우비
식욕	**sự thèm ăn**	쓰템안
식용	**dùng để ăn**	중데안
	có thể ăn	꼬테안
식초	**giấm**	점
식칼	**con dao**	꼰자오
식히다	**làm nguội**	람응우오이
신	**vị thần**	비턴
신경(쓰다)	**thần kinh (quan tâm)**	턴낑 (꾸안떰)
신경질적인	**quá nhạy cảm**	꾸아나이깜
	dễ nổi nóng	제노이농
신경통	**chứng đau dây thần kinh**	쯩다우저이턴낑
신고	**sự khai báo**	쓰카이바오
신기록	**kỉ lục mới**	끼룩머이
신다	**đeo**	대오
	mang	망
신드롬	**hội chứng**	호이쯩
신랄하다	**cay đắng**	까이당
	sắc bén	싹밴
신랑	**tân lang**	떤랑
	chú rể	쭈제

신뢰(하다)	**sự tin tưởng**	쓰 띤 뜨엉
신맛	**vị chua**	비 쭈어
신문	**báo**	바오
신발	**giày**	자이
신부, 새색시	**tân nương**	떤 느엉
	cô dâu	꼬 저우
신분	**thân phận**	턴 펀
	địa vị	디어 비
신분증	**thẻ chứng minh thư**	태 쯩밍트
신비	**sự thần bí**	쓰턴비
신비로운	**thần bí**	턴 비
	bí ẩn	비 언
신빙성	**tính tin cậy**	띵 띤 꺼이
	độ tin cậy	도 띤 꺼이
신사	**người đàn ông lịch sự**	응어이 단 옹 릭 쓰
신선하다	**tươi**	뜨어이
신세	**món nợ tình nghĩa**	몬 너 띵 응이어
	trả món nợ tình nghĩa 신세를 갚다	짜 몬 너 띵 응이어
신세(身世)	**thân thế**	턴 테
	than thở về thân thế 신세 한탄하다	탄 터 베 턴 테
신용카드	**thẻ tín dụng**	태 띤 중
신음하다	**sự rên rỉ**	쓰 젠 지
	sự kêu la	쓰 깨우 라

신인	**người mới**	응어이 머이
신장(腎臟)	**thận**	턴
	Uống nhiều nước giúp ngăn ngừa bệnh sỏi thận.	
	우옹 니에우 느억 줍 응안 응으어 벵 쏘이 턴	
	물을 많이 마시는 것은 신장 결석을 방지할 수 있다.	
신장(身長)	**chiều cao cơ thể**	찌에우 까오 꺼 테
	vóc dáng	복 장
	Anh ấy tập thể dục rất chăm chỉ từ bé nên vóc dáng người khá đẹp.	
	아잉 어이 떱 테 죽 젇 짬 찌 뜨 배 넨 복 장 응어이 카 댑	
	그는 어릴 때부터 열심히 운동을 해서 신장이 좋다.	
신중	**thận trọng**	턴 쫑
신청(하다)	**đề nghị**	데 응이
	yêu cầu	이에우 꺼우
신체	**thân thể**	턴 테
신축성	**tính co giãn**	띵 꼬 잔
	tính đàn hồi	띵 단 호이
신형	**kiểu mới**	끼에우 머이
신호(하다)	**tín hiệu (ra hiệu)**	띤 히에우 (자 히에우)
신호등	**đèn đường**	댄 드엉
신혼부부	**vợ chồng mới cưới**	버 쫑 머이 끄어이
신화	**thần thoại**	턴 토아이
싣다	**chở**	쩌
	mang	망
	chất lên	쩓 렌
	tải lên	따이 렌
실	**chỉ**	찌

실격	**sự loại trừ**	쓰 로아이 쯔
	sự loại ra	쓰 로아이 자
실내	**trong phòng**	쫑 퐁
실력	**thực lực**	특 륵
	năng lực	낭 륵
실례(失禮)	**thất lễ**	텉 레
	Xin thất lễ một chút được không? 씬 텉 레 몯 쭏 드억 콩? 잠시 실례해도 되겠습니까?	
실리콘	**chất silicon**	쩓 씨리꼰
실망(하다)	**thất vọng**	텉 봉
실수하다	**mắc lỗi**	막 로이
실습(하다)	**thực tập**	특 떱
실시(하다)	**thực hiện**	특 히엔
실언	**sự nỡ lời**	쓰 너 러이
실업	**thất nghiệp**	텉 응이엡
실업자	**người thất nghiệp**	응어이 텉 응이엡
실외	**bên ngoài**	벤 으오아이
	ngoài trời	응오아이 쩌이
실용적인	**tính thiết thực**	띵 티엔 특
	tính thực dụng	띵 특 중
실제	**thực tế**	특 떼
	sự thật	쓰 텉
실존(하다)	**tồn tại thực**	똔 따이 특
	có thực	꼬 특

실종	**sự mất tích**	쓰 멑 띡
실천(하다)	**sự thực tiễn**	쓰 특 띠엔
	sự thực thi	쓰 특 티
실패(하다)	**thất bại**	텉 바이
실행(하다)	**thực hành**	특 하잉
실험	**sự thử nghiệm**	쓰 트 응이엠
	sự thí nghiệm	쓰 티 응이엠
실현(하다)	**thực hiện**	특 히엔
	hiện thực hóa	히엔 특 화
싫어하다	**không thích**	콩 틱
	ghét	갣
싫증나다	**ghét**	갣
	chán	짠
심각하다	**nghiêm trọng**	응이엠 쫑
심다	**trồng**	쫑
	gieo	재오
심리	**tâm lí**	떰 리
심부름	**việc vặt**	비엑 받
심사(하다)	**thanh tra**	타잉 짜
	thẩm tra	텀 짜
심술궂은	**gắt gỏng**	갇 공
	cáu gắt	까우 갇
심야	**đêm khuya**	뎀 쿠야
심장	**trái tim**	짜이 띰

심장마비	**đau tim**	다우 띰
	liệt tim	리엣 띰
심하다	**trầm trọng**	쩜 쫑
	nặng nề	낭네
심호흡	**sự hít thở sâu**	쓰 힡 터 써우
십대	**từ 10 đến 19 tuổi**	뜨 므어이 덴 므어이 찐 뚜오이
12월	**tháng 12**	탕 므어이 하이
11월	**tháng 11**	탕 므어잉 몯
십자가	**thánh giá**	타잉 자
싱크대	**chậu rửa**	쩌우 즈어
	bồn rửa	본 즈어
(값이) 싸다	**rẻ**	재
	Vật giá ở Việt Nam rẻ hơn so với Hàn Quốc. 벋 자어 비엩 남 재 헌 쏘 버이 한 꾸옥 베트남 물가는 한국보다 싸다.	
싸다, 감싸다, 포장하다	**bọc**	복
	gói	고이
	bọc quà 복 꽈 선물을 포장하다	
싸우다	**đánh nhau**	다잉 나우
	chiến đấu	찌엔 더우
싸움	**cuộc đấu tranh**	꾸옥 더우 짜잉
	cuộc đánh nhau	꾸옥 다잉 나우

싹	**lộc**	록
	nụ	누
	chồi	쪼이
싹트다	**đâm chồi**	덤 쪼이
	nảy lộc	나이 록
쌀	**gạo**	가오
쌍	**một cặp**	몯 깝
	một đôi	몯 도이
쌍꺼풀	**mắt hai mí**	맏 하이 미
쌍둥이	**sinh đôi**	씽 도이
쌓다	**chất**	쩓
	xếp lên	쎕 렌
	tích góp	띡 곱
쌓이다	**được chất lên**	드억 쩓 렌
	được tích lũy	드억 띡 루이
썩다	**bị hỏng**	비 홍
	bị thiu thối	비 티우 토이
썰매	**xe trượt tuyết**	쌔 쯔얻 뚜옏
썰물	**thủy triều xuống**	투이 찌에우 쑤옹
쏘다	**bắn**	반
쓰다 (맛)	**đắng** thuốc đắng 투옥 당 약이 쓰다	당

쓰다 (글씨)	**viết** viết thư 비엔트 편지를 쓰다	비엣
쓰다 (사용)	**sử dụng** sử dụng máy tính 쓰 중 마이 띵 컴퓨터를 쓰다	쓰 중
쓰다 (착용)	**mặc** mặc áo khoác 막 아오 꽉 겉옷을 입다	막
	đeo đeo kính 대오 낑 안경을 쓰다	대오
	đội đội mũ 도이 무 모자를 쓰다	도이
	mang mang tất 망 떤 양말을 신다	망
쓰다듬다	**vuốt**	부옫
	xoa	쏘아
쓰러지다	**ngất**	응얻
	sụp đổ	쑵 도
쓰레기	**rác thải**	작 타이
쓸개	**túi mật**	뚜이 먿
쓸다	**quét**	꾸얜
	chải	짜이
쓸데없는	**không giá trị**	콩 자 찌
	vô ích	보 익

쓸모 있다	dùng được	중 드억
	có ích	꼬익
쓸쓸하다	vắng vẻ	방배
	hiu quạnh	히우 꾸아잉
	ảm đạm	암담
씌우다	đội lên	도이 렌
씨앗	hạt giống	핟 종
씹다	nhai	나이
씻다	rửa	즈어

ㅇ

아가미	**mang cá**	망 까
아가씨	**cô gái (chưa chồng)**	꼬 가이(쯔어 쫑)
아기	**em bé**	앰 배
아까	**lúc nãy**	룩 나이
아깝다	**tiếc**	띠엑
아내	**(người) vợ**	(응어이) 버
아는 사람	**người quen biết**	응어이 꾸엔 비엩
아동	**nhi đồng**	니 동
	thiếu nhi	티에우 니
아들	**con trai**	꼰 짜이
아라비아숫자	**chữ số Ả Rập**	쯔 쏘 아럽
아래	**bên dưới**	벤 즈어이
아랫사람	**người dưới**	응어이 즈어이
아르바이트	**việc làm thêm**	비엑 람 템
아름답다	**đẹp**	댑
	xinh	씽
아마	**có lẽ**	꼬 래
아마추어	**người nghiệp dư**	응어이 응이엡 즈
	người không chuyên	응어이 콩 쭈엔
아몬드	**hạnh nhân**	하잉 년

아무렇게나	**dẫu sao**	저우 싸오
	bất cứ thế nào	벋 끄 테 나오
아무리	**dù thế nào**	주 테 나오
아버지	**bố**	보
아부	**sự nịnh bợ**	쓰 닝 버
아빠	**bố**	보
아쉽다	**tiếc nuối**	띠엑 누오이
아스파라거스	**măng tây**	망 떠이
아스팔트	**nhựa đường**	니으어 드엉
	hắc ín	학 인
아스피린	**thuốc át-pi-rin**	투억 얻삐린
아슬아슬하다	**hồi hộp**	호이 홉
	căng thẳng	깡 탕
아시아	**châu Á**	쩌우 아
아이돌, 우상	**thần tượng**	턴 뜨엉
아이디어	**ý tưởng**	이 뜨엉
아이러니	**sự mỉa mai**	쓰 미어 마이
	sự châm biếm	쓰 쩜 비엠
아이섀도	**phấn mắt**	펀 맏
아이스크림	**kem**	깸
아이콘	**biểu tượng**	비에우 뜨엉
	Tháp Eiffel là biểu tượng của Paris. 탑 애펠 라 비에우 뜨엉 꾸어 파리 에펠탑은 파리의 상징이다.	
아저씨	**chú**	쭈

아주머니	**cô**	꼬
아직	**vẫn chưa**	번 쯔어
	vẫn	번
아침	**buổi sáng**	부오이 쌍
아침밥	**bữa sáng**	브어 쌍
	cơm sáng	껌 쌍
아킬레스건	**gân chân**	건 쩐
아토피	**viêm da dị ứng**	비엠 자 지 응
아티스트	**nghệ sĩ**	응에 씨
아파트	**chung cư**	쭝 끄
아프다	**đau**	다우
	ốm	옴
아프리카	**châu Phi**	쩌우 피
아픔	**việc đau ốm**	비엑 다우 옴
악	**ác**	악
	điều xấu	디에우 써우
악기	**nhạc cụ**	냑 꾸
악마	**ác ma**	악 마
	quỷ dữ	꾸이 즈
악몽	**ác mộng**	악 몽
악성의, 악의 있는	**ý ác**	이 악
	ý xấu	이 써우
악수하다	**bắt tay**	받 따이
악순환	**vòng luẩn quẩn**	봉 루언 꾸언

악어	**cá sấu**	까 써우
악용(하다)	**dùng sai**	중 싸이
	dùng vào mục đích xấu	중 바오 묵 딕 써우
악의(惡意)	**ác ý**	악 이
악질적인	**mang tính ác**	망 띵 악
악취	**mùi hôi thối**	무이 호이 토이
악화되다	**trở nên xấu xa**	쩌 넨 써우 싸
	tồi tệ đi	또이 떼 디
안, 내부	**bên trong**	벤 쫑
안개	**sương mù**	쓰엉 무
안경	**kính**	낑
안과	**khoa mắt**	콰 맏
안내	**sự hướng dẫn**	쓰 흐엉 전
안다, 껴안다	**ôm**	옴
안락하다	**an lạc**	안 락
	thoải mái	토아이 마이
안락사	**cái chết nhân đạo**	까이 쩯 년 다오
안색	**sắc mặt**	싹 맏
안심하다	**an tâm**	안 떰
	yên tâm	이엔 떰
안약	**thuốc mắt**	투옥 맏
안이하다	**ung dung**	웅 중
	thoải mái	토아이 마이
안전	**sự an toàn**	쓰 안 또안

안전벨트	**dây an toàn**	저이 안 또안
안정(되다)	**ổn định**	온딩
안타깝다	**tiếc**	띠엑
	thương	트엉
	buồn	부온
앉다	**ngồi**	응오이
알다	**biết**	비엣
알레르기	**dị ứng**	지 응
알로에	**cây lô hội**	꺼이 로 호이
알루미늄	**nhôm**	놈
알리다	**cho biết**	쪼 비엣
	thông báo	통 바오
알리바이	**chứng cớ ngoại phạm**	쯩 꺼 응와이 팜
알몸	**khoả thân**	콰턴
	trắng tay	짱 따이
알선	**sự dàn xếp**	쓰 잔 쎕
알코올	**rượu cồn**	즈어우 꼰
알파벳	**bảng chữ cái**	방 쯔 까이
암	**ung thư**	웅 트
암기하다	**thuộc lòng**	투옥 롱
암모니아	**khí amoniac**	키 암모니악
암살(하다)	**ám sát**	암 쌋
암석	**tảng đá**	땅 다

암소	bò cái	보 까이
암시(하다)	ám thị	암 티
	gợi ý	거이 이
암컷	giống cái	종 까이
암탉	gà mái	가 마이
암호	mật khẩu	먿 커우
	mật mã	먿 마
암흑	sự tối tăm	쓰 또이 땀
	sự đen tối	쓰 댄 또이
압도하다	áp đảo	압 다오
압력	sự áp lực	쓰 압 륵
압박하다	áp bức	압 븍
압수(하다)	thu giữ	투 즈
압축	sự nén	쓰 낸
앙코르	sự trình diễn lại	쓰 찡 지엔 라이
앞	phía trước	피어 쯔억
앞으로	sau này	싸우 나이
애교	hành động dễ thương	하잉 동 제 트엉
애국심	lòng yêu nước	롱 이에우 느억
애매하다	mập mờ	멉 머
	không rõ ràng	콩 조 장
애인	người yêu	응어이 이에우
애정	tình cảm	띵 깜
애프터서비스	dịch vụ bảo hành	직 부 바오 하잉

액세서리	đồ trang sức	도 짱 쓱
액수	số tiền	쏘 띠엔
액자	khung tranh	쿵 짜잉
	khung ảnh	쿵 아잉
액정 (휴대폰)	màn hình hiển thị	만 힝 히엔 티
액체	chất lỏng	쩓 롱
앨범	an-bum	안 붐
앵무새	vẹt	뱉
야간	buổi tối	부오이 또이
야간경기	trận đấu buổi tối	쩐 더우 부오이 또이
야구	môn bóng chày	몬 봉 짜이
야근(하다)	làm đêm	람 뎀
야당	đảng đối lập	당 도이럽
야만적인	dã man	자 만
	man rợ	만 저
야망	tham vọng lớn	탐 봉 런
야무지다	cứng rắn	끙 잔
	rắn rỏi	잔 조이
야생	hoang dại	호앙 자이
야심적인	dã tâm	자 떰
야외	dã ngoại	자 응와이
야유	trêu ghẹo	쩨우 개오
야하다	thô tục	토 뚝

약(約), 대략	**khoảng**	쾅
	Mỗi ngày viện bảo tàng đón tiếp khoảng 1.000 người đến thăm.	
	모이 응아이 비엔 바오 땅 돈 띠엡 쾅 몯 응인 응어이 덴 탐	
	박물관은 매일 약 1000명의 관광객을 맞이한다.	
약(藥)	**thuốc**	투옥
	Bà ấy bị dính mưa nên phải uống thuốc cảm.	
	바 아이 비 징 므어 넨 파이 우옹 투옥 깜	
	그녀는 비를 맞아서 감기약을 먹어야 한다.	
약국	**hiệu thuốc**	히에우 투옥
약속(하다)	**lời hẹn**	러이 핸
	hứa hẹn	흐어 핸
약점	**điểm yếu**	디엠 이에우
약초	**dược thảo**	즈억 타오
약탈(하다)	**cướp đoạt**	끄업 도앋
약품	**dược phẩm**	즈억 펌
약하다	**ốm**	옴
	yếu	이에우
	mỏng manh	몽 마잉
약해지다	**trở nên yếu đuối**	쩌 넨 이에우 두오이
약혼(하다)	**đính hôn**	딩 혼
약혼자	**người đính hôn**	응어이 딩 혼
약화시키다	**khiến cho yếu đuối**	키엔 쪼 이에우 두오이
얄밉다	**đáng ghét**	당 갣
얇다	**mỏng**	몽
양(量)	**lượng**	르엉

ㄱ
ㄴ
ㄷ
ㄹ
ㅁ
ㅂ
ㅅ
ㅇ
ㅈ
ㅊ
ㅋ
ㅌ
ㅍ
ㅎ

	Lượng sữa cho vào cà phê vừa đủ thì cà phê mới ngon. 르엉 쓰어 쪼 바오 까 페 브어 두 티 까 페 머이 응온 커피에 들어간 연유 양이 적당해야 제맛이다.	
양(羊)	**cừu** Nông trại cừu ở Gangwondo có rất nhiều khách đến thăm vào mùa hè. 농 짜이 끼우 어 강원도 꼬 젇 니에우 카익 덴 탐 바오 무어 해 강원도의 양떼 목장은 여름에 관광객이 매우 많다.	끼우
양념	**gia vị**	자 비
양도하다	**chuyển nhượng**	쭈옌 니으엉
	bàn giao	반 자오
양말	**tất**	떧
양배추	**bắp cải**	밥 까이
양보(하다)	**nhượng bộ**	니으엉 보
양산	**sự sản xuất đại trà**	쓰 싼 쑤얻 다이 짜
	ô che nắng	오 째 낭
양성, 육성	**nuôi dưỡng**	누오이 즈엉
	đào tạo đào tạo nhân tài 다오 따오 년 따이 인재를 양성하다	다오 따오
양성(兩性)	**lưỡng tính** người lưỡng tính luyến ái 응어이 르엉 띵 루옌 아이 양성애자	르엉 띵
양성(陽性)	**dương tính** Kết quả xét nghiệm ung thư là dương tính. 껟 꽈 쌛 응이엠 웅 트 라 즈엉 띵 암 검사 결과는 양성이다.	즈엉 띵
양식(하다)	**nuôi trồng**	누오이 쫑
양심	**lương tâm**	르엉 떰

양육하다	**dưỡng dục**	즈엉 죽
	giáo dục	자오 죽
양초	**cây nến**	꺼이 넨
양치질	**đánh răng**	다잉 장
양파	**hành tây**	하잉 떠이
얕다	**nông**	농
	không sâu	콩 써우
어기다	**làm trái**	람 짜이
어깨	**bờ vai**	버 바이
어느	**nào**	나오
어느 쪽	**hướng nào**	흐엉 나오
	phía nào	피어 나오
어둠	**bóng tối**	봉 또이
어둡다	**tối**	또이
어디	**đâu**	더우
어딘가	**đâu đó**	더우 도
어렵다	**khó**	코
어른	**người lớn**	응어이런
어리다	**tính trẻ con**	띵 째 꼰
	chưa chín chắn	쯔어 찐 짠
어리석은	**dại dột**	자이 졷
	bồng bột	봉 볻
어머니	**mẹ**	매

ㄱ
ㄴ
ㄷ
ㄹ
ㅁ
ㅂ
ㅅ
ㅇ
ㅈ
ㅊ
ㅋ
ㅌ
ㅍ
ㅎ

어부	**người đánh cá**	응어이 다잉 까
	ngư dân	응으전
어색하다	**gượng gạo**	그엉 가오
	lạ lẫm	라럼
	không tự nhiên	콩 뜨 니엔
어업	**ngư nghiệp**	응으 응이엡
어울리다	**phù hợp**	푸 헙
어제	**hôm qua**	홈 꽈
어젯밤	**tối (hôm) qua**	또이 (홈) 꽈
어지럽다. 현기증이 나다	**chóng mặt**	쫑 맏
	choáng váng	쪼앙방
어쨌든	**dù sao**	주 싸오
	dù thế nào	주 테 나오
어학	**ngôn ngữ học**	응온 응으 혹
어휘	**từ vựng**	뜨 븡
억(億)	**trăm triệu**	짬 찌에우
억압(하다)	**dồn nén**	존 낸
	đè nén	대 낸
억울하다	**oan ức**	오안 윽
억제하다	**ức chế**	윽 쩨
억측(하다)	**phán đoán vô căn cứ**	판 도안 보 깐 끄
언덕	**đồi**	도이
언어	**ngôn ngữ**	응온 응으
언쟁(하다)	**đấu khẩu**	더우 커우

언제	**khi nào**	키 나오
언제까지나	**đến tận khi nào**	덴 떤 키 나오
언제나	**bất cứ khi nào**	벋 끄 키 나오
언젠가	**khi nào đó**	키 나오 도
얻다	**nhận**	년
	thu	투
얼굴	**khuôn mặt**	쿠온 맏
	mặt	맏
얼다	**cóng**	꽁
	đóng băng	동 방
얼룩	**vết đốm**	벧 돔
	vết bẩn	벧 번
얼음	**đá lạnh**	다 라잉
엄격한	**nghiêm khắc**	응이엠 칵
엄숙한	**nghiêm túc**	응이엠 뚝
엄지손가락	**ngón tay cái**	응온 따이 까이
업신여기다	**coi thường**	꼬이 트엉
업적	**thành tích**	타잉 띡
없다	**không có**	콩 꼬
없애다	**mất**	먿
	loại bỏ	로아이 보
없어지다	**biến mất**	비엔 먿
엉덩이	**mông**	몽

엉망진창	**sự hỗn độn**	쓰 혼돈
엉터리	**không thực lực**	콩 특륵
	đại khái	다이 카이
엎드리다	**nằm sấp**	남 썹
엎지르다	**tràn ra**	짠 자
에너지	**năng lượng**	낭 르엉
에스컬레이터	**thang cuốn**	탕 꾸온
에어로빅	**môn thể thao aerobic**	몬 테 타오 아에로빅
에어컨	**điều hòa**	디에우 화
에이전트	**đại lí**	다이 리
에이즈	**bệnh AID**	벵 에이즈
에티켓	**nghi thức**	응이 특
	phép xã giao	팹 싸 자오
엑스트라	**vai phụ**	바이 푸
엔지니어	**kĩ sư**	끼 쓰
엘리트	**người giỏi**	응어이 조이
	người ưu tú	응어이 으우 뚜
여가	**thời gian rảnh rỗi**	터이 잔 자잉 조이
여관	**lữ quán**	르 꽌
	nhà trọ	냐 쪼
여권	**hộ chiếu**	호 찌에우
여기	**ở đây**	어 더이
여기저기	**ở đây ở kia**	어 더이 어 끼어
여당	**đảng cầm quyền**	당 껌 꾸옌

여덟	**số 8**	쏘 땀
여드름	**mụn trứng cá**	문 쯩 까
여러 가지	**nhiều loại**	니에우 로아이
여론	**dư luận**	즈 루언
여름	**mùa hè**	무어 해
여름방학	**kì nghỉ hè**	끼 응이 해
여배우	**nữ diễn viên**	느 지엔 비엔
여백	**chỗ trống**	쪼 쫑
여신	**nữ thần**	느 턴
여왕	**nữ hoàng**	느 호앙
여우	**cáo**	까오
여유	**dư dả**	쯔 자
	thừa	트어
여자	**nữ**	느
	con gái	꼰 가이
여전히	**vẫn như trước**	번 니으 쯔억
여행(하다)	**du lịch**	주 릭
여행사	**công ty du lịch**	꽁 띠 주 릭
역(驛)	**ga**	가
	Ga Yongsan ở Seoul khá lớn.	가 용산 어 서울 카 런
	서울에 있는 용산역은 꽤 크다.	
역(逆)	**nghịch**	응익
	ngược	응으억
	Học sinh đó hỏi ngược lại tôi.	혹 씽 도 호이 응으억 라이 또이
	그 학생은 역으로 나에게 물었다.	

ㄱ ㄴ ㄷ ㄹ ㅁ ㅂ ㅅ **ㅇ** ㅈ ㅊ ㅋ ㅌ ㅍ ㅎ

역겹다	**ghê tởm**	게 떰
역경	**nghịch cảnh**	응익 까잉
역기	**cử tạ**	끄 따
역사	**lịch sử**	릭 쓰
역설(하다)	**nói nhấn mạnh**	노이 년 마잉
역습(하다)	**tập kích**	떱 끽
	phản công	판 꽁
역시	**cũng**	꿍
역전	**đảo ngược**	다오 응으억
	chiến thắng ngược dòng 역전승	찌엔 탕 응으억 종
역학	**động lực học**	동 륵 혹
역할	**vai trò**	바이 쪼
연	**diều**	지에우
	trò chơi thả diều 연날리기	쪼 쩌이 타 지에우
연(年)	**năm**	남
	năm 2018 2018년	남 하이 응인 콩 짬 므어이 땀
연간(年間)	**trong năm**	쫑 남
연결(하다)	**liên kết**	리엔 껟
연고 (약)	**thuốc mỡ**	투옥 머
연구(하다)	**nghiên cứu**	응이엔 끼우
연구소	**trung tâm nghiên cứu**	쭝 떰 응이엔 끼우
연극	**vở kịch**	버 끽
연금(年金)	**lương hưu**	르엉 히우

연기(延期)하다	kéo dài	깨오 자이
	gia hạn	자 한

Buổi báo cáo kết quả nghiên cứu đã được gia hạn đến tháng 9 năm sau.
부오이 바오 까오 껫 꽈 응이엔 끼우 다 드억 자 한 덴 탕 찐 남 싸우
연구 발표회는 내년 9월로 연기되었다.

연기(煙氣)	khói	코이

Chính phủ các nước đang hạn chế lượng khói thải ra môi trường.
찡 푸 깍 느억 당 한 쩨 르엉 코이 타이 자 모이 쯔엉
각국 정부는 연기 배출량을 제한한다.

연락(하다)	liên lạc	리엔 락
연료	nhiên liệu	니엔 리에우
연말	cuối năm	꾸오이 남
연못	ao sen	아오 쌘
연봉	lương 1 năm	르엉 몯 남
연상(聯想)	liên tưởng	리엔 뜨엉
연설(하다)	diễn thuyết	지엔 투옏
연소(하다)	thiêu	티에우
	đốt	돋
연속(하다)	liên tục	리엔 뚝
연쇄	chuỗi dây xích	쭈오이 저이 씩
연습(하다)	luyện tập	루옌 떱
연애(하다)	yêu đương	이에우 드엉
연어	cá hồi	까 호이
연예인	nghệ sĩ	응에 씨

연장자	bô lão	보 라오
	người hơn tuổi	응어이 헌 뚜오이
연장하다	kéo dài	깨오 자이
연주	việc biểu diễn nhạc cụ	비엑 비에우 지엔 낙 꾸
연주하다	biểu diễn nhạc cụ	비에우 지엔 낙 꾸
연체(하다)	chậm trễ trả tiền	쩜 쩨 짜 띠엔
연출(하다)	diễn xuất	지엔 쑤얻
연필	bút chì	붇 찌
연하의	ít tuổi hơn	읻 뚜오이 헌
연합(하다)	liên hợp	리엔 헙
열(熱)	nhiệt	니엗
	nhiệt mặt trời 니엗 맏 쩌이 태양열	
열광(하다)	cuồng nhiệt	꾸옹 니엗
열기	nhiệt tình	니엗 띵
	khí nóng	키 농
열다	mở	머
열대	nhiệt đới	니엗 더이
열등	thấp hơn	텁 헌
	kém hơn	깸 헌
열량	nhiệt lượng	니엗 르엉
열렬한	nhiệt liệt	니엗 리엗
열리다	được mở	드억 머
	cửa được mở 끄어 드억 머 문이 열리다	

열리다 (열매)	**bóc**	복
	kết trái	깯 짜이
	Cây táo bắt đầu kết trái. 사과 나무에 열매가 열리기 시작했다.	꺼이 따오 받 더우 껟 짜이
열매	**hạt**	핟
열병	**bệnh sốt cao**	벵 쏟 까오
열쇠	**chìa khóa**	찌어 콰
열심	**sự chăm chỉ**	쓰 짬 찌
열심히	**một cách chăm chỉ**	몯 까익 짬 찌
열악한	**khắc nghiệt**	칵 응이엗
열의	**sự nhiệt tình**	쓰 니엗 띵
열차	**tàu hỏa**	따우 화
	xe lửa	쌔 르어
엷다	**mỏng**	몽
	nhạt	냗
염가	**giá rẻ**	자 재
염려	**sự lo lắng**	쓰 로 랑
	sự lo âu	쓰 로 어우
염려하다	**lo lắng**	로 랑
	lo âu	로 어우
염분	**hàm lượng muối**	함 르엉 무오이
염색(하다)	**nhuộm màu**	뉴옴 마우
염소	**dê**	제
염증	**chứng viêm**	쯩 비엠

염치	**xấu hổ**	써우 호
	liêm sỉ	리엠 씨
엿듣다	**nghe trộm**	응에 쫌
	nghe lén	응에 랜
영감(靈感)	**linh cảm**	링 깜
	Cô ấy co lĩnh cảm chẳng lành. 꼬 어이 꼬 링 깜 짱 라잉 그녀는 좋지 않은 영감을 느낀다.	
영광	**vinh quang**	빙 꽝
	vinh dự	빙 즈
영구적인	**tính vĩnh cửu**	띵 빙 끼우
	vĩnh viễn	빙 비엔
영국	**nước Anh**	느억 아잉
영국인	**người Anh**	응어이 아잉
영리하다	**lanh lợi**	라잉 러이
	nhanh nhẹn	나잉 냰
영상, 이미지	**hình ảnh**	힝 아잉
영수증	**hóa đơn**	화던
영양	**dinh dưỡng**	징 즈엉
영어	**tiếng Anh**	띠엥 아잉
영업(하다)	**kinh doanh**	낑 조아잉
영역	**lĩnh vực**	링 븍
영예	**danh giá**	자잉 짜
	danh tiếng	자잉 띠엥
영웅	**anh hùng**	아잉 훙

영웅적인	**mang tính chất anh hùng**	망 띵 쩟 아잉 훙
영원	**vĩnh viễn**	빙 비엔
	mãi mãi	마이 마이
영전(하다)	**thăng chức**	탕 쯕
영토	**lãnh thổ**	라잉 토
영하	**độ âm**	도 엄
	dưới 0 độ C	즈어이 콩 도 쎄
영향	**ảnh hưởng**	아잉 흐엉
영향을 미치다	**gây ảnh hưởng**	거이 아잉 흐엉
영혼	**linh hồn**	링 혼
영화	**phim**	핌
영화감독	**đạo diễn phim**	다오 지엔 핌
옆	**bên cạnh**	벤 까잉
옆구리	**cạnh sườn**	까잉 쓰언
	bên hông	벤 홍
옆모습	**hình dáng nhìn nghiêng**	힝 장 닌 응이엥
예, 네	**vâng**	벙
	dạ	자
예(例)	**ví dụ**	비 주
	Ông ấy là một ví dụ điển hình của con người sống chết vì công việc. 옹 어이 라 몯 비 주 디엔 힝 꾸어 꼰 응어이 쏭 쩯 비 꽁 비엑 그는 일을 위해 죽기 살기로 산 사람의 전형적인 하나의 예시이다.	
예감	**dự cảm**	즈 깜

예견하다	**dự kiến**	즈 끼엔
	dự trù	즈 쭈
예고	**sự cảnh báo trước**	쓰 까잉 바오 쯔억
예금(하다)	**tiền tiết kiệm**	띠엔 띠엣 끼엠
예년	**các năm trước**	깍 남 쯔억
예능	**tài nghệ**	따이 응에
예매	**sự mua trước**	쓰 무어 쯔억
예민한	**nhạy cảm**	나이 깜
예방(하다)	**phòng ngừa**	퐁 응으어
예배	**lễ bái**	레 바이
예복	**đồ dự lễ**	도 쯔레
	lễ phục	레 푹
예비	**dự bị**	즈 비
	dự trữ	즈 쯔
예비 조사	**điều tra dự bị**	디에우 짜 즈 비
예쁘다	**đẹp**	댑
	xinh	씽
예산	**sự dự tính**	쓰 즈 띵
	ngân sách	응언 싸익
예상(하다)	**dự đoán**	즈 도안
	đoán trước	도안 쯔억
예선(豫選)	**thi vòng loại**	티 봉 로아이
	Việt Nam tổ chức cuộc thi vòng loại hai lần. 비엣 남 또 쯕 꾸옥 티 봉 로아이 하이 런 베트남은 두 번의 예선전을 치른다.	

예술	**nghệ thuật**	응에 투얻
예술가	**nghệ sĩ**	응에 씨
예습(하다)	**luyện tập trước**	루옌 떱 쯔억
	xem trước	쌤 쯔억
예약(하다)	**đặt trước**	닫 쯔억
예언	**lời tiên tri**	러이 띠엔 찌
예외	**ngoại lệ**	응와이 레
예의	**lễ nghĩa**	레 응이아
예의 바르다	**chuẩn mực lễ nghĩa**	쭈언 믁 레 응이아
예정(하다)	**lập kế hoạch**	럽 께 화익
	dự định	즈 딩
예측(하다)	**dự tính**	즈 띵
옛날	**ngày trước**	응아이 쯔억
오각형	**hình ngũ giác**	힝 응우 작
오그라지다	**bóp méo**	봅 매오
오기	**ghi chép sai**	기 짭 싸이
오늘	**hôm nay**	홈 나이
오다	**đến**	덴
오디션	**buổi tổng duyệt**	부오 똥 주옏
	buổi thi thử	부오이 티 트
오디오	**audio**	오디오
	thiết bị âm thanh	티엔 비 엄 타잉
오뚝이	**lật đật**	럳 덛

오락	**vui chơi**	부이 쩌이
	giải trí	자이 찌
오랫동안	**trong thời gian dài**	쫑 터이 잔 자이
오렌지	**cam**	깜
오로지	**chỉ**	찌
	riêng	지엥
오르간	**đàn óc-gan**	단 옥 간
오르다	**lên**	렌
오른쪽	**bên phải**	벤 파이
오리	**vịt**	빝
오리다	**cắt**	깓
	xén	쌘
오리엔테이션	**sự định hướng**	쓰 딩 흐엉
오만	**sự ngạo mạn**	쓰 응아오 만
오믈렛	**món trứng tráng**	몬 쯩 짱
오븐	**lò nướng**	로 느엉
오빠	**anh trai**	아잉 짜이
오산	**sự tính toán sai**	쓰 띵 또안 싸이
오싹하다	**lạnh xương sống**	라잉 쓰엉 쏭
	rợn người	전 응어이
오아시스	**ốc đảo**	옥 다오
오염(되다)	**(bị) ô nhiễm**	(비) 오 니엠
5월	**tháng 5**	탕 남
오이	**dưa chuột**	즈어 쭈옽

오인하다	**ngộ nhận**	응오년
오전	**buổi sáng**	부오이 쌍
오점	**vết bẩn**	벧 번
	vết nhơ	벧 녀
오존	**khí ozon**	키 오존
오줌	**nước tiểu**	느억 띠에우
오징어	**mực**	믁
오케스트라	**dàn nhạc**	잔 냑
오케이	**đồng ý**	동 이
오토바이	**xe máy**	쌔 마이
오한	**sự ớn lạnh**	쓰 언 라잉
	sự rùng mình	쓰 중 밍
오해(하다)	**hiểu lầm**	히에우 럼
오후	**buổi chiều**	부어오 찌에우
오히려	**ngược lại**	응으억 라이
옥(玉)	**ngọc**	응옥
옥상	**mái nhà**	마이 냐
	sân thượng	썬 트엉
옥수수	**ngô**	응오
온갖	**tất cả**	떧 까
온도	**nhiệt độ**	니엗 도
온도계	**nhiệt kế**	니엗 께
온라인	**online**	온라인
온수	**nước ấm**	느억 엄

온실	**nhà kính**	냐낑
온천	**suối nước nóng**	쑤오이 느억 농
온화한	**ôn hòa**	온화
올라가다	**đi lên**	디 렌
올리다	**nâng lên**	넝 렌
올리브	**ô-liu**	오 리우
올림픽	**đại hội thể thao Ô-lim-pic**	다이 호이 테 타오 오 림삑
올빼미	**cú mèo**	꾸 메오
올챙이	**nòng nọc**	농 녹
옮기다	**chuyển**	쭈옌
	dời	저이
옳다	**đúng**	둥
옷	**quần áo**	꾸언 아오
옷걸이	**móc quần áo**	목 꾸언 아오
옷깃	**cổ áo**	꼬 아오
옷차림	**cách ăn mặc**	까익 안 막
와이셔츠	**áo sơ mi**	아오 써 미
와이퍼	**cái cần gạt kính xe**	까이 껀 갇 낑 쌔
와인	**rượu vang**	즈어우 방
완고한	**ương ngạnh**	으엉 응아잉
	khó tính	코 띵
완곡한	**nói quanh co**	노이 꾸아잉 꼬
	nói vòng vo	노이 봉 보

완구	**món đồ chơi**	몬 도 쩌이
완료(하다)	**hoàn thành**	호안 타잉
완만한	**chậm chạp**	쩜 짭
완벽	**hoàn hảo**	호안 하오
완성(하다), 완수하다	**hoàn thành**	호안 타잉
완행열차	**tàu chậm**	따우 쩜
완화(하다)	**làm khuây khỏa**	람 쿠어이 콰
	làm dịu	람 지우
왕	**vua**	부어
왕국	**vương quốc**	브엉 꾸옥
왕복표	**vé khứ hồi**	배 크 호이
왕성한	**thịnh vượng**	팅 브엉
	phồn vinh	폰 빙
왕자	**hoàng tử**	호앙 뜨
왜	**tại sao**	따이 싸오
왜냐하면	**nếu hỏi tại sao**	네우 호이 따이 싸오
외과	**khoa ngoại**	콰 응와이
외교	**ngoại giao**	응와이 자오
외교관	**bộ ngoại giao**	보 응와이 자오
외국	**nước ngoài**	느억 응와이
외국인	**người nước ngoài**	응어이 느억 응와이
외롭다	**cô đơn**	꼬 던
외부	**bên ngoài**	벤 응와이

외설적인	**khiếm nhã**	키엠 냐
	thô tục	토 뚝
외식하다	**ăn ngoài**	안 응와이
외출하다	**đi ra ngoài**	디 자 응와이
	đi vắng	디 방
외치다	**hét**	햇
외톨이	**người đơn độc**	응어이 던 독
	người không nơi nương tựa	응어이 콩 너이 느엉 뜨어
왼손잡이	**người thuận tay trái**	응어이 투언 따이 짜이
왼쪽	**bên trái**	벤 짜이
요가	**yoga**	요가
요구(하다)	**yêu cầu**	이에우 꺼우
	đòi hỏi	도이 호이
요금	**cước**	끄억
	phí	피
요령	**vấn đề chính**	번 데 찡
	điều then chốt	디에우 탠 쫃
요리(하다)	**nấu nướng**	너우 느엉
요소	**yếu tố**	이에우 또
요약	**sự tóm tắt**	쓰 똠 땃
요인	**yếu tố quan trọng**	이에우 또 꽌 쫑
요일	**ngày**	응아이
요점	**điểm cốt lõi**	디엠 꼳 로이

요청(하다)	yêu cầu	이에우 꺼우
요컨대	nói tóm lại	노이 똠 라이
요통	chứng đau lưng	쯩 다우 릉
요행	sự may mắn	쓰 마이 만
욕	câu chửi	꺼우 쯔이
욕망	dục vọng	죽 봉
	lòng tham	롱 탐
욕실	phòng tắm	퐁 땀
욕심	sự tham lam	쓰 탐 람
욕조	bồn tắm	본 땀
욕하다	chửi rủa	쯔이 주어
용	rồng	종
용감하다	dũng cảm	중 깜
용기	dũng khí	중 키
용도	cách dùng	까익 중
용모	dung mạo	중 마오
	bề ngoài	베 응와이
용서하다	khoan dung	코안 중
	tha thứ	타 트
용수철	lò xo	로 쏘
용암	dung nham	중 냠
용액	dung dịch	중 직
용어	thuật ngữ	투얻 응으
	từ chuyên dụng	뜨 쭈옌 중

용의자	**người bị tình nghi**	응어이 비 띵 응이
	người khả khi	응어이 카키
우대(하다)	**ưu đãi**	이우 다이
우두머리	**chóp đầu**	쫍 더우
우등	**sự xuất sắc**	쓰 쑤얻 싹
우려(하다)	**lo nghĩ**	로 응이
	ưu tư	이우 뜨
우리(들)	**chúng ta** (청자 포함)	쭝 따
	Chúng ta cùng đi xem phim đi. 쭝 따 꿍 디 쌤 핌 디 오늘 우리 함께 영화 보러 가자.	
우리(들)	**chúng tôi** (청자 미포함)	쭝 또이
	Chúng tôi đi trước nhé. 쭝 또이 디 쯔억 내 우리 먼저 갈게.	
우물	**giếng nước**	지엥 느억
우박	**mưa đá**	므어 다
우산	**ô che mưa**	오 째 므어
우상	**hình tượng**	힝 뜨엉
우선	**trước tiên**	쯔억 띠엔
	đầu tiên	더우 띠엔
	ưu tiên	이우 띠엔
우선순위	**thứ tự ưu tiên**	트 뜨 이우 띠엔
우세	**tính vượt trội**	띵 브얻 쪼이
우수	**sự ưu tú**	쓰 이우 뚜
	sự xuất sắc	쓰 쑤얻 싹

우수한	**ưu tú**	이우 뚜
	xuất sắc	쑤얻 싹
우습다	**buồn cười**	부온 끄어이
우승	**chiến thắng**	찌엔 탕
우아하다	**nhã nhặn**	냐 냔
	lịch sự	릭 쓰
우연	**sự tình cờ**	쓰 띵 꺼
	sự ngẫu nhiên	쓰 응어우 니엔
	sự trùng hợp ngẫu nhiên 우연의 일치	쓰 쭝 헙 응어우 니엔
우열	**cao thấp**	까오 텁
우울	**sự u uất**	쓰 우 우얻
	sự u sầu	쓰 우 써우
우유	**sữa**	쓰어
우정	**tình bạn**	띵 반
우주	**vũ trụ**	부 쭈
우주비행사	**nhà du hành vũ trụ**	냐 주 하잉 부 쭈
우체국	**bưu điện**	비우 디엔
우편	**bưu phẩm**	비우 펌
우편번호	**mã bưu phẩm**	마 비우 펌
우호적인	**tính hữu nghị**	띵 히우 응이
우회(하다)	**đi đường vòng**	디 드엉 봉
운(運)	**vận may**	번 마이

운동	**sự vận động**	쓰 번 동
	môn thể thao	몬 테 타오
운동화	**giày thể thao**	저이 테 타오
운명	**vận mệnh**	번 멩
	số mệnh	쏘 멩
운반하다	**vận chuyển**	번 쭈옌
운송	**sự vận chuyển**	쓰 번 쭈옌
운영(하다)	**điều hành**	디에우 하잉
	quản lí	꽌 리
운 좋은	**vận may**	번 마이
	số may	쏘 마이
운임	**cước vận chuyển**	끄억 번 쭈옌
운전(하다)	**lái xe**	라이 쌔
운전사	**người lái xe**	응어이 라이 쌔
운하	**kênh đào**	껭 다오
운행(하다)	**vận hành**	번 하잉
울다	**khóc**	콕
울리다 (반향)	**dội lại**	조이 라이
	vang lại	방 라이
울타리	**hàng rào**	항 자오
	bờ giậu	버 저우
울퉁불퉁한	**gồ ghề**	고 게
	xù xì	쑤 씨

움직이다	**di chuyển**	지 쭈옌
	động đậy	동 더이
웃기는	**buồn cười**	부온 끄어이
웃기다	**gây cười**	거이 끄어이
	làm cho cười	람 쪼 끄어이
웃다	**cười**	끄어이
웃음	**tiếng cười**	띠엥 끄어이
	nụ cười	누 끄어이
웅크리다	**thu mình**	투 밍
	cúi mình	꾸이 밍
원 (화폐 단위)	**won (đơn vị tiền Hàn)**	원 (던 비 띠엔 한)
원격	**khoảng cách xa**	쾅 까익 싸
원고(原稿)	**bản thảo**	반타오

Cô ấy phải nộp bản thảo kịch bản trước tháng 3.
꼬 어이 파이 놉 반 타오 끽 반 쯔억 탕 바
그녀는 3월 전에 극본 원고를 제출해야 한다.

원고(原告)	**nguyên đơn**	응우옌 던
	người đứng đơn kiện	응어이 등 던 끼엔

Nguyên đơn là một người phụ nữ trẻ bị chồng đánh đập dã man.
응우옌 던 라 못 응어이 푸 느 쨰 비 종 다잉 덥 자 만
원고는 남편에게 무참히 맞은 젊은 여성이다.

원동력	**động cơ thúc đẩy**	동 꺼 툭 더이
원래	**vốn dĩ**	본 지
	vốn lẽ	본 래
원료	**nguyên liệu**	응우옌 리에우
	vật liệu	벋 리에우

원리	**nguyên lí**	응우옌 리
원본	**bản gốc**	반 곡
	bản chính	반 찡
원서(願書)	**giấy tờ**	저이 떠
	tài liệu	따이 리에우

Cô ấy đã chuẩn bị đầy đủ tài liệu cho buổi phát biểu ngày mai.
꼬어이 다 쭈언 비 더이 두 따이 리에우 쪼 부오이 팓 비에우 응아이 마이
그녀는 내일 발표를 위해 원서를 충분히 준비했다.

원수(怨讐)	**kẻ thù**	깨 투
	quân địch	꾸언 딕

Vì bị trêu quá nhiều nên cô gái coi anh ta như kẻ thù.
비 비 쩨우 꽈 니에우 넨 꼬 가이 꼬이 아잉 따 니으 깨 투
너무 많이 괴롭힘을 당해서 그녀는 그를 원수처럼 여긴다.

원숭이	**khỉ**	키
원시(原始)	**nguồn gốc**	응우온 곡
	nguyên thủy	응우옌 투이

thời nguyên thủy 타이 응우옌 투이
원시 시대

원시림	**rừng nguyên sinh**	증 응우옌 씽
원액	**dung dịch nguyên chất**	중 직 응우옌 쩓
원인	**nguyên nhân**	응우옌 년
원자	**nguyên tử**	응우옌 뜨
원작	**nguyên tác**	응우옌 딱
원조(하다)	**tài trợ**	따이 쩌
	viện trợ	비엔 쩌
원천징수	**việc thu thuế trước khi trả lương**	비엑 투 투에 쯔억 키 짜 르엉

원칙	**nguyên tắc**	응우옌 딱
원피스	**váy liền**	바이 리엔
원하다	**muốn**	무온
	ước	으억
원한	**sự oán hận**	쓰 오안 헌
	sự hận thù	쓰 헌 투
원형(原型)	**kiểu mẫu**	끼에우 머우

Đây là sản phẩm nguyên mẫu của chúng tôi.
더이 라 싼 펌 응우옌 머우 꾸어 쭝 또이
이것은 우리 제품의 원형이다.

월경	**kinh nguyệt**	낑 응우옛
월급	**lương tháng**	르엉 탕
월드컵	**cúp Thế Giới World Cup**	꿉 테 저이 월드꿉
월말	**cuối tháng**	꾸오이 탕
월수입	**thu nhập theo tháng**	투 녑 태오 탕
월요일	**thứ hai**	트 하이
웨이터	**nhân viên phục vụ (nam)**	년 비엔 푹 부(남)
웨이트리스	**nhân viên phục vụ (nữ)**	년 비엔 푹 부(느)
위(胃)	**dạ dày**	자 자이

Đau dạ dày thì không nên ăn đồ cay.
다우 자 자이 티 콩 넨 안 도 까이
위가 아프면 매운 음식을 먹지 않는 게 좋다.

위(上)	**bên trên**	벤 쪤
	phía trên	피어 쪤

Quyển sách đó có ở trên bàn.
꾸옌 싸익 도 꼬 어 쩬 반
그 책은 책상 위에 있다.

ㄱ ㄴ ㄷ ㄹ ㅁ ㅂ ㅅ **ㅇ** ㅈ ㅊ ㅋ ㅌ ㅍ ㅎ

위기	**nguy cơ**	응우이 꺼
위대하다	**vĩ đại**	비 다이
위독한	**nguy kịch**	응우이 끽
	nguy hiểm	응우이 히엠
위로	**sự an ủi**	쓰 안 우이
위반(하다)	**vi phạm**	비 팜
위생	**vệ sinh**	베 씽
위생적인	**có vệ sinh**	꼬 베 씽
	sạch sẽ	싸익 쌔
위선	**đạo đức giả**	다오 득 자
	vĩ tuyến	비 뚜옌
위성	**vệ tinh**	베 띵
위스키	**rượu uýt-ki**	즈어우 우읻끼
위약금	**tiền bồi thường vi phạm**	띠엔 보이 트엉 비 팜
위엄	**sự oai nghiêm**	쓰 오아이 응이엠
	sự uy nghiêm	쓰 우이 응이엠
위원회	**hội đồng**	호이 동
	ủy ban	우이 반
위인	**vĩ nhân**	비 년
위임하다	**ủy nhiệm**	우이 니엠
	ủy thác	우이 탁
위자료	**tiền bồi thường**	띠온 보이 트엉

위장(하다)	**nguy trang**	응우이 짱
	cải trang	까이 짱
위조(하다)	**nguy tạo**	응우이 따오
	giả mạo	자 마오
위축되다	**bị co lại**	비 꼬 라이
	bị teo lại	비 때오 라이
위치	**vị trí**	비 찌
위탁(하다)	**ủy thác**	우이 탁
	giao phó	자오 포
위하여	**vì**	비
	để	데
위험	**sự nguy hiểm**	쓰 응우이 히엠
위험한	**nguy hiểm**	응우이 히엠
위협하다	**uy hiếp**	우이 히엡
윈드서핑	**lướt ván trên sóng**	르얻 반 쩬 쏭
윗사람	**người trên**	응어이 쩬
윙크(하다)	**nháy mắt**	나이 맏
유감(스러운)	**đáng tiếc**	당 띠엑
유능한	**có năng lực**	꼬 낭 륵
유니폼	**đồng phục**	동 푹
유도(柔道)	**võ judo**	보 주도
	Judo là môn võ bắt nguồn từ Nhật Bản. 주도 라 몬 보 받 응우온 뜨 녇 반 유도는 일본에서 기원된 무술이다.	

유도(하다)	**hướng dẫn**	흐엉 전
	dẫn dắt	전 잗
	Người bán hàng hướng dẫn các bà nội trợ mua sản phẩm này.	
	응어이 반 항 흐엉 전 깍 바 노이 쩌 무어 싼 펌 나이	
	판매원은 주부들이 이 제품을 사도록 유도했다.	
유람선	**du thuyền**	주 투옌
유래(하다)	**bắt nguồn**	받 응우온
	căn nguyên	깐 응우옌
유럽	**châu Âu**	쩌우 어우
유력한	**có thế lực**	꼬 테 륵
유령	**ma quỷ**	마 꾸이
유료의	**mất phí**	먿 피
유리(琉璃)	**kính**	낑
	thủy tinh	투이 띵
유리한	**có lợi**	꼬 러이
유망한	**có triển vọng**	꼬 찌엔 봉
	có tương lai	꼬 뜨엉 라이
유머	**sự hài hước**	쓰 하이 흐억
유명한	**nổi tiếng**	노이 띠엥
유모차	**xe nôi trẻ em**	쌔 노이 째 앰
유발(하다)	**gây ra**	거이 자
	mang lại	망 라이
유방	**ngực**	응윽
	vú	부

유사(하다)	**tương tự**	뜨엉 뜨
유사품	**sản phẩm tương tự**	싼 펌 뜨엉 뜨
유산(遺産)	**tài sản**	따이 싼
	di sản	지 싼

Di sản của bố ông ấy để lại là một quyển sách quý.
지 싼 꾸어 보 옹 어이 데 라이 라 몯 꾸옌 싸익 꾸이
유증으로 남긴 그의 아버지의 유산은 귀한 책 한 권이다.

유산(流産)	**sẩy thai**	써이 타이

Cô ấy rất buồn vì bị sẩy thai đứa con đầu lòng.
꼬 어이 젇 부온 비 비 싸이 타이 드어 꼰 더우 롱
그녀는 첫아이를 유산하게 되어서 매우 슬프다.

유서	**di chúc**	지 쭉
유성	**sao băng**	싸오 방
유아	**trẻ sơ sinh**	째 써 씽
유연한	**mềm mại**	멤 마이
	mềm dẻo	멤 재오
유예	**sự trì hoãn**	쓰 찌 호안
	sự gia hạn	쓰 자 한
유용한	**hữu ích**	히우 익
	hữu dụng	히우 중
유원지	**sân chơi**	썬 쩌이
6월	**tháng 6**	탕 싸우
유의하다	**lưu ý**	리우 이
유일한	**duy nhất**	주이 녇
유입(되다)	**du nhập**	주 녑
유적	**di tích**	지 띡

유전(遺傳)	**sự di truyền**	쓰 지 쭈옌
	Con trai thường được di truyền sự thông minh từ mẹ.	
	꼰 짜이 트엉 드억 지 쭈옌 쓰 통 밍 뜨 매	
	아들은 보통 엄마로부터 지능이 유전된다.	
유전자	**gen di truyền**	갠 지 쭈옌
유죄	**có tội**	꼬 또이
유지(維持)	**sự duy trì**	쓰 주이 찌
유지하다	**duy trì**	주이 찌
	bảo tồn	바오 똔
유창하다	**trôi chảy**	쪼이 짜이
	lưu loát	리우 로앋
유출(하다)	**chảy ra ngoài**	짜이 자 응와이
유치원	**nhà trẻ**	냐 째
	trường mẫu giáo	쯔엉 머우 자오
유치한	**lôi cuốn**	로이 꾸온
	hấp dẫn	헙 전
유쾌한	**vui vẻ**	부이 배
	tươi tắn	뜨어이 딴
유턴(하다)	**quay đầu xe**	꽈이 더우 쌔
유통(하다)	**lưu thông**	리우 통
유학하다	**du học**	주 혹
유학생	**du học sinh**	주 혹 씽
유해한	**có hại**	꼬 하이
유행	**sự thịnh hành**	쓰 팅 하잉

유행(하다)	**đang thịnh hành**	당팅 하잉
	đang thời trang	당터이 짱
유형	**loại hình**	로아이 힝
유혹(하다)	**mê hoặc**	메 호악
	cám dỗ	깜 조
유황	**lưu huỳnh**	리우 후잉
유효(하다)	**có hiệu lực**	꼬 히에우 륵
육감	**giác quan thứ sáu**	작 꽌 트 싸우
	cảm giác nhục dục	깜 작 늑 죽
육교	**cầu vượt**	꺼우 브얻
육군	**lục quân**	룩 꾸언
육식	**ăn thịt**	안 틷
육식동물	**động vật ăn thịt**	동 벋 안 틷
육아	**trẻ em**	째 앰
육안	**mắt thường**	맏 트엉
육지	**đất liền**	덛 리엔
육체	**xác thịt**	싹 틷
	cơ thể	꺼 테
윤곽	**sự phác thảo**	쓰 팍타오
윤기	**sự bóng mượt**	쓰 봉 므얻
윤리	**đạo lí**	다오 리
	luân lí	루언 리
윤리적인	**mang tính đạo lí**	망 띵 다오 리

융자(하다)	**cấp vốn**	껍 본
	cho vay	쪼 바이
으레	**đương nhiên**	드엉 니엔
	tất nhiên	떳 니엔
은(銀)	**bạc**	박
은신처	**nơi ẩn náu**	너이 언 나우
은유법	**phép ẩn dụ**	팹 언 주
은인	**ân nhân**	언 년
은퇴(하다)	**về hưu**	베 히우
은하수	**sông Ngân Hà**	쏭 응언 하
은행	**ngân hàng**	응언 항
은혜	**ân huệ**	언 훼
음란하다	**dâm tục**	점 뚝
	đồi trụy	도이 쭈이
음료수	**đồ uống**	도 우옹
음모, 책략	**âm mưu**	엄 미우
	mưu mô	미우 모
음미(하다)	**thưởng thức**	트엉 특
음성(音聲)	**âm thanh**	엄 타잉
	ghi âm ngữ âm 기 엄 응으 엄 음성 녹음	
음성(陰性)	**âm tính**	엄 띵
	phản ứng âm tính 판 응 엄 띵 음성반응	

음식	**thức ăn**	특안
	đồ ăn	도안
음식점	**quán ăn**	꽌안
음악	**âm nhạc**	엄냑
음악가	**nhạc sĩ**	냑씨
음치	**không biết gì về âm nhạc**	콩 비엔 지 베 엄 냑
음침한	**buồn rầu**	부온 저우
	ảm đạm	암담
응급	**sự khẩn cấp**	쓰 컨 껍
	cấp cứu 껍 끼우	
	응급치료	
응답(하다)	**hồi âm**	호이 엄
	đáp lời	답 러이
응모(하다)	**đăng kí**	당 끼
응시(凝視)하다	**ứng thi**	응 티
	dự thi	즈 티
	Anh ấy đã dự thi với tư cách cá nhân.	
	아잉 어이 다 즈 티 버이 뜨 까익 까 넌	
	그는 개인 자격으로 응시했다.	
응용(하다)	**ứng dụng**	응 중
응원(하다)	**cổ vũ**	꼬 부
응접실	**phòng tiếp khách**	퐁 띠엡 카익
의견	**ý kiến**	이 끼엔
의논	**sự bàn bạc**	쓰 반박
	sự trao đổi	쓰 짜오 도이

의뢰(하다)	**nhờ cậy**	녀 꺼이
	ủy thác	우이 탁
의료	**y tế**	이 떼
의료보험	**bảo hiểm y tế**	바오 히엠 이 떼
의리 있는	**có nghĩa khí**	꼬 응이어 키
의무	**nghĩa vụ**	응이어 부
	nghĩa vụ quân sự 응이어 부 꾸언 쓰 병역의 의무	
의문	**sự nghi ngờ**	쓰 응이 응어
의미(하다)	**ý nghĩa**	이 응이어
	mang nghĩa	망 응이어
의복	**trang phục**	짱 푹
의사	**bác sĩ**	박 씨
의식(하다)	**ý thức**	이 특
	nhận thức	년 특
의심(하다)	**nghi ngờ**	응이 응어
의심스럽다	**đáng ngờ**	당 응어
의외의	**bất ngờ**	벋 응어
	ngoài dự kiến	응와이 즈 끼엔
의욕	**ý chí**	이 찌
	hoài bão	화이 바오
의자	**ghế**	게
의존	**sự phụ thuộc**	쓰 푸 투옥
의지(意志)	**ý chí**	이 찌

	ý chí mạnh mẽ 강한 의지	이 찌 마잉 메
의지(依支)하다	**nhờ vào**	녀 바오
	phụ thuộc Anh ấy phụ thuộc vào vợ. 그는 그의 아내에게 의지한다.	푸 투옥 아잉 어이 푸 투옥 바오 버
의향	**ý hướng**	이 흐엉
	ý định	이 딩
의회	**nghị viện**	응이 비엔
	quốc hội	꾸옥 호이
이, 치아	**răng**	장
이것	**cái này**	까이 나이
이국적인	**xa lạ**	싸 라
이기다	**thắng cuộc**	탕 꾸옥
이기적인	**ích kỉ**	익 끼
이기주의	**chủ nghĩa ích kỉ**	쭈 응이아 익 끼
이끌다	**hướng dẫn**	흐엉 전
	chỉ dẫn	찌 전
이끼	**rêu**	제우
	địa y	디어 이
이념	**ý niệm**	이 니엠
이달(에)	**tháng này**	탕 나이
이동(하다)	**di chuyển**	지 쭈엔
이런, 이렇게	**như thế này**	니으 테 나이

ㄱ
ㄴ
ㄷ
ㄹ
ㅁ
ㅂ
ㅅ
ㅇ
ㅈ
ㅊ
ㅋ
ㅌ
ㅍ
ㅎ

이력	**tiểu sử**	띠에우 쓰
	lí lịch	리 릭
이력서	**bản lí lịch**	반 리 릭
이례적인	**mang tính ngoại lệ**	망 띵 응와이 레
이론	**lí thuyết**	리 투옡
이론적인	**mang tính lí thuyết**	망 띵 리 투옡
이루다	**thành công**	타잉 꽁
	hoàn thành	호안 타잉
이륙(하다)	**cất cánh**	껃 까잉
이르다 (시간)	**sớm**	썸
	Anh ấy mở cửa hàng từ rất sớm. 아잉 어이 머 끄어 항 뜨 젇 썸 그는 이른 시간부터 가게를 연다.	
이르다 (도달)	**đạt đến**	닫 덴
	chạm tới	짬 떠이
	đạt đến giới hạn 닫 덴 저이 한 한도에 이르다	
이름	**tên**	뗀
이마	**trán**	짠
이메일	**thư điện tử**	트 디엔 뜨
이미	**đã**	다
이미지	**hình ảnh**	힝 아잉
이민	**sự di dân**	쓰 지 전
이발	**sự cắt tóc**	쓰 깓 똑
이발소	**quán cắt tóc**	꽌 깓 똑
이별(하다)	**li biệt**	리 비엗

이불	**chăn**	짠
이사(하다)	**chuyển nhà**	쭈옌 냐
이산화탄소	**chất các-bon đi-ô-xít**	껃 깍본 디 오 씯
이상(理想)	**lí tưởng**	리 뜨엉
	Công việc lí tưởng của cô ấy là về mảng giáo dục. 꽁 비엑 리 뜨엉 꾸어 꼬 어이 라 베 망 자오 죽 그녀의 이상적인 일은 교육에 열중하는 것이다.	
이상(以上)	**nhiều hơn**	니에우 헌
	vượt quá	브엇 꽈
	nhiều hơn 20 người 니에우 헌 하이 므어이 응어이 20명 이상	
이상(異常)	**sự bất thường**	쓰 벋 트엉
	sự dị thường	쓰 지 트엉
	Bạn tôi đôi khi hành động dị thường. 반 또이 도이 키 하잉 동 지 트엉 내 친구는 가끔 이상한 행동을 한다.	
이상적인	**mang tính lí tưởng**	망 띵 리 뜨엉
이상한	**kì lạ**	끼 라
	bất thường	벋 트엉
이색적인	**tính khác biệt**	띵 칵 비엩
이성(理性)	**lí trí**	리 찌
	lí tính	리 띵
	hành động lí trí 하잉 동 리 찌 이성적인 행동	
이성(異性)	**sự khác giới**	쓰 칵 저이
	bạn khác giới 반 칵 저이 이성 친구	
이스트(균)	**men**	맨
이슬	**giọt sương**	좓 쓰엉

이슬람교	đạo Hồi	다오 호이
이식(移植)	sự cấy ghép	쓰 꺼이 갭
이쑤시개	tăm xỉa răng	땀 씨어 장
이야기	câu chuyện	꺼우 쮸옌
이어지다	tiếp tục	띠엡 뚝
이어폰	tai nghe	따이 응애
이외에도	ngoài ra	응와이 자
	trừ ra	쯔 자
이용(하다)	sử dụng	쓰 중
이웃	hàng xóm	항 쏨
이웃 사람	người bên cạnh	응어이 벤 까잉
	người xung quanh	응어이 쑹 꽈잉
2월	tháng hai	탕 하이
이유(理由)	lí do	리 조
이율	tỉ lệ lãi suất	띠 레 라이 쑤얻
이익	lợi ích	러이 익
이자	tiền lãi	띠엔 라이
이전	sự di chuyển	쓰 지 쮸옌
	trước đây	쯔억 더이
이전(하다)	di chuyển	지 쮸옌
	di dời	지 저이
이제	bây giờ	버이 저
	hiện tại	히엔 따이
이주(하다)	di cư	지 끄

이중, 두 배	**nhân đôi**	년 도이
	gấp đôi	겁 도이
이질적인	**tính dị chất**	띵 지 쩓
	tính khác chất	띵 칵 쩓
이쪽	**phía này**	피어 나이
	bên này	벤 나이
이치	**đạo lí**	다오 리
	lẽ phải	래 파이
이탈리아	**Ý**	이
이탈리아어	**tiếng Ý**	띠엥 이
이하	**dưới**	즈어이
	kém	깸
이해(하다)	**thông cảm**	통 깜
	thấu hiểu	터우 히에우
이혼(하다)	**li hôn**	리 혼
	li dị	리 지
이후	**sau này**	싸우 나이
	về sau	베 싸우
익다	**chín**	찐
익명	**nặc danh**	낙 자잉
익사(하다)	**chết đuối**	쩯 두오이
익살스러운	**gây cười**	거이 끄어이
	khôi hài	코이 하이

익숙해지다	**trở nên quen thuộc**	쩌 넨 꾸앤 투옥
익히다	**làm chín**	람 찐
인간	**nhân gian**	년 잔
	con người	꼰 응어이
인건비	**tiền công**	띠엔 꽁
인격	**nhân cách**	년 까익
인공	**sự nhân tạo**	쓰 년 따오
인구	**dân số**	전 쏘
	nhân khẩu	년 커우
인권	**nhân quyền**	년 꾸옌
인기	**sự yêu mến**	쓰 이에우 멘
인내(하다)	**nhẫn nại**	년 나이
인도적인	**tính nhân đạo**	띵 년 다오
인류	**nhân loại**	년 로아이
인물	**nhân vật**	년 벋
인사(人事)	**nhân sự**	년 쓰
	Công ty đang có sự thay đổi lớn về nhân sự. 꽁 띠 당 꼬 쓰 타이 도이 런 베 년 쓰 회사는 대폭 인사 변경을 하는 중이다.	
인사하다	**chào hỏi**	짜오 호이
인상	**ấn tượng**	언 뜨엉
	nhân tướng	년 뜨엉
인상하다	**tăng lên**	땅 렌
인색한	**keo kiệt**	깨오 끼엩
	bủn xỉn	분 씬

인생	cuộc đời	꾸옥 더이
인세(印稅)	tiền bản quyền	띠엔 반 꾸옌
인솔하다	chỉ huy	찌 후이
	hướng dẫn	흐엉 전
인쇄	việc in ấn	비엑 인 언
인수하다	tiếp nhận	띠엡 년
인식(하다)	nhận thức	년 특
	hiểu biết	히에우 비엣
인용(하다)	trích dẫn	찍 전
인재(人材)	nhân tài	년 따이
인접하다	tiếp giáp	띠엡 잡
인정(人情)	sự thừa nhận	쓰 트어 년
	sự công nhận	쓰 꽁 년
인정하다	thừa nhận	트어 년
	công nhận	꽁 년
인종	nhân chủng	년 쭝
	chủng tộc	쭝 똑
인질	con tin	꼰 띤
인출	sự rút ra	쓰 줃 자
	sự kéo ra	쓰 깨오 자
인치	sự giam cầm	쓰 잠 껌
인터넷	mạng in-tơ-net	망 인 떠 낻
인터뷰	sự phỏng vấn	쓰 퐁 번
인테리어	nội thất	노이 턷

인프라	cơ sở hạ tầng	꺼 써 하떵
인형	búp bê	붑 베
일 (업무)	công việc	꽁 비엑
일곱	số 7	쏘 바이
일과	công việc hàng ngày	꽁 비엑 항 응아이
일관성	tính nhất quán	띵 녇 꽌
일기	nhật kí	녇 끼
일기예보	dự báo thời tiết	즈 바오 터이 띠엗
일등	hạng nhất	항 녇
	bậc nhất	벅 녇
일몰	mặt trời lặn	맏 쩌이 란
일반적인	một cách bình thường	몯 까익 빙 트엉
일방적인	một phía	몯 피어
	đơn phương	던 프엉
일방통행	đường một chiều	드엉 몯 찌에우
일본	Nhật Bản	녇 반
일본인	người Nhật Bản	응어이 녇 반
일부	một phần	몯 펀
일부러	cố ý	꼬 이
일산화탄소	chất các-bon mô-nô-xít	쩓 깍 본 모 노 씯
일상	thường nhật	트엉 녇
	hàng ngày	항 응아이
일상생활	cuộc sống thường nhật	꾸옥 쏭 트엉 녇
일시(日時)	ngày giờ	응아이 저

일식	**đồ ăn Nhật Bản**	도 안 녇 반
	nhật thực	녇 특
일어나다 (기상)	**tỉnh dậy**	띵 저이
	thức dậy	특 저이
	Tôi thường thức dậy lúc 6 giờ.	
	또이 트엉 특 저이 룩 싸우 저	
	나는 보통 6시에 일어난다.	
일어나다 (발생)	**xảy ra**	싸이 자
	phát sinh	팓 씽
	Vào mùa xuân, thường xuyên xảy ra cháy rừng.	
	바오 무어 쑤언 트엉 쑤엔 싸이 자 짜이 즁	
	봄에는 산불이 자주 일어난다.	
일요일	**chủ nhật**	쭈 녇
1월	**tháng một**	탕 몯
일으키다 (발생)	**gây ra**	거이 자
	làm phát sinh	람 팓 씽
일자리	**chỗ làm việc**	쪼 람 비엑
	việc làm	비엑 람
일정	**lịch trình**	릭 찡
일정한	**kiên định**	끼엔 딩
	cố định	꼬 딩
일제히	**nhất loạt**	녇 로앋
	đồng nhất	동 녇
일찍	**sớm**	썸
일출	**mặt trời mọc**	맏 쩌이 목
일치(하다)	**nhất trí**	녇 찌

일하다	làm việc	람 비엑
일행	một hàng	몯 항
읽다	đọc	독
잃다	mất	먿
임금	tiền lương	띠엔 르엉
	tiền công	띠엔 꽁
임대(하다)	cho thuê	쪼 투에
	cho mượn	쪼 므언
임대료	tiền thuê	띠엔 투에
임명(하다)	bổ nhiệm	보 니엠
	đề cử	데 끄
임무	nhiệm vụ	니엠 부
임산부	phụ nữ mang thai	푸 느 망 타이
임시의	nhất thời	년 터이
	tạm thời	땀 터이
임신	mang thai	망 타이
임종	lâm chung	럼 쭝
입	miệng	미엥
입구	cửa ra vào	끄어 자 바오
입국	sự nhập cảnh	쓰 녑 까잉
입금	tiền được nhận	띠엔 드억 년
	sự nhận tiền	쓰 년 띠엔
입다	mặc	막

입력	**sự nhập**	쓰 녑
입법	**sự lập pháp**	쓰 럽 팝
입사(入社)하다	**vào công ty**	바오 꽁 띠
입수(하다)	**nhận được**	년 드억
	lấy được	러이 드억
입술	**môi**	모이
입시	**thi đầu vào**	티 더우 바오
	thi đại học	티 다이 혹
입원(하다)	**nhập viện**	녑 비엔
입장(立場)	**vị trí**	비 찌
	lập trường	럽 쯔엉

Với lập trường là một người đi trước, tôi sẽ đưa ra một số lời khuyên cho mọi người.
버이 럽 쯔엉 라 몯 응어이 디 쯔억 또이 쌔 드어 자 몯 쏘 러이 쿠엔 쪼 모이 응어이
선구자의 입장으로, 나는 여러분들에게 조언을 해줄 것입니다.

| 입장(入場)하다 | **vào cửa** | 바오 끄어 |

Đây là buổi hội thảo mở nên miễn phí phí vào cửa.
더이 라 부오이 호이 타오 머 넨 미엔 피 피 바오 끄어
이번에는 오픈세미나이기 때문에 입장료가 무료이다.

입주하다	**dọn vào ở**	존 바오 어
입주자	**người đến ở**	응어이 덴 어
입증하다	**chứng minh**	쯩 밍
	xác nhận	싹 년
입체	**lập thể**	럽 테
	lập phương	럽 프엉
입학하다	**nhập học**	녑 혹

입히다	**mặc cho**	막 쪼
잇다 (연결)	**kết nối**	껟 노이
	Đây là cây cầu kết nối phía nam và phía bắc sông Hàn. 더이 라 꺼이 꺼우 껟 노이 피어 남 바 피어 박 쏭 한 이 다리는 한강의 남과 북을 잇는 다리이다.	
잇다 (계승)	**kế thừa**	께 트어
	Con vua kế thừa ngôi vua. 꼰 부어 께 트어 응오이 부어 왕의 아들이 왕위를 잇는다.	
잇달아	**liên tục**	리엔 뚝
	nối liền	노이 리엔
잇몸	**lợi**	러이
있다	**có**	꼬
잉꼬	**vẹt đuôi dài**	밷 두오이 자이
잉여, 나머지	**số dư**	쏘 즈
	số thừa	쏘 트어
잊다	**quên**	꾸엔
잎	**lá**	라

ス

자	**thước kẻ**	트억 깨
자가용	**xe ô tô gia đình**	쌔 오 도 자 딩
자각	**tự giác ngộ**	뜨 작 응오
자갈	**sỏi**	쏘이
	đá cuội	다 꾸오이
자격	**tư cách**	뜨 까익
자국	**quê hương**	꾸에 흐엉
	tổ quốc	또 꾸옥
자궁	**tử cung**	뜨 꿍
자극(하다)	**sự kích động**	쓰 끽 동
	sự thúc đẩy	쓰 툭 더이
자금	**tiền vốn**	띠엔 본
자금난	**khó khăn về vốn**	코 칸 베 본
자기(自己)	**tự bản thân**	뜨 반 턴
자기(磁氣)	**từ trường**	뜨 쯔엉
자기(瓷器)	**đồ sứ**	도 쓰
자다	**ngủ**	응우
자동의	**tự động**	뜨 동
자동으로	**bằng cách tự động**	방 까익 뜨 동
자동차	**xe ô tô**	쌔 오 또

자동판매기	**máy bán hàng tự động**	마이 반 항 뜨 동
자두	**mận**	먼
자라다	**lớn**	런
	phát triển	팓 찌엔
자랑(하다)	**tự hào**	뜨 하오
	khoe khoang	쾌 쾅
자력	**tự lực**	뜨 륵
자료	**tài liệu**	따이 리에우
자르다	**cắt**	깓
자리	**ghế**	게
	chỗ ngồi	쪼 응오이
자립(하다)	**tự lập**	뜨 럽
자막	**phụ đề**	푸 데
자매	**chị em gái**	찌 앰 가이
	tỉ muội	띠 무오이
자멸	**sự tự diệt vong**	쓰 뜨 지엩 봉
자몽	**bưởi**	브어이
자물쇠	**móc khóa**	목 콰
자발적인	**mang tính tự phát**	망 띵 뜨 팓
자백(하다)	**thú nhận**	투 년
	thổ lộ	토 로
자본	**vốn**	본
	tư bản	뜨 반

자부심	**tính tự phụ**	띵 뜨 푸
자산	**tài sản**	따이 싼
자살(하다)	**tự sát**	뜨 쌋
	tự tử	뜨 뜨
자서전	**tự truyện**	뜨 쯔옌
자석	**nam châm**	남 쩜
자선	**từ thiện**	뜨 티엔
자세	**tư thế**	뜨 데
자세히	**một cách chi tiết**	몯 까익 찌 띠엗
자손	**con cháu**	꼰 짜우
자수(自首)	**sự tự thú nhận**	쓰 뜨 투 년
자숙(하다)	**tự răn mình**	뜨 잔 밍
자식	**con cái**	꼰 까이
자신감	**sự tự tin**	쓰 뜨 띤
자신 있게	**một cách tự tin**	몯 까익 뜨 띤
자연	**tự nhiên**	뜨 니엔
자외선	**tia tử ngoại**	띠어 뜨 응와이
자원	**tài nguyên**	따이 응우옌
	tự nguyện	뜨 응우옌
자유	**tự do**	뜨 조
자장가	**bài hát ru con**	바이 핟 주 꼰
자전거	**xe đạp**	쌔 답
자제	**sự tự kìm chế**	쓰 뜨 낌 쩨
자존심	**lòng tự trọng**	롱 뜨 쫑

ㄱ ㄴ ㄷ ㄹ ㅁ ㅂ ㅅ ㅇ ㅈ ㅊ ㅋ ㅌ ㅍ ㅎ

자주, 규칙적인	**thường xuyên**	트엉 쑤옌
자중(하다)	**tự trọng**	뜨 쫑
자취하다	**tự sống riêng**	뜨 쏭 리엥
자택	**nhà riêng**	냐 지엥
작가	**tác giả**	딱 자
작곡(하다)	**sáng tác nhạc**	쌍 딱 냑
작곡가	**nhà soạn nhạc**	냐 쏘안 냑
작년	**năm ngoái**	남 응와이
작다	**nhỏ**	뇨
	bé	배
작문(하다)	**viết văn**	비엗 반
작별	**sự tạm biệt**	쓰 땀 비엗
	sự chia tay	쓰 찌어 따이
작성하다	**viết**	비엗
작업	**công việc**	꽁 비엑
작용	**sự tác động**	쓰 딱 동
	sự ảnh hưởng	쓰 아잉 흐엉
작전	**sách lược**	싸익 르억
	tác chiến	딱 찌엔
작품	**tác phẩm**	딱 펌
잔고	**số dư**	쏘 즈
잔돈	**tiền lẻ**	띠엔 래
잔디	**cỏ**	꼬

잔소리	sự cằn nhằn	쓰 깐냔
	tiếng rầy la	띠엥 저이 라
잔업	việc ngoài giờ	비엑 응와이 저
잔인한	tàn nhẫn	딴년
잔치	buổi tiệc	부오이 띠엑
잔해	bộ xương cốt còn lại	보 쓰엉 꼳 꼰 라이
잘, 좋은	tốt	똗
잘라내다	cắt ra	깓 자
	cắt đứt	깓 듣
잘못	sai	싸이
	lầm	럼
잠	giấc ngủ	적 응우
잠기다	khóa	콰
잠깐	chốc lát	쪽 랃
	giây lát	저이 랃
잠들다	ngủ	응우
잠복(하다)	ủ	우
	rình nấp	징 넙
잠수하다	lặn	란
	ngụp lặn	응웁 란
잠수함	tàu lặn	따우 란
	tàu ngầm	따우 응엄
잠옷	đồ ngủ	도 응우

잠자리	chỗ ngủ	쪼 응우
잠재적인	tính tiềm ẩn	띵 띠엠 언
잡다, 쥐다	nắm	남
잡다, 체포하다	bắt	받
잡담(하다)	nói chuyện phiếm	노이 쭈옌 피엠
잡동사니	đồ lặt vặt	도 랃받
잡아당기다	kéo căng	깨오 깡
잡음	tạp âm	땁 엄
잡종	nhiều loại	니에우 로아이
	tạp chủng	땁 쭝
잡지	tạp chí	땁 찌
잡초	cỏ dại	꼬 자이
장(腸)	ruột	주옫
장(章) (책)	chương	쯔엉
장갑	găng tay	강 따이
장교	sĩ quan	씨 꽌
장군	tướng quân	뜨엉 꾸언
장기(長期)	trường kì	쯔엉 끼
	lâu dài	러우 자이
장난	trò đùa	쪼 두어
	trò nghịch	쪼 응익
장난감	đồ chơi	도 쩌이
장난치다	đùa nghịch	두어 응익

장남	**trưởng nam**	쯔엉 남
	con trai đầu	꼰 짜이 더우
	con trai cả	꼰 짜이 까
장대, 대나무 장대	**cây gậy sào**	꺼이 거이 싸오
장딴지	**bắp chân**	밥 쩐
장래	**tương lai**	뜨엉 라이
장례식	**tang lễ**	땅 레
	đám ma	담 마
장마	**mùa mưa**	무어 므어
장면	**cảnh tượng**	까잉 뜨엉
장미	**hoa hồng**	화 홍
장부(帳簿)	**sổ ghi chép thu chi**	쏘 기 쨉 투 찌
장비	**sự trang bị**	쓰 짱 비
장사	**việc buôn bán**	비엑 부온 반
장소	**địa điểm**	디어 디엠
장수(하다)	**trường thọ**	쯔엉 토
	sống lâu	쏭 러우
장식(하다)	**trang trí**	짱 찌
장식물	**vật trang trí**	벋 짱 찌
장애물	**vật chướng ngại**	벋 쯔엉 응아이
장인(匠人)	**thợ thủ công**	터 투 꽁

Số thợ thủ công làm gốm ngày càng ít đi.
쏘 터 꽁 람 곰 응아이 깡 읻 디
도기 장인의 수는 날이 갈수록 적어진다.

ㄱ ㄴ ㄷ ㄹ ㅁ ㅂ ㅅ ㅇ ㅈ ㅊ ㅋ ㅌ ㅍ ㅎ

장인(丈人)	**bố vợ**	보버

Năm nay bố vợ tôi 70 tuổi.
남 나이 보 버 또이 바이 므어이 뚜오이
장인 어른은 올해 70세이다.

장점	**ưu điểm**	이우 디엠
장치	**việc trang bị**	비엑 짱비
	việc lắp thiết bị	비엑 랍 티엗 비
장티푸스	**bệnh thương hàn**	벵 트엉 한
장학금	**học bổng**	혹 봉
장화	**giày cao cổ**	자이 까오 꼬
잦다, 빈번한	**xảy ra thường xuyên**	싸이 자 트엉 쑤옌
재	**tro**	쪼

màu xám tro   마우 쌈 쪼
잿빛의

재, 고개	**đèo**	대오

vượt qua đèo   브얻 꽈 대오
고개를 넘어가다

재검토(하다)	**kiểm tra lại**	끼엠 짜 라이
재고(在庫)	**sự tồn kho**	쓰 똔 코

Tôi sẽ kiểm tra số lượng hàng còn tồn kho.
또이 쌔 끼엠 짜 쏘 르엉 항 꼰 똔 코
나는 재고에 남아 있는 물품량을 확인할 것이다.

재고(再考)하다	**suy nghĩ lại**	쑤이 응이 라이

Chính phủ đang suy nghĩ lại về việc kéo dài
độ tuổi nghỉ hưu.
찡 푸 당 쑤이 응이 라이 베 비엑 깨오 자이 도 뚜오이 응이 히우
정부는 정년퇴직 연령 연장을 재고하는 중이다.

재난	**tai nạn**	따이 난
재능	**tài năng**	따이 낭

재떨이	**gạt tàn**	갇 딴
재력	**khả năng tài chính**	카낭 따이 찡
재료	**nguyên liệu**	응우옌 리에우
재미있다	**hay**	하이
	thú vị	투 비
재발하다	**tái phát**	따이 팓
재배(하다)	**nuôi trồng**	누오이 쫑
재빠르다	**nhanh nhẹn**	냐잉 냰
	mau lẹ	마우 래
재산	**tài sản**	따이 싼
재생(하다)	**tái sinh**	따이 씽
	sống lại	쏭 라이
재수 없는	**không may mắn**	콩 마이 만
재우다	**cho ngủ**	쪼 응우
	ru ngủ	주 응우
재임	**sự tái nhậm chức**	쓰 다이 념 즉
재작년	**năm kia**	남 끼어
재정	**tài chính**	따이 찡
재주 있는	**có tài**	꼬 따이
재즈	**nhạc jazz**	냑 짜즈
재채기	**hắt hơi**	핟 허이
재촉하다	**thúc giục**	툭 죽
재치 있는	**có tài trí**	꼬 따이 찌
재킷	**áo khoác**	아오 코악

ㄱ ㄴ ㄷ ㄹ ㅁ ㅂ ㅅ ㅇ ㅈ ㅊ ㅋ ㅌ ㅍ ㅎ

재택근무	**làm việc tại nhà**	람 비엑 따이 냐
재판(하다)	**phán xét**	판 쌛
	phán xử	판 쓰
재현(하다)	**tái hiện**	따이 히엔
재혼(하다)	**tái hôn**	따이 혼
재활용(하다)	**tái sử dụng**	따이 쓰 중
잼	**mứt**	믇
쟁반	**cái khay**	까이 카이
	cái mâm	까이 멈
저, 나	**tôi**	또이
	em	앰
저금(하다)	**gửi tiết kiệm**	그이 띠엔 끼엠
저급한	**cấp thấp**	껍 텁
	hèn kém	핸 깸
저기	**đằng kia**	당 끼어
저기압	**khí áp thấp**	키 압텁
저널리스트	**nhà báo**	냐 바오
저녁	**buổi tối**	부오이 또이
저녁밥	**cơm tối**	껌 또이
저당	**sự thế chấp**	쓰 테 쩝
	sự cầm cố	쓰 껌 꼬
저런	**như thế**	니으테
저력	**sức mạnh tiềm tàng**	쓱 마잉 띠엠 땅

저리다	tê	떼
	đau nhói	다우 뇨이
저명한	nổi tiếng	노이 띠엥
저수지	hồ chứa nước	호 쯔어 느억
저술하다	viết	비엗
저울	cân	껀
저자	tác giả	딱 자
저작권	bản quyền	반 꾸옌
	quyền tác giả	꾸옌 딱 자
저장(하다)	lưu giữ	리우 즈으
저조한	nhịp điệu thấp	닙 디에우 텁
	đình trệ	딩 쩨
	yếu ớt	이에우 얻
저주	sự nguyền rủa	쓰 응우옌 주어
저지(하다)	ngăn chặn	응안 짠
저축하다	tiết kiệm	띠엗 끼엠
저택	nhà to	냐 또
저항(하다)	phản kháng	판캉
	chống đối	쫑 도이
저항력	sức phản kháng	쓱 판캉
적	địch	딕
	đối thủ	도이 투
적극성	tính tích cực	띵 띡 끅
적극적인	mang tính tích cực	망 띵 띡 끅

적다(少)	**ít**	잍
	Hôm nay anh ấy ăn ít hơn bình thường. 홈 나이 아잉 어이 안 잍 헌 빙 트엉 오늘 그는 평소보다 적게 먹었다.	
적다(書)	**ghi chép**	기 쨉
	Thư kí đã ghi chép lại nội dung hội nghị. 트 끼 다 기 쨉 라이 노이 중 호이 응이 서기는 회의 내용을 다시 적는다.	
적당한	**thích đáng**	틱 당
	thỏa đáng	토아 당
적대시(하다)	**coi như kẻ địch**	꼬이 니으 깨 딕
적도	**xích đạo**	씩 다오
적성	**sự phù hợp**	쓰 푸 헙
적시다	**làm ướt**	람 으얻
	ngâm	응엄
적어도	**ít nhất**	잍 녇
적외선	**tia hồng ngoại**	띠아 홍 응와이
적용	**sự áp dụng**	쓰 압 중
	sự ứng dụng	쓰 응 중
적응	**sự thích nghi**	쓰 틱 응이
적임의	**có tính phù hợp với nhiệm vụ**	꼬 띵 푸 헙 버이 니엠 부
적임자	**người thích hợp**	응어이 틱 헙
적자	**sự thâm hụt**	쓰 텀 훋
적재(積載)하다	**bốc**	복
	xếp hành lí	쎕 하잉 리

적합하다	**thích hợp**	틱헙
전가(轉嫁)	**đổ cho người khác**	도 쪼 응어이 칵
	Anh ta là người vô trách nhiệm nên luôn đổ lỗi cho người khác.	
	아잉 따 라 응어이 보 짜익 니엠 넨 루온 도 로이 쪼 응어이 칵	
	그는 무책임한 사람이기에 항상 다른 이에게 잘못을 전가한다.	
전갈	**việc truyền tin**	비엑 쭈옌 띤
전개(하다)	**triển khai**	찌엔 카이
전공(하다)	**chuyên môn**	쭈옌 몬
전국적인	**mang tính toàn quốc**	망 띵 또안 꾸옥
전기(傳記)	**truyện kí**	쭈옌 끼
	Truyện kí của ông ấy làm độc giả ngạc nhiên.	
	쭈옌 끼 꾸어 옹 어이 람 독 자 응악 니엔	
	그의 전기(문)은 독자를 놀라게 했다.	
전기(電氣)	**điện**	디엔
	máy cạo râu điện	마이 까오 저우 디엔
	전기 면도기	
전념하다	**chuyên tâm**	쭈옌 떰
	chuyên niệm	쭈옌 니엠
전달(하다)	**truyền đạt**	쭈옌 닫
전당포	**hiệu cầm đồ**	히에우 껌 도
전도체	**chất truyền dẫn**	쩓 쭈옌 전
전등	**đèn điện**	댄 디엔
전락하다	**ngã**	응아
	rơi vào	저이 바오
전람회	**hội chợ triển lãm**	호이 쩌 찌엔 람
전략	**chiến lược**	찌엔 르억

전례	**lễ nghi**	레 응이
	tiền lệ	띠엔 레
전립선	**tiền liệt tuyến**	띠엔 리엗 뚜옌
전망	**triển vọng**	찌엔 봉
전망대	**đài quan sát**	다이 꽌 쌛
전망하다	**nhìn về tương lai**	닌 베 뜨엉 라이
전매(하다)	**bán lại**	반 라이
	nhượng lại	니으엉 라이
전면적인	**toàn diện**	또안 지엔
전멸(시키다)	**tận diệt**	떤 지엗
	tiêu diệt	띠에우 지엗
전문(專門)	**chuyên môn**	쭈옌 몬
	tri thức chuyên môn 찌 특 쭈옌 몬 전문 지식	
전문가	**nhà chuyên môn**	냐 쭈옌 몬
전반	**toàn bộ**	또안 보
전반전	**hiệp 1**	히엡 몯
전반(적인)	**có tính tổng thể**	꼬 띵 똥 테
전방	**tiền phương**	띠엔 프엉
	tiền tuyến	띠엔 뚜옌
전보	**điện báo**	디엔 바오
전부	**toàn bộ**	또안 보
전선	**chiến tuyến**	찌엔 뚜옌
전설	**truyền thuyết**	쭈옌 투옏
전성기	**thời kì hoàng kim**	터이 끼 호앙 낌

전세	**kiếp trước**	끼엡 쯔억
전술	**chiến thuật**	찌엔 투얻
전시(하다)	**trưng bày**	쯩 바이
전에	**trước đây**	쯔억 더이
전염(되다)	**truyền nhiễm**	쭈옌 니엠
전염병	**bệnh truyền nhiễm**	벵 쭈옌 니엠
전원(全員)	**toàn thể nhân viên**	또안 테 년 비엔

Toàn thể nhân viên của công ty đều cố gắng để nhận được thưởng cuối năm.
또안 테 년 비엔 꾸어 꽁 띠 데우 꼬 강 데 년 드억 트엉 꾸오이 남
회사 전원은 연말에 상을 받기 위해 노력한다.

| 전원(電源) | **nguồn điện** | 응우온 디엔 |

Anh ấy dọa cô ấy bằng cách tắt hết nguồn điện trong phòng.
아잉 어이 조아 꼬 어이 방 까익 딷 헫 응우온 디엔 쫑 퐁
그는 방 안의 모든 전원을 꺼서 그녀를 위협했다.

전임자	**người tiền nhiệm**	응어이 띠엔 니엠
전입(하다)	**chuyển nhập học sang trường khác**	쭈옌 녑 혹 쌍 쯔엉 칵
전자(電子)	**điện tử**	디엔 뜨
전자레인지	**lò vi sóng**	로 비 쏭
전자파	**sóng điện từ**	쏭 디엔 뜨
전쟁(하다)	**chiến tranh**	찌엔 짜잉
전제	**tiền đề**	띠엔 데
	chuyên chế	쭈옌 쩨
전조	**điềm báo trước**	디엠 바오 쯔억
	điềm gở	디엠 거

전진(하다)	**tiên tiến**	띠엔 띠엔
전천후	**mọi điều kiện thời tiết**	모이 디에우 끼엔 터 이 띠엔
전철, 전차	**tàu điện**	따우 디엔
전체	**tổng thể**	똥 테
전통	**truyền thống**	쭈옌 통
전투(하다)	**chiến đấu**	찌엔 더우
전파	**sự truyền bá**	쓰 쭈옌 바
전파하다	**truyền bá**	쭈옌 바
전하다, 전달하다	**chuyển**	쭈옌
	truyền đạt	쭈옌 닫
전학하다	**chuyển trường**	쭈옌 쯔엉
전향	**chuyển hướng**	쭈옌 흐엉
전혀	**hoàn toàn**	호안 또안
전형적인	**mang tính điển hình**	망 띵 디엔 힝
전화	**điện thoại**	디엔 토아이
절, 사원	**chùa**	쭈어
	Người Việt Nam có thói quen đi chùa vào ngày mồng 1 hàng tháng. 응어이 비엔 남 꼬 토이 꾸앤 디 쭈어 바오 응아이 몽 몯 항 탕 베트남 사람은 매월 1일에 절에 가는 풍습이 있다.	
절(하다)	**cúi lạy**	꾸이 라이
	Anh ấy đã cúi lạy bố mẹ vào ngày Tết. 아잉 어이 다 꾸이 라이 보 매 바오 응아이 뗃 그는 설날에 부모님께 절을 올렸다.	
절단(하다)	**cắt**	깓
절대적인	**tính tuyệt đối**	띵 뚜옏 도이

절도, 절제	**sự tiết chế**	쓰 띠엔 쩨
절망(하다)	**tuyệt vọng**	뚜옏 봉
절망적인	**một cách tuyệt vọng**	몯 까익 뚜옏 봉
절박	**việc gấp rút**	비엑 겁 줃
절반	**một nửa**	몯 느어
절벽	**vách đá**	바익 다
절실한	**thiết thực**	티엗 특
	khẩn cấp	컨 껍
절약(하다)	**tiết kiệm**	띠엗 끼엠
절정	**tuyệt đỉnh**	뚜옏 딩
	đỉnh điểm	딩 디엠
절제(하다)	**cắt bỏ**	깓 보
젊다	**trẻ trung**	째 쭝
젊어지다	**trở nên trẻ trung**	쩌 넨 째 쭝
젊은이	**giới trẻ**	저이 째
	người trẻ	응이어 째
젊음	**tuổi trẻ**	뚜오이 째
점(點)	**đốm chấm**	돔 쩜
	vết chấm	벧 쩜
	Cô ấy trêu đứa bé bằng cách chấm một chấm lên má của bé.	
	꼬 아이 쩨우 드어 배 방 까익 쩜 몯 쩜 렌 마 꾸어 배	
	그녀는 아이의 볼에 점을 하나를 찍어 장난친다.	
점(占)	**việc xem bói**	비엑 쌤 보이

	Người Việt Nam có thói quen xem bói trước khi làm đám cưới. 응어이 비엗 남 꼬 토이 꾸앤 쌤 보이 쯔억 키 람 담 끄어이 베트남 사람은 결혼식 전에 점을 보는 습관이 있다.	
점검(하다)	**kiểm tra**	끼엠 짜
	kiểm điểm	끼엠 디엠
점령(하다)	**chiếm lĩnh**	찌엠 링
점수	**điểm số**	디엠 쏘
점심식사	**bữa trưa**	브어 쯔어
점쟁이	**thầy bói**	터이 보이
점퍼	**áo khoác**	아오 코악
접근(하다)	**tiếp cận**	띠엡 껀
접다	**gấp**	겁
	gập cái ô được gập lại 까이 오 드어 겁 라이 접는 우산	겁
접대(하다)	**tiếp đãi**	띠엡 다이
접속(하다)	**tiếp nối**	띠엡 노이
	kết nối	껟 노이
접수	**sự thu**	쓰 투
접수하다	**thu nhận**	투 년
	tiếp nhận	띠엡 년
접시	**đĩa**	디어
접점	**tiếp điểm**	띠엡 디엠
접착제	**chất kết dính**	쩓 껟 징
	keo dán	깨오 잔

접촉(하다)	**tiếp xúc**	띠엡 쑥
젓가락	**đũa**	두어
정가	**giá quy định**	자 꾸이딩
정강이	**ống đồng (chân)**	옹 동 (쩐)
정계	**giới chính trị**	저이 찡 찌
정권	**chính quyền**	찡 꾸옌
정글	**rừng**	증
정기적인	**mang tính định kì**	망 띵 딩 끼
정년	**tuổi nghỉ hưu**	뚜오이 응이 히우
정답	**đáp án**	답 안
	câu trả lời đúng	꺼우 짜 러이 둥
정당(正當)	**sự chính đáng**	쓰 찡 당
정당한	**chính đáng**	찡 당
정도, 한도	**mức độ**	믁 도
정돈(하다)	**chỉnh đốn**	찡 돈
	sắp xếp	쌉 쎕
정력	**sinh lực**	씽 륵
정력적인	**đầy sức sống**	더이 쓱 쏭
정렬하다	**đứng ngay ngắn**	등 응아이 응안
정리(하다)	**chỉnh lí**	찡 리
	sắp xếp	쌉 쎕
정말로	**thật sự**	턷 쓰
정맥	**tĩnh mạch**	띵 마익
정면	**chính diện**	찡 지엔

ㄱ ㄴ ㄷ ㄹ ㅁ ㅂ ㅅ ㅇ ㅈ ㅊ ㅋ ㅌ ㅍ ㅎ

정문	**cửa chính**	끄어 찡
정밀한	**kĩ lưỡng**	끼 르엉
	chính xác	찡 싹
정보	**thông tin**	통 띤
정복(하다)	**chinh phục**	찡 푹
정부(政府)	**chính phủ**	찡 푸
정비(하다)	**sửa soạn**	쓰어 쏘안
	bảo dưỡng	바오 즈엉
정사각형	**hình tứ giác đều**	힝 뜨 작 데우
정상(正狀)	**bình thường**	빙 트엉
	thông thường	통 트엉
정상적인	**một cách bình thường**	몯 까익 빙 트엉
정성	**sự chân thành**	쓰 쩐 타잉
정수(精髓), 골수	**cốt tủy (trong xương)**	꼳 뚜이 (쫑 쓰엉)
	Đứa bé là cốt tủy của cô ấy. 드어 배 라 꼳 뚜이 꾸어 꼬 어이 아기는 그녀의 정수이다.	
정숙	**sự yên lặng**	쓰 이엔 랑
정숙한	**yên lặng**	이엔 랑
	trật tự	쩓 뜨
정식	**chính thức**	찡 특
정신	**tinh thần**	띵 턴
정액(定額)	**khoản tiền cố định**	코안 띠엔 꼬 딩
	đầu tư cố định 더우 뜨 꼬 딩 정액 투자	
정어리	**cá mòi**	까 모이

정열	**tình cảm mãnh liệt**	띵 감 마잉 리엣
정열적	**một cách nồng nhiệt**	몯 까익 농 니엗
정오	**chính ngọ**	찡 응오
	12 giờ trưa	므어이 하이 저 쯔어
정원(庭園)	**vườn**	브언
정육점	**cửa hàng bán thịt**	끄어 항 반 틷
정의(正義)	**chính nghĩa**	찡 응이아
	Anh ấy nổi tiếng là làm việc chính nghĩa.	
	아잉 어이 노이 띠엥 라 람 비엑 찡 응이아	
	그는 정의로운 일을 한 것으로 유명하다.	
정의(定義)	**định nghĩa**	딩 응이아
	Định nghĩa về "sống tốt" của mỗi người đều khác nhau.	
	딩 응이아 베 쏭 똗 꾸어 모이 응어이 데우 칵 나우	
	사람마다 "잘 사는 것"에 대한 정의는 서로 다르다.	
정자	**đình**	딩
정적(靜寂)	**sự tĩnh lặng**	쓰 띵 랑
정전	**sự mất điện**	쓰 먿 디엔
정전기	**tĩnh điện**	띵 디엔
정점	**đỉnh điểm**	딩 디엠
정정(하다)	**đính chính**	딩 찡
정중한	**trịnh trọng**	찡 쫑
	ân cần	언 껀
정지(하다)	**ngừng**	응으응
	dừng	증
정직	**sự chính thực**	쓰 찡 특

정착(하다)	**ổn định**	온딩
	định cư	딩 끄
정책	**chính sách**	찡 싸익
정체(正體)	**chính thể**	찡 데
	nguyên trạng	응우옌 짱
	chân tướng	찐 뜨엉

Anh ấy đã phát hiện ra chân tướng sự thật thông qua buổi phỏng vấn.
아잉 어이 다 판 히엔 자 쩐 뜨엉 쓰 텃 통 꽈 부오이 퐁 번
그는 인터뷰를 통해 진짜 정체를 밝혔다.

정체(되다)	**bị đình trệ**	비 딩 쩨
	bị ứ đọng	비 으 동

Mẫu sản phẩm này đã bị lỗi mốt nên hàng hóa bị ứ đọng.
머우 싼 펌 나이 다 비 로이 몯 넨 항 화 비 으 동
이 제품 모델은 유행을 타기 때문에 상품이 잘 팔리지 않는다.

정치	**chính trị**	찡 찌
정치가	**chính trị gia**	찡 찌 자
정통	**chính thống**	찡 통

Mực cơm rim là một trong những món đặc sản chính thống của Đà Nẵng.
믁 껌 짐 라 몯 쫑 니응 몬 닥 싼 찡 통 꾸어 다 낭
Mực cơm rim은 다낭의 정통 특산물 중에 하나이다.

정통하다	**thông suốt**	통 쑤옫
	tinh tường	띵 뜨엉

Ông ấy đã nghiên cứu về lịch sử cả đời nên rất tinh tường trong lĩnh vực này.
옹 어이 다 응이엔 끼우 베 릭 쓰 까 더이 넨 젇 띵 뜨엉 쫑 링 븍 나이
그는 평생 역사를 연구했기 때문에 이 분야에 있어서 정통하다.

정하다	**định ra**	딩 자

정확한	chính xác	찡 싹
젖	sữa	쓰어
젖다	ướt	으얻
젖소	bò sữa	보 쓰어
제거	sự loại bỏ	쓰 로아이 보
제거하다	loại bỏ	로아이 보
	loại trừ	로아이 쯔
제공(하다)	cung cấp	꿍 껍
제국	đế quốc	데 꾸옥
제도(制度)	chế độ	쩨 도
제로	không	콩
제명(하다)	xóa tên	쏘아 뗀
	gạt tên	같 뗀
제목	tiêu đề	띠에우 데
제발	xin	씬
	làm ơn	람 언
제방	con đê	꼰 데
제복	trang phục tế lễ	짱 푹 떼 레
제비	chim én	찜 앤
제비뽑기	rút thăm	줃 탐
	rút xổ số	줃 쏘 쏘
제삼자	người thứ ba	응어이 트 바
제시(하다)	đưa ra	드어 자
	trình ra	찡 자

ㄱ
ㄴ
ㄷ
ㄹ
ㅁ
ㅂ
ㅅ
ㅇ
ㅈ
ㅊ
ㅋ
ㅌ
ㅍ
ㅎ

제안(하다)	**đề án**	데 안
	đề xuất	데 쑤얻
제외(하다)	**ngoại trừ**	응와이 쯔
	loại trừ	로아이 쯔
제일	**nhất**	녇
제자	**học trò**	혹 쪼
	đệ tử	데 뜨
제작(하다)	**chế tác**	쩨 딱
	sản xuất	싼 쑤얻
제재(하다)	**hạn chế**	한 쩨
	cưa	끄어
	xẻ gỗ	쌔 고
제조업	**ngành chế tạo**	응아잉 쩨 따오
제출(하다)	**nộp**	놉
제품	**sản phẩm**	싼 펌
제한(하다)	**hạn chế**	한 쩨
	giới hạn	저이 한
젤리	**thạch**	타익
조각(하다)	**điêu khắc**	비에우 칵
조개	**sò**	쏘
조건	**điều kiện**	디에우 끼엔
조국	**tổ quốc**	또 꾸옥
조금	**một chút**	몯 쭏
	một ít	몯 읻

조기(早期)	giai đoạn đầu	자이 도안더우
조깅(하다)	chạy bộ	짜이 보
조끼	áo gi-lê	아오 지 레
조난(하다)	gặp nạn	갑 난
조류(鳥類)	loài chim	로아이 찜
조르다	hối	호이
	thúc	툭
조리(하다), 양생하다	bồi bổ sức khỏe	보이 보 쓱 쾌
	dưỡng sinh	즈엉 씽
조리하다, 요리하다	nấu ăn	너우 안
조리법, 요리법	cách nấu	까익 너우
조립(하다)	lắp ráp	랍 잡
조만간	không bao lâu nữa	콩 바오 러우 느어
조명	ánh sáng	아잉 쌍
조미료	gia vị	자 비
조부모	ông bà	옹 바
조사	việc điều tra	비엑 디에우 짜
조사하다	điều tra	디에우 짜
조선(造船)	việc đóng tàu	비엑 동 따우
조수(潮水), 해조	thủy triều	투이 찌에우
조숙한	chín sớm	찐 썸
	trưởng thành trước tuổi	쯔엉 타잉 쯔억 뚜오이
조심하다	cẩn thận	껀 턴

조언(하다)	khuyên bảo	쿠엔 바오
조연, 조역	vai phụ	바이 푸
조용한	yên tĩnh	이엔 띵
조율	chỉnh nhạc cụ	찡 냑 꾸
조정하다	điều chỉnh	디에우 찡
조제	điều chế	디에우 쩨
	pha chế	파 쩨
조종(하다)	điều khiển	디에우 키엔
조직(하다)	tổ chức	또 쯕
조짐	triệu chứng	찌에우 쯩
~조차	đến cả	덴 까
	thậm chí	텀 찌
조카	cháu	짜우
조커	át	앋
조퇴	việc về sớm	비엑 베 썸
조합	tổ hợp	또 헙
조항	điều khoản	디에우 코안
조화(調和)	sự điều hòa	쓰 디에우 화
	tạo hóa	따오 호아
조회(하다)	kiểm tra	끼엠 짜
족하다	đầy đủ	더이 두
존경(하다)	tôn trọng	똔 쫑
존엄	sự tôn nghiêm	쓰 똔 응이엠
존재(하다)	tồn tại	똔 따이

졸리다	buồn ngủ	부온 응우
졸업	việc tốt nghiệp	비엑 똣 응이엡
졸업생	học sinh tốt nghiệp	혹 씽 똣 응이엡
졸음	cảm giác buồn ngủ	깜 작 부온 응우
좁다	chật	쩟
	hẹp	햅
종	cái chuông	까이 쭈옹
종교	tôn giáo	똔 자오
종료(하다)	kết thúc	껟 툭
	chấm dứt	쩜 즏
종류	chủng loại	쭝 로아이
종목	hạng mục	항 묵
종사(하다)	chú tâm làm việc	쭈 떰 람 비엑
종속되다	bị phụ thuộc	비 푸 투옥
종이	giấy	저이
종지부	dấu chấm	저우 쩜
종착역	ga cuối cùng	가 꾸오이 꿍
종합(하다)	tổng hợp	똥 헙
좋다	tốt	똣
	đẹp	댑
좋아하다	thích	틱
좌석	ghế ngồi	게 응오이
좌약	thuốc hình viên đạn	투옥 힝 비엔 단

ㄱ ㄴ ㄷ ㄹ ㅁ ㅂ ㅅ ㅇ ㅈ ㅊ ㅋ ㅌ ㅍ ㅎ

좌절하다	**nản lòng**	난롱
	chán nản	짠난
좌회전(하다)	**rẽ trái**	재 짜이
죄	**tội lỗi**	또이 로이
주(州)	**địa hạt**	디어 핱
	tỉnh	띵
	Hai tỉnh được ngăn cách bằng một con sông. 하이 띵 드억 응안 까익 방 몯 꼰 송 두 주(성)는 하나의 강을 기준으로 분리된다.	
주(週)	**tuần**	뚜언
	Một tuần tôi chỉ làm việc 30 tiếng ở công ty. 몯 뚜언 또이 찌 람 비엑 바 드어이 띠엥 어 꽁 띠 일주일 동안 나는 회사에서 30시간만 일한다.	
주간	**trong tuần**	쫑 뚜언
주거	**cư trú**	끄 쭈
주격	**muôi**	무오이
주관(적인)	**chủ quan**	쭈 꽌
주권	**chủ quyền**	쭈 꾸옌
	cổ phiếu	꼬 피에우
주근깨	**tàn nhang**	딴냥
주기	**chu kì**	쭈 끼
주다	**đưa**	드어
	giao	자오
주도권	**quyền chủ đạo**	꾸옌 쭈 다오
주름	**nếp nhăn**	넵 난
주말	**cuối tuần**	꾸오이 뚜언

주머니	túi quần áo	뚜이 꾸언 아오
주먹	nắm tay	남 따이
주문(하다)	đặt hàng	닫 항
주민	dân địa phương	전 디어 프엉
주민등록	đăng kí lưu trú	당 끼 리우 쭈
주방	nhà bếp	냐 벱
주변	xung quanh	쑹 꾸아잉
주부	người nội trợ	응어이 노이 쩌
주사(하다)	tiêm	띠엠
주사기	ống tiêm	옹 띠엠
주사위	xúc xắc	쑥 싹
주소	địa chỉ	디어 찌
주스	nước ép hoa quả	느억 앱 화 꽈
주식	cổ phần	꼬 펀
주연배우	diễn viên chính	지엔 비엔 찡
주요한	chủ yếu	쭈 이에우
	chính yếu	찡 이에우
주위	chu vi	쭈 비
	xung quanh	쑹 꾸아잉
주유소	trạm xăng	짬 쌍
주의	sự chú ý	쓰 쭈 이
주의사항	điểm lưu ý	디엠 리우 이
주의하다	chú ý	쭈 이

ㄱ ㄴ ㄷ ㄹ ㅁ ㅂ ㅅ ㅇ ㅈ ㅊ ㅋ ㅌ ㅍ ㅎ

주인	**chủ nhân**	쭈 년
주인공	**nhân vật chính**	년 벋 찡
주장(主將)	**chủ tướng**	쭈 뜨엉
	đội trưởng	도이 쯔엉
	đội trưởng đội bóng đá 도이 쯔엉 도이 봉 다 축구부 주장	
주장(하다)	**chủ trương**	쭈 쯔엉
	Ông ấy chủ trương vô tội. 옹 어이 쭈 쯔엉 보 또이 그는 결백을 주장한다.	
주저(하다)	**chần chừ**	쩐 쯔
	lưỡng lự	르엉 르
주전자	**ấm nước**	엄 느억
주제	**chủ đề**	쭈 데
주차(하다)	**đỗ xe**	도 쌔
주차장	**bãi đỗ xe**	바이 도 쌔
주최(하다)	**tổ chức**	또 쯕
	đăng cai	당 까이
주택	**nhà riêng**	냐 지엥
주행(하다)	**chạy xe**	짜이 쌔
주행거리	**đường xe chạy**	드엉 쌔 짜이
주효하다	**có hiệu lực**	꼬 히에우 륵
죽	**cháo**	짜오
죽다	**chết**	쩯
죽음	**cái chết**	까이 쩯
죽이다	**giết chết**	젣 쩯

준비하다	**chuẩn bị**	쭈언 비
줄	**dây**	저이
줄기	**thân cây**	턴 꺼이
줄넘기	**trò nhảy dây**	쪼 냐이 저이
줄다	**giảm**	잠
	nhỏ lại	뇨 라이
줄다리기	**trò kéo co**	쪼 깨오 꼬
줄무늬	**hoa văn kẻ sọc**	호아 반 깨 쏙
줄이다	**làm giảm**	람 잠
	làm nhỏ lại	람 뇨 라이
줍다	**nhặt**	냗
중간	**trung gian**	쭝 잔
	ở giữa	어 즈어
중간쯤	**khoảng giữa**	코앙 즈어
중개(하다)	**môi giới**	모이 저이
중개료	**phí môi giới**	피 모이 저이
중개인	**người môi giới**	응어이 모이 저이
중계	**tiếp nối ở giữa**	띠엡 노이 어 즈어
	tiếp sóng	띠엡 쏭
중고	**trung cổ**	쭝 꼬
중국(어)	**Trung Quốc (tiếng Trung)**	쭝 꾸옥(띠엥 쭝)
중급	**trung cấp**	쭝 껍
중년	**trung niên**	쭝 니엔

ㄱ
ㄴ
ㄷ
ㄹ
ㅁ
ㅂ
ㅅ
ㅇ
ㅈ
ㅊ
ㅋ
ㅌ
ㅍ
ㅎ

중단(하다)	ngắt	응앝
	gián đoạn	잔 도안
중대한	trọng đại	쫑 다이
중독	trúng độc	쭝 독
	nghiện	응이엔
중동	Trung Đông	쭝 동
중량	trọng lượng	쫑 르엉
중력	trọng lực	쫑 륵
중류	trung lưu	쭝 리우
중립	trung lập	쭝 럽
중매결혼	kết hôn qua môi giới	껟 혼 과 모이 저이
중복(되다)	bị chập	비 쩝
	bị chồng lên nhau	비 쫑 렌 나우
중소기업	doanh nghiệp vừa và nhỏ	조아잉 응이엡 브어 바 뇨
중심	trọng tâm	쫑 떰
중앙	trung ương	쭝 으엉
중얼거리다	nói lầm bẩm	노이 럼 범
중역	vai trò quan trọng	바이 쪼 꽌 쫑
중요성	tính quan trọng	띵 꽌 쫑
중요하다	quan trọng	꽌 쫑
중재(하다)	hòa giải	호아 자이
중재인	người hòa giải	응어이 호아 자이
중절(하다)	ngừng lại giữa chừng	응으응 라이 즈어 쯩

중점	**trọng điểm**	쯩 디엠
중지	**sự dừng lại**	쓰 증 라이
중지(가운뎃손가락)	**ngón giữa**	응온 즈어
중지하다	**dừng lại**	증 라이
중태	**bệnh nặng**	벵 낭
중퇴하다	**nghỉ học giữa chừng**	응이 혹 즈어 쯩
중학교	**trường trung học cơ sở**	쯔엉 쭝 혹 꺼 써
중화	**Trung Hoa**	쭝 화
중화요리	**món ăn Trung Quốc**	몬 안 쭝 꾸옥
쥐	**chuột**	쭈옫
쥐다	**nắm tay**	남 따이
즉	**ngay**	응아이
	tức là	뜩 라
즉석의	**ngay tại chỗ**	응아이 따이 쪼
즐거움	**sự vui vẻ**	쓰 부이 배
즐겁다	**vui vẻ**	부이 배
즐기다	**thích**	틱
	hứng thú	흥 투
즙	**nước ép**	느억 앱
증가(하다)	**gia tăng**	자 땅
증거	**chứng cứ**	쯩 끄
증기	**sự bốc hơi**	쓰 복 허이
증류(하다)	**chưng cất**	쯩 껃

증명(하다)	chứng minh	쯩밍
증명서	giấy xác nhận	저이 싹년
증발(하다)	bốc hơi	복 허이
증상	triệu chứng	찌에우 쯩
증언(하다)	làm chứng	람 쯩
증여	sự biểu	쓰 비에우
	sự trao tặng	쓰 짜오 땅
증오	sự căm ghét	쓰 깜 갣
증인	nhân chứng	년 쯩
증정	sự hiệu đính	쓰 히에우딩
지각(하다)	đi muộn	디 무온
지갑	ví	비
지구	địa cầu	디어 꺼우
지구본	quả địa cầu	꽈 디어 꺼우
지그재그	zích zắc	직 작
지금	bây giờ	버이 저
지급(하다)	chi cấp	찌 껍
	cấp phát	껍 팓
지나가다	đi ngang qua	디 응앙 꽈
지난달	tháng trước	탕 쯔억
지느러미	vây	버이
지능	khả năng trí óc	카낭 찌 옥
지다 (패배)	thua	투어

	Trong trận đấu lần này, đội tôi đã thua đội bạn. 쫑 쩐 더우 런 나이 도이 또이 다 투어 도이 반 이번 경기는 상대팀에게 졌다.	
지다 (해, 달)	**lặn** Mùa hè, mặt trời lặn muộn hơn. 무어 해 맏 쩌이 란 무온 헌 여름에는 해가 더 늦게 진다.	란
지다 (빚, 의무)	**mang**	망
	gánh Minsoo mang nợ với chị gái anh ấy. 민수 망 너 버이 찌 가이 아잉 어이 민수는 그의 누나에게 빚을 졌다.	가잉
지도	**bản đồ**	반 도
	sự hướng dẫn	쓰 흐엉 전
지렁이	**giun đất**	준 덛
지뢰	**mìn**	민
지름길	**đường tắt**	드엉 딷
지리학	**địa lí học**	디어 리 혹
지망(하다)	**mong muốn**	몽 무온
지명(하다)	**đề cử**	데 끄
지문	**vân tay**	번 따이
지방(脂肪)	**dầu mỡ (động vật)** Ăn nhiều mỡ động vật không tốt cho sức khỏe. 안 니에우 머 동 벋 콩 똗 쪼 쓱 쾌 지방을 많이 먹는 것은 건강에 좋지 않다.	저우 머 (동 벋)
지방(地方)	**địa phương** đặc sản địa phương 닥 싼 디어 프엉 지방의 특산품	디어 프엉

지배	sự quản lí	쓰 꽌리
	sự chỉ huy	쓰 찌 후이
지배하다	quản lí	꽌리
	cai trị	까이 찌
지배인	người quản lí	응어이 꽌리
지병	bệnh kinh niên	벵 낑 니엔
지불	việc thanh toán	비엑 타잉 또안
	việc chi trả	비엑 찌 짜
지불하다	thanh toán	타잉 또안
	chi tiền	찌 띠엔
지붕	mái nhà	마이 냐
지사	chi nhánh	찌 냐잉
지상	trên mặt đất	쩬 맏덛
지성	sự chân thành	쓰 쩐 타잉
지속(하다)	liên tục	리엔 뚝
	duy trì	주이 찌
지시	sự chỉ thị	쓰 찌 티
지식	tri thức	찌 특
지역	khu vực	쿠 븍
지연(하다)	trì hoãn	찌 호안
	kéo dài	깨오 자이
지엽적인	có tính phụ	꼬 띵 푸
지옥	địa ngục	디어 응욱
지우개	tẩy	떠이

지원(支援)	**sự hỗ trợ**	쓰 호 쩌

Câu lạc bộ tiếng Việt nhận được sự hỗ trợ tích cực từ phía nhà trường.
꺼우 락 보 띠엥 비엣 년 드억 쓰 호 쩌 떡 끅 뜨 피어 냐 쯔엉
베트남어 동아리는 학교의 적극적인 지원을 받을 수 있다.

지위	**địa vị**	디어 비
	thân phận	턴 펀
지장	**chướng ngại**	쯔엉 응아이
지적인	**thông minh**	통 밍
지적(하다)	**chỉ trích**	찌 찍
지점(支店)	**chi nhánh**	찌 냐잉

Chi nhánh của công ty nằm ở Hải Phòng.
찌 냐잉 꾸어 꽁 띠 남 어 하이 퐁
회사의 지점은 하이퐁에 있다.

지점(地點)	**địa điểm**	디어 디엠

Địa điểm bắn pháo hoa đã bị thay đổi.
디어 디엠 반 파오 화 다 비 타이 도이
불꽃놀이 지점은 변경되었다.

지정	**sự chỉ định**	쓰 찌 딩
지정석	**ghế quy định**	게 꾸이 딩
지지(하다)	**hỗ trợ**	호 쩌
	ủng hộ	웅 호
지진	**động đất**	동 덛
지출	**sự tiêu dùng**	쓰 띠에우 중
지치다	**mệt mỏi**	멛 모이
지키다	**bảo vệ**	바오 베
	giữ gìn	즈 진
지탱하다	**giữ gìn**	즈 진

ㅈ

지팡이	gậy	거이
지퍼	khóa kéo	코아 깨오
지평선	đường chân trời	드엉 쩐 쩌이
지폐	tiền giấy	띠엔 저이
지프	xe jeep	쌔 집
지하	dưới lòng đất	즈어이 롱 덛
지하도	đường hầm	드엉 험
지하실	phòng dưới tầng hầm	퐁 즈어이 떵 험
지하철	tàu điện ngầm	다우 디엔 응엄
지향하다	hướng theo	흐엉 태오
지혜	trí tuệ	찌 뚜에
지휘(하다)	chỉ huy	찌 후이
직각	góc vuông	곡 부옹
직감	trực cảm	쯕 깜
직경	đường kính	드엉 낑
직권	chức quyền	쯕 꾸옌
직면하다	đối diện	도이 지엔
	đối mặt	도이 맏
직무	chức vụ	쯕 부
직사각형	hình chữ nhật	힝 쯔 녇
직선	đường thẳng	드엉 탕
직업	công việc	꽁 비엑
직원	nhân viên	년 비엔
직위	chức vụ	쯕 부

직접	trực tiếp	쯕 띠엡
직진(하다), 직행(하다)	đi thẳng	디 탕
직통	sự thông suốt	쓰 통 쑤옫
직함	chức danh	쯕 자잉
진	trận	쩐
	doanh trại	조아잉 짜이
진공	chân không	쩐 콩
진급(하다)	thăng cấp	탕 껍
진눈깨비	mưa tuyết	므어 뚜옏
진단(하다)	chuẩn đoán	쭈언 도안
진동(하다)	chấn động	쩐 동
	rung	중
진로	con đường tương lai	꼰 드엉 뜨엉 라이
진료소	nơi chữa bệnh	너이 쯔어 벵
진리	chân lí	쩐 리
진보(하다)	tiến bộ	띠엔 보
진보적	mang tính tiến bộ	망 띵 띠엔 보
진부한	cũ kĩ	꾸 끼
	cổ hủ	꼬 후
진술(하다)	trần thuật	쩐 투얻
	trình bày	찡 바이
진실	chân tướng	쩐 뜨엉
	sự thật	쓰 턷

진압하다	**trấn áp**	쩐 압
	đàn áp	단압
진열(하다)	**bày xếp**	바이 쎕
	trưng bày	쯩 바이
진전(되다)	**được tiến triển**	드억 띠엔 찌엔
진정시키다	**làm cho trấn tĩnh lại**	람 쪼 쩐 띵 라이
진정한	**trấn tĩnh**	쩐 띵
	bình tĩnh	빙 띵
진주	**chân trâu**	쩐 쩌우
	ngọc trai	응옥 짜이
진지한	**nghiêm túc**	응이엠 뚝
	đúng mực	둥 믁
진짜	**thật sự**	턷 쓰
진찰	**sự chuẩn đoán**	쓰 쭈언 도안
	việc khám bệnh	비엑 캄 벵
진출(하다)	**tiến đến**	띠엔 덴
진통제	**thuốc giảm đau**	투옥 잠 다우
진하다	**đậm**	덤
진행	**sự tiến hành**	쓰 띠엔 하잉
진화(하다)	**tiến hóa**	띠엔 호아
질(質)	**chất**	쩓
질량	**chất lượng**	쩓 르엉
질문(하다)	**hỏi**	호이
질서	**trật tự**	쩓 뜨

질식(하다)	**ngạt thở**	응앋터
질주	**việc chạy nhanh**	비엑 짜이 나잉
질책	**sự trách mắng**	쓰 짜익 망
질투	**sự ghen tị**	쓰 갠 띠
질투하다	**ghen tị**	갠 띠
짊어지다	**cõng**	꽁
	vác	박
	gánh	가잉
짐	**đồ đạc**	도 닥
짐승	**mãnh thú**	마잉 투
집	**nhà**	냐
집념	**tâm niệm**	떰 니엠
	tập trung	떱 쭝
집단	**tập thể**	떱 테
집세	**tiền thuê nhà**	띠엔 투에 냐
집중(하다)	**tập trung**	떱 쭝
집착(하다)	**cố chấp**	꼬 쩝
집합(하다)	**tập hợp**	떱 헙
징역	**hình phạt**	힝 팓
징크스	**việc xui xẻo**	비엑 쑤이 쌔오
	việc xúi quẩy	비엑 쑤이 꿔이
짖다	**sủa**	쑤어
	kêu	께우

ㄱ

ㄴ

ㄷ

ㄹ

ㅁ

ㅂ

ㅅ

ㅇ

ㅈ

ㅊ

ㅋ

ㅌ

ㅍ

ㅎ

짜다 (맛)	**mặn**	만
	Vị mặn trong gió biển làm cô ấy nhớ quê.	
	비 만쫑 조 비엔 람 꼬 어이 녀 꾸에	
	바닷바람의 짠맛은 그녀가 향수에 젖게 만들었다.	
짜다(織)	**dệt**	젣
	Làng lụa Hà Đông nổi tiếng với nghề dệt vải.	
	랑 루어 하 동 노이 띠엥 버이 응에 젣 바이	
	Hà Đông 비단 마을은 직물업으로 유명하다.	
짝사랑	**tình yêu đơn phương**	띵 이에우 던 프엉
짝수	**số chẵn**	쏘 짠
짧다	**ngắn**	응안
쫓아가다	**đuổi theo**	두오이 태오
쫓아내다	**đuổi khỏi**	두오이 코이
	đuổi việc	두오이 비엑
찌그러진	**méo**	매오
찌다	**lên cân**	렌 껀
찌르다	**đâm**	덤
	chọc	쪽
찔리다	**bị đâm**	비 덤
찢다	**xé**	쌔
찢어지다	**bị xé**	비 쌔
	bị rách	비 자익

ㅊ

차(茶)	**trà**	짜
	trà xanh 짜 싸잉	
	녹차	
차가운	**lạnh**	라잉
차가워지다	**trở nên lạnh**	쩌 넨 라잉
차고	**gara ô tô**	가라 오 또
차기	**kì sau**	끼 싸우
	nhiệm kì sau	니엠 끼 싸우
차다	**đá**	다
	đeo	대오
	vác	박
차단(하다)	**ngăn chặn**	응안 짠
	cô lập	꼬 럽
차도(車道)	**đường xe chạy**	드엉 쌔 짜이
	đi qua đường xe chạy 디 꽈 드엉 쌔 짜이	
	차도를 건너다	
차도(差度)	**cải tạo**	까이 따오
	nâng cấp	넝 껍
	tiến triển	띠엔 찌엔
	bệnh cảm cúm có tiến triển tốt.	
	벵 깜 꿈 꼬 띠엔 찌엔 똣	
	감기가 호전될 차도가 있다.	
차라리	**thà**	타
	thà rằng	타 장

ㄱ
ㄴ
ㄷ
ㄹ
ㅁ
ㅂ
ㅅ
ㅇ
ㅈ
ㅊ
ㅋ
ㅌ
ㅍ
ㅎ

ᄎ

차량	xe cộ	쌔 꼬
차례	thứ tự	트 뜨
차멀미하다	say xe	싸이 쌔
차별	sự phân biệt	쓰 펀 비엣
차분한	điềm đạm	디엠 담
	trầm tĩnh	쩜 띵
차비, 교통비	tiền tàu xe	띠엔 따우 쌔
차선(車線)	tuyến đường	뚜옌 드엉
	làn xe	란 쌔
	làn xe chuyên dụng xe buýt 버스전용차선	란 쌔 쭈엔 중 쌔 부잇
차압당하다	bị thu giữ xe	비 투 즈 쌔
차원	chiều	찌에우
차이	sự khác biệt	쓰 칵 비엣
차지하다	chiếm	찌엠
	nắm giữ	남 즈
착각	sự nhầm lẫn	쓰 념 런
	sự ảo tưởng	쓰 아오 뜨엉
착륙(하다)	hạ cánh	하 까잉
	tiếp đất	띠엡 덛
착수	việc hạ cánh xuống nước	비엑 하 까잉 쑤옹 느억
착실하다	chân thật	쩐 텉
착오	sự nhầm lẫn	쓰 념 런
착취(하다)	bóc lột	복 롣

찬성(하다)	**tán thành**	딴타잉
	đồng ý	동 이
찬송가	**bài hát ca ngợi**	바이 핟 까 응어이
	thánh ca	타잉 까
찬장	**chạn để thức ăn**	짠데 특안
참가(하다)	**tham gia**	탐 자
참가자	**người tham gia**	응어이 탐 자
참고(하다)	**tham khảo**	탐 카오
참고서	**sách tham khảo**	싸익 탐 카오
참기름	**dầu vừng**	저우 븡
참다	**chịu đựng**	찌우 등
	nén chịu	낸 찌우
	nhịn	닌
참새	**chim sẻ**	찜 쌔
참석(하다)	**tham dự**	탐 즈
참을 수 없는	**không thể chịu được**	콩 테 찌우 드억
참패	**sự thảm bại**	쓰 탐 바이
참회(하다)	**hối lỗi**	호이 로이
	tỉnh ngộ	띵 응오
창(槍)	**mác**	막
	giáo	자오
	Ngày xưa thường dùng giáo để đánh giặc. 응아이 쓰어 트엉 중 자오 데 다잉 작 옛날에는 보통 적을 물리치기 위해서 창을 사용했다.	
창고	**nhà kho**	냐 코

창문	**cửa sổ**	끄어 쏘
창백하다	**xanh xao**	싸잉 싸오
	nhợt nhạt	녇 냗
창자	**lòng**	롱
	ruột	주옫
창작(하다)	**sáng tác**	쌍 딱
창조적인	**mang tính sáng tạo**	망 띵 쌍 따오
찾다	**tìm**	띰
	kiếm	끼엠
찾아내다	**tìm ra**	띰 자
	tìm thấy	띰 터이
채굴(하다)	**khai thác**	카이 탁
	đào	다오
채널	**kênh**	껭
채소	**rau**	자우
채식주의자	**người ăn chay**	응어이 안 짜이
채용(하다)	**tuyển dụng**	뚜옌 중
채우다	**đổ đầy**	도 더이
	lấp đầy	럽 더이
채점(하다)	**chấm điểm**	쩜 디엠
채택(하다)	**tuyển chọn**	뚜옌 쫀
	chọn lựa	쫀 르어
책	**sách**	싸익
책상	**bàn học**	반 혹

책임	**trách nhiệm**	짜익 니엠
책임지다	**chịu trách nhiệm**	찌우 짜익 니엠
처녀	**thiếu nữ**	티에우 느
처녀작	**tác phẩm đầu tay**	딱 펌 더이 따이
처리하다	**xử lí**	쓰 리
처방전	**đơn thuốc**	던 투옥
처방하다	**kê đơn thuốc**	께 던 투옥
처벌(하다)	**xử phạt**	쓰 팓
	phạt	팓
처분(하다)	**sắp**	쌉
	xếp	쎕
	xử lí	쓰 리
처음	**đầu tiên**	더우 띠엔
처치	**cách đối phó**	까익 도이 포
	cách xử trí	까익 쓰 찌
처형	**sự trừng phạt**	쓰 쯩 팓
	chị vợ	찌 버
척도	**thước đo**	트억 도
척추	**xương sống**	쓰엉 쏭
천	**lụa**	루어
천국	**thiên đường**	티엔 드엉
천둥	**sấm**	썸
천문학	**thiên văn học**	티엔 반 혹

천부적인	tính thiên phú	띵 티엔 푸
	thiên bẩm	티엔 범
천사	thiên thần	티엔 턴
천식	bệnh hen suyễn	벵 핸 쑤옌
천연자원	tài nguyên thiên nhiên	따이 응우옌 티엔 니엔
천장	trần nhà	쩐 냐
천재(天才)	thiên tài	티엔 따이
천주교	Thiên chúa giáo	티엔 쭈어 자오
천직	thiên chức	티엔 쯕
천천히	chậm rãi	쩜 자이
	từ từ	뜨 뜨
철	sắt	쌋
	tiết	띠엗
	mùa	무어
철강	sắt thép	쌋 탭
	gang thép	강 탭
철도	đường sắt	드엉 쌋
철망	lưới sắt	르어이 쌋
철물	đồ sắt	도 쌋
철봉	roi sắt	조이 쌋
철사	dây thép	저이 탭
	dây kim loại	저이 낌 로아이
철새	chim di trú	찜 지 쭈
철야하다	thức trắng đêm	특 짱 뎀

철옹성	**pháo đài sắt**	파오 다이 쌋
철자	**sự đánh vần**	쓰 다잉 번
철저한	**triệt để**	찌엗 데
	chặt chẽ	짣째
철조망	**hàng rào dây thép gai**	항 자오 저이 탭 가이
철판	**tấm sắt**	떰 쌋
철하다	**sắp xếp**	쌉 쎕
	chỉnh lí	찡 리
철학	**triết học**	찌엗 혹
철학자	**triết học gia**	찌엗 혹 자
철회(하다)	**rút lui**	줃 루이
	rút khỏi	줃 코이
첨부	**việc đính vào**	비엑 딩 바오
	việc gắn vào	비엑 간 바오
첨부하다	**đính**	딩
	buộc	부옥
	cột	꼳
청각	**thính giác**	팅 작
청구(하다)	**thỉnh cầu**	팅 꺼우
	đòi hỏi	도이 호이
청구서	**giấy yêu cầu**	저이 이에우 꺼우
청문회	**buổi chất vấn**	부오이 쩓 번
	buổi hỏi đáp	부오이 호이 답
청소(하다)	**dọn dẹp**	존 잽

ㄱ ㄴ ㄷ ㄹ ㅁ ㅂ ㅅ ㅇ ㅈ ㅊ ㅋ ㅌ ㅍ ㅎ

청소기	máy hút bụi	마이 훋 부이
청소년	thanh thiếu niên	타잉 티에우 니엔
청취	lắng nghe	랑 응애
청취자	người nghe	응어이 응애
체격	vóc dáng	복 장
	thể hình	테 힝
체계	hệ thống	헤 통
체계적	mang tính hệ thống	망 띵 헤 통
체력	thể lực	테 륵
체면	thể diện	테 지엔
	danh dự	자잉 즈
체벌	sự ngược đãi thân xác	쓰 응으억 다이 턴 싹
체육	thể dục	테 죽
	vận động	번 동
체육관	sân vận động	썬 번 동
체제(體制)	thể chế	테 쩨
체조	thể thao	테 타오
체중	thể trọng	테 쫑
	trọng lượng	쫑 르엉
체포(하다)	bắt giữ	받 즈
체험(하다)	trải nghiệm	짜이 응이엠
체형	thể hình	테 힝
초(秒)	giây	저이
초과(하다)	vượt quá	브얻 꽈

초기	**thời kì đầu**	터이 끼 더우
초능력	**siêu năng lực**	씨에우 낭 륵
초대(하다)	**mời**	머이
초등학교	**trường tiểu học**	쯔엉 띠에우 혹
초등학생	**học sinh tiểu học**	혹 씽 띠에우 혹
초라한	**tiều tụy**	띠에우 뚜이
	tồi tàn	또이 딴
초래하다	**đưa đến**	드어 덴
	mang lại	망 라이
초면	**buổi gặp lần đầu**	부오이 갑 런 더우
초반	**thời kì đầu**	터이 끼 더우
	giai đoạn đầu	자이 도안 더우
초보자	**người mới tập**	응어이 머이 떱
초상권	**quyền hình ảnh cá nhân**	꾸옌 힝 아잉 까 년
초상화	**tranh chân dung**	짜잉 쩐 중
초승달	**trăng lưỡi liềm**	짱 르어이 리엠
초안	**việc soạn thảo**	비엑 쏘안 타오
	việc dự thảo	비엑 즈 타오
초월(하다)	**siêu việt**	씨에우 비엩
초음파	**sóng siêu âm**	쏭 씨에우 엄
초인간	**người siêu phàm**	응어이 씨에우 팜
초점	**tiêu điểm**	띠에우 디엠
	trọng tâm	쫑 떰
초침	**kim chỉ giây**	낌 찌 저이

초콜릿	sô-cô-la	쏘 꼬라
촌스러운	nhà quê	냐 꾸에
	lạc hậu	락 허우
총	toàn bộ	또안 보
	súng	쑹
총계	tổng số	똥 쏘
총동원	tổng động viên	똥 동 비엔
총명한	thông minh	통 밍
총알	viên đạn	비엔 단
총액	tổng số	똥 쏘
최고	tối cao	또이 까오
	tối đa	또이 다
최근	gần đây	건 더이
최대	lớn nhất	런 녇
	cực đại	끅 다이
최면술	thuật thôi miên	투얻 토이 미엔
최선	tốt nhất	똗 녇
최소	nhỏ nhất	뇨 녇
최악	tồi tệ nhất	또이 떼 녇
추가	việc thêm vào	비엑 템 바오
	sự bổ sung	쓰 보 쑹
추격(하다)	truy kích	쭈이 끽
	theo đuổi	태오 두오이

추락(하다)	rơi xuống	저이 쑤옹
	lao xuống	라오 쑤옹
추방(하다)	trục xuất	쭉 쑤얻
	tống đi	똥 디
추상	sự hồi tưởng	쓰 호이 뜨엉
추상적인	mang tính trừu tượng	망 띵 찌우 뜨엉
추억	kí ức	끼 윽
추위	cái lạnh	까이 라잉
추이	sự chuyển tiếp	쓰 쭈옌 띠엡
	diễn biến	지엔 비엔
추적(하다)	truy tìm tung tích	쭈이 띰 뚱 띡
추정(하다)	ước tính	으억 띵
	giả định	자 딩
추진(하다)	thúc tiến	툭 띠엔
추천(하다)	giới thiệu	저이 티에우
	tiến cử	띠엔 끄
추첨(하다)	rút thăm	줃 탐
	bốc thăm	복 탐
추측(하다)	phỏng đoán	퐁 도안
추태	biểu hiện khó coi	비에우 히엔 코 꼬이
축	trục	쭉
축구	bóng đá	봉 다
축농증	chứng viêm xoang	쯩 비엠 쏴앙
축배	rượu chúc mừng	즈어우 쭉 믕

축복(하다)	**chúc phúc**	쭉 푹
축소(하다)	**thu nhỏ**	투 뇨
	thu hẹp	투 햅
축일	**ngày hội**	응아이 호이
	ngày lễ	응아이 레
축적(하다)	**tích lũy**	띡 루이
	chất đống	쩓 동
축제	**lễ hội**	레 호이
축하	**việc chúc mừng**	비엑 쭉 등
축하하다	**chúc mừng**	쭉 등
출구	**cửa ra**	끄어 자
출국	**đi ra nước ngoài**	디 자 느억 응와이
	việc xuất cảnh	비엑 쑤얻 까잉
출국수속	**thủ tục xuất cảnh**	투 뚝 쑤얻 까잉
출근(하다)	**đi làm**	디 람
출력	**việc in**	비엑 인
	việc truyền dữ liệu ra ngoài	비엑 쭈옌 즈 리에우 자 응와이
출발(하다)	**xuất phát**	쑤얻 팓
출발점	**điểm xuất phát**	디엠 쑤얻 팓
출산(하다)	**sinh sản**	씽 싼
	sinh nở	씽 너
출석(하다)	**có mặt**	꼬 맏
	hiện diện	히엔 지엔

출세	**sự thành công**	쓰 타잉 꽁
	thành đạt	타잉 닫
출신지	**nơi sinh ra**	너이 씽 자
	nơi xuất thân	너이 쑤얻 턴
출연하다	**biểu diễn**	비에우 지엔
	trình diễn	찡 지엔
출입	**sự xuất nhập**	쓰 쑤얻 녑
	sự ra vào	쓰 자바오
출입구	**cửa ra vào**	끄어 자바오
출장	**việc đi công tác**	비엑 디 꽁 딱
출처	**xuất xứ**	쑤얻 쓰
출판(하다)	**xuất bản**	쑤얻 반
출현(하다)	**xuất hiện**	쑤얻 히엔
출혈(하다)	**chảy máu**	짜이 마우
	chảy máu dạ dày 짜이 마우 자 자이 장 출혈	
출혈(하다)	**tổn thất**	똔 턷
	Công ti đó bị phá sản nên tổn thất về tài sản rất lớn. 꽁 띠 도 비 파 싼 넨 똔 턷 베 따이 싼 젇 런 그 회사는 부도가 나서 재산의 출혈이 크다.	
춤(추다)	**điệu múa**	디에우 무어
춥다	**lạnh**	라잉
충격(받다)	**cú sốc**	꾸 쑉
충고(하다)	**khuyên**	쿠옌
	răn	잔

충돌(하다)	xung đột	쑹 돋
	đối đầu	도이 더우
충동	sự kích động	쓰 끽 동
	sự xúi giục	쓰 쑤이 죽
충분한	đầy đủ	더이 두
충분히	một cách đầy đủ	몯 까익 더이 두
충실(充實)하다	đầy đủ	더이 두
	hoàn chỉnh	호안 찡
충전(하다)	nạp điện	납 디엔
	sạc pin	싹 삔
충전기	dây sạc	저이 싹
충치	răng sâu	장 써우
취급(하다)	đối xử	도이 쓰
	cư xử	끄 쓰
취득(하다)	đạt được	닫 드억
	lấy được	러이 드억
취미	sở thích	써 틱
취소하다	hủy bỏ	후이 보
취임(하다)	nhậm chức	념 쯕
취재하다	lấy đề tài	러이 데 따이
	lấy tư liệu	러이 뜨 리에우
취직하다	xin được việc	씬 드억 비엑
	tìm được việc	띰 드억 비엑

취하다 (술에)	say rượu	싸이 즈어우
취향	khuynh hướng	쿠잉 흐엉
측량	việc đo đạc	비엑 도 닥
측면	mặt	맏
	khía cạnh	키어 까잉
측정(하다)	đo lường	도 르엉
	đo đạc	도 닥
치과의사	bác sĩ nha khoa	박 씨 냐콰
치다	vỗ	보
	đánh	다잉
치료	việc trị liệu	비엑 찌 리에우
치수	chỉ số	찌 쏘
치안	trị an	찌 안
	an ninh	안 닝
치약	thuốc đánh răng	투옥 다잉 장
치우다	loại bỏ	로아이 보
	chỉnh lí	찡 리
치우치다	nghiêng về	응이엥 베
	thiên về	티엔 베
치즈	pho mát	포 맏
치킨	thịt gà rán	틷 가 잔
치통	bệnh đau răng	벵 다우 장
친구	bạn bè	반 배
친근감	cảm giác thân thuộc	깜 작 턴 투옥

ㄱ ㄴ ㄷ ㄹ ㅁ ㅂ ㅅ ㅇ ㅈ ㅊ ㅋ ㅌ ㅍ ㅎ

친밀한	**thân mật**	턴 멀
	thân thiết	턴 티엗
친숙하다	**thân thuộc**	턴 투옥
친절하다	**tốt bụng**	똗 붕
	tử tế	뜨 떼
친정	**bên ngoại**	벤 응와이
	bên nhà vợ	벤 냐버
친척	**họ hàng**	호 항
친하다	**thân thiết**	턴 티엗
칠면조	**gà tây**	가 떠이
7월	**tháng bảy**	탕 바이
칠판	**bảng**	방
칠하다	**quét**	꾸앧
	sơn	썬
침 (침술)	**châm cứu**	쩜 끼우

Vì chân bị trẹo nên hôm qua tôi đã đến bệnh
viện y học cổ truyền để châm cứu.
비 쩐 비 쩨오 낸 홈 꽈 또이 다 덴 벵 비엔 이 혹 꼬 쭈옌 데 쩜 끼우
어제 발목을 삐어서 한의원에 침을 맞으러 갔다.

| 침 (타액) | **nước bọt** | 느억 봍 |

bắn nước bọt   반 느억 봍
침이 튀다

침대	**giường**	즈엉
침략(하다)	**xâm lược**	썸 르억
침략자	**kẻ xâm lược**	깨 썸 르억

침몰(하다)	**chìm**	찜
	đắm	담
침묵	**sự im lặng**	쓰 임랑
침묵을 지키다	**giữ im lặng**	즈 임랑
침수(되다)	**lụt lội**	룬 로이
	ngập nước	응업 느억
침식	**việc xâm thực**	비엑 썸 특
침식하다	**mài mòn**	마이 몬
	xói mòn	쏘이 몬
침실	**phòng ngủ**	퐁 응우
침입하다	**xâm nhập**	썸 녑
침착성	**tính bình tĩnh**	띵 빙 띵
침착한	**bình tĩnh**	빙 띵
침체(되다)	**chậm trễ**	쩜 쩨
	ứ đọng	으 동
침투(하다)	**thẩm thấu**	텀 터우
	ngấm vào	응엄 바오
침팬지	**tinh tinh**	띵 띵
침해(하다)	**xâm hại**	썸 하이
	xâm phạm	썸 팜
칫솔	**bàn chải đánh răng**	반 짜이 다잉 장
칭찬하다	**khen ngợi**	캔 응어이
	tán dương	딴 즈엉

ㅋ

카네이션	**hoa cẩm chướng**	화 껌 쯔엉
카드	**thẻ**	태
카디건	**áo cardigan**	아오 까디간
카레	**cà ri**	까리
카리스마	**sức thu hút**	쓱 투 훋
카메라	**máy ảnh**	마이 아잉
카멜레온	**hoa tắc kè**	화 딱 깨
카운터	**quầy thu tiền**	꿔이 투 띠엔
	quầy thanh toán	꿔이 타잉 또안
카운트(하다)	**đếm**	뎀
	tính toán	띵 또안
카지노	**sòng**	쏭
	bạc	박
	casino	까시노
카탈로그	**catalo**	까따로
	bản liệt kê danh mục	반 리엗 께 자잉 묵
카테고리	**phạm trù**	팜 쭈
	hạng	항
	loại	로아이
카페	**quán cà phê**	꽌 까 페
카페인	**chất cafein**	쩓 까페인

카펫	**tấm thảm**	떰 탐
칵테일	**rượu cốc-tai**	즈어우 꼭 따이
칼	**con dao**	꼰 자오
칼로리	**lượng calo**	르엉 까로
칼륨	**kali**	까리
칼슘	**canxi**	깐씨
캐나다	**Canada**	까나다
캐릭터	**tính cách**	띵 까익
캐치(하다)	**bắt**	받
캔	**hộp**	홉
	lon	론
캔디	**kẹo**	깨오
캔버스	**vải bạt**	바이 받
캠페인	**chiến dịch**	찌엔 직
	cuộc vận động	꾸옥 번 동
캠프	**lều**	레우
	trại	짜이
캡슐 (약)	**thuốc con nhộng**	투옥 꼰 뉴옹
캡틴	**người chỉ huy**	응어이 찌 후이
	đội trưởng	도이 쯔엉
캥거루	**căng-gu-ru**	깡 구 루
	chuột túi	쭈옫 뚜이
커닝	**việc quay cóp**	비엑 꾸아이 꼽
	việc gian lận	비엑 잔 런

커리큘럼	**chương trình giảng dạy**	쯔엉 찡 장 자이
	kế hoạch giảng dạy	께 화익 장 자이
커미션	**tiền hoa hồng**	띠엔 화 홍
커브	**đường cong**	드엉 꽁
	chỗ uốn	쪼 우온
커지다	**trở nên to**	쩌 넨 또
	lớn	런
커튼	**rèm cửa**	쨈 끄어
커플	**một đôi**	몯 도이
	một cặp	몯 깝
커피	**cà phê**	까 페
컨설턴트	**người cố vấn (cho công ty)**	응어이 꼬번 (쪼 꽁 띠)
컨셉트	**ý tưởng chủ đạo**	이 뜨엉 쭈 다오
컨테이너	**xe công-ten-nơ**	쌔 꽁땐 너
컬러	**màu sắc**	마우 싹
컬럼	**cột**	꼳
컬렉션	**sự sưu tập**	쓰 씨우떱
컴퍼스	**com-pa**	꼼 빠
컴퓨터	**máy tính**	마이 띵
컵	**cốc**	꼭
케이블	**dây cáp**	저이 깝
케이블카	**xe kéo dây cáp treo**	쌔 깨오 저이 깝 쨰오
케이크	**bánh ga-tô**	바잉 가 또
케첩	**nước sốt cà chua**	느억 쏟 까 쭈어

켜다	**bật**	벋
코	**mũi**	무이
코끼리	**voi**	보이
코너	**góc**	곡
	ngõ	응오
코드	**mã số**	마 쏘
코멘트	**bình luận**	빙 루언
	đánh giá	다잉 자
코미디	**hài kịch**	하이 끽
	phim hài	핌 하이
코뿔소	**bò tót**	보 똗
코스 (수업)	**khóa học**	콰 혹
	khóa học tài năng 콰 혹 따이 낭 엘리트 코스	
코스 (길)	**đường chạy**	드엉 짜이
	Đường chạy ở sân vận động này dài 5km. 드엉 짜이 어 썬 번 동 나이 자이 남 낄로 멛 이 운동장의 코스는 5km이다.	
코스모스	**cúc vạn thọ tây**	꾹 반 도 떠이
코치	**huấn luyện viên**	후언 루옌 비엔
코코아 (가루)	**bột cacao**	볻 까까오
코코아 (음료)	**nước cacao**	느억 까까오
코트	**áo choàng**	아오 쪼앙
	sân quần vợt	썬 꾸언 벋
코피	**máu mũi**	마우 무이
콘 (아이스크림)	**ốc quế**	옥 꾸에

ㄱ ㄴ ㄷ ㄹ ㅁ ㅂ ㅅ ㅇ ㅈ ㅊ **ㅋ** ㅌ ㅍ ㅎ

콘도미니엄	**căn hộ**	깐 호
콘서트	**buổi hòa nhạc**	부오이 화냑
콘센트	**ổ cắm điện**	오 깜 디엔
콘크리트	**bê tông**	베 똥
콘택트렌즈	**kính áp tròng**	낑 압 쫑
콘테스트	**cuộc thi**	꾸옥 티
콜라	**co-ca**	꼬 까
콜레스테롤	**cholesterol**	꼴레스테롤
콤마 (쉼표)	**dấu phẩy**	저우 퍼이
콤비	**sự kết hợp**	쓰 껟 헙
	sự phối hợp	쓰 포이 헙
콧물	**nước mũi**	느억 무이
콩	**hạt đậu**	핟 더우
콩나물	**giá đỗ**	자 드
쾌락	**sự khoái lạc**	쓰 콰이 락
	sự ham mê	쓰 함 메
쾌적하다	**dễ chịu**	제 찌우
	thoải mái	토아이 마이
쾌활하다	**vui vẻ**	부이 배
	hoạt bát	홛 받
쿠데타	**cuộc đảo chính**	꾸옥 다오 찡
	cuộc nổi dậy	꾸옥 노이 저이
쿠션	**đệm**	뎀
쿠키	**bánh quy**	바잉 꾸이

퀴즈	**thi đố vui**	티 도 부이
크게	**một cách to**	몯 까익 또
	lớn	런
크기	**kích cỡ**	끽 꺼
크다	**to**	또
	lớn	런
크래커	**bánh quy giòn**	바익 꾸이 존
크레인	**cần cẩu**	껀 꺼우
크리스마스	**lễ Nô-en**	레 노앤
	Giáng Sinh	장 씽
크리스털	**thủy tinh**	투이 띵
크림	**kem**	깸
큰일	**việc lớn**	비엑 런
클라이맥스	**đỉnh điểm**	딩 디엠
	cao điểm	까오 디엠
클래식음악	**nhạc cổ điển**	냑 꼬 디엔
클랙슨	**còi điện ô tô**	꼬이 디엔 오 또
클럽	**câu lạc bộ**	꺼우 락 보
클레임	**khiếu nại**	키에우 나이
클로버	**cỏ ba lá**	꼬 바라
클로즈업	**cảnh gần**	까잉 건
	cận cảnh	껀 까잉
클리닉	**trạm xá**	짬 싸
클릭(하다)	**nhấn chuột**	년 쭈옫

ㄱ
ㄴ
ㄷ
ㄹ
ㅁ
ㅂ
ㅅ
ㅇ
ㅈ
ㅊ
ㅋ
ㅌ
ㅍ
ㅎ

클립	**kẹp**	깹
	cặp	깝
키	**chiều cao**	찌에우 까오
키보드	**bàn phím**	반 핌
키스(하다)	**hôn**	혼
키우다	**nuôi nấng**	누오이 넝
	dạy dỗ	자이 조
키위	**ki-wi**	끼 위
키홀더	**móc chìa khóa**	목 찌어 콰
킬로그램	**ki-lô-gam**	끼 로 감
킬로미터	**ki-lô-mét**	끼 로 맫

ㅌ

타개(하다)	**tháo gỡ**	타오 거
	phá vỡ	파 버
타개책	**cách xử lí**	까익 쓰 리
	cách giải quyết	까익 자이 꾸옌
타격	**cú đánh**	꾸 다잉
	cú đòn	꾸 돈
타고나다	**bẩm sinh**	범 씽
타는곳	**nơi bắt xe**	너이 밭 쌔
타다 (연소)	**cháy**	짜이
	Cái nồi cháy đen sì. 까이 노이 짜이 댄 씨 냄비가 새까맣게 탔다.	
타다 (승차)	**lên xe**	렌 쌔
	lên xe buýt 렌 쌔 부잍 버스에 타다	
타당하다	**thỏa đáng**	토아 당
타도하다	**lật đổ**	럳 도
	đánh đổ	다잉 도
타락(하다)	**thoái hóa**	토아이 화
	tha hóa	타 화
타박상	**vết bầm**	벧 범
	vết thương	벧 트엉
타산적	**mang tính chất tính toán**	망 띵 쩓 띵 또안

타액	nước bọt	느억 볻
타원	trái xoan	짜이 쏘안
	bầu dục	버우 죽
타이밍	đúng lúc	둥 룩
	đúng thời điểm	둥 터이 디엠
타이틀	tiêu đề	띠에우 데
타인	người khác	응어이 칵
타일	gạch lát nền	가익 랃넨
타자	vận động viên bóng chày	번 동 비엔 봉 짜이
타조	đà điểu	다 디에우
타협(하다)	thỏa hiệp	토아 히엡
탁월하다	vượt trội	브얻 쪼이
	ưu tú	이우 뚜
탁함	sự đục	쓰 둑
	sự vẩn đục	쓰 번 둑
탄력	tính co giãn	띵 꼬 잔
	tính đàn hồi	띵 단 호이
탄산가스	khí các-bo-níc	키 깍 보 닉
탄생(하다)	ra đời	자 더이
	sinh ra	씽 자
탄소	chất các-bon	쩓 깍 본
탄수화물	hy-đrát các-bon	히 더랃 깍 본
탄식	tiếng thở dài	띠엥 터 자이

탄압(하다)	**đàn áp**	단압
	áp bức	압복
탄환	**viên đạn**	비엔 단
탈것	**phương tiện vận chuyển**	프엉 띠엔 번 쭈옌
탈락(하다)	**rơi**	저이
	trượt	쯔얻
탈락자	**người bị trượt**	응어이 비 쯔얻
탈모	**sự rụng tóc**	쓰 중 똑
탈선(하다)	**trật đường ray**	쩓 드엉 자이
	trật bánh xe	쩓 바잉 쌔
탈세(하다)	**trốn thuế**	쫀 투에
탈수(하다)	**khử nước**	크 느억
	hút nước	훋 느억
탈수기	**máy khử nước**	마이 크 느억
탈의실	**phòng thay đồ**	퐁 타이 도
탈진	**kiệt sức**	끼엗 쓱
탈출(하다)	**rút lui**	줃 루이
	bỏ chạy	보 짜이
탈퇴하다	**rút ra**	줃 자
	li khai	리 카이
탈환하다	**thu hồi**	투 호이
	đoạt lại	도앋 라이
	lấy lại	러이 라이

ㄱ
ㄴ
ㄷ
ㄹ
ㅁ
ㅂ
ㅅ
ㅇ
ㅈ
ㅊ
ㅋ
ㅌ
ㅍ
ㅎ

탐구(하다)	**thám hiểm**	탐 히엠
	thăm dò	탐 조
탐내다	**ham muốn**	함 무온
	nảy lòng tham	나이 롱 탐
탐사	**sự điều tra**	쓰 디에우 짜
	sự thăm dò	쓰 탐 조
탐욕	**lòng tham**	롱 탐
	tính hám lợi	띵 함 러이
탐정 (행동)	**hoạt động tình báo**	호앗 동 띵 바오
탐정 (사람)	**điệp viên**	디엡 비엔
탐험(하다)	**thám hiểm**	탐 히엠
	khảo sát	카오 쌛
탑	**tháp**	탑
	đài kỉ niệm	다이 끼 니엠
탑승(하다)	**lên tàu** (배, 기차)	렌 따우
	lên xe (차)	렌 쌔
탑승게이트	**cửa lên tàu** (배, 기차)	끄어 렌 따우
	cửa lên xe (차)	끄어 렌 쌔
탑승권	**vé tàu**	배 따우
탓	**sai lầm**	싸이 럼
	lỗi	로이
	nguyên do	응우옌 조
태도	**thái độ**	타이 도

태아	**thai nhi**	타이 니
	phôi thai	포이 타이
태양	**mặt trời**	맏 쩌이
	thái dương	타이 즈엉
태어나다	**sinh ra**	씽 자
태연한	**thản nhiên**	탄 니엔
	điềm đạm	디엠 담
태우다 (연소)	**đốt cháy**	돋 짜이
	thiêu hủy	티에우 후이
	đốt cháy nhà 돈 짜이 냐 집을 태우다	
태우다 (탑승)	**cho đi nhờ**	쪼 디 녀
	chở theo	쩌 태오
	chở em bé trên xe 쩌 앰 배 쩬 쌔 아이를 차에 태우다	
태클	**sự chặn**	쓰 짠
	sự cản	쓰 깐
태평하다	**thái bình**	타이 빙
태평양	**Thái Bình Dương**	타이 빙 즈엉
태풍	**bão**	바오
택배	**sự vận chuyển**	쓰 번 쭈옌
택시	**tắc-xi**	딱 씨
탤런트	**người có tài**	응어이 꼬 따이
	diễn viên	지엔 비엔
탬버린	**trống lục lạc**	쫑 룩 락

탱크	xe tăng	쌔 땅
	xe bọc thép	쌔 복탭
터	mảnh đất	마잉 덛
	lô đất	로 덛
터널	đường hầm	드엉 험
터무니없는	vô căn cứ	보 깐 끄
터미널	bến xe	벤 쌔
	bến tàu	벤 따우
터부	điều cấm kị	디에우 껌 끼
	điều kiêng kị	디에우 끼엥 끼
터지다	bùng nổ	붕 노
	phá hủy	파 후이
턱	cằm	깜
턱걸이	xà ngang	싸 응앙
털	tóc	똑
	lông	롱
털다	rũ	주
	phủi	푸이
테니스	quần vợt	꾸언 벋
	tennis	떼닛
테두리	đường viền	드엉 비엔
	phạm vi	팜 비
	giới hạn	저이 한
테러	sự khủng bố	쓰 쿵 보

테러리스트	**người khủng bố**	응어이 쿵 보
테마	**đề tài**	데 따이
	chủ đề	쭈 데
테스트(하다)	**kiểm tra**	끼엠 짜
테이블	**bàn**	반
테이프	**băng dán**	방잔
테크닉	**kĩ thuật**	끼 투얻
	kĩ xảo	끼 싸오
텐트	**lều**	레우
	trại	짜이
텔레비전	**ti vi**	띠 비
텔레파시	**thần giao cách cảm**	턴 자오 까익 깜
템포	**tốc độ**	똑 도
	nhịp độ	닙 도
토끼	**thỏ**	토
토너먼트	**thi đấu loại**	티 더우 로아이
토대	**nền tảng**	넨 땅
	nền móng	넨 몽
토론(하다)	**tranh luận**	짜잉 루언
	bàn bạc	반박
토마토	**cà chua**	까 쭈어

토막	**mảnh**	마잉
	mẩu	머우
	miếng	미엥
토목	**thổ mộc**	토목
	xây dựng cơ bản	써이 증 꺼 반
<u>토스트</u>	**bánh mì nướng**	바잉 미 느엉
토양	**nhổ nhưỡng**	뇨 니으엉
	vùng đất	붕덛
토요일	**thứ bảy**	트 바이
토지	**đất**	덛
	khu đất	쿠덛
토하다	**nôn**	논
	ói	오이
톤 (무게)	**tấn**	떤
톱	**cưa**	끄어
톱니모양	**hình răng cưa**	힝 장 끄어
통(桶)	**xô**	쏘
	thùng thùng rác 퉁 작 쓰레기통	퉁
통계	**thống kê**	통 께
통과(하다)	**thông qua**	통 꽈
통관	**sự thông quan**	쓰 통 꽌
통나무	**gỗ nguyên cây**	고 응우옌 꺼이

통로	lối đi	로이 디
통솔(하다)	lãnh đạo	라잉 다오
	chỉ đạo	찌 다오
통신	sự truyền thông	쓰 쭈옌 통
	sự cung cấp thông tin	쓰 꿍껍 통 띤
통역(하다)	thông dịch	통 직
	phiên dịch	피엔 직
통일(하다)	thống nhất	통 녇
통장	sổ tài khoản	쏘 따이 콴
통제(하다)	điều khiển	디에우 키엔
	khống chế	콩 쩨
	giám sát	잠 싿
통조림	thực phẩm đóng hộp	특 펌 동 홉
	đồ ăn sẵn	도 안 싼
통지(하다)	thông báo	통 바오
통찰력	năng lực quan sát	낭 륵 꽌 싿
통치(하다)	thống trị	통 찌
	cai trị	까이 찌
통풍	bệnh khớp	벵 컵
	thông gió	통 조
통하다	thông suốt	통 쑤옫
통학하다	đi học	디 혹
	đến trường	덴 쯔엉

통행(하다)	**thông hành**	통 하잉
	lưu hành	리우 하잉
통화(하다)	**gọi điện**	고이 디엔
퇴각(하다)	**rút lui**	줃 루이
	lùi về	루이 베
퇴보	**sự suy đồi**	쓰 쑤이 도이
	sự tụt lùi	쓰 뚣 루이
퇴원하다	**xuất viện**	쑤얻 비엔
	ra viện	자 비엔
퇴장(하다)	**rời bỏ**	저이 보
	ra khỏi sân	자 코이 썬
퇴직(하다) (은퇴)	**nghỉ hưu**	응이 흐우
퇴직(하다) (사직)	**thôi việc**	토이 비엑
퇴치(하다)	**xóa tan**	쏘아 딴
	triệt tiêu	찌엗 띠에우
퇴폐적인	**mang tính thoái hóa**	망 띵 토아이 화
투고(하다)	**viết bài đăng báo**	비엗 바이 당 바오
투기	**sự đầu cơ**	쓰 더우 꺼
	cuộc thi đấu	꾸옥 티 더우
	lòng ghen tị	롱 갠 띠
투덜거리다	**lầm bầm**	럼 범
	càu nhàu	까우 냐우
투명	**sự trong suốt**	쓰 쫑 쑤얻
투병하다	**đấu tranh với bệnh tật**	더우 짜잉 버이 벵 떧

투서하다	đưa thư tố cáo	드어 트 또 까오
투자(하다)	đầu tư	더우 뜨
투자가	nhà đầu tư	냐더우 뜨
투쟁(하다)	đấu tranh	더우 짜잉
투지	tinh thần chiến đấu	띵 턴 찌엔 더우
투표(하다)	bỏ phiếu	보 피에우
튀기다 (기름)	rán	잔
	chiên	찌엔
튀다	nhảy lên	냐이 렌
	nảy lên	나이 렌
팅기다(손가락으로)	búng tay	붕 따이
튤립	tuy-lip	뚜이 립
트다	mọc lên	목 렌
	nảy mầm	나이 멈
트러블	điều rắc rối	디에우 작 조이
	điều phiền toái	디에우 피엔 또아이
트럭	xe tải	쌔 따이
트럼펫	kèn trompet	깬 드럼뺃
트럼프	quân chủ bài	꾸언 쭈 바이
트렁크	túi du lịch	뚜이 주 릭
	khoang cabin	코앙 까빈
트레이너	người huấn luyện	응어이 후언 루옌
트레이드(하다)	thương mại	트엉 마이

트로피	cúp chiến thắng	꿉 찌엔 탕
트리오	nhóm ba người	늄 바 응어이
트림	sự ợ hơi	쓰 어 허이
트집	nhược điểm	니으억 디엠
	đường nứt	드엉 늗
특권	đặc quyền	닥 꾸옌
	đặc ân	닥 언
특급(特級)	cấp đặc biệt	껍 닥 비엗
특기	năng khiếu đặc biệt	낭 키에우 닥 비엗
특별한	đặc biệt	닥 비엗
특유의	nét đặc hữu	낻 닥 히우
특이한	độc đáo	독 다오
특정한	định rõ	딩 조
	chỉ rõ	찌 조
특집	đặc san	닥 싼
특징	nét đặc trưng	낻 닥 쯩
특징짓다	tạo nét đặc biệt	따오 낻 닥 비엗
특파원	đặc phái viên	닥 파이 비엔
특허	sự cho phép	쓰 쪼 팹
	sự cấp phép	쓰 껍 팹
특히	đặc biệt là	닥 비엗 라
튼튼한	khỏe mạnh	쾌 마잉
	rắn chắc	잔 짝

틀	khung	쿵
	khuôn	쿠온
틀니	hàm răng giả	함 장 자
틀리다	sai	싸이
	xoắn	쏘안
	cuộn	꾸온
틀림없이	không sai	콩 싸이
	chuẩn xác	쭈언 싹
틀어박히다	tự giam lỏng	뜨 잠 롱
틀어지다	lệch hướng	렉 흐엉
	sai đường	싸이 드엉
틈	khe hở	캐 허
	chỗ hở	쪼 허
티백	túi trà	뚜이 짜
티셔츠	áo phông	아오 퐁
티슈	giấy ăn	저이 안
티켓	vé	배
팀	đội	도이
	nhóm	뇸
팀워크	kết hợp làm việc	껟 헙 람 비엑
팁	tiền boa	띠엔 보아

ㅍ

파	**hành**	하잉
파견(하다)	**phái đi**	파이 디
	cử đi	끄 디
파괴(하다)	**phá hủy**	파 후이
파급되다	**lan tỏa**	란 또아
	lan rộng	란 종
파기(하다)	**hủy bỏ**	후이 보
파내다	**đào lên**	다오 렌
	bới lên	버이 렌
파노라마	**toàn cảnh**	또안 까잉
파다	**đào**	다오
	bới	버이
파도	**sóng nước**	쏭 느억
파라솔	**ô che nắng**	오 째 낭
파랑	**xanh dương**	싸잉 즈엉
파랑색	**màu xanh dương**	마우 싸잉 즈엉
파렴치	**vô liêm sỉ**	보 리엠 씨
	bì ổi	비 오이
파리 (곤충)	**ruồi**	주오이
파마	**việc uốn tóc**	비엑 우온 똑

파멸(하다)	đổ vỡ	도 버
	tiêu tan	띠에우 딴
파문(波紋)	gợn sóng	건 쏭
파산하다	phá sản	파 싼
	vỡ nợ	버 너
파생(되다)	phái sinh	파이 씽
	nảy sinh	나이 씽
파손(되다)	bị tổn thất	비 똔 털
	bị hư hại	비 흐 하이
파스타	mì Ý	미 이
파슬리	mùi tây	무이 떠이
	ngò tây	응오 떠이
파시스트	người theo chủ nghĩa phát xít	응어이 태우 쭈 응이아 팓씯
파악(하다)	am hiểu	암 히에우
	nắm bắt vấn đề	남 받 번 데
파업	cuộc đình công	꾸옥 딩 꽁
파열	sự bùng nổ	쓰 붕 노
파운데이션	phấn lót	펀 롣
파울	sự phạm lỗi	쓰 팜 로이
	sự phạm qui	쓰 팜 꾸이
파이	bánh nướng	바잉 느엉
파이프	ống điếu	옹 디에우
파인애플	dứa	즈어

ㄱ
ㄴ
ㄷ
ㄹ
ㅁ
ㅂ
ㅅ
ㅇ
ㅈ
ㅊ
ㅋ
ㅌ
ㅍ
ㅎ

파일	**tập phai**	떱 파이
파자마	**đồ ngủ**	도 응우
파출소	**đồn cảnh sát**	돈 까잉 쌋
파충류	**loài bò sát**	로아이 보 쌋
파탄	**sự thất bại**	쓰 텃 바이
	sự phá sản	쓰 파싼
파트너	**đối tác**	도이 딱
	cộng sự	꽁 쓰
판가름	**sự phán xét**	쓰 판 쌛
판결하다	**phân xử**	펀 쓰
	tuyên án	뚜옌 안
판권	**quyền tác giả**	꾸옌 딱 자
판단(하다)	**phán đoán**	판 도안
	phán định	판딩
판매(하다)	**buôn bán**	부온 반
판명(되다)	**được rõ ràng**	드억 조 장
	được minh bạch	드억 밍 바익
판사	**thẩm phán**	텀 판
	quan tòa	꽌 또아
판자	**tấm bảng**	떰 방
	tấm ván	떰 반
판정(하다)	**phán định**	판딩
팔	**cánh tay**	까잉 따이

팔(8)	(số) tám	(쓰) 땀
팔걸이의자	ghế bành	게 바잉
팔꿈치	khuỷu tay	쿠이우 따이
팔다	bán	반
팔씨름	môn đấu vật tay	몬더우벗 따이
팔월	tháng tám	탕 땀
팔찌	vòng tay	봉 따이
팝송	bài hát nhạc pop	바이 핟냑 뽑
팝콘	bắp rang bơ	밥 장버
패권	quyền bá chủ	꾸옌 바 쭈
패기	khí phách	카 파익
	phong độ	퐁 도
패륜	sự loạn luân	쓰 로안 루언
	sự đồi trụy	쓰 도이 쭈이
패배	sự thất bại	쓰 텉 바이
	sự thua trận	쓰 투어 쩐
패스워드	mật khẩu	먿 커우
패스트푸드	đồ ăn nhanh	도 안 나잉
패키지투어	tua du lịch trọn gói	뚜어 주 릭 쫀 고이
패턴	mẫu	머우
	bản vẽ	반 배
패하다	bị thất bại	비 텉 바이
	bị tổn thất	비 똔 텉

팩스	**fax**	팍스
팬	**người hâm mộ**	응어이 험 모
팬티	**quần lót**	꾸언 롣
팬티스타킹	**tất quần**	떧 꾸언
팽개치다	**vứt bỏ**	븓 보
	ném bỏ	냄 보
팽이	**con quay**	꼰 꾸아이
팽창(하다)	**bành trướng**	바잉 쯔엉
	mở rộng	머 종
퍼내다	**tát nước ra**	떧 느억 자
	bơm ra	범 자
퍼붓다	**trút xuống**	쭏 쑤옹
	xối xả	쏘이 싸
퍼센트 (%)	**phần trăm**	펀 짬
퍼즐	**trò chơi trí tuệ**	쪼 쩌이 찌 뚜에
퍼지다	**mở rộng**	머 종
	dàn trải ra	잔 짜이 자
펀치	**sự đục lỗ**	쓰 둑 로
펄럭이다	**bay phần phật**	바이 펀 펀
펌프	**máy bơm**	마이 범
펑크	**thủng (lốp)**	퉁 (롭)
페달	**bàn đạp**	반 답

페미니스트	người theo thuyết bảo vệ quyền lợi và bình đẳng của phụ nữ	응어이 태오 투옌 바오 베 꾸옌 러이 바 빙 당 꾸어 푸 느
페스티벌	lễ hội	레 호이
페이지	trang	짱
	tờ	떠
페인트	sự giả bộ	쓰 자 보
	sơn	썬
페트병	bình nhựa	빙 니으어
펜	bút	붇
펜던트	mặt dây chuyền	맏 저이 쭈옌
펭귄	chim cánh cụt	찜 까잉 꿋
펴다	mở ra	머 자
	trải ra	짜이 자
펴지다	được mở ra	드억 머 자
	được tháo gỡ	드억 타오 거
편견	định kiến	딩 끼엔
	thành kiến	타잉 끼엔
편도	một chiều	몯 찌에우
	một phía	몯 피어
편도선	a-mi-đan	아 미 단
편두통	chứng đau nửa đầu	쯩 다우 느어 더우
편들다	bênh vực	벵 븍

편리	**sự tiện lợi**	쓰 띠엔 러이
	sự hữu ích	쓰 히우 익
편성(하다)	**tổ chức**	또 쯕
	hình thành	힝 타잉
편승하다	**quá giang**	꽈 장
	đi nhờ xe	디 녀 쌔
편안한	**thoải mái**	토아이 마이
편의점	**cửa hàng tiện lợi**	끄어 항 띠엔 러이
편지	**bức thư**	븍 트
편집(하다)	**biên tập**	비엔 떱
편집자	**biên tập viên**	비엔 떱 비엔
	chủ biên	쭈 비엔
편파	**sự thiên lệch**	쓰 티엔 렉
	sự phân biệt đối xử	쓰 펀 비엗 도이 쓰
편한	**tiện lợi**	띠엔 러이
	thuận tiện	투언 띠엔
펼치다	**mở ra**	머 자
	kéo ra	깨오 자
	làm dãn ra	람 잔 자
평가(하다)	**đánh giá**	다잉 자
평균	**trung bình**	쭝 빙
평등	**sự bình đẳng**	쓰 빙 당
	sự công bằng	쓰 꽁 방

평론(하다)	bình luận	빙 루언
	phê phán	페 판
평론가	nhà bình luận	냐 빙 루언
	bình luận viên	빙 루언 비엔
평면	mặt phẳng	맏 팡
	mặt bằng	맏 방
평방미터	mét vuông	맨 부옹
평범한	bình thường	빙 트엉
평상복	quần áo thường ngày	꾸언 아오 트엉 응아이
평소	ngày thường	응아이 트엉
평야	đồng bằng	동 방
평온	nhiệt độ trung bình	니엗 도 쭝 빙
	thanh thản	타잉 탄
	bình thản	빙 탄
평일	ngày thường	응아이 트엉
평정(平靜)	bình tĩnh	빙 띵
	điềm tĩnh	디엠 띵
평판	danh tiếng	자잉 띠엥
	sự nổi tiếng	쓰 노이 띠엥
평평하다	bằng phẳng	방 팡
평행(하다)	song song	쏭 쏭
	tương đương	뜨엉 드엉
평행선	đường song song	드엉 쏭 쏭

평형	sự cân bằng	쓰 껀 방
	thế cân bằng	테 껀 방
평화	hòa bình	화 빙
폐	phổi	포이
폐결핵	bệnh ho lao	벵 호 라오
	bệnh lao phổi	벵 라오 포이
폐기물	chất thải	쩔 타이
	phế thải	페 타이
폐렴	bệnh viêm phổi	벵 비엠 포이
폐쇄(하다)	phong tỏa	퐁 또아
	ngăn chặn	응안 짠
폐수	nước thải	느억 타이
	nước cống	느억 꽁
폐암	ung thư phổi	웅 트 포이
폐지(하다)	ngừng việc	응으응 비엑
	bãi miễn	바이 미엔
	hủy bỏ	후이 보
폐허	sự hư hao	쓰 흐 하오
	sự đổ nát	쓰 도 낟
폐활량	dung tích phổi	중 띡 포이
폐회(하다)	bế mạc	베 막
포개다	chất đống	쩔 동
	chồng đống	쫑 동

포근한	**mềm dẻo**	멤 재오
	ấm áp	엄 압
포기하다	**từ bỏ**	뜨 보
포도	**nho**	뇨
포도주	**rượu nho**	즈어우 뇨
포동포동한	**bụ bẫm**	부 범
	phúng phính	풍 핑
포로	**tù binh**	뚜 빙
포르노	**sự khiêu dâm**	쓰 키에우 점
포맷	**sự định dạng**	쓰 딩 장
포상	**giải thưởng**	자이 트엉
포스터	**tờ áp phích**	떠 압 픽
	tờ quảng cáo	떠 꽝 까오
포옹(하다)	**âu yếm**	어우 이엠
포위	**sự bao vây**	쓰 바오 버이
	sự phong tỏa	쓰 퐁 또아
포유동물	**động vật có vú**	동 벋 꼬 부
포인트	**dấu thập phân**	저우 텁 펀
	điểm	디엠
	công tắc	꽁 딱
포장(하다)	**gói**	고이
	bọc	복
포착하다	**thu được**	투 드억
	đạt được	닫 드억

포크	**dĩa**	지어
포함하다	**bao gồm**	바오 곰
	bao hàm	바오 함
포화	**sự bão hòa**	쓰 바오 호아
	hỏa lực	호아 륵
포획	**việc đánh bắt**	비엑 다잉 받
폭	**chiều rộng**	찌에우 종
	bề ngang	베 응앙
폭격(하다)	**oanh tạc**	오아잉 딱
	ném bom	냄 봄
폭넓다	**rộng rãi**	종 자이
폭동	**sự tăng vọt**	쓰 땅 볻
폭락(하다)	**suy sụp**	쑤이 쑵
	rơi xuống	저이 쑤옹
폭력	**bạo lực**	바오 륵
폭로(하다)	**bộc lộ**	복 로
	tố cáo	또 까오
	phơi bày	퍼이 바이
폭발(하다)	**bùng nổ**	붕 노
	phun trào	푼 짜오
폭언	**nói năng thô lỗ**	노이 낭 토 로
폭주(輻輳)	**sự chạy bạt mạng**	쓰 짜이 받 망
	sự tập trung quá mức	쓰 떱 쭝 꽈 믁

폭탄	**bom**	봄
	mìn	민
폭파(하다)	**bộc phá**	복 파
	bùng nổ	붕 노
폭포	**thác nước**	탁 느억
폭풍	**cơn bão**	껀 바오
폭행(하다)	**bạo hành**	바오 하잉
	bạo ngược	바오 응으억
폴리에스테르	**chất polyester (nhựa thông)**	쩓 포리애스태 (니으어 통)
폴리에틸렌	**chất polyetylen**	쩓 포리애띠랜
폼	**mẫu**	머우
	hình dạng	힝 장
표(表)	**bảng**	방
	bản	반
	bảng tên 방 땐 이름표	
표(票)	**vé**	배
	phiếu	피에우
	Cuối năm nên người chờ mua vé xe buýt rất đông. 꾸오이 남 낸 응어이 쩌 무어 배 쌔 부읻 젇 동 연말이라 버스표를 사기 위해 줄 서는 사람들로 붐빈다.	
표결(하다)	**biểu quyết bằng phiếu**	비에우 꾸옏 방 피에우
표기	**sự đánh dấu**	쓰 다잉 저우
표류(하다)	**phiêu lưu**	피에우 리우
	phiêu bạt	피에우 받

표면	**mặt**	맏
	bề mặt	베 맏
표백하다	**tẩy trắng**	떠이 짱
표범	**báo đốm**	바오 돔
표시	**sự biểu thị**	쓰 비에우티
	sự bày tỏ	쓰 바이 또
표어	**biểu ngữ**	비에우 응으
	khẩu hiệu	커우 히에우
표적	**mục tiêu**	묵 띠에우
	dấu vết	저우 벧
표절(하다)	**đạo văn**	다오 반
	ăn cắp ý tưởng	안 깝 이 뜨엉
표정	**biểu cảm**	비에우 깜
	nét mặt	낻 맏
표준	**tiêu chuẩn**	띠에우 쭈언
	ngôn ngữ chuẩn 응온 응으 쭈언 표준어	
표지	**bìa sách**	비어 싸익
	nhãn hiệu	냔 히에우
표현(하다)	**biểu hiện**	비에우 히엔
푸다	**múc**	묵
풀(草)	**cỏ**	꼬
	cắt cỏ 깓꼬 풀을 깎다	

풀 (접착)	**hồ**	호
	keo	깨오
	dán ảnh bằng keo 잔 아잉 방 깨오 풀로 사진을 붙이다	
풀다	**cởi**	꺼이
	gỡ	거
	được tháo	드억 타오
풀리다	**được tháo gỡ**	드억 타오 거
	được giải quyết	드억 자이 꾸옡
풀장	**bể bơi**	베 버이
품다	**ôm ấp**	옴 업
	chứa	쯔어
품목	**danh mục hàng**	자잉 묵 항
품위	**phẩm vị**	펌 비
	chuẩn mực	쭈언 믁
품위있는	**có phong cách**	꼬 퐁 까익
	có phong độ	꼬 퐁 도
품절	**sự bán hết hàng**	쓰 반 헫 항
품질	**phẩm chất**	펌 쩓
	chất lượng	쩓 르엉
풍경	**phong cảnh**	퐁 까잉
풍기다	**tỏa ra**	또아 자
	lan ra	란 자
풍부한	**phong phú**	퐁 푸

ㄱ ㄴ ㄷ ㄹ ㅁ ㅂ ㅅ ㅇ ㅈ ㅊ ㅋ ㅌ ㅍ ㅎ

풍선	**bóng bay**	봉 바이
풍속	**phong tục**	퐁 뚝
	luật lệ	루얻 레
풍자(하다)	**trào phúng**	짜오 풍
	châm biếm	쩜 비엠
풍차	**cối xay gió**	꼬이 싸이 조
퓨즈	**cầu chì**	꺼우 찌
프라이드	**lòng tự hào**	롱 뜨 하오
	niềm kiêu hãnh	니엠 끼에우 하잉
프라이팬	**cái chảo**	까이 짜오
프랑스	**nước Pháp**	느억 팝
프랑스어	**tiếng Pháp**	띠엥 팝
프랜차이즈	**việc nhượng quyền kinh doanh**	비엑 니으엉 꾸옌 낑 조아잉
프런트	**bàn tiếp tân**	반 띠엡 떤
프로	**tính chuyên nghiệp**	띵 쭈옌 응이엡
프로그램	**chương trình**	쯔엉 찡
프로젝트	**dự án**	즈 안
	kế hoạch	께 화익
프로포즈	**ý kiến đề xuất**	이 끼엔 데 쑤얻
프로필	**sơ lược tiểu sử**	써 르억 띠에우 쓰
프리랜서	**người làm việc tự do**	응어이 람 비엑 뜨 조
프리미엄	**phần thưởng**	펀 트엉
	tiền phụ trội	띠엔 푸 쪼이

프린터	**máy in**	마이 인
프린트(하다)	**in ấn**	인 언
플라스틱	**nhựa**	니으어
	chất dẻo	쩐 재오
	chất plastic	쩐 쁠라스띡
플랑크톤	**sinh vật trôi nổi**	씽 벋 쪼이 노이
플래시	**đèn nháy**	댄 나이
	đèn flash	댄 플래쉬
플래카드	**tranh cổ động**	짜잉 꼬 동
	áp phích	압 픽
플러그	**ổ phích**	오 픽
	phích cắm điện	픽 깜 디엔
플러스	**dấu cộng**	저우 꽁
피	**máu**	마우
피겨스케이팅	**trượt băng nghệ thuật**	쯔얻 방 응에 투얻
피고	**bị đơn**	비 던
	bị cáo	비 까오
피난	**sự tị nạn**	쓰 띠 난
피다	**nở**	너
피로	**sự mệt mỏi**	쓰 멛 모이
	sự tuyên bố	쓰 뚜옌 보
피리	**ống sáo**	옹 싸오
피망	**ớt tây**	얻 떠이
피부	**da**	자

ㄱ
ㄴ
ㄷ
ㄹ
ㅁ
ㅂ
ㅅ
ㅇ
ㅈ
ㅊ
ㅋ
ㅌ
ㅍ
ㅎ

피부과	khoa da liễu	콰 자 리에우
피상적인	tính hình thức	띵 힝 특
	bề ngoài	베 응와이
피서지	nơi nghỉ mát	너이 응이 맏
피신	việc ẩn mình	비엑 언 밍
	việc lẩn trốn	비엑 런 쫀
피아노	đàn pi-a-no	단 삐아노
피아니스트	người chơi pi-a-no	응어이 쩌이 삐아노
피양세	vị hôn phu	비 혼 푸
	vị hôn thê	비 혼 테
피에로	anh hề	아잉 헤
	vai hề	바이 헤
피우다	thắp	탑
	đốt	돋
	nhóm	놈
피임(하다)	được bổ nhiệm	드억 보 니엠
피자	pi-za	삐짜
피차	đây và đó	더이 바 도
	tôi và bạn	또이 바 반
피크닉	cuộc đi chơi dã ngoại	꾸옥 디 쩌이 자 응와이
피클	dưa muối chua	즈어 무오이 쭈어
피하다	tránh né	짜잉 내
	trốn tránh	쫀 짜잉

피해	**sự bị hại**	쓰 비 하이
	sự mất mát	쓰 멀 맡
피해자	**người bị hại**	응어이 비 하이
픽션	**chuyện hư cấu**	쭈옌 흐 꺼우
핀	**chốt**	쫃
	kẹp	깹
핀셋	**cái kẹp**	까이 깹
	cái nhíp	까이 닙
핀치히터	**vận động viên đánh thay bóng lúc gay cấn**	번 동 비엔 다잉 타이 봉 룩 가이 껀
핀트	**tiêu điểm**	띠에우 디엠
	trọng điểm	쫑 디엠
필기	**bút kí**	붇 끼
	sự ghi chép thi viết 티 비엔 필기시험	쓰 기 쨉
필사적인	**liều mạng**	리에우 망
	quyết tử	꾸옏 뜨
필수적인	**cần thiết**	껀 티엗
필수품	**nhu yếu phẩm**	뉴 이에우 펌
필승	**tất thắng**	떧 탕
필연	**tất nhiên**	떧 니엔
	chắc chắn	짝 짠

ㄱ ㄴ ㄷ ㄹ ㅁ ㅂ ㅅ ㅇ ㅈ ㅊ ㅋ ㅌ **ㅍ** ㅎ

필요	**sự tất yếu**	쓰 떧 이에우
	sự cần thiết	쓰 껀 티엗
필요하다	**cần thiết**	껀 티엗
필적	**bút tích**	붇 띡
	nét bút	낻 붇
필적하다	**đọ sức**	도 쓱
	đấu với	더우 버이
필터	**đầu lọc**	더우 록
핑계	**cớ**	꺼
핑크 (색)	**màu hồng**	마우 홍

ㅎ

하나 (1)	**một**	몯
하느님	**ông trời**	옹 쪄이
하늘	**bầu trời**	버우 쪄이
하다	**làm**	람
하드웨어	**phần cứng máy tính**	펀 끙 마이 띵
하등동물	**động vật bậc thấp**	동 벋 벅 텁
하락(하다)	**trượt**	쯔얻
	giảm	잠
	hạ	하
하루	**một ngày**	몯 응아이
하류	**hạ lưu**	하 리우
하모니카	**kèn ác-mô-ni-ca**	깬 악모니까
하수도	**ống thoát nước**	옹 토앋 느억
하이에나	**linh cẩu**	링 꺼우
하이킹	**cuộc hành quân**	꾸옥 하잉 꾸언
하이테크	**kĩ thuật cao**	끼 투얻 까오
하이힐	**giày cao gót**	자이 까오 곧
하인	**hạ nhân**	하 년
	nô bộc	노 복
	người hầu	응어이 허우

하자	**vết khuyết**	벧 쿠옏
	khe hở	캐 허
하중	**tải trọng**	따이 쫑
하찮다	**bình thường**	빙 트엉
	nhỏ nhặt	뇨 냗
하천	**nhánh sông**	나잉 쏭
	kênh	껭
	rạch	자익
하청	**thầu phụ**	터우 푸
하키	**môn khúc côn cầu**	몬 쿡 꼰 꺼우
하품	**việc ngáp**	비엑 응압
하프	**đàn hạc**	단 학
하필이면	**hà tất cứ phải**	하 떹 끄 파이
학	**hạc**	학
학과	**khoa**	콰
	chuyên khoa	쭈엔 콰
학교	**trường học**	쯔엉 혹
학급	**lớp**	럽
	lớp học	럽 혹
학기	**học kì**	혹 끼
학년	**niên học**	니엔 혹
	năm học	남 혹
학대(하다)	**ngược đãi**	응으억 다이
	bạc đãi	박 다이

학력	**học lực**	혹 륵
	lí lịch học tập	리 릭 혹 떱
학문	**học vấn**	혹 번
학비	**học phí**	혹 피
	tiền học	띠엔 혹
학사	**cử nhân**	끄 년
학생	**học sinh**	혹 씽
학생증	**thẻ sinh viên** (대학생)	태 씽 비엔
	thẻ học sinh (학생)	태 혹 씽
학설	**học thuyết**	혹 투옛
	lí thuyết	리 투옛
학습(하다)	**học tập**	혹 떱
학원	**cơ quan giáo dục**	꺼 꽌 자오 죽
학위	**học vị**	혹 비
	bằng cấp	방 껍
학자	**học giả**	혹 자
	nhà khoa học	냐 콰 혹
학점	**điểm**	디엠
	đơn vị học trình	던 비 혹 찡
	tín chỉ	띤 찌
한 개	**một cái**	몯 까이
한 벌	**một bộ**	몯 보
한 조각	**một miếng**	몯 미엥
	một mẩu	몯 머우

한결같다	trung thành	쭝 타잉
	bền chặt	벤 짣
한계	giới hạn	저이 한
	phạm vi	팜 비
한국	Hàn Quốc	한 꾸옥
한국어	tiếng Hàn Quốc	띠엥 한 꾸옥
한기	không khí rét	콩 키 쟅
	cái rét	까이 쟅
한나절	nửa ngày	느어 응아이
한낮	giữa trưa	즈어 쯔어
	chính ngọ	찡 응오
한눈팔다	mắt nhắm mắt mở	맏 남 맏 머
	nhìn lơ đãng	닌 러 당
한도	hạn độ	한 도
	giới hạn	저이 한
한때	một chốc	몯 쪽
	một lát	몯 랃
한숨	ngủ chợp mắt	응우 쩝 맏
	giấc ngủ ngắn	적 응우 응안
한심하다	chán nản	짠 난
	đáng hổ thẹn	당 호 탠
한여름	giữa mùa hè	즈어 무어 해
한자	chữ Hán	쯔 한
	Hán tự	한 뜨

한잔	một chén	몯 짼
	một cốc	몯 꼭
한정(하다)	hạn định	한 딩
	hạn chế	한 쩨
한쪽	một phía	몯 피어
	một bên	몯 벤
한창	đỉnh điểm	딩 디엠
	thời điểm tốt nhất	터이 디엠 똗 녇
한층 더	hơn nữa	헌 느어
한턱내다	khao	카오
	đãi	다이
한파	đợt rét	덛 잰
	trận rét	쩐 잰
한편(으로)	mặt khác	맏 칵
	cách khác	까익 칵
할당(하다)	phân bổ	펀 보
	phân chia hạn ngạch	펀 찌어 한 응아익
할머니	bà	바
할부	trả góp	짜 곱
	trả từng phần	짜 뜽 펀
할아버지	ông	옹
할인(하다)	giảm giá	잠 자
	hạ giá	하 자

할증금	**tiền lãi**	띠엔 라이
	tiền phụ trội	띠엔 푸 쪼이
핥다	**liếm**	리엠
	mút	묻
함께	**cùng**	꿍
	cùng với	꿍 버이
	kèm theo	깸 태오
함락(되다)	**bị đánh đổ**	비 다잉 도
	bị kéo đổ	비 깨오 도
	bị hủy hoại	비 후이 호아이
함부로	**tùy tiện**	뚜이 띠엔
	bừa bãi	브어 바이
함유하다	**bao hàm**	바오 함
	hàm chứa	함 쯔어
합격(하다)	**trúng tuyển**	쭝 뚜옌
	thi đỗ	티 도
합계(하다)	**tổng**	똥
	tổng cộng	똥 꽁
합금	**hợp kim**	헙 낌
합동	**sự hợp nhất**	쓰 헙 녇
	sự hiệp đồng	쓰 히엡 동
	sự thống nhất	쓰 통 녇
합류(하다)	**hợp lưu**	헙 리우

합리적인	hợp lí	헙 리
	lô-gíc	로 직
합리화하다	hợp lí hóa	헙 리 화
합법적인	hợp pháp	헙 팝
합병(하다)	hợp nhất	헙 녇
	sát nhập	쌷 녑
합성(하다)	hợp thành	헙 타잉
	tổng hợp	똥 헙
합의(하다)	thỏa thuận	토아 투언
	nhất trí	녇 찌
합작사업	doanh nghiệp liên doanh	조아잉 응이엡 리엔 조아잉
합창(하다)	hợp xướng	헙 쓰엉
	hát đồng ca	핟 동 까
합치다	kết hợp	껟 헙
	liên kết	리엔 껟
핫도그	xúc xích	쑥 씩
항공기	máy bay	마이 바이
항공사	hãng hàng không	항 항 콩
항공편	chuyến bay	쭈옌 바이
항구	cảng	깡
	bến cảng	벤 깡
항목	hạng mục	항 묵
	danh mục	자잉 묵

항문	**hậu môn**	허우 몬
항복	**sự hàng phục**	쓰 항 푹
	sự đầu hàng	쓰 더우 항
항아리	**cái chum**	까이 쭘
	cái vại	까이 바이
항의(하다)	**sự phản kháng**	쓰 판 캉
	sự kháng nghị	쓰 캉 응이
항해(하다)	**hàng hải**	항 하이
	đi biển	디 비엔
해	**mặt trời**	맏 쩌이

Cảnh mặt trời mọc trên biển rất đẹp.
까잉 맏 쩌이 목 쩬 비엔 젇 댑
바다에 해가 뜨는 경치는 매우 아름답다.

해(年)	**năm**	남

Năm nay, chị ấy 20 tuổi.
남 나이 찌 어이 하이 므어이 뚜오이
올해 그녀는 20살이다.

해결(하다)	**giải quyết**	자이 꾸옌
	thu xếp	투 쎕
해고당하다	**bị đuổi việc**	비 두오이 비엑
	bị sa thải	비 싸 타이
해골	**hài cốt**	하이 꼳
	bộ xương	보 쓰엉
해군	**hải quân**	하이 꾸언
해답	**lời giải đáp**	러이 자이 답
	sự giải thích	쓰 자이 틱

해독	**sự giải độc**	쓰 자이 독
	sự giải mã	쓰 자이 마
해명(하다)	**làm sáng tỏ**	람 쌍 또
	làm rõ	람 조
	thanh minh	타잉 밍
해몽	**sự giải mộng**	쓰 자이 몽
	sự đoán mộng	쓰 도안 몽
해바라기	**hoa hướng dương**	화 흐엉 즈엉
해발	**độ cao so với mực nước biển**	도 까오 쏘 버이 믁 느억 비엔
해방(하다)	**giải phóng**	자이 퐁
해변	**bờ biển**	버 비엔
	bãi biển	바이 비엔
해보다	**thử sức**	트 쓱
	cố gắng	꼬 강
해부(하다)	**mổ xẻ**	모 쌔
	giải phẫu	자이 퍼우
해산(하다)	**sinh đẻ**	씽 대
	sinh nở	씽 너
해산물	**đồ hải sản**	도 하이 싼
해상도	**độ phân giải**	도 펀 자이
해석	**sự phân tích**	쓰 펀 띡
해설자	**người thuyết minh**	응어이 투옛 밍

해소	**sự giải tỏa**	쓰 자이 또아
	sự xóa bỏ	쓰 쏘아 보
해수욕	**sự tắm biển**	쓰 땀 비엔
해안	**bờ biển**	버 비엔
	bãi biển	바이 비엔
해약(하다)	**hủy hợp đồng**	후이 헙 동
해양	**đại dương**	다이 즈엉
	hải dương	하이 즈엉
해열제	**thuốc hạ sốt**	투옥 하 쏟
해외	**nước ngoài**	느억 응와이
	ngoại quốc	응와이 꾸옥
해일	**sóng thần**	쏭 턴
	sóng lớn	쏭 런
해임	**sự bãi nhiệm**	쓰 바이 니엠
	sự cách chức	쓰 까익 쯕
해적	**hải tặc**	하이 딱
	cướp biển	끄업 비엔
해제(하다)	**giải quyết vấn đề**	자이 꾸옏 번 데
해체하다	**tháo dỡ**	타오 저
	giải thể	자이 테
해충	**côn trùng gây hại**	꼰 쭝 거이 하이
해치다	**gây hại**	거이 하이
	làm tổn hại	람 똔 하이
해협	**eo biển đoạn uốn khúc**	애오 비엔 도안 우온 쿡

핵무기	**vũ khí hạt nhân**	부키 핟년
핸드백	**túi xách tay**	뚜이 싸익 따이
핸디캡	**điểm bất lợi**	디엠 벋 러이
	khiếm khuyết	키엠 쿠옏
햄	**thịt dăm bông**	틷 잠 봉
햄버거	**ham-bơ-gơ**	함버거
햄스터	**chuột hamster**	쭈얻 함스터
햇볕	**ánh mặt trời**	아잉 맏 쩌이
	tia nắng	띠어 낭
행동(하다)	**hành động**	하잉 동
행렬	**sự diễu hành**	쓰 지에우 하잉
행방	**dấu vết**	저우 벧
	dấu tích	저우 띡
행방불명	**mất tung tích**	먿 뚱 띡
	thất lạc	턷 락
행복	**niềm hạnh phúc**	니엠 하잉 푹
행사	**sự kiện**	쓰 끼엔
	buổi lễ	부오이 레
행선지	**điểm đến**	디엠 덴
	đích đến	딕 덴
행운	**vận may**	번 마이
	sự may mắn	쓰 마이 만
행위	**hành vi**	하잉 비
	cách cư xử	까익 끄 쓰

행정	**hành chính**	하잉 찡
행진(하다)	**diễu hành**	지에우 하잉
	hành quân	하잉 꾸언
행하다	**cư xử**	끄 쓰
	đối xử	도이 쓰
향기	**mùi hương**	무이 흐엉
	hương thơm	흐엉 텀
향락	**sự hưởng lạc**	쓰 흐엉 락
향상(되다)	**được nâng cao**	드억 넝 까오
	được cải thiện	드억 까이 티엔
향상시키다	**làm cho tốt lên**	람 쪼 똗 렌
	làm cho cao lên	람 쪼 까오 렌
향수(鄕愁)	**nhớ quê**	녀 꾸에
	nhớ nhà	녀 냐
	Khi ăn phở, anh ấy cảm thấy nhớ nhà. 키 안 퍼 아잉 어이 깜 터이 녀 냐 쌀국수를 먹고 그는 향수를 느꼈다.	
향수(香水)	**nước hoa**	느억 화
	Nước hoa là món quà mà hầu hết nữ giới đều thích. 느억 화 라 몬 꽈 마 허우 헫 느 저이 데우 틱 향수는 대부분의 여자가 좋아하는 선물이다.	
향신료	**đồ gia vị**	도 자 비
향하다	**hướng tới**	흐엉 떠이
	hướng đến	흐엉 덴
허가(하다)	**cho phép**	쪼 팹
	đồng ý	동 이

허구	chuyện hư cấu	쭈엔 흐 꺼우
	sự bịa đặt	쓰 비어 닫
허니문	tuần trăng mật	뚜언 짱먿
허락(하다)	đồng ý	동 이
	cho phép	쪼 팹
허리	eo	애오
	chỗ thắt lưng	쪼 탇 릉
허무	sự hư vô	쓰 흐 보
	sự hư ảo	쓰 흐 아오
허무하다	hư vô	흐 보
	hư ảo	흐 아오
허벅지	đùi	두이
	bắp đùi	밥 두이
허세(부리다)	sự khoe khoang	쓰 쾌 코앙
	sự phô trương	쓰 포 쯔엉
허수아비	con bù nhìn	꼰 부 닌
	con rối	꼰 조이
허약한	yếu đuối	이에우 두오이
	suy nhược	쑤이 니으억
허영	hư vinh	흐 빙
	vinh dự hão	빙 즈 하오
허용	cho phép	쪼 팹
	chấp thuận	쩝 투언

허전하다	**trống trải**	쫑 짜이
	đơn lẻ	던 래
허점	**kẽ hở**	깨 허
	khe hở	캐 허
허풍	**sự thổi phồng**	쓰 토이 퐁
	sự cường điệu	쓰 끄엉 디에우
허풍을 떨다	**thổi phồng**	토이 퐁
	cường điệu	끄엉 디에우
헌금(하다)	**tiền quyên góp**	띠엔 꾸옌 곱
	tiền hiến dâng	띠엔 히엔 정
헌법	**hiến pháp**	히엔 팝
헌신(하다)	**cống hiến**	꽁 히엔
	hiến thân	히엔 턴
헌책	**sách cũ**	싸익 꾸
헌혈(하다)	**hiến máu**	히엔 마우
헐뜯다	**vu khống**	부 콩
	vu cáo	부 까오
헐렁한	**rộng lùng thùng**	종 룽 퉁
험담	**lời bêu xấu**	러이 베우 써우
	lời lăng mạ	러이 랑 마
험악한	**hiểm ác**	히엠 악
	nguy hiểm	응우이 히엠
험하다	**nguy hiểm**	응우이 히엠
	hiểm trở	히엠 쩌

헛소리	nói nhảm nhí	노이 냠 니
	nói luyên thuyên	노이 루옌 투옌
헛수고	sự cố gắng vô ích	쓰 꼬 강 보 익
헝클어지다	trở nên phức tạp	쩌 넨 픅 땁
	trở nên rối hơn	쩌 넨 조이 헌
헤드라이트	đèn pha xe ô tô	댄 파 쌔 오 또
헤드폰	tai nghe	따이 응애
헤매다	đi lòng vòng	디 롱 봉
	đi loanh quanh	디 로아잉 꾸아잉
헤어스타일	kiểu tóc	끼에우 똑
헤어지다	chia tay	찌어 따이
	chia cắt	찌어 깐
헤어짐	sự chia cắt	쓰 찌어 깐
헤엄치다	bơi	버이
헤프다	dễ hỏng	제 홍
	dễ rách	제 자익
헬리콥터	máy bay trực thăng	마이 바이 쯕 탕
헬멧	mũ bảo hiểm	무 바오 히엠
헷갈리다	xao nhãng	싸오 냥
	lộn xộn	론 쏜
	không rõ ràng	콩 조 장
헹구다	rửa sạch	즈어 싸익
	giũ sạch	즈 싸익
혀	lưỡi	르어이

혁명	**cách mạng**	까익 망
혁신(하다)	**cải tổ**	까이 또
	cải cách	까이 까익
	cách tân	까익 떤
현관	**hành lang**	하잉 랑
	quan chức cao cấp	꽌 쯕 까오 껍
현금	**tiền mặt**	띠엔 맏
현기증	**chứng hoa mắt**	쯩 화 맏
	chóng mặt	쫑 맏
현명한	**thông minh**	통 밍
	khôn ngoan	콘 응오안
	sáng suốt	쌍 쑤옫
현미	**gạo lức**	가오 륵
현미경	**kính hiển vi**	낑 히엔 비
현상(現像)	**sự tráng phim**	쓰 짱 핌
	rửa ảnh	즈어 아잉
	Ngày xưa thường sử dụng phim để chụp ảnh nên người thợ ảnh phải tráng phim để lấy ảnh. 응아이 쓰어 트엉 쓰 중 핌 데 쭙 아잉 넨 응어이 터 아잉 파이 짱 핌 데 러이 아잉 옛날에는 필름으로 사진을 찍어서 사진이 나오기 위해서는 사진사가 현상을 해야만 했다.	
현상금	**tiền thưởng**	띠엔 트엉
현실	**hiện thực**	히엔 특
	thực tế	특 떼
현실적인	**mang tính thực tế**	망 띵 특 떼

현역	tại ngũ	따이 응우
현장	hiện trường	히엔 쯔엉
현재	hiện tại	히엔 따이
현행법	luật hiện hành	루얻 히엔 하잉
혈관	huyết quản	후옏 꽌
	tĩnh mạch	띵 마익
혈압	huyết áp	후옏 압
혈액	máu	마우
	huyết	후옏
혈액형	nhóm máu	뇸 바우
혐오(하다)	căm ghét	깜 갣
	ghê tởm	게 떰
혐의	sự nghi ngờ	쓰 응이 응어
협동	sự hợp tác	쓰 헙 딱
	sự kết hợp	쓰 껟 헙
협력하다	hợp tác	헙 딱
협박(하다)	đe họa	대 화
	uy hiếp	우이 히엡
협상	sự đàm phán	쓰 담 판
	sự thương lượng	쓰 트엉 르엉
	giảng hòa	장 화
	sự thương lượng đa phương 다자협상	쓰 트엉 르엉 다 프엉
협정	hiệp định	히엡 딩

협회	hiệp hội	히엡 호이
	liên đoàn	리엔 도안
형	anh trai	아잉 짜이
형광등	đèn huỳnh quang	댄 후잉 꽝
형벌	hình phạt	힝 팥
	sự trừng phạt	쓰 쯩 팥
형사	cảnh sát hình sự	까잉 싿 힝 쓰
형사사건	vụ án hình sự	부 안 힝 쓰
형성(하다)	hình thành	힝 타잉
	thành lập	타잉 럽
형식	hình thức	힝 특
형식적인	mang tính hình thức	망 딩 힝 특
형제	anh em trai	아잉 앰 짜이
형태	hình thái	힝 타이
형편	hoàn cảnh	호안 까잉
	trạng thái	짱 타이
호(號)	bút danh	붇 자잉
	biệt hiệu	비엗 히에우
호감	thiện cảm	티엔 깜
	ấn tượng tốt	언 뜨엉 똗
호기	cơ hội tốt	꺼 호이 똗
	dịp may	집 마이
호기심	tính tò mò	띵 또 모
	tính hiếu kì	띵 히에우 끼

호두	quả óc chó	꽈옥쪼
호랑이	hổ	호
호령(하다)	mệnh lệnh	멩 렝
호르몬	hóc-môn	혹 몬
호모	đồng tính luyến ái	동 띵 루옌 아이
호박	bí ngô	비 응오
호소	sự kêu gọi	쓰 께우 고이
호수	hồ	호
호스	ống	옹
	vòi	보이
호스티스	nữ hướng dẫn viên	느 흐엉 전 비엔
호위(하다)	bảo vệ	바오 베
	canh giữ	까잉 즈
호의	hảo ý	하오 이
	lòng tốt	롱 똗
호적	hộ tịch	호 띡
	hộ khẩu	호 커우
호전(되다)	được cải tiến	드억 까이 띠엔
	được cải thiện	드억 까이 티엔
호주머니	túi quần áo	뚜이 꾸언 아오
호출	sự triệu tập	쓰 찌에우 떱
	sự tập trung	쓰 떱 쭝
호텔	khách sạn	카익 싼

호통치다	la hét	라헫
	kêu gào	께우 가오
호평	lời đánh giá tốt	러이 다잉 자 똗
호화로운	huy hoàng	후이 호앙
	lộng lẫy	롱 러이
호환가능한	có thể tương thích	꼬 테 뜨엉 틱
	có thể hỗ trợ	꼬 떼 호 쩌
호황	tình huống tốt	띵 후옹 똗
	cơ hội thuận lợi	꺼 호이 투언 러이
호흡(하다)	hô hấp	호 헙
	hít thở	힏터
혹	cục bướu	꾹 브어우
	cục thịt	꾹 틷
혹사	sự vắt kiệt sức	쓰 받 끼엗 쓱
혹성	hành tinh	하잉 띵
혹시	giả sử	자 쓰
	nếu	네우
혼	hồn	혼
	linh hồn	링 혼
혼내주다	mắng mỏ	망 모
혼담	chuyện cưới hỏi	쭈옌 끄어이 호이
혼동(하다)	lẫn lộn	런 론
	hỗn độn	혼 돈

혼란	sự nổi loạn	쓰 노이 로안
	sự hỗn loạn	쓰 혼 로안
혼선(되다)	rối rắm	조이 잠
	lộn xộn	론 쏜
혼성	sự pha trộn	쓰 파 쫀
	sự hỗn hợp	쓰 혼 헙
혼자	một mình	몯 밍
혼잡(하다)	hỗn tạp	혼 땁
	phức tạp	픅 땁
혼잣말	lời độc thoại	러이 독 토아이
	lời nói một mình	러이 노이 몯 밍
혼합(하다)	hỗn hợp	혼 헙
	pha trộn	파 쫀
혼혈	máu lai	마우 라이
홀가분하다	nhẹ nhõm	내 뇸
	thoải mái	토아이 마이
홀수	số lẻ	쏘 래
홀인원	đánh một cú là vào	다잉 몯 꾸 라 바오
홈런	home run	홈 런
홈스테이(하다)	nhà trọ homestay	나 쪼 홈스테이
홈페이지	trang web	짱 웹
홍보	việc quảng bá	비엑 꽝 바
홍수	lũ lụt	루 룯

홍역	**bệnh sởi**	벵 써이
홍차	**hồng trà**	홍 짜
화가	**họa sĩ**	화 씨
화내다	**giận dữ**	전 즈
	nổi nóng	노이 농
화려한	**nguy nga**	응아이 응아
	tráng lệ	짱레
화면	**màn hình**	만힝
화목하다	**hòa thuận**	화 투언
	hòa hợp	화 헙
화물	**hàng hóa**	항 화
	hàng tàu biển	항 따우 비엔
화산	**núi lửa**	누이 르어
화살(표)	**mũi tên**	무이 뗀
화상(火傷)	**chỗ bỏng**	쪼 봉
	vết bỏng Vết bỏng của tôi đã khỏi rồi. 벧 봉 꾸어 또이 다 코이 조이 **화상 자국이 나왔다.**	벹 봉
화상(畵像)	**ảnh chân dung** Cô ấy rất thích vẽ ảnh chân dung. 꼬 어이 젇 틱 배 아잉 쩐 중 **그녀는 화상 그리기를 좋아한다.**	아잉 쩐 중
화약	**thuốc nổ**	투옥 노
화요일	**thứ ba**	트 바

화장(하다)	**trang điểm**	짱 디엠
	hỏa táng	화 땅
화장실	**nhà vệ sinh**	냐 베 씽
화장지	**giấy vệ sinh**	저이 베 씽
화장품	**mĩ phẩm**	미 펌
화재	**hỏa hoạn**	화 환
	hoa tay	화 따이
화제	**tên bức tranh**	뗀 븍 짜잉
화폐	**tiền**	띠엔
화학	**hóa học**	화 혹
화해(하다)	**dàn xếp**	잔 쎕
	hòa giải	화 자이
	hòa giải với người đang cãi nhau 화 자이 버이 응어이 당 까이 냐우 말다툼한 사람과 화해하다.	
확대(하다)	**mở rộng**	머 종
	phóng đại	퐁 다이
확률	**xác suất**	싹 쑤얻
확보(하다)	**bảo đảm**	바오 담
	giữ chắc chắn	즈 짝 짠
확신(하다)	**vững tin**	븡 띤
	tự tin	뜨 띤
확실한	**xác thực**	싹 특
	chắc chắn	짝 짠

ㄱ
ㄴ
ㄷ
ㄹ
ㅁ
ㅂ
ㅅ
ㅇ
ㅈ
ㅊ
ㅋ
ㅌ
ㅍ
ㅎ

확인(하다)	**kiểm tra**	끼엠 짜
	xác nhận	싹 년
확장(하다)	**mở rộng**	머 종
	bành trướng	바잉 쯔엉
확정(하다)	**xác định**	싹 딩
	chứng thực	쯩 특
환경	**môi trường**	모이 쯔엉
	hoàn cảnh	환 까잉
환기(시키다)	**thông khí**	통 키
	thông gió	통 조
환락가	**phố ăn chơi**	포 안 쩌이
	con đường ăn chơi	꼰 드엉 안 쩌이
환멸	**sự vỡ mộng**	쓰 버 몽
	sự tan ảo tưởng	쓰 딴 아오 뜨엉
환불	**sự hoàn trả**	쓰 환 짜
환상	**ảo giác**	아오 작
	ảo tưởng	아오 뜨엉
환상적인	**mang tính ảo tưởng**	망 띵 아오 뜨엉
환영(하다)	**hoan nghênh**	황 응엔
	tiếp đón	띠엡 돈
환율	**tỉ giá hối đoái**	띠 자 호이 도아이
환자	**bệnh nhân**	벵 년
	người bệnh	응어이 벵
환전(하다)	**đổi tiền**	도이 띠엔

환풍기	quạt thông gió	꾸앝 통 조
환호(하다)	hoan hô	호안 호
	reo hò	재오 호
활	mũi tên	무이 뗀
활기	sinh khí	씽 키
	sức sống	쓱 쏭
활동(하다)	hoạt động	홛 동
	hành động	하잉 동
활발한	hoạt bát	홛 받
	năng động	낭 동
활약(하다)	hành động	하잉 동
	hoạt động đầy sức sống	홛 동 더이 쓱 쏭
활용(하다)	sử dụng	쓰 중
	ứng dụng	응 중
활주	sự trượt đi	쓰 쯔얻 디
	sự lướt đi	쓰 르얻 디
황금	vàng	방
황야	vùng đất hoang	붕 덛 호앙
황제	hoàng đế	호앙 데
황혼	hoàng hôn	호앙 혼
황홀한	mê li	메 리
	ngất ngây	응얻 응어이
	say sưa	싸이 쓰어
황후	hoàng hậu	호앙 허우

회계	**kế toán**	께 또안
회고하다	**hồi tưởng**	호이 뜨엉
	nhớ lại	녀 라이
회관	**hội quán**	호이 꽌
회담(하다)	**hội đàm**	호이 담
회답(하다)	**hồi đáp**	호이 답
	trả lời	짜 러이
회복(되다)	**hồi phục**	호이 푹
	khôi phục	코이 푹
회비	**hội phí**	호이 피
회사	**công ty**	꽁 띠
회사원	**nhân viên công ty**	년 비엔 꽁 디
회색	**màu xám**	마우 쌈
회오리바람	**cơn lốc**	껀 록
회원	**hội viên**	호이 비엔
	thành viên	타잉 비엔
회의(하다)	**hội ý**	호이 이
	họp	홉
	hoài nghi	호아이 응이
회장	**chủ tịch**	쭈 띡
	giám đốc	잠 독
회전(하다)	**xoay vòng**	쏘아이 봉
	luân phiên	루언 피엔

회피하다	**né tránh**	내 짜잉
	trốn tránh	쫀 짜잉
회합(하다)	**hội họp**	호이 홉
	tụ họp	뚜 홉
획기적인	**đánh dấu bước ngoặt**	다잉 저우 브억 응오앋
획득(하다)	**giành được**	자잉 드억
	đạt được	닫 드억
횟수	**số lần**	쏘 런
횡단(하다)	**cắt ngang**	깓 응앙
	băng ngang	방 응앙
횡단보도	**đường dành cho người đi bộ**	드엉 자잉 쪼 응어이 디 보
횡설수설	**nói lung tung**	노이 룽 뚱
	nói linh tinh	노이 링 띵
효과	**hiệu quả**	히에우 꽈
	kết quả	껜 꽈
효도	**đạo hiếu**	다오 히에우
효모	**men**	맨
효율	**hiệu suất**	히에우 쑤얻
	năng suất	낭 쑤얻
효율적인	**mang tính năng suất**	망 띵 낭 쑤얻
후	**sau này**	싸우 나이
후계자	**người thừa kế**	응어이 트어 께
후반	**một nửa sau**	몯 느어 싸우

후반전	**hiệp 2**	히엡 하이
후배 (주니어)	**hậu bối**	허우 보이
	khóa sau	콰 싸우
후보	**sự ứng cử**	쓰 응 끄
후세	**hậu thế**	허우 테
후에	**sau này**	싸우 나이
후원하다	**ủng hộ**	웅 호
	hỗ trợ	호 쩌
후유증	**di chứng**	지 쯩
후임	**người kế nhiệm**	응어이 께 니엠
	người thừa kế	응어이 트어 께
후자	**người sau**	응어이 싸우
후진국	**nước kém phát triển**	느억 깸 팓 찌엔
후퇴	**sự rút lui**	쓰 줃 루이
	sự thoái hóa	쓰 토아이 화
후하다	**tử tế**	뜨 떼
	có lòng tốt	꼬 롱 똗
후회(하다)	**ân hận**	언 헌
	nuối tiếc	누오이 띠엑
훈련(하다)	**huấn luyện**	후언 루옌
	rèn luyện	쟨 루옌
훈장	**huân chương**	후언 쯔엉
훈제	**sự hun khói**	쓰 훈 코이
	sự xông khói	쓰 쏭 코이

훌륭한	ưu tú	이우 뚜
	xuất sắc	쑤얻 싹
훔치다	ăn cắp	안 깝
	lấy trộm	러이 쫌
훨씬	rất nhiều	젇 니에우
휘다	cong	꽁
	uốn cong	우온 꽁
	khuất phục	쿠얻 푹
휘두르다	vung	붕
	làm hoang mang	람 호앙 망
휘발유	xăng dầu	쌍 저우
휘젓다	quấy	꾸어이
	khuấy đều	쿠어이 데우
휘파람	huýt sáo	후읻 싸오
휩쓸다	cuốn trôi	꾸언 쪼이
	quét sạch	꾸앧 싸익
휴가	kì nghỉ	끼 응이
	nghỉ phép	응이 팹
휴게소	phòng chờ	퐁 쩌
	nơi nghỉ giải lao	너이 응이 자이 라오
휴대(하다)	cầm	껌
	xách	싸익
휴대폰	điện thoại di động	디엔 토아이 지 동

휴머니즘	chủ nghĩa nhân đạo	쭈 응이어 년 다오
	chủ nghĩa nhân văn	쭈 응이어 년 반
휴식(하다)	dừng	증
	ngừng	응으응
	nghỉ ngơi	응이 응어이
휴양(하다)	nghỉ ngơi	응이 응어이
	thư giãn	트 잔
	hồi phục	호이 푹
휴양지	nơi nghỉ ngơi	너이 응이 응어이
	nơi vui chơi	너이 부이 쩌이
휴업(하다)	ngừng kinh doanh	응으응 낑 조아잉
	đóng cửa	동 끄어
휴일	ngày lễ	응아이 레
	ngày nghỉ	응아이 응이
휴전(하다)	ngừng bắn	응으응 반
휴지	giấy vệ sinh	저이 베 씽
휴지통	thùng rác	퉁 작
휴직하다	nghỉ việc tạm thời	응이 비엑 땀터이
휴학	nghỉ học tạm thời	응이 혹 땀터이
	việc bảo lưu	비엑 바오 리우
흉기	hung khí	훙 키
	vũ khí giết người	부 키 젣 응어이
흉내(내다)	bắt chước	받 쯔억
	mô phỏng	모 퐁

흉터	sẹo	쌔오
	vết sẹo	벧 쌔오
흉하다	xấu xa	써우 싸
	tội lỗi	또이 로이
흐느끼다	thổn thức	톤 특
	thút thít	툳 틷
흐려지다	trở nên âm u	쩌 넨 엄 우
흐르다	trôi	쪼이
	chảy ra	짜이 자
흐름	dòng chảy	종 짜이
흐리게하다	làm đục	람 둑
흐리다	đục	둑
	lờ mờ	러 머
	không rõ	콩 조
흐림	sự không rõ	쓰 콩 조
	sự lờ mờ	쓰 러 머
흐뭇한	hài lòng	하이 롱
	mãn nguyện	만 응우옌
흑백	trắng đen	짱 댄
흑백필름	phim trắng đen	핌 짱 댄
흑인	người da đen	응어이 자 댄
흑자	chữ màu đen	쯔 마우 댄
흔들리다	lắc lư	락 르
	đung đưa	둥 드어

흔들다	rung	중
	lắc	락
흔적	dấu vết	저우 벧
	vết tích	벧 띡
흔한	nhiều	니에우
	phong phú	퐁 푸
	dư dả	즈 자
흘러들어가다	chảy vào	짜이 바오
흘리다	chảy	짜이
	trào ra	짜오 자
흙	đất	덛
	bùn	분
흠	sẹo	쌔오
	vết sẹo	벧 쌔오
	nhược điểm	니으억 디엠
	điểm yếu	디엠 이에우
흠모하다	ngưỡng mộ	응으엉 모
	khen ngợi	캔 응어이
흠뻑	hoàn hảo	호안 하오
	hoàn toàn	호안 또안
흡사	sự tương tự	쓰 뜨엉 뜨
흡수(하다)	hút vào	훋 바오
	thấm vào	텀 바오

흡연(하다)	hút thuốc	훈 투옥
흡연실	phòng hút thuốc	퐁 훈 투옥
흥미	sự hứng thú	쓰 흥 투
	sự thú vị	쓰 투 비
흥미진진한	tràn đầy hứng thú	짠더이 흥 투
흥분(하다)	kích động	끽 동
	hưng phấn	흥 펀
흥행	trò giải trí	쪼 자이 찌
	thú tiêu khiển	투 띠에우 키엔
흩어지다	rung	중
	rải	자이
	gieo	재오
희극	vở kịch	버 끽
	vở diễn	버 지엔
희롱	sự đùa cợt	쓰 두어 껏
	sự chế nhạo	쓰 쩨 냐오
희망	niềm hi vọng	니엠 히 봉
	sự mong đợi	쓰 몽 더이
희망(하다)	hi vọng	히 봉
	mong đợi	몽 더이
희미한	mờ	머
	nhạt	냗
	mơ hồ	머 호

희생	**sự hiến dâng**	쓰 히엔 정
	sự hi sinh	쓰 히 씽
	hi sinh thân mình 히 씽 턴 밍 나를 희생하다	
희생자	**người hi sinh**	응어이 히 씽
희한한	**hiếm**	히엠
	không phổ biến	콩 포 비엔
흰색	**màu trắng**	마우 짱
히스테리	**cuồng loạn**	꾸옹 로안
힌트(를 주다)	**đưa ra gợi ý**	드어 자 거이 이
힘	**sức lực**	쓱 륵
	sức khỏe	쓱 쾌
힘껏	**toàn bộ sức lực**	또안 보 쓱 륵
힘들다	**mệt**	멘
	vất vả	벋 바
힘쓰다	**cố gắng**	꼬 강
	chuyên tâm	쭈옌 떰
힘차다	**mạnh mẽ**	마잉 매
	đầy sức lực	더이 쓱 륵

기본용어

숫자

0	không 콩		30	ba mươi 바 므어이
1	một 몯		40	bốn mươi 본 므어이
2	hai 하이		50	năm mươi 남 므어이
3	ba 바		60	sáu mươi 싸우 므어이
4	bốn 본		70	bảy mươi 바이 므어이
5	năm 남		80	tám mươi 땀 므어이
6	sáu 싸우		90	chín mươi 찐 므어이
7	bảy 바이		100	một trăm 몯 짬
8	tám 땀		1000	một nghìn 몯 응인
9	chín 찐		10000	mười nghìn 므어이 응인
10	mười 므어이		100,000	một trăm nghìn 몯 짬 응인
11	mười một 므어이 몯		1.000.000	một triệu 몯 찌에우
12	mười hai 므어이 하이		10.000.000	mười triệu 므어이 찌에우
13	mười ba 므어이 바		0.3	không phẩy ba 콩 퍼이 바
14	mười bốn 므어이 본		70%	bảy mươi phần trăm 바이 므어이 펀 짬
15	mười lăm 므어이 람			
16	mười sáu 므어이 싸우			
17	mười bảy 므어이 바이			
18	mười tám 므어이 땀			
19	mười chín 므어이 찐			
20	hai mươi 하이 므어이			

호칭 표현

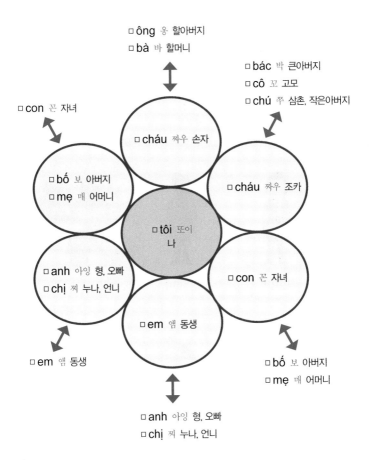

□ ông 옹 할아버지
□ bà 바 할머니

□ bác 박 큰아버지
□ cô 꼬 고모
□ chú 쭈 삼촌, 작은아버지

□ con 꼰 자녀

□ cháu 짜우 손자

□ cháu 짜우 조카

□ bố 보 아버지
□ mẹ 매 어머니

□ tôi 또이
나

□ anh 아잉 형, 오빠
□ chị 찌 누나, 언니

□ con 꼰 자녀

□ em 앰 동생

□ bố 보 아버지
□ mẹ 매 어머니

□ em 앰 동생

□ anh 아잉 형, 오빠
□ chị 찌 누나, 언니

□ **phía đông** 피어 동 동쪽
□ **phía tây** 피어 떠이 서쪽
□ **phía nam** 피어 남 남쪽
□ **phía bắc** 피어 박 북쪽

□ **trên** 쩬 위 ↔ **dưới** 즈어이 아래
□ **giữa** 즈어 사이
□ **trong** 쫑 안 ↔ **ngoài** 응와이 밖

□ **trước**
쯔억 앞

□ **sau**
싸우 뒤

□ **cạnh**
까잉 옆

□ **(bên) trái**
(벤) 짜이 왼쪽

□ **(bên) phải**
(벤) 파이 오른쪽

□ **ở giữa**
어 즈어 가운데

계절·월·요일

□ mùa xuân 무어 쑤언 봄

□ mùa hè 무어 해 여름

□ mùa thu 무어 투 가을

□ mùa đông 무어 동 겨울

□ tháng một 탕 몯 1월	□ tháng bảy 탕 바이 7월
□ tháng hai 탕 하이 2월	□ tháng tám 탕 땀 8월
□ tháng ba 탕 바 3월	□ tháng chín 탕 찐 9월
□ tháng tư 탕 뜨 4월	□ tháng mười 탕 므어이 10월
□ tháng năm 탕 남 5월	□ tháng mười một 탕 므어이 몯 11월
□ tháng sáu 탕 싸우 6월	□ tháng mười hai 탕 므어이 하이 12월

□ chủ nhật 쭈 녇 일요일	□ thứ năm 트 남 목요일
□ thứ hai 트 하이 월요일	□ thứ sáu 트 싸우 금요일
□ thứ ba 트 바 화요일	□ thứ bảy 트 바이 토요일
□ thứ tư 트 뜨 수요일	

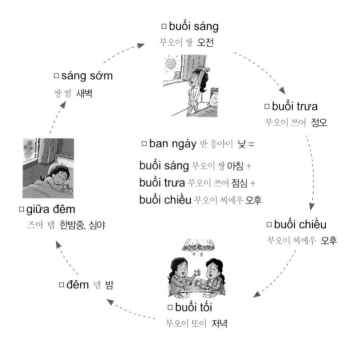

□ **buổi sáng** 부오이 쌍 오전

□ **sáng sớm** 쌍 썸 새벽

□ **buổi trưa** 부오이 쯔어 정오

□ **ban ngày** 반 응아이 낮 =

buổi sáng 부오이 쌍 아침 +
buổi trưa 부오이 쯔어 점심 +
buổi chiều 부오이 찌에우 오후

□ **giữa đêm** 즈어 뎀 한밤중, 심야

□ **buổi chiều** 부오이 찌에우 오후

□ **đêm** 뎀 밤

□ **buổi tối** 부오이 또이 저녁

□ 1시 **một giờ** 못 져   □ 7시 **bảy giờ** 바이 져
□ 2시 **hai giờ** 하이 져   □ 8시 **tám giờ** 땀 져
□ 3시 **ba giờ** 바 져   □ 9시 **chín giờ** 찐 져
□ 4시 **bốn giờ** 본 져   □ 10시 **mười giờ** 므어이 져
□ 5시 **năm giờ** 남 져   □ 11시 **mười một giờ** 므어이 못 져
□ 6시 **sáu giờ** 싸우 져   □ 12시 **mười hai giờ** 므어이 하이 져

시간은 시 giờ[져], 분 phút[풋], 초 giây[져이] 순으로 표기.

📌 **10시 15분:** 10 (mười) giờ 15 (mười lăm) phút   [므어이 져 므어이 람 풋]

giờ와 phút이 함께 있으면 phút을 생략할 수 있다.

오전 sáng, 점심 trưa, 오후 chiều, 저녁 tối, 밤 đêm/ khuya라는 단어를 활용.
đêm은 저녁보다는 늦은 시간으로 밤 10~12시경.

📌 **밤 12시:** 12 (mười hai) giờ đêm   [므어이 하이 져 뎀]

30분은 30 phút[바 므어이 풋] 또는 절반을 나타내는 rưỡi[즈어이]로 표현.

📌 **8시 30분:** 8 giờ 30 phút   [땀 져 바 므어이 (풋)]

   8시 반: 8 giờ rưỡi   [땀 져 즈어이]

giờ를 약자로 표기할 때는 h로.

📌 **11시:** 11 giờ = 11h

□ **hôm kia** 홈 끼어 그저께

□ **hôm qua** 홈 꾸아 어제

□ **hôm nay** 홈 나이 오늘

□ **ngày mai** 응아이 마이 내일

□ **ngày kia** 응아이 끼어 모레

□ **tuần trước** 뚜언 쯔억 지난주

□ **tuần này** 뚜언 나이 이번 주

□ **tuần sau** 뚜언 싸우 다음 주

□ **hàng ngày** 항 응아이 매일

□ **hàng tuần** 항 뚜언 매주

□ **hàng tháng** 항 탕 매월

□ **hàng năm** 항 남 매년

국가명

▢ 베트남 **Việt Nam** 비엔 남  ▢ 중국 **Trung Quốc** 쭝 꾸옥

▢ 한국 **Hàn Quốc** 한 꾸옥  ▢ 인도 **Ấn Độ** 언 도

▢ 일본 **Nhật Bản** 녇 반 ▢ 태국 **Thái Lan** 타이 란

▢ 미국 **Mĩ** 미  ▢ 브라질 **Bra-zil** 브라 질

▢ 러시아 **Nga** 응아 ▢ 캐나다 **Canada** 까나다

▢ 영국 **Anh** 아잉  ▢ 독일 **Đức** 득

▢ 프랑스 **Pháp** 팝 ▢ 이탈리아 **Ý** 이

▢ 스위스 **Thụy Sĩ** 투이 씨  ▢ 네덜란드 **Hà Lan** 하 란

 ▢ 뉴질랜드 **Niu-di-lân** 니우 지 런

 ▢ 스웨덴 **Thụy Điển** 투이 디엔

 ▢ 스페인 **Tây Ban Nha** 떠이 반 냐

초보자를 위한 **컴팩트** 베트남어 단어

초판 7쇄 발행 | 2024년 11월 15일

지은이 | 박연관
편 집 | 이말숙
디자인 | 박민희
제 작 | 선경프린테크
펴낸곳 | Vitamin Book
펴낸이 | 박영진

등 록 | 제318-2004-00072호
주 소 | 07250 서울특별시 영등포구 영등포로 37길 18 리첸스타2차 206호
전 화 | 02) 2677-1064
팩 스 | 02) 2677-1026
이메일 | vitaminbooks@naver.com

© 2018 Vitamin Book
ISBN 978-89-92683-83-8 (13730)

잘못 만들어진 책은 바꿔 드립니다.